രാജേഷ്ബാബു ടി.വി.

കാസർഗോഡ് ജില്ലയിലെ കാഞ്ഞങ്ങാടിനടുത്ത് പൈരടുക്കത്ത് ജനനം. അച്ഛൻ കെ.വി.രാമകൃഷ്ണൻ, അമ്മ ടി.വി. കോമളവല്ലി.

ഓട്ടോമൊബൈൽ എഞ്ചീനിയറിംഗ്, ബിസിനസ്സ് മാനേജ്മെന്റ് ബിരുദം പൂർത്തിയാക്കിയ ശേഷം വാഹനങ്ങളോടുള്ള അഭിനിവേശം മൂത്ത് ഇരുപത്തൊന്നാമത്തെ വയസ്സിൽ ഇരുചക്ര വാഹന മേഖലയിൽ സെയിൽസ് എക്സിക്യുട്ടീവ് ട്രെയിനിയായി കരിയർ ജീവിതം ആരംഭിച്ചു. കടുത്ത മത്സരമുള്ള മേഖലയായിട്ടും തൊഴിൽ മേഖലയോടുള്ള തന്റെ അർപ്പണ ബോധവും അശ്രാന്ത പരിശ്രമവും കൊണ്ട് ഓട്ടോമൊബൈൽ സെയിൽസ്, മാർക്കറ്റിംഗ് മേഖലയിൽ തന്റേതായ വ്യക്തിമുദ്ര പതിപ്പിക്കുവാൻ രാജേഷ് ബാബുവിന് വളരെ വേഗത്തിൽ സാധിച്ചു. മികച്ച സെയിൽസ് പ്രകടനത്തിലൂടെ വളരെ ചെറുപ്പത്തിൽ തന്നെ അന്താരാഷ്ട്ര ഡീലർഷിപ്പ് കോൺഫറൻസുകളിൽ പങ്കെടുക്കുവാനും അംഗീകാരങ്ങളും നേടുവാനും സാധിച്ചു. അദ്ദേഹത്തിന്റെ നേതൃത്വമികവിലൂടെ ഒറ്റ ദിവസത്തിനുള്ളിൽ 2012ൽ 111 പുതിയ കാറുകളും 2022ൽ 51 കാറുകളും (SUV) വിൽപ്പന നടത്തി ദേശീയതലത്തിൽ തന്നെ ശ്രദ്ധയാകർഷിച്ചു. 2015ൽ ദുബായിലെയും നോർത്തേൺ എമിറേറ്റ്സിലെയും മികച്ച വിൽപ്പന പ്രകടനത്തിലൂടെ ശ്രദ്ധയാകർഷിച്ചു. മെന്റർഷിപ്പ്, നൈപുണ്യ വികസനം, സ്കിൽ ഡെവലപ്മെന്റ് ഇൻസ്റ്റിറ്റ്യൂട്ടുകൾക്കായി ടോക്ക് സെഷനുകൾ എന്നിവ കൈകാര്യം ചെയ്യുന്നു.

ഭാര്യ : ദീപ്തി പി.

മക്കൾ : ദേവാൻഷ് രാജ് ടി. വി., ദേവിന രാജ് ടി. വി.

വിലാസം : 'പൂങ്കാവനം', പൈരടുക്കം, കാഞ്ഞങ്ങാട്

Email : rajpages@gmail.com

Malayalam Language
Automobile Salesile Dealmaker
(Reference)
by
Rajesh Babu T. V.

◆

Published in May 2024
by Kairali Books Private Limited
Thalikkavu Road, Kannur.
Ph : 0497-2761200
Email : kairalibooksknr@gmail.com

◆

Cover Design
Pramod Odayanchal

◆

09/24-25/Sl.No.1576/300/NS 18.6
ISBN 978-93-5973-508-5

ഓട്ടോമൊബൈല്‍ സെയില്‍സിലെ ഡീല്‍ മേക്കര്‍

രാജേഷ്ബാബു ടി.വി.

കൈരളി ബുക്സ്

മുഖമൊഴി

ഓട്ടോമൊബൈല്‍ സെയില്‍സ് മേഖലയിലേക്ക് കടന്നുവരാന്‍ ആഗ്രഹിക്കുന്ന പുതിയ തലമുറയ്ക്ക് ഓട്ടോമൊബൈല്‍ സെയില്‍സ് ട്രെയിനിങ്ങിനായി ഒരു കോളേജോ സര്‍വകലാശാലയോ നമ്മുടെ ഇടങ്ങളില്‍ അത്ര സജീവമായി ഇല്ല എന്നുള്ളത് ഒരു വസ്തുതയാണ്.

പ്രത്യേകിച്ച് കാര്‍ വില്‍പ്പന വ്യവസായത്തില്‍ നോക്കുമ്പോള്‍, ഈ മേഖലയിലും വിദ്യാഭ്യാസം പ്രധാനമാണ്. ഭൂരിഭാഗം ഓട്ടോമൊബൈല്‍ ഡീലര്‍ഷിപ്പുകളും അവരുടെ ചാനല്‍ പാര്‍ട്നേഴ്സുമായും സ്വകാര്യ പരിശീലന ഏജന്‍സികളുമായും കൈ കോര്‍ത്തുകൊണ്ടാണ് മിക്ക ട്രെയിനിങ് പ്രോഗ്രാമുകളും (വാഹന വില്‍പ്പന പരിശീലനം) സംഘടിപ്പിക്കുന്നത്.

ഓട്ടോമൊബൈല്‍ സെയില്‍സ് മേഖലയിലേക്ക് കടന്നു വരാന്‍ ആഗ്രഹിക്കുന്നവര്‍ക്കും അല്ലെങ്കില്‍ ഓട്ടോമൊബൈല്‍ സെയില്‍സ് മേഖലയെ കുറിച്ച് കൂടുതലായി അറിയാന്‍ ആഗ്രഹിക്കുന്നവര്‍ക്കും ഉള്ള സമര്‍പ്പണമാണീ പുസ്തകം...

ഈ പുസ്തകത്തിനെകുറിച്ചു ഞാന്‍ ആലോചിച്ചു തുടങ്ങിയത് ഏപ്രില്‍ 2020 മുതല്‍ക്കാണ്. കോവിഡ് കാലത്തെ ചില കുറിപ്പുകളോടെയാണ് ഈ പുസ്തകം ആരംഭിച്ചത്. ഏകദേശം 4 വര്‍ഷത്തെ ഒഴിവു സമയങ്ങള്‍ ഫലപ്രദമായി വിനിയോഗിച്ചു എന്ന് തന്നെ വേണം പറയാന്‍. ആദ്യകാലങ്ങളില്‍ എഴുതാനിരിക്കുമ്പോള്‍ വല്ലാത്ത ഒരു മടുപ്പു ഉളവാക്കിയിരുന്നു. ജോലിതിരക്കും പേഴ്സണല്‍ തിരക്കുകളും മറ്റു പ്രശ്നങ്ങളുമായി മുന്നോട്ട് പോകുമ്പോള്‍ നാള്‍ വഴിയില്‍ എനിക്ക് പ്രചോദനം തന്ന എനിക്ക് മുന്നോട്ട് പോകാന്‍ ഊര്‍ജം തന്ന ഏതാനും വ്യക്തികള്‍; അവരെ സ്നേഹ പൂര്‍വം പരാമര്‍ശിച്ചു കൊള്ളുന്നു.

എനിക്കെല്ലായ്പോഴും പ്രചോദനം തന്നു കൂടെ നിന്ന സഹധര്‍മിണി ദീപ്തി പി. എന്റെ അച്ഛന്‍ കെ. വി. രാമകൃഷ്ണന്‍, അമ്മ കോമള വല്ലി ടി.വി., എന്റെ സഹോദരി സ്മിത വത്സരാജ്, പ്രിയസുഹൃത്ത് രതീഷ് കുമാര്‍ വി., തിരക്കഥാകൃത്തും സംവിധായക

നുമായ ശ്രീ. പ്രമോദ് ഒടയംചാൽ, ശ്രീ. ഫ്രാൻസിസ് ജോസഫ് ജീ ര, സിനിമാ താരവും റേഡിയോ ജോക്കിയുമായ ശ്രീ. അനുരൂപ്, ശ്രീ സുനിൽ സൂര്യ, ശ്രീ. വാസുദേവ് പട്രോട്ടം, ശ്രീ. ബാബു കോട്ടപ്പാറ, ശ്രീ. അബ്ദുൾ റസാഖ് എന്റെ സഹപ്രവർത്തകർ, സുഹൃ ത്തുക്കൾ, എന്നെ ഞാൻ ആക്കി മാറ്റിയ എന്റെ ഗുരുനാഥന്മാർ.

മാരുതി സുസുക്കി ഇന്ത്യ ലിമിറ്റഡിന്റെ വൈസ് പ്രസിഡന്റ് ശ്രീ. തോമസ് ചെറിയാൻ സാർ, ലോക പ്രശസ്ത മെന്റലിസ്റ്റ് ശ്രീ. ആദർശ് ആദി, ദീർഘകാലം ഓട്ടോമൊബൈൽ സെയിൽസ് മേഖ ലയിൽ സീനിയർ മാനേജ്മെന്റ് പൊസിഷൻ കൈകാര്യം ചെയ്ത ശ്രീ. സെബാസ്റ്റ്യൻ സർ, ശ്രീ. രാജേന്ദ്രൻ സർ, ശ്രീ തോമസ് സ്റ്റീ ഫൻ സർ, ശ്രീ. നീനു. എസ്. ചന്ദ്രൻ, മലയാള ചലച്ചിത്രതാരം അ നുമോൾ, ശ്രീ. അജിത് കോശി സർ ചലച്ചിത്ര താരവും, എഴുത്തു കാരനും കേരള പോലീസ് സേനയിലെ മുതിർന്ന ഉദ്യോഗസ്ഥനു മായ ശ്രീ. സിബി തോമസ് സർ, കണ്ണൂർ എഞ്ചിനീയറിംഗ് കോ ളേജ് മെക്കാനിക്കൽ എഞ്ചിനീയറിംഗ് വിഭാഗം പ്രൊഫസറും അറി യപ്പെടുന്ന ശാസ്ത്രജ്ഞനുമായ ശ്രീ. ഗോവിന്ദൻ പുതുമന സാർ, ചലച്ചിത്ര സംവിധായകനും എഴുത്തുകാരനുമായ ശ്രീ. രാജസേ നൻ സർ, ഫെറാരി കമ്പനിയുടെ മികച്ച ടെക്നിഷ്യനും ലോക ചാമ്പ്യനുമായ ശ്രീ. ജെസ്റ്റിൻ അഗസ്റ്റിൻ സാർ. ഇവരുടെയൊക്കെ പിന്തുണ ഞാൻ സ്നേഹത്തോടെ സ്മരിക്കുന്നു.

ഒരു സാധാരണ പുസ്തകത്തിലുപരി എല്ലാ ഡീലർഷിപ്പിലും റഫറൻസ് ഗ്രന്ഥമായി കരുതാവുന്ന ഒന്നാണ് ഈ പുസ്തകം; കാര ണം ഈ മേഖലയിലേക്ക് പുതുതായി കടന്നുവരുന്നവർക്കു വായി ക്കാൻ കൊടുക്കാവുന്ന മലയാള ഭാഷയിലുള്ള ആദ്യ പുസ്തകമാ ണ് എന്ന് ഞാൻ വിശ്വസിക്കുന്നു.

രാജേഷ്ബാബു ടി.വി.

അഭിമാനിക്കാൻ ഒരു പുസ്തകം

ഓട്ടോമൊബൈൽ സെയിൽസിന്റെ കാണാപ്പുറങ്ങൾ കാണിച്ചു ത രുന്ന മലയാളത്തിലെ ആദ്യ പുസ്തകം.

എത്രയെത്ര വിലപ്പെട്ട വസ്തുതകളാണ് വായനക്കാരന് ഈ പുസ് തസ്കത്തിലൂടെ സ്വന്തമാകുന്നത്. അറിവും അന്വേഷണവും കൈ കോർ ക്കുന്ന ഈ പുസ്തകം വായനക്കാരനെ പുതിയ വിതാനങ്ങളിലേക്ക് അനായാസമായി കൊണ്ട് പോകുന്നു . ഓട്ടോമൊബൈൽ സെയിൽസ് മേഖലയിലെ രണ്ടു പതിറ്റാണ്ടോളം കാലത്തെ അനുഭവ പരിചയവും അഭിനിവേശവും അന്വേഷണകൌതുകവും സമർപ്പണബുദ്ധിയും കാ രണമാണ് ഗ്രന്ഥകാരന് ഇത്ര സമ്പന്നമായ ഒരു ഗ്രന്ഥം രചിക്കാനായ ത് എന്ന് ഞാൻ മനസിലാക്കുന്നു. എനിക്ക് ഉറപ്പാണ് ഓട്ടോമൊബൈൽ മേഖലയിൽ, പ്രത്യേകിച്ച് സെയിൽസിൽ പുതുതായി വരുന്നവർക്കും, നിലവിൽ പ്രവർത്തിച്ചു കൊണ്ടിരിക്കുന്നവർക്കും, ഓട്ടോമൊബൈൽ സെ യിൽസിനെ കുറിച്ച് കൂടുതലായി അറിയാൻ ആഗ്രഹിക്കുന്നവർക്കും ഈ പുസ്തകം തീർച്ചയായും ഒരു മുതൽക്കൂട്ട് തന്നെയാണ്. വർഷങ്ങളോ ളം നീണ്ടു നിൽക്കുന്ന ശ്രമകരമായ, മാനസിക സംഘർഷങ്ങളെ തര ണം ചെയ്ത്, സമയബന്ധിതമായ നിരവധി ഘട്ടങ്ങളുടെയും പ്രവർത്ത നങ്ങളുടെയും മുഴുവൻ പ്രക്രിയയുടെയും പശ്ചാലത്തലത്തിൽ ആണ് ഒരു വ്യക്തി സെയിൽസ് പ്രൊഫഷണൽ ആയി മാറുന്നത്. ഇന്ന്, മിക ച്ചവരേക്കാൾ മികച്ചവരാകാനുള്ള നമ്മുടെ വഴിയിൽ നമുക്ക് പ്രചോദ നം തരുന്ന രീതിയിലാണ് ഈ പുസ്തകം രൂപ കല്പന ചെയ്തിട്ടു ള്ളത്. ഓട്ടോമൊബൈൽ സെയിൽസ്, മാനേജ്മെന്റ്, സെയിൽസ് പ്രോ സസ്സ്, മോട്ടിവേഷൻ തുടങ്ങി എല്ലാം കൈകോർത്തിണക്കിയാണ് ഈ പുസ്തകം വായനക്കാരിലേക്കെത്തുന്നത്. എല്ലാ ഭാവുകങ്ങളും എന്റെ സുഹൃത്ത് കൂടിയായ ശ്രീ. രാജേഷ് ബാബുവിന് നേരുന്നു.

മുരളി കുന്നുംപുറത്ത്
(മാനേജിങ്ങ് ഡയരക്ടർ -വാട്ടർമാൻ ടൈൽസ്)
ഫിലിം പ്രൊഡ്യൂസർ, മോട്ടിവേറ്റർ

പ്രവേശകം

2021 ലെ സ്ഥിതിവിവരക്കണക്കുകൾ പ്രകാരം ഇന്ത്യയിലെ വാഹന വ്യവസായം ലോകത്തിലെ നാലാമത്തെ വലിയ ഉൽപ്പാദനമാണ്. 2022 ൽ, ഓട്ടോമോട്ടീവ് വ്യവസായത്തിന്റെ മൂല്യനിർണ്ണയത്തിൽ ഇന്ത്യ ലോ കത്തിലെ നാലാമത്തെ വലിയ രാജ്യമായി. 2022ലെ കണക്കനുസരിച്ച്, വിൽപ്പനയുടെ കാര്യത്തിൽ ജപ്പാനെയും ജർമ്മനിയെയും മറികടന്ന് ലോ കത്തിലെ മൂന്നാമത്തെ വലിയ ഓട്ടോമൊബൈൽ വിപണിയാണ് ഇന്ത്യ.

നിലവിൽ ഇന്ത്യയുടെ വാഹന വ്യവസായം 100 ബില്യൺ യുഎസ് ഡോളറിലധികം മൂല്യമുള്ളതാണ്, കൂടാതെ രാജ്യത്തിന്റെ മൊത്തം കയ റ്റുമതിയുടെ 8% വും ജിഡിപിയുടെ 2.3% വും സംഭാവന ചെയ്യുന്നു.

ഓട്ടോമൊബൈൽ വ്യവസായം ഇന്ത്യയുടെ സാമ്പത്തിക വളർച്ച യുടെ ഏറ്റവും പ്രധാനപ്പെട്ട ഘടകങ്ങളിൽ ഒന്നാണ്, ആഗോള മൂല്യ ശൃംഖലകളിൽ ഉയർന്ന പങ്കാളിത്തമുള്ള ഒന്നാണ്. ഈ മേഖലയുടെ വളർച്ച ശക്തമായ ഗവൺമെന്റ് പിന്തുണയുടെ പിൻബലത്തിലാണ്, ഇ ത് ഇന്ത്യയുടെ ഉൽപ്പാദന മേഖലകൾക്കിടയിൽ സവിശേഷമായ പാത രൂപപ്പെടുത്താൻ സഹായിച്ചു. രാജ്യത്ത് ഉൽപ്പാദിപ്പിക്കുന്ന വാഹനങ്ങൾ ജനസംഖ്യയിലെ താഴ്ന്ന, ഇടത്തരം വരുമാന വിഭാഗങ്ങളുടെ ആവശ്യ ങ്ങൾ നിറവേറ്റുന്നു, ഇത് ഈ മേഖലയെ മറ്റ് ഓട്ടോമൊബൈൽ ഉൽപ്പാ ദിപ്പിക്കുന്ന രാജ്യങ്ങളിൽ നിന്നും വേറിട്ടു നിർത്തുന്നു.

ആഭ്യന്തര, അന്തർദേശീയ വിപണികളിൽ ഇന്ത്യൻ വാഹനങ്ങളു ടെ ആവശ്യം വർദ്ധിച്ചുകൊണ്ടിരിക്കുന്നു. ഉപഭോക്താക്കളുടെ (ഇലക്ട്രി ക്കൽ വാഹനങ്ങൾ ഉൾപ്പെടെ) ഭാവി ആവശ്യങ്ങൾ നിറവേറ്റുന്നതിനും മത്സരത്തിന് മുന്നിൽ നിൽക്കുന്നതിനും, നിർമ്മാതാക്കൾ ഇപ്പോൾ പു തിയ രീതികൾ, ഡിജിറ്റൈലിസേഷൻ, ഓട്ടോമേഷൻ എന്നിവയിൽ ഏർ പ്പെട്ടിരിക്കുകയാണ്.

2003ലെ ഏറ്റവും മികച്ച മോട്ടോർ വാഹന ഉൽപ്പാദന രാജ്യങ്ങളുടെ കണക്കുകളനുസരിച്ചു ഇന്ത്യ പതിനഞ്ചാം സ്ഥാനത്തായിരുന്നു. ഇരു പത്രു വർഷങ്ങൾക്കു ശേഷം ഇന്ത്യ ലോകത്തിലെ മൂന്നാമത്തെ മികച്ച വലിയ പാസഞ്ചർവാഹന വിപണിയായി മാറി. വലിയ ഒരു കുതിച്ചു

ചാട്ടമായിരുന്നു ഓട്ടോമൊബൈൽ മേഖലയിൽ ഇന്ത്യ നടത്തിയത് .

ലോകത്തെ മൂന്നാമത്തെ വലിയ പാസഞ്ചർവാഹന വിപണിയായി ഇന്ത്യ വളരുകയും ,100ലധികം രാജ്യങ്ങളുടെ ഉൽപ്പാദന ശേഷി വില യിരുത്തുന്ന ആഗോള ഉൽപ്പാദന സൂചികയിൽ ലോക സാമ്പത്തിക ഫോ റം ഇന്ത്യയ്ക്ക് 30ാം സ്ഥാനമാണ് നൽകിയിരിക്കുന്നത്. ഗവൺമെന്റി ന്റെ 'മെയ്ക്ക് ഇൻ ഇന്ത്യ' സംരംഭം രാജ്യത്തിന്റെ സ്ഥാനം ഉയർത്തു ന്നതിൽ ഒരു പ്രധാന പങ്ക് വഹിച്ചിട്ടുണ്ട്. കഴിഞ്ഞ മൂന്നോ നാലോ വർ ഷങ്ങളിൽ, ബിസിനസ് ചെയ്യാനുള്ള സുഗമമായ സൂചികയിൽ പത്തിൽ ഒമ്പതിലും ഇന്ത്യ മെച്ചപ്പെട്ടു.

ഭാവിയിൽ, മാക്രോ ഇക്കണോമിക്, ഡെമോഗ്രാഫിക് പ്രവണതകൾ യാത്രാവാഹന വിപണിയിലെ വളർച്ചയുടെ തോത് മാറ്റും. 2014നും 2017നും ഇടയിൽ 50 ശതമാനം ഓഹരിയും 6 മുതൽ 7 ശതമാനം വരെ വളർച്ചയും ഉള്ള ഇന്ത്യയിലെ ഓട്ടോമൊബൈൽ വ്യവസായത്തിന്റെ മു ഖ്യഘടകമാണ് മിനി കാറുകളും ഹാച്ച്ബാക്ക് കാറുകളും.

ഈ വിഭാഗങ്ങൾ പ്രബലമായ സ്ഥാനം നിലനിർത്തും, എന്നാൽ വ ളർച്ചയുടെ ഭൂരിഭാഗവും കോംപാക്റ്റ് എസ്യുവികൾ, സെഡാനുകൾ, ആഡംബര വാഹനങ്ങൾ തുടങ്ങിയ പുതിയ സെഗ്മെന്റുകളിൽ നിന്ന് വരുമെന്ന് പ്രതീക്ഷിക്കുന്നു.

1. ഇന്ത്യയിലെ ഓട്ടോമൊബൈൽ വ്യവസായത്തിന്റെ ചരിത്രം; എന്താണ് ഓട്ടോമൊബൈൽ?

'ഇന്ത്യയിലെ ഓട്ടോമൊബൈൽ വ്യവസായത്തിന്റെ' ചരിത്രം 100 വർ ഷത്തിലേറെ പഴക്കമുള്ളതാണ്. കാറുകൾ കണ്ടുപിടിച്ചതിന് തൊട്ടുപി ന്നാലെ 1900ത്തിന്റെ തുടക്കത്തിൽ ഇന്ത്യയിൽ ഓട്ടോമൊബൈൽ ഉത്പാ ദനം ആരംഭിച്ചു. എന്നാൽ 1990കളിൽ സാമ്പത്തിക ഉദാരവൽക്കരണ ത്തോടെ മാത്രമാണ് വ്യവസായം ആരംഭിച്ചത്.

1897ൽ ഇന്ത്യൻ റോഡിൽ ആദ്യമായി കാർ ഓടി. 1930കളിൽ കാറു കൾ ഇറക്കുമതി മാത്രമായിരുന്നു, ചെറിയ സംഖ്യകളായിരുന്നു.

1940കളിൽ ഇന്ത്യയിൽ വ്യത്യസ്ത കമ്പനികളുടെ പരസ്പര സഹ കരണത്തോടെ വാഹന വ്യവസായം വളർന്നു. ഹിന്ദുസ്ഥാൻ മോട്ടോ ഴ്സ് 1942ൽ മോറിസ് ഉൽപ്പന്നങ്ങൾ നിർമ്മിക്കുകയും 1944ൽ ദീർഘകാ ല എതിരാളിയായ പ്രീമിയർ, ഡോഡ്ജ്, പ്ലൈമൗത്ത് തുടങ്ങിയ ക്രിസ് ലർ കോർപ്പറേഷൻ ഉൽപ്പന്നങ്ങൾ നിർമ്മിക്കുകയും 1960കളിൽ ഫിയറ്റ്

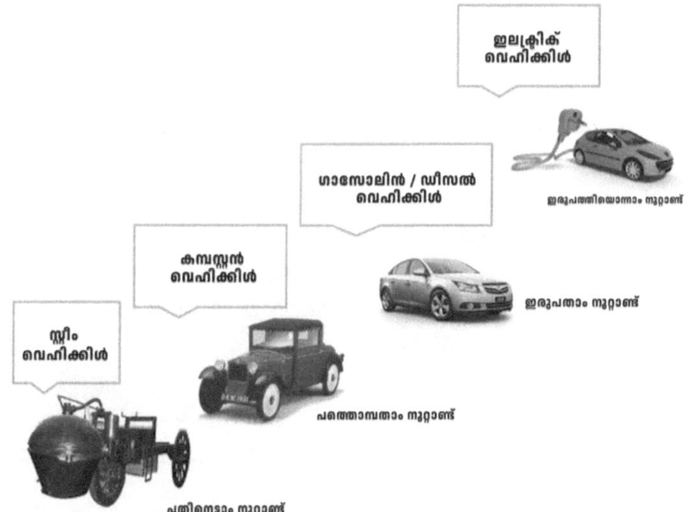

ഉൽപ്പന്നങ്ങൾ നിർമ്മിക്കുകയും ചെയ്തു.1945ൽ മഹീന്ദ്ര ആൻഡ് മ
ഹീന്ദ്ര ലിമിറ്റഡ് (ഇപ്പോഴുള്ള പേര്) സ്ഥാപിക്കുകയും ജീപ്പ് CJ3A യൂട്ടി
ലിറ്റി വാഹനങ്ങളുടെ അസംബ്ലി ആരംഭിക്കുകയും ചെയ്തു. അതേ വർ
ഷങ്ങളിൽ, ടാറ്റ ഗ്രൂപ്പിന്റെ ചെയർമാൻ ജെ.ആർ.ഡി. ടാറ്റ, ജംഷഡ്പൂ
രിൽ ടാറ്റ എഞ്ചിനീയറിംഗ് ആൻഡ് ലോക്കോമോട്ടീവ് കമ്പനി (ഇപ്പോൾ
ടാറ്റ മോട്ടോഴ്സ്) സ്ഥാപിച്ചു. 1947ൽ സ്വാതന്ത്ര്യാനന്തരം, ഓട്ടോമൊ
ബൈൽ വ്യവസായത്തിന് വിതരണം ചെയ്യുന്നതിനായി ഒരു ഓട്ടോമൊ
ട്ടീവ്ഘടക നിർമ്മാണ വ്യവസായം സൃഷ്ടിക്കുന്നതിനുള്ള ശ്രമങ്ങൾ ഇ
ന്ത്യാ ഗവൺമെന്റും സ്വകാര്യമേഖലയും ആരംഭിച്ചു. 1953ൽ, ഒരു ഇറ
ക്കുമതി സബ്സ്റ്റിറ്റ്യൂഷൻ പ്രോഗ്രാം ആരംഭിച്ചു, പൂർണ്ണമായും നിർമ്മി
ച്ച കാറുകളുടെ ഇറക്കുമതി നിയന്ത്രിക്കാൻ തുടങ്ങി.

ഇന്ത്യയിൽ ആദ്യമായി നിർമ്മിച്ച കാർ ഹിന്ദുസ്ഥാൻ അംബാസഡർ
ആയിരുന്നു, അത് പ്രധാനമായും യുകെയിലെ മോറിസ് ഓക്സ്ഫോർ
ഡിനെ അടിസ്ഥാനമാക്കിയുള്ളതാണ്. യുകെയിലെ മോറിസ് മോട്ടോഴ്
സുമായുള്ള സാങ്കേതിക സഹകരണത്തിലൂടെ കൊൽക്കത്തയിൽ നിർ
മ്മിച്ച ഇത് പിന്നീട് ഹിന്ദുസ്ഥാൻ മോട്ടോഴ്സ് അംബാസഡറായി.

1897ൽ ഇന്ത്യയിലെത്തിയ ആദ്യത്തെ കാർ ദ ക്രോംപ്ടൺ ഗ്രീവ്സ്
ബോസ്, ഫോസ്റ്റർ എന്ന ഇംഗ്ലീഷുകാരനായിരുന്നു. എന്നിരുന്നാലും, അ
ടുത്ത വർഷം, ടാറ്റ ഗ്രൂപ്പിലെ ശ്രീ. ജംസെറ്റ്ജി ടാറ്റ രാജ്യത്ത് ഒരു കാർ
സ്വന്തമാക്കിയ ആദ്യ ഇന്ത്യക്കാരനായി.

1991 വരെ ലൈസൻസ് പെർമിറ്റ് രാജ് കാലഘട്ടത്തിൽ , 'ഇന്ത്യയി
ലെ ഓട്ടോമൊബൈൽ വ്യവസായം' നിയന്ത്രിച്ചു. ഒരു നിശ്ചിത മൂല്യ
ത്തിന് മുകളിലുള്ള വാഹന ഘടകങ്ങളുടെ ഇറക്കുമതി നിരോധിച്ചു.
എല്ലാ പ്രധാന തീരുമാനങ്ങൾക്കും കമ്പനികൾ സർക്കാർ അനുമതി
വാങ്ങണം.

ഇത് കുറഞ്ഞ ഉൽപ്പാദനക്ഷമതയ്ക്കും പരിമിതമായ മത്സരത്തിനും
വ്യവസായത്തിൽ സ്തംഭനാവസ്ഥയ്ക്കും കാരണമായി. 1980കളിലെ കാർ
വിൽപ്പന പ്രതിവർഷം ശരാശരി 30,000 യൂണിറ്റുകൾ മാത്രമായിരുന്നു.
മാരുതി, ടെൽകോ (ടാറ്റ), മഹീന്ദ്ര ആൻഡ് മഹീന്ദ്ര തുടങ്ങിയ ചില
ബ്രാൻഡുകൾ മാത്രമേ നിലനിന്നുള്ളു.

എന്നാൽ 1991 ലെ സാമ്പത്തിക ഉദാരവൽക്കരണം എല്ലാം മാറ്റിമറി
ച്ചു. ഇന്ത്യൻ സർക്കാർ കാർ നിർമ്മാണത്തിനുള്ള ലൈസൻസ് എടു
ത്തുകളഞ്ഞു. ആഗോള നിർമ്മാതാക്കളെ ആകർഷിക്കുന്നതിനായി ഇറ
ക്കുമതി തീരുവയും കുറച്ചു.

ഇത് 'ഇന്ത്യയിലെ ഓട്ടോമൊബൈൽ വ്യവസായത്തിന്' വലിയ മു
ന്നേറ്റം നൽകി. സുസുക്കിയുടെ ഇന്ത്യയിലേക്കുള്ള പ്രവേശനം അടയാ
ളപ്പെടുത്തി. മാരുതി സുസുക്കിയുമായി ഒരു സംയുക്ത സംരംഭം സ്ഥാ
പിച്ചു. ഹ്യുണ്ടായ്, ടൊയോട്ട, ഫോർഡ്, ഹോണ്ട തുടങ്ങിയവരും താമ
സിയാതെ ഇത് പിന്തുടർന്നു.

ആഗോള പ്രമുഖരുടെ കടന്നുവരവ് മത്സരം, സാങ്കേതിക കൈമാ
റ്റം, സമ്പദ്‌വ്യവസ്ഥ എന്നിവയുടെ തോത് ഉയർത്തി. കാറുകളുടെ വില
കുത്തനെ ഇടിഞ്ഞു, അവ കൂടുതൽ താങ്ങാനാവുന്നതാക്കി. 2000 ത്തിൽ
ഡിമാൻഡ് അതിവേഗം വളരാൻ തുടങ്ങി.

ഗവൺമെന്റിന്റെ ഓട്ടോമോട്ടീവ് മിഷൻ പ്ലാൻ 2006–2016 ഇന്ത്യയെ ഒ
രു ഡിസൈൻ, മാനുഫാക്ചറിംഗ് ഹബ്ബാക്കി മാറ്റാൻ ലക്ഷ്യമിട്ടിരുന്നു.
ഉയരുന്ന ആഗോള വാഹന വിപണിയുടെ ഒരു പങ്ക് പിടിച്ചെടുക്കാൻ ന
യങ്ങൾ പ്രാദേശിക ഉറവിടങ്ങളും കയറ്റുമതിയും പ്രോത്സാഹിപ്പിച്ചു.

അതിനുശേഷം, 'ഇന്ത്യയിലെ ഓട്ടോമൊബൈൽ വ്യവസായം' ശ്ര
ദ്ധേയമായി വളർന്നു. തൊഴിൽ, നികുതി, കയറ്റുമതി, സാങ്കേതികവിദ്യ
സ്വീകരിക്കൽ എന്നിവയിലൂടെ ഇപ്പോൾ സമ്പദ്‌വ്യവസ്ഥയ്ക്ക് ഗണ്യമാ
യ സംഭാവന നൽകുന്നു.

വികസിക്കുന്ന ഉപഭോക്തൃ ആവശ്യങ്ങൾ, വളരുന്ന മധ്യവർഗം, വർ
ദ്ധിച്ചുവരുന്ന നഗരവൽക്കരണം, നയ പരിഷ്കരണങ്ങൾ എന്നിവ അവ
സരങ്ങൾ പ്രദാനം ചെയ്യുന്നു. എന്നാൽ ഉയർന്ന ചെലവുകൾ, അടിസ്ഥാ
ന സൗകര്യങ്ങളുടെ വിടവ്, പാരിസ്ഥിതിക സമ്മർദ്ദങ്ങൾ, സാങ്കേതിക
നവീകരണം എന്നിവയുമായി ബന്ധപ്പെട്ട പ്രശ്നങ്ങൾ നിലനിൽക്കുന്നു.

വ്യവസായം ഇപ്പോൾ പ്രസക്തമായി തുടരുന്നതിന് ഇലക്ട്രിക് മൊ
ബിലിറ്റി, കണക്റ്റിവിറ്റി എന്നിവയിലേക്ക് ശ്രദ്ധ കേന്ദ്രീകരിക്കുന്നു. വെ
ല്ലുവിളികളെ അഭിസംബോധന ചെയ്യുകയും തടസ്സങ്ങൾ നന്നായി കൈ
കാര്യം ചെയ്യുകയും ചെയ്താൽ, അടുത്ത ദശകങ്ങളിൽ ഇന്ത്യൻ ഓ
ട്ടോമൊബൈൽ വ്യവസായത്തിന് ആഗോള ഉൽപ്പാദന നേതാവായി ഉ
യർന്നുവരാനാകും. ഇതുവരെയുള്ള ചരിത്രം വ്യവസായത്തിന്റെ പ്രതി
രോധശേഷിയും കാലക്രമേണ പൊരുത്തപ്പെടാനുള്ള കഴിവും കാണി
ക്കുന്നു ഇതിന്റെ ഭാവി പുരോഗതിക്ക് മൂല്യവത്തായ സ്വഭാവ വിശേഷ
ണങ്ങളാണിത്.

ഓട്ടോമൊബൈൽ ഓട്ടോ + മൊബൈൽ = സ്വയം + ചലിക്കുന്ന
വാഹനം എന്നാണ് ഉദ്ദേശിക്കുന്നത്. ഓട്ടോമൊബൈൽ എന്ന വാക്ക്
ഫ്രെഞ്ചിൽ നിന്ന് ഗ്രീക്ക്, ലാറ്റിൻ എന്നിവയിലൂടെയാണ് നമ്മിലേക്ക് വരു
ന്നത്: ഓട്ടോസ് മൊബിലിസ് അല്ലെങ്കിൽ, മൂവബിൾ സെൽഫ്.

ആളുകളെ കൊണ്ടുപോകാൻ രൂപകൽപ്പന ചെയ്തിരിക്കുന്ന ഒരു തരം വാഹനത്തെ വിവരിക്കാൻ സാധാരണയായി ഉപയോഗിക്കുന്ന പദ മാണ് പാസഞ്ചർ കാർ. ചരക്കുകൾക്കോ പകരം യാത്രക്കാരെയോ കൊ ണ്ടുപോകാൻ പ്രധാനമായും ഉപയോഗിക്കുന്ന മോട്ടോർ വാഹനത്തെ യാണ് ഇത് സൂചിപ്പിക്കുന്നത്.

◆ അവയുടെ ആകൃതി, വലിപ്പം എന്നിവയെ അടിസ്ഥാനമാക്കി അവ പല തരത്തിലുണ്ട്,

പ്രൊപ്പൽഷൻ സിസ്റ്റം, എഞ്ചിൻ ടൈപ്പ്, എഞ്ചിന്റെ സ്ഥാനം, ഡ്രൈവ് തരം തുടങ്ങിയവ.

ഓട്ടോമൊബൈൽ. ഇത് ഒരു കാർ/ബൈക്ക് ആകാം. അതായത് ഒ രു ഇലക്ട്രിക് ബാറ്ററി, ഫ്യൂവൽ സെൽ തുടങ്ങിയവയുപയോഗിച്ചു പ്ര വർത്തിക്കുന്നതുമാവാം.

ഓട്ടോമൊബൈൽ തരങ്ങൾ

ലോഡിന്റെ അടിസ്ഥാനത്തിൽ:

◆ ഹൈവി ട്രാൻസ്പോർട്ട് വെഹിക്കിൾ (HTV) അല്ലെങ്കിൽ ഹൈവി മോട്ടോർ വെഹിക്കിൾ (HMV),

◆ ലൈറ്റ് ട്രാൻസ്പോർട്ട് വെഹിക്കിൾ (LTV), ലൈറ്റ് മോട്ടോർ വെ ഹിക്കിൾ (LMV),

ചക്രങ്ങളുടെ അടിസ്ഥാനത്തിൽ:

◆ ഇരുചക്ര വാഹനം, ഉദാഹരണത്തിന്: സ്കൂട്ടർ, മോട്ടോർ സൈ ക്കിൾ, സ്കൂട്ടി, തുടങ്ങിയവ.

◆ ത്രീ വീലർ വാഹനം, ഉദാഹരണത്തിന് : ഓട്ടോറിക്ഷ,

◆ വികലാംഗർക്കും ടെമ്പോയ്ക്കും മുച്ചക്ര സ്കൂട്ടർ.

◆ ഫോർ വീലർ വാഹനം, ഉദാഹരണത്തിന് : കാർ, ജീപ്പ്, ട്രക്കു കൾ, ബസുകൾ മുതലായവ.

◆ ആറ് ചക്ര വാഹനം, ഉദാഹരണത്തിന് : രണ്ട് ഗിയർ ആക്സിലു കളുള്ള വലിയ ട്രക്കുകൾ.

ഉപയോഗിച്ച ഇന്ധനത്തിന്റെ അടിസ്ഥാനത്തിൽ:

◆ പെട്രോൾ വാഹനം, ഉദാ. മോട്ടോർ സൈക്കിൾ, സ്കൂട്ടർ, കാറു കൾ മുതലായവ.

◆ ഡീസൽ വാഹനം, ഉദാ. ട്രക്കുകൾ, ബസുകൾ മുതലായവ.

◆ ഓടിക്കാൻ ബാറ്ററി ഉപയോഗിക്കുന്ന ഇലക്ട്രിക് വാഹനം.

◆ ആവി വാഹനം, ഉദാ. ആവി എഞ്ചിൻ ഉപയോഗിക്കുന്ന ഒരു

എഞ്ചിൻ.
* ഗ്യാസ് വാഹനം, ഉദാ. എൽപിജി, സിഎൻജി വാഹനങ്ങൾ,

ബോഡി ടൈപ്പിന്റെ അടിസ്ഥാനത്തിൽ
* സെഡാൻ, ഹാച്ച്ബാക്ക് കാറുകൾ .
* കൂപ്പെ കാർ, സ്റ്റേഷൻ വാഗൺ, കൺവേർട്ടബിൾ.
* വാൻ സ്പെഷ്യൽ പർപ്പസ് വെഹിക്കിൾ, ഉദാ. ആംബുലൻസ്
തുടങ്ങിയവ.

ഗിയർ ബോക്സ് അടിസ്ഥാനത്തിൽ:
മാനുവൽ ട്രാൻസ്മിഷനുള്ള പരമ്പരാഗത വാഹനങ്ങൾ,
ഉദാ. 5 ഗിയറുകളുള്ള കാർ.
സെമി ഓട്ടോമാറ്റിക്
ഓട്ടോമാറ്റിക്: ഒരു ഓട്ടോമാറ്റിക് ട്രാൻസ്മിഷനിൽ, ഗിയറുകൾ
സ്വമേധയാ മാറ്റേണ്ട ആവശ്യമില്ല.

ഡ്രൈവിന്റെ അടിസ്ഥാനത്തിൽ
ലെഫ്റ്റ് ഹാൻഡ് ഡ്രൈവ്
റൈറ്റ് ഹാൻഡ് ഡ്രൈവ്

എഞ്ചിന്റെ സ്ഥാനം
മുൻവശത്തെ എഞ്ചിൻ മിക്ക വാഹനങ്ങൾക്കും എഞ്ചിൻ ഉണ്ട്
മുന്നിൽ. ഉദാഹരണം: മിക്ക കാറുകളും,
പിൻ വശത്തെ എഞ്ചിൻ വളരെ കുറച്ച് വാഹനങ്ങളിലേ ഉള്ളൂ
പിൻഭാഗത്ത് സ്ഥിതി ചെയ്യുന്ന എഞ്ചിൻ. ഉദാഹരണം: നാനോ കാർ.

ഡ്രൈവിംഗ് ആക്സിലിന്റെ അടിസ്ഥാനത്തിൽ
ഫ്രണ്ട് വീൽ ഡ്രൈവ്
പിൻ വീൽ ഡ്രൈവ്
ഓൾവീൽ ഡ്രൈവ്

വാഹന നിർമ്മാണവും ഘടകങ്ങളും
ഒരു ഓട്ടോമൊബൈലിന്റെ പ്രധാന ഘടകങ്ങൾ റഫർ ചെയ്യുന്നു
ഇനിപ്പറയുന്ന ഘടകങ്ങളിലേക്ക്;

* ഫ്രെയിം,
* ചേസിസ്,
* ബോഡി
* പവർ യൂണിറ്റ്,
* ട്രാൻസ്മിഷൻ സിസ്റ്റം.

ഫ്രെയിം

വാഹനത്തിന്റെ അസ്ഥികൂടമാണ് ഫ്രെയിം. അത് സെർവറു കൾ ഒരു പ്രധാന അടിത്തറയും അടിസ്ഥാനവുമാണ് ചേസിസിനുള്ള വിന്യാസം.

* പരമ്പരാഗത ഫ്രെയിം,
* സെമി ഇന്റഗ്രൽ ഫ്രെയിം;
* ഇന്റഗ്രൽ ഫ്രെയിം.

ലാഡർ ഫ്രെയിം ചേസിസ്

ഏറ്റവും പഴക്കം ചെന്ന ചേസിസുകളിൽ ഒന്നായ ലാഡർ ചേസിസി ന് അതിന്റെ പേർ ലഭിച്ചത്, ലളിത മായി പറഞ്ഞാൽ, ഒരു ഗോവണി പോലെയാണ്. ഇതിന് രണ്ട് നീള വും കനത്തതുമായ രണ്ട് ബീമുകൾ ഉണ്ട്, അവ രണ്ട് ചെറിയ ബീമുക ളാൽ പിന്തുണയ്ക്കുന്നു. ലാഡർ ചേസിസിന്റെ പ്രധാന ഘടകം അ ത് നിർമ്മിക്കുന്നത് എത്ര എളുപ്പമാ ണ് എന്നുള്ളതാണ് . ഓട്ടോമൊ ബൈലിന്റെ തുടക്കത്തിൽ, സാങ്കേ

തികവിദ്യ ശരിക്കും പുരോഗമിച്ചിരുന്നില്ല, കൂടാതെ ലാഡർ ഷാസിസി ന്റെ ലാളിത്യം വൻതോതിൽ ഉൽപ്പാദിപ്പിക്കുന്നത് എളുപ്പമാക്കി. ഷാസി യും കാർ അസംബ്ലിയും എളുപ്പമാക്കുന്നു. ലാഡർ ചേസിസ് വളരെ ഭാരമുള്ളതാണ്, അതിനാൽ ഭാരമേറിയ വസ്തുക്കൾ കൊണ്ടുപോകേ ണ്ട വാഹനങ്ങളിൽ ഇപ്പോഴും ഇത് ഉപയോഗിക്കുന്നു.

പ്രയോജനങ്ങൾ

ഭാഗങ്ങൾ എളുപ്പത്തിൽ ഉൾപ്പെടുത്താൻ കഴിയുന്നതിനാൽ കൂട്ടിച്ചേർ

ക്കാൻ എളുപ്പമാണ്.

നിർമ്മാണ രീതി കുറച്ചു പ്രയാസകരമാണ്.

ഭാഗങ്ങൾ ശാശ്വതമായി ഘടിപ്പിച്ചിട്ടില്ലാത്തതിനാൽ പരിഹരിക്കാൻ എളുപ്പമാണ്.

ദോഷങ്ങൾ

ലാഡർ ചേസിസിന് ദുർബലമായ ടോർഷണൽ കാഠിന്യം ഉണ്ട്, ഇത് വളയുന്നതിന് മോശമാണ്.

ഹെവിവെയ്റ്റ് സ്പോർട്സ് കാറുകൾക്കോ ഹാച്ച്ബാക്കുകൾക്കോ അനുയോജ്യമല്ല.

ബാക്ക്ബോൺ ചേസിസ്

ഇത് എങ്ങനെ നിർമ്മിച്ചു എന്നതിൽ നിന്നാണ് ഇതിന് അതിന്റെ പേ

ര് ലഭിച്ചത്. മുകളിലും താ ഴെയുമുള്ള സസ്പെൻഷനെ ബന്ധിപ്പിക്കുന്ന ചേസിസി ന്റെ നടുവിലൂടെയുള്ള ദീർ ഘചതുരാകൃതിയിലുള്ള ക്രോസ്സെക്ഷൻ സിലി ണ്ടർ ട്യൂബ്. നട്ടെല്ല്. സ്കോ ഡ റാപ്പിഡ്, ഡിഎംസി ഡെ ലോറിയൻ തുടങ്ങിയ കാറു

കളിൽ ഇവ കാണാൻ സാധിക്കും . സിലിണ്ടർ ട്യൂബ് യഥാർത്ഥത്തിൽ ഡ്രൈവ്ഷാഫ്റ്റിനെ കവർ ചെയ്യുന്നു, അതിനാൽ കേടുപാടുകൾ സംഭ വിക്കുന്നത് സുരക്ഷിതമാക്കുന്നു, ഇത് ഒരു പോരായ്മയുമാകാം.

പ്രയോജനങ്ങൾ

ഇതിന്റെ നിർമ്മാണം കാരണം, ഓഫ്റോഡിംഗ് സമയത്ത് ഹാഫ് ആക്സിലിന് ഗ്രൗണ്ടുമായി മികച്ച സമ്പർക്കമുണ്ട്.

ഡ്രൈവ്ഷാഫ്റ്റ് ഷാസിയാൽ മൂടപ്പെട്ടിരിക്കുന്നു, അത് ഓഫ്റോഡിം ഗിനെ അതിജീവിക്കാനുള്ള സാധ്യത വർദ്ധിപ്പിക്കുന്നു.

ലാഡർ ചേസിസിനേക്കാൾ കൂടുതൽ ഫ്ലെക്സിബിൾ ആണ് , ഈ ഘടനയ്ക്ക് നല്ല ടോർഷണൽ ദൃഢതയുണ്ട്.

ദോഷങ്ങൾ

ഡ്രൈവ്ഷാഫ്റ്റ് അറ്റകുറ്റപ്പണികൾ പരാജയപ്പെടുകയാണെങ്കിൽ, അ
ത് തുറക്കാൻ ആവശ്യമായി വരുന്ന മുഴുവൻ ഷാഫ്റ്റും പ്രധാന ചേസി
സ് ഉൾക്കൊള്ളുന്നതിനാൽ അത് സങ്കീർണ്ണമാണ്.

ബാക്ക്ബോൺ ഷാസിസിന്റെ നിർമ്മാണം വളരെ ചെലവേറിയതാ
ണ്, ഇത് കാറുകളുടെ വില വർദ്ധിപ്പിക്കുന്നു.

മോണോകോക്ക് ചേസിസ്

ഒരു ഏകീകൃത ഘടന, അതിന്റെ ഘടനാപരമായ രൂപം കൊണ്ടാ
ണ് ഇതിന് പേർ ലഭിച്ചത്. മോണോകോക്ക് ഫ്രഞ്ച് 'സിംഗിൾ ഷെൽ'
അല്ലെങ്കിൽ 'സിംഗിൾ ഹൾ' ആണ്. മോണോകോക്ക് ആദ്യം കപ്പലുക
ളിലും പിന്നീട് വിമാനങ്ങളിലും
ഉപയോഗിച്ചു. കാറുകളിലും ഇ
വ ഉപയോഗിക്കാമെന്ന് മനസി
ലാക്കാൻ കുറച്ച് സമയമെടു
ത്തു. ഒറ്റ നിർമ്മാണത്തിൽ ര
ണ്ട് ഷാസികളും ഫ്രെയിമായി
ഉപയോഗിച്ച് നിർമ്മിച്ച കാറിന്
ചുറ്റുമുള്ള ഷെല്ലാണ് മോണോ
കോക്ക്. മറ്റ് രണ്ട് ഷാസികളേ

ക്കാൾ ഗുണങ്ങളുടെ എണ്ണം കാരണം ഇത് ഇപ്പോൾ ഏറ്റവും സാധാര
ണയായി ഉപയോഗിക്കുന്ന ചേസിസാണ്.

പ്രയോജനങ്ങൾ

കൂട് പോലെയുള്ള നിർമ്മാണം കാരണം ഇത് മറ്റ് രണ്ട് ഷാസികളേ
ക്കാളും സുരക്ഷിതമാണ്.

ചേസിസ് നന്നാക്കാനും എളുപ്പമാണ്.

ഇതിന് ഉയർന്ന ടോർഷണൽ ദൃഢതയുണ്ട്.

ദോഷങ്ങൾ

ഫ്രെയിമും ഷാസിയും ഒരൊറ്റ എന്റിറ്റി ആയതിനാൽ ചേസിസ് വ്യ
ക്തമായും ഭാരമുള്ളതാണ്.

ചെറിയ അളവിൽ ഇത് നിർമ്മിക്കുന്നത് സാമ്പത്തികമായി പ്രായോ
ഗികമല്ല, അതിനാൽ വൻതോതിൽ ഉൽപ്പാദിപ്പിക്കപ്പെടാത്ത കാറുകൾക്ക്

ഇത് ഉപയോഗിക്കാൻ കഴിയില്ല.

ട്യൂബുലാർ ചേസിസ്

റേസ് കാറുകളിൽ ട്യൂബുലാർ ചേസിസ് പ്രധാനമായും ഉപയോഗി ച്ചിരുന്നത് അവ നൽകുന്ന സമാനതകളില്ലാത്ത സുരക്ഷയാണ്. ലാഡർ ചേസിസിനേക്കാൾ വിശ്വസനീയയവും കരുത്തുറ്റതുമായതിനാൽ ഇവ ലാ ഡർ ചേസിസിൽ നിന്നുള്ള നവീകരണമായിരുന്നു. കൂടുതൽ മൊത്ത ത്തിലുള്ള കരുത്ത് ലഭി ക്കുന്നതിന് ഡോറുകൾ ക്കു താഴെയുള്ള ശക്തമാ യ ഒരു ഘടന ഉപയോഗി ച്ചു വരുന്നു. പാസഞ്ചർ കാറുകളിൽ ട്യൂബുലാർ ഷാസി വളരെ അപൂർവ മായി മാത്രമേ ഉപയോഗി ക്കാറുള്ളൂ.

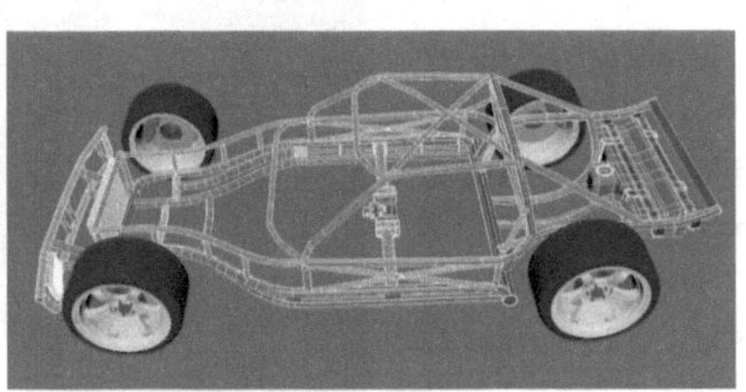

പ്രയോജനങ്ങൾ

ഒരേ ഭാരത്തിലുള്ള മറ്റ് ഷാസികളുമായി താരതമ്യം ചെയ്യുമ്പോൾ മികച്ച കാഠിന്യം.

കരുത്തുറ്റതായിരിക്കുമ്പോൾ തന്നെ കാർ ഭാരം കുറഞ്ഞതാക്കാൻ അനുവദിക്കുന്ന മികച്ച ഭാരം/കഠിന അനുപാതം വാഗ്ദാനം ചെയ്യുന്നു.

മറ്റ് ചേസിസുകളേക്കാൾ ഭാരം കുറഞ്ഞതും മികച്ച കാഠിന്യവും കാ രണം റേസ് കാറുകൾക്കുള്ള മികച്ച ഓപ്ഷൻ ആണ്.

ദോഷങ്ങൾ

ട്യൂബുലാർ ചേസിസ് സങ്കീർണ്ണമായ ഘടനയാണ്, സ്വയംഭരണ രീ തികൾ ഉപയോഗിച്ച് നിർമ്മിക്കാൻ കഴിയില്ല.

ട്യൂബുലാർ ചേസിസ് നിർമ്മിക്കാൻ സമയമെടുക്കുന്നതിനാൽ വൻ തോതിൽ ഉൽപ്പാദിപ്പിക്കാനാവില്ല.

പാസഞ്ചർ കാറുകളിൽ ഉപയോഗിക്കുന്നത് പ്രായോഗികമല്ല.

2. ട്രാൻസ്മിഷനുകൾ: മാനുവൽ vs CVT vs DSG vs AMT.

ട്രാൻസ്മിഷൻ സിസ്റ്റം. എഞ്ചിൻ പുറത്തെടുക്കുന്ന എല്ലാ പവറുക
ളെയും കൃത്യമായി കൈകാര്യം ചെയ്യുന്നതിൽ ഒരു പ്രധാന പങ്കു വ
ഹിക്കുന്നത് ട്രാൻസ്
മിഷൻ സിസ്റ്റം ആണ്.
അത് സുഗമവും കാര്യ
ക്ഷമവുമായ പവർ
ഡെലിവറി ഉറപ്പാക്കു
ന്ന മോട്ടോറും ചക്ര
ങ്ങളും തമ്മിലുള്ള സു
പ്രധാന ബന്ധമാണ്.

വ്യത്യസ്ത തരം
ട്രാൻസ്മിഷനുള്ള ഒരു
കാർ നിങ്ങൾ കണ്ടിട്ടു
ണ്ടാകാം (അല്ലെങ്കിൽ ഓടിച്ചിട്ടുണ്ടാകും) കൂടാതെ എടി, എംടി, സിവി
ടി, എഎംടി, ഡിഎസ്ജി തുടങ്ങിയ പദപ്രയോഗങ്ങൾ എന്താണ് അർ
ത്ഥമാക്കുന്നത് എന്ന് നിങ്ങൾ ആശ്ചര്യപ്പെടുന്നുണ്ടോ? ഇവയെല്ലാം പൊ
തുവായ ട്രാൻസ്മിഷൻ വേരിയന്റുകളാണ്.

മാനുവൽ ട്രാൻസ്മിഷൻ

എല്ലാത്തിനും തുടക്കമിട്ടത്, എല്ലാ ട്രാൻസ്മിഷനുകളുടെയും മുത്ത
ശ്ശി, ഇന്നും വളരെ വ്യാപകമായി പ്രചരിക്കുന്ന (ജനപ്രിയമായ) ഒരു രീ
തി മാനുവൽ ട്രാൻസ്മിഷൻ ആണ്. ഇവിടെ ഏറ്റവും ലളിതവും പഴയ
തും; സാധാരണക്കാരുടെ ഭാഷയിൽ, മാനുവൽ ട്രാൻസ്മിഷൻ എന്നത്
ഒരു ക്ലച്ചും കുറച്ച് ഗിയറുകളുമാണ്, അത് ഒരു ഷിഫ്റ്ററിലൂടെ ആവ
ശ്യാനുസരണം തിരഞ്ഞെടുക്കുന്നു, അത് ചക്രങ്ങളിലേക്കുള്ള ശക്തി
യെ നിയന്ത്രിക്കുന്നു. ഇവ രണ്ട് ഗിയറുകളിലും ഏഴ് ഗിയറുകളിലും വ
രുന്നു.

അഡ്വാന്റേജ്

നിർമ്മാണം വിലകുറഞ്ഞത്, വാഹനത്തിന്റെ നിർമ്മാണ ചെലവ്
കുറയ്ക്കുന്നു. എംടികൾ വളരെക്കാലമായി ഈ വ്യവസായത്തിൽ ഉ
ണ്ടായിരുന്നു, അതിനാൽ നിരവധി പരിണാമങ്ങളിലൂടെ കടന്നുപോയി.

ലളിതമായ സംവിധാനമായതിനാൽ സങ്കീർണ്ണമായ ഭാഗങ്ങൾ ഇല്ലാത്തതിനാൽ പരിപാലിക്കുന്നത് വിലകുറഞ്ഞതാണ്.

ഡിസ് അഡ്വാൻറ്റേജ്

ചിലർക്ക് അൽപ്പം പേടി തോന്നിയേക്കാം, ഒരു വാഹനം ഓടിക്കാൻ പഠിക്കുന്നത് ഇടയ്ക്കിടെയുള്ള പേടി, കൺഫ്യൂഷൻ കൂടാതെ ട്രാഫിക് സാഹചര്യങ്ങളിൽ ഒരു വാഹനം ഓടിക്കുന്നത് അത്ര സുഖകരമായ ഒരു അനുഭവമായി പലർക്കും തോന്നില്ല, പ്രത്യേകിച്ച് തുടക്കക്കാർക്ക്.

ഓട്ടോമാറ്റിക് ട്രാൻസ്മിഷൻ

പെഡലിന് ഭാരവും ഡ്രൈവ് അസ്വസ്ഥതയും അനുഭവപ്പെടുമ്പോൾ, ഓട്ടോമാറ്റിക് നിങ്ങളെ രക്ഷിക്കും. ഇത് ഓട്ടോമോട്ടീവ് വ്യവസായത്തിലെ ഒരു വിപ്ലവമാണെന്ന് ചിലർ പറയുന്നു, എന്നാൽ ചിലർ ഇതിനെ ഡ്രൈവിംഗ് അനുഭവത്തെ കളങ്കപ്പെടുത്താനുള്ള ശ്രമമായി ചിത്രീകരിച്ചേക്കാം (നിങ്ങൾ തീരുമാനിക്കുക).

ഇന്നത്തെ വേഗതയേറിയ ജീവിതശൈലിയിൽ, ചിലർക്ക് ഗിയർ മാറുന്നത് ബുദ്ധിമുട്ടുള്ള ഒരു ജോലിയായി മാറിയേക്കാം, തുടർന്നുള്ള പ്രവണതയിലും ഇത് നിരീക്ഷിക്കാവുന്നതാണ്. പാശ്ചാത്യ വിപണി വളരെക്കാലമായി ഓട്ടോമാറ്റിക്കായി അംഗീകരിക്കുകയും പൊരുത്തപ്പെടുകയും ചെയ്തു, നമ്മൾ കാണുന്നത് നമ്മുടെ ഇവിടെ പാതി വഴിയിലാണ് എന്നതാണ്. സമീപകല ലോഞ്ചുകൾക്കൊപ്പം, മിക്കവാറും എല്ലാ നിർമ്മാതാക്കളും കാറിന്റെ ഒരു ഓട്ടോമാറ്റിക് വേരിയന്റ് വാഗ്ദാനം ചെയ്യുന്നു. പ്രീമിയം സെഡാൻ മുതൽ ഇക്കോണമി ഹാച്ച്ബാക്കുകൾ വരെ എല്ലാവർക്കും ഓട്ടോമാറ്റിക് ട്രീറ്റ്മെന്റ് ലഭിക്കുന്നു.

ലളിതമായി പറഞ്ഞാൽ, ഒരു ഓട്ടോമാറ്റിക് ട്രാൻസ്മിഷനിൽ ഡ്രൈവ് സമയത്തു ഡ്രൈവറുടെ ഇടപെടൽ കാര്യമായി ആവശ്യമില്ല.

ഓട്ടോമാറ്റിക് CVT, AMT, DSG, DCT എന്നിവയ്ക്കുള്ളിൽ വിവിധ ഉപവിഭാഗങ്ങളുണ്ട്.

ആദ്യം, പരമ്പരാഗത ഓട്ടോമാറ്റിക് ട്രാൻസ്മിഷൻ എന്നും അറിയപ്പെടുന്ന പരമ്പരാഗത എടി ഉണ്ട്, ഇത് ചക്രങ്ങളിലേക്ക് പവർ ഇറക്കാൻ ടോർക്ക് കൺവെർട്ടർ എന്നും അറിയപ്പെടുന്ന ഒരു ഹൈഡ്രോളിക് ഫ്ലൂയിഡ് കപ്ലർ ഉപയോഗിക്കുന്നു.

AT വിഭാഗത്തിലേക്ക് ആഴത്തിൽ കടക്കുമ്പോൾ, നമുക്ക് ചില ട്രാൻസ്മിഷൻ ഉപവിഭാഗങ്ങൾ കാണാം.

CVT (തുടർച്ചയായുള്ള വേരിയബിൾ ട്രാൻസ്മിഷൻ)

തുടർച്ചയായി വേരിയബിൾ ട്രാൻസ്മിഷൻ, 'വെർചൽ' ഗിയർ അ നുപാതം നൽകുന്ന ബെൽറ്റുകളും കോണാകൃതിയിലുള്ള പുള്ളികളും ഉപയോഗിക്കുന്ന ഓട്ടോമാറ്റിക് സാങ്കേതികവിദ്യയിലെ ശ്രദ്ധേയമായ നേ ട്ടം. വെർചൽ കൊണ്ട് അർത്ഥമാക്കുന്നത്, ഗിയറുകൾ ഉൾപ്പെട്ടിട്ടില്ല; ഹൈഡ്രോളിക് മർദ്ദം കാരണം കോണാകൃതിയിലുള്ള കപ്പിയുടെ വ്യാ സം മാത്രമാണ് മാറ്റുന്നത്, ഇത് ഔട്ട്പുട്ട് ഷാഫ്റ്റ് വഴിയുള്ള വേഗത യിൽ വ്യത്യാസം വരുത്തുന്നു... ചുരുക്കത്തിൽ, ഷിഫ്റ്റിംഗ് പോയിന്റുക ളൊന്നുമില്ല, മികച്ച എഞ്ചിനീയറിംഗ് മാത്രം.

അഡ്വാൻറ്റേജ്

ഒരു CVT അതിന്റെ എതിരാളികളേക്കാൾ വളരെ സുഗമമായി ഡ്രൈ വ് ചെയ്യുന്നു, അതിനാൽ ഗിയറുകളില്ല. എഞ്ചിനിൽ നിന്ന് തുടർച്ചയാ യി വേഗത ആവശ്യാനുസരണം കൈവരും.

വർദ്ധിച്ച മൈലേജ്/ലിറ്റർ, CVT, മികച്ച ഇന്ധനക്ഷമത നൽകുന്നു. തിരക്കേറിയ ട്രാഫിക്ക് ജീവിതം നയിക്കുകയാണെങ്കിൽ മികച്ച ഓ പ്ഷൻ ആണ്.

ഡിസ് അഡ്വാൻറ്റേജ്

നിങ്ങൾക്ക് ഒരു കാർ ഓടിക്കുന്ന തോന്നൽ ലഭിക്കുന്നില്ല, ഒരു ദുർ ബലമായ കാർഡ്രൈവർ ഇടപഴകൽ. സമീപകാല കണ്ടുപിടുത്തങ്ങൾ നഷ്ടപരിഹാരമായി ഒരു പാഡിൽ ഷിഫ്റ്റർ അവതരിപ്പിച്ചിട്ടുണ്ടെങ്കിലും, ഇപ്പോഴും ഡ്രൈവ് ഫീൽ കുറവാണ്.

CVTകൾ അനുദിനം പ്രചാരത്തിലായതിനാൽ ഇത് പരിഹരിക്കപ്പെ ടുകയാണെന്ന് പറയുന്ന ഒരു പ്രശ്നമാണ് ഉയർന്ന അറ്റകുറ്റപ്പണിയും സേവന ചെലവും.

DSG (ഡയറക്ട് ഷിഫ്റ്റ് ഗിയർബോക്സ്)

DSG അല്ലെങ്കിൽ ഡയറക്ട് ഷിഫ്റ്റ് ഗിയർബോക്സ് അല്ലെങ്കിൽ 'ഡ യറക്ട് ഷാൾട്ട് ഗെട്രിബെ', മാനുവലിന്റെയും ഓട്ടോമാറ്റിക് ട്രാൻസ്മി ഷന്റെയും ധൂർത്തപുത്രനാണ്. ഇതൊരു AT ആണെങ്കിലും ഒരു MT ആയി പ്രവർത്തിക്കുന്നു. രണ്ടിലും ഏറ്റവും മികച്ചത്.

DSGയുടെ ഒരു ജനപ്രിയ വകഭേദം DCT (ഡ്യുവൽ ക്ലച്ച് ട്രാൻസ്മി ഷൻ) ആണ്. ഇതിഹാസ 'ബോർഗ്വാർണർ' രൂപകൽപ്പന ചെയ്തതാ ണ്. DSG എന്നത് ഇലക്ട്രോണിക് നിയന്ത്രിത, ഡ്യുവൽക്ലച്ച്, ക്ലച്ച്

പെഡലോടുകൂടിയ മൾട്ടിപ്പിൾ ഷാഫ്റ്റ് മാനുവൽ ഗിയർബോക്സാണ്.

ഒരു യൂണിറ്റിൽ പ്രൈമറി, സെക്കണ്ടറി എന്നിങ്ങനെ രണ്ട് ക്ലച്ചുകൾ ഞെരുങ്ങിക്കിടക്കുന്നു, അവിടെ പ്രൈമറി ഗിയറുകൾ ആണ് മെയിന്റൈൻ ചെയ്യപ്പെടുന്നത്, കൂടാതെ സെക്കന്ററി ഗിയേഴ്സ് ആവശ്യാനുസരണം പ്രവർത്തിക്കുന്നു.

അഡ്വാൻറ്റേജ്

ഇരട്ടക്ലച്ച് രൂപകൽപ്പനയുള്ള ലൈറ്റിംഗ് ഫാസ്റ്റ് ഷിഫ്റ്റുകൾ. DSGക്ക് വീണ്ടും ധാരാളം ടോർക്ക് കൈകാര്യം ചെയ്യാൻ കഴിയും. മികച്ച ഡ്രൈവ് ഫീൽ നൽകും.

ഡിസ് അഡ്വാൻറ്റേജ്

എല്ലാ ഓട്ടോമാറ്റിക് പോലെ, DSG സങ്കീർണ്ണമായ നിർമ്മാണം ആണ്, ചെലവേറിയ സേവന അറ്റകുറ്റപ്പണികൾ കൊണ്ട് ബുദ്ധിമുട്ടു ണ്ടാകും.

DSG ചെലവേറിയതാണ്.

AMT (ഓട്ടോമാറ്റിക് മാനുവൽ ട്രാൻസ്മിഷൻ)

AMT എന്നാൽ ഓട്ടോമാറ്റിക് മാനുവൽ ട്രാൻസ്മിഷൻ, ഓട്ടോമാറ്റി ക്കിന്റേയും മാനുവലിന്റെയും വളച്ചൊടിച്ച പ്രണയം. സെമിഓട്ടോമാറ്റി ക് ട്രാൻസ്മിഷൻ അല്ലെങ്കിൽ ക്ലച്ച്ലെസ്സ് മാനുവൽ ട്രാൻസ്മിഷൻ എ ന്നും അറിയപ്പെടുന്നു.

ഈ വേരിയന്റിന് ഒരു ക്ലച്ച് ഉണ്ടെങ്കിലും കമ്പ്യൂട്ടർ ഓൺബോർഡ് പരിപാലിക്കുന്നു. ഗിയർ ഷിഫ്റ്റിംഗ് കൈകാര്യം ചെയ്യാൻ സെൻസറു കളും ആക്ക്യുവേറ്ററുകളും ഉപയോഗിക്കുന്ന ഒരു സംവിധാനമാണിത്.

അഡ്വാൻറ്റേജ്

കുറഞ്ഞ ഡ്രൈവ് ഇൻപുട്ടുകൾ കാരണം മാന്യമായ ഇന്ധനക്ഷമത നിർമ്മാണത്തിനും സേവനത്തിനും താരതമ്യേന വിലകുറഞ്ഞത്.

ഡിസ് അഡ്വാൻറ്റേജ്

ആക്രമണോത്സുകമായി ഓടിക്കുകയാണെങ്കിൽ അൽപ്പം ഔട്ട് ഓ ഫ് കണ്ട്രോൾ, ചിലപ്പോൾ കൃത്യമായി കൈകാര്യം ചെയ്യാൻ സാധി ക്കാത്ത അവസ്ഥ.

3. കാർ വിൽപ്പന വ്യവസായം മാറുകയാണ്

പഴയ കാല രീതികൾ, മുമ്പ് പ്രവർത്തിച്ചിരിക്കാം, ഇപ്പോൾ കാര്യ ങ്ങൾ അതുപോലെ അല്ല. ഉപഭോക്താക്കൾക്ക് കൂടുതൽ കാര്യങ്ങളി ലേക്ക് ആക്സസ് ഉണ്ട്, അവർക്ക് എന്താണ് വേണ്ടതെന്ന് കൃത്യമായി അറിയുകയും മികച്ച ഡീൽ ലഭിക്കാൻ സെർച്ച് ചെയ്തു കൊണ്ടിരിക്കു കയും ചെയ്യും.

തിരക്കേറിയ കാർ വിൽപ്പന ഡീലർഷിപ്പിന്റെ മാനേജർ എന്ന നില യിൽ, സെയിൽസ് ടീമിനെ റിക്രൂട്ട് ചെയ്യുന്നതും നിലനിർത്തുന്നതും കൂടുതൽ ബുദ്ധിമുട്ടാണ്. അവരെ പ്രചോദിപ്പിക്കുന്നത് കൂടുതൽ ബു ദ്ധിമുട്ടായിരിക്കും.

നിങ്ങൾക്കും സെയിൽസ് ടീമിനും വിജയിക്കേണ്ടതുണ്ട്, നിങ്ങളു ടെ ടീമിനെ വീണ്ടും വിൽപ്പന പ്രക്രിയ ആസ്വദിക്കാൻ പ്രാപ്തമാക്കു ന്ന ഫലപ്രദമായ കാര്യങ്ങൾ ആസൂത്രണം ചെയ്യേണ്ടതായിട്ടുണ്ട്. ആ ദ്യം സ്വയം എങ്ങനെ വിൽക്കാം, രണ്ടാമത്തേത് പ്രൊഡക്റ്റ് എങ്ങനെ വിൽക്കാം, അതിനാൽ പ്രധാനപ്പെട്ട 4 അടിസ്ഥാനകാര്യങ്ങൾ വിൽപ്പ ന വിജയത്തിനായി ഒരു ദൈനംദിന വിൽപ്പന പ്ലാൻ ആവശ്യമാണ്.

നിങ്ങളുടെ ലക്ഷ്യങ്ങൾ മറികടക്കാൻ നിങ്ങൾ എന്താണ് ചെയ്യേ ണ്ടതെന്ന് മനസ്സിലാക്കി, നിങ്ങൾക്ക് ഉടനടി പ്രവർത്തനക്ഷമമാക്കാൻ കഴിയുന്ന തെളിയിക്കപ്പെട്ട ട്രാക്കുകൾ മനസിലാക്കി പ്രവർത്തിക്കേ ണ്ടതുണ്ട്,

കാർ വിൽപ്പനയുടെ ആധുനിക ലോകം താറുമാറായിരിക്കുകയാണ്. നിങ്ങൾക്ക് വിജയിക്കണമെങ്കിൽ, നിങ്ങൾ ഈ പുസ്തകം വായിക്കേ ണ്ടതുണ്ട്.

ഓട്ടോമൊബൈൽ ബിസിനസ്സിലെ കരിയർ ഭീരുക്കൾക്കുള്ളതല്ല. നിങ്ങൾക്ക് ഊർജ്ജസ്വലമായ ഒരു വ്യക്തിത്വം, ആരോഗ്യകരമായ ഒരു തൊഴിൽ നൈതികത, നിങ്ങളുടെ ക്ലൈന്റിന്റെ അടിത്തറ കെട്ടിപ്പടുക്കു ന്നതിനുള്ള പ്രേരണയും പ്രതിബദ്ധതയും ആവശ്യമാണ്. എങ്കിൽ കൂ ടുതൽ അവസരങ്ങൾ ഉണ്ട്: അവസരങ്ങൾ സ്വയം എങ്ങനെ തുറക്കാ മെന്ന് നിങ്ങൾ അറിഞ്ഞിരിക്കണം.

നിങ്ങളുടെ ഉപഭോക്താക്കളുടെ പ്രവർത്തനങ്ങളെ നിയന്ത്രിക്കുന്ന സ്വാധീനത്തെക്കുറിച്ച് നന്നായി മനസ്സിലാക്കുന്നത് മുതൽ, നിങ്ങളുടെ സ്വന്തം മനോഭാവം, ഉത്സാഹത്തിന്റെ തോത്, നിങ്ങളുടെ മീറ്റിംഗ് ഇന്ററാക്ഷൻസ് എന്നിവ മികച്ചതാക്കുന്നത് വരെ, കൂടുതൽ ഡീലു

കൾ ചെയ്യാനും നിങ്ങളുടെ തൊഴിൽ സുരക്ഷ വർദ്ധിപ്പിക്കാനും വില മതിക്കാനാവാത്ത കാര്യങ്ങൾ ചെയ്യാനും സാധിക്കണം.

ശമ്പളം മുതൽ ശമ്പളം വരെ ജീവിക്കുന്ന ആൾക്കാരാണ് ശരാശരി സെയിൽസ് എക്സിക്യൂട്ടീവ്.

സ്വപ്നസമാനമായ ആഡംബര കാറുകളും രാജകീയ സുഖങ്ങളു ള്ള സഞ്ചരിക്കുന്ന വാഹനങ്ങളും. ആധുനിക ജനജീവിതത്തിന്റെ പ രിച്ഛേദമായി മാറിക്കഴിഞ്ഞു. ഓട്ടോമൊബൈൽ വാഹന രൂപകല്പന യും നിർമാണവും ഇപ്പോൾ വമ്പിച്ച വ്യവസായമാണ്. പുതിയ മോഡ ലുകൾ വിപണിയിലെത്തിക്കാൻ ഓട്ടോമൊബൈൽ മാനുഫാക്ചറിങ് കമ്പനികൾ തമ്മിൽ കടുത്ത മത്സരമാണ്.. വാഹനങ്ങളുടെ നിർമാണ വും വിപണനവും ഉപയോഗവും അനുദിനം വർധിച്ചുവരുന്നു. ഇന്ന് കോ ടിക്കണക്കിന് വിറ്റുവരവുള്ള വ്യവസായമാണ് ഓട്ടോമൊബൈൽ ഇൻ ഡസ്ട്രി. ഓട്ടോമൊബൈൽ എൻജിനീയറിങ്ങിൽ ബിരുദാനന്തരബിരു ദമെടുക്കുന്നവർക്കും, ബിസിനസ് മാനേജ്മെന്റിൽ മാസ്റ്റേഴ്സ് ആകുന്ന വർക്കൊക്കെ ഈ മേഖലയിൽ മികച്ച പ്രഫഷനലുകലായി ഭാവി യിൽ ഉയരാൻ നല്ല അവസരമാണ്. എന്നിരുന്നാലും ഈ ഇൻഡസ്ട്രി യിൽ സാദ്ധ്യതകൾ മനസിലാക്കി പടി പടിയായി ഉയരാൻ എല്ലാവർക്കും അവസരം ഉണ്ടെന്നുള്ളതും ഈ മേഖലയിലെ അഡ്വാന്റേജ് ആണ്.

ഇത്രയും വലിയ ഓട്ടോമൊബൈൽ മേഖലയിലേക്ക് ഇപ്പോഴത്തെ തലമുറ ധൈര്യ പൂർവം കടന്നു വരുന്നതിനു യാതൊരു വിധ തടസ്സങ്ങ ളുമില്ല. അനന്ത സാധ്യതകളാണ് ഈ മേഖലയിൽ ഉള്ളത്.

4. ഒരു കാർ വിൽപ്പന ഡീലർഷിപ്പിൽ ജോലി ലഭി ക്കാൻ?

1. ഒരു വിദ്യാഭ്യാസ പരിപാടി പൂർത്തിയാക്കുക.

കാർ വിൽപ്പനക്കാർക്കുള്ള മിക്ക ജോലി പോസ്റ്റിംഗുകൾക്കും ഒരു ബിരുദം ആവശ്യമാണ്. മികച്ച ഒരു സർവകലാശാലയിലെ മാനേജ്മന്റ് ബിരുദം ആവശ്യമില്ലെങ്കിലും, ഒടുവിൽ ഒരു സെയിൽസ് മാനേജ്മെന്റ് സ്ഥാനത്തേക്ക് മാറാൻ നിങ്ങൾ ആഗ്രഹിക്കുന്നുവെങ്കിൽ അത് സഹാ യകമാകും. സെയിൽസ് ടീമിനെ നിയന്ത്രിക്കാൻ നിങ്ങൾ ആഗ്രഹിക്കു ന്നുവെങ്കിൽ, സെയിൽസ് ആൻഡ് മാർക്കറ്റിംഗ്, ജനറൽ ബിസിനസ്സ് അല്ലെങ്കിൽ ഇക്കണോമിക്സ് ആൻഡ് ഫിനാൻസ് എന്നിവയിൽ ബിരു ദം നേടുന്നത് പരിഗണിക്കുക. ഒരു ടീമിനെ നിയന്ത്രിക്കാനും നിങ്ങളുടെ

സെയിൽസ് പ്രോഗ്രാം രൂപപ്പെടുത്താനുമുള്ള ബിസിനസ്സ് അറിവ് ഇത് നിങ്ങൾക്ക് നൽകും.

2. പ്രവൃത്തി പരിചയം നേടുക.

മുമ്പത്തെ വിൽപ്പന അനുഭവം എല്ലായ്പ്പോഴും ആവശ്യമില്ല. കാർ വിൽപ്പനക്കാർ ആശയവിനിമയം, ചർച്ചകൾ, ആളുകളുടെ കഴിവുകൾ എന്നിവയിൽ ആശ്രയിക്കുന്നു ഈ കഴിവുകൾ വിൽപ്പനയിലോ ഉപ ഭോക്തൃ സേവനത്തിലോ വികസിപ്പിക്കാൻ കഴിയും. ക്ലയന്റുകളുമായും ഉപഭോക്താക്കളുമായും മുഖാമുഖം പ്രവർത്തിച്ച അനുഭവം (ഉദാ. റീ ട്ടെയിൽ വിൽപ്പന) ഈ റോളിൽ മികവ് പുലർത്താൻ നിങ്ങളെ സഹാ യിക്കും.

കൂടാതെ, നിങ്ങൾ ഒരു കാർ സെയിൽസ് എക്സിക്യുട്ടീവായി ഒരു സ്ഥാനം സ്വീകരിച്ചുകഴിഞ്ഞാൽ, പല കാറുകളെക്കുറിച്ചുള്ള അറിവുക ളും സമ്പാദിക്കേണ്ടതായി വരും . കുറെയേറെ പരിശീലനം ലഭിക്കുന്ന തിനാൽ നിങ്ങൾ എന്താണ് വിൽക്കുന്നതെന്നും അത് എങ്ങനെ വിൽ ക്കണമെന്നും നിങ്ങൾക്ക് കൃത്യമായി മനസിലാക്കാൻ സാധിക്കും.

3. ഡ്രൈവിങ് ലൈസൻസ് നേടുക.

നിങ്ങൾ ഏത് സ്ഥലത്താണ് ജോലി ചെയ്യാൻ തിരഞ്ഞെടുക്കുന്നത് എന്നതിനെ ആശ്രയിച്ച്, നിങ്ങൾ കാറുകൾ വിൽക്കാൻ തുടങ്ങുന്നതിന് മുമ്പ് ലൈസൻസ് നേടേണ്ടതുണ്ട്.

ഒരു ഓട്ടോമോട്ടീവ് സെയിൽസ് കൺസൾട്ടന്റ് ഒരു ഡീലർഷിപ്പിലെ വാഹനം ഉപഭോക്താക്കൾക്ക് കൃത്യമായും, വ്യക്തമായും മനസ്സിലാക്കി കൊടുക്കുന്നതിനും, വിൽക്കുന്നതിനും, ഉപഭോക്താക്കൾക്ക് മികച്ച വി ൽപനാനന്തര സേവനം നൽകുന്നതിലൂടെ നല്ലൊരു ബന്ധം സ്ഥാപി ക്കുക എന്നതും ആണ് ഏറ്റവും അടിസ്ഥാനപരമായ കടമ, ബാക്കിയെ ല്ലാം അതിനു ശേഷം വരുന്നതാണ്. ഓട്ടോ സെയിൽസ് കൺസൾ ട്ടന്റുകൾ ടെസ്റ്റ് ഡ്രൈവുകൾ വാഗ്ദാനം ചെയ്തും വാഹന ആനുകൂ ല്യങ്ങൾ വിശദീകരിച്ചും ഫിനാൻസിംഗ് ഓപ്ഷനുകൾ വ്യക്തമാക്കിയും വാഹനം പരിഗണിക്കാൻ ഉപഭോക്താക്കൾക്ക് മനസ്സിലാക്കി കൊടുക്കാൻ ശ്രമിക്കുന്നു. വാങ്ങുന്നവർക്കായി ഒരു വിൽപ്പന അല്ലെങ്കിൽ ലോൺ പ്രോ സസ്സ് ചെയ്യുന്നതിനും അനുബന്ധിച്ചുള്ള പേപ്പർവർക്കുകളും നിയമപ രമായ ആവശ്യകതകളും അവർ പ്രോസസ്സ് ചെയ്യുന്നു.

ഒരു ഓട്ടോമോട്ടീവ് സെയിൽസ് കൺസൾട്ടന്റിന് ആവശ്യമായ ഏറ്റ വും ഉപയോഗപ്രദമായ കഴിവുകൾ വിൽക്കാനുള്ള കഴിവും സാധ്യത

യുള്ള ഉപഭോക്താവിനെ കണ്ടെത്തുക എന്നുള്ളതാണ്. താരതമ്യേന ഉയർന്ന വിലയുള്ള ഒരു ഡീൽ പരിഗണിക്കുന്നതിന് ക്ലയന്റുകൾക്ക് അവരുടേതായ കാരണങ്ങളുണ്ടെന്ന് കൺസൾട്ടൻറുകൾ മനസ്സിലാക്കണം. ഒരു ഡീലിലൂടെ കടന്നുപോകുന്നത് അവരുടെ ഏറ്റവും മികച്ച പ്രായോഗിക താൽപ്പര്യമാണെന്ന് ക്ലയന്റുകളെ ബോധ്യപ്പെടുത്താൻ ശ്രമിക്കുക. ആഴ്ചകളും മാസങ്ങളും വർഷങ്ങളും നീണ്ടുനിൽക്കുന്ന പരസ്പര ബന്ധിതമായ നിരവധി ഘട്ടങ്ങളുടെയും പ്രവർത്തനങ്ങളുടെയും മുഴുവൻ പ്രക്രിയയുടെയും പശ്ചാത്തലത്തിൽ ആണ് ഒരു വ്യക്തി സെയിൽസ് പ്രൊഫഷണൽ ആയി മാറുന്നത്.

5. എൻക്വയറി മാനേജ്മെൻറ്

1. കോൾഡ് വിസിറ്റ് അഥവാ കോൾഡ് കോളിങ്.

ഇമെയിലും, വാട്സ് ആപ്പും ദൈനംദിന ജീവിതത്തിന്റെ ഭാഗമാകുന്നതിന് മുമ്പ്, പല സെയിൽസ് എക്സിക്യൂട്ടീവുകളും ഫോണിൽ വിളിക്കുന്നതിനുപകരം സാധ്യതയുള്ളവരെ നേരിട്ട് സന്ദർശിക്കാൻ ഇഷ്ടപ്പെട്ടു. ഇത് ഇൻപേഴ്സൺ കോൾഡ് കോളിംഗ് അല്ലെങ്കിൽ ഇൻപേഴ്സൺ പ്രോസ്പെക്റ്റിംഗ് എന്നാണ് അറിയപ്പെടുന്നത്. വ്യക്തിഗത സന്ദർശനങ്ങൾ ഇന്ന് അത്ര സാധാരണമല്ല, പക്ഷേ അവ ഇപ്പോഴും വിൽപ്പനയിൽ വിലപ്പെട്ട ഒരു കാര്യമാണ്.

2. വാക് ഇൻ അഥവാ ഷോറൂം വാക് ഇൻ

ഒരു വാഹനം വാങ്ങുന്നതിനു വേണ്ടി ഷോറൂം സന്ദർശിച്ചു ഇഷ്ടപെട്ട വാഹനം, നിറം, സവിശേഷതകൾ മുതലായവ നേരിട്ട് പരിശോധിച്ച് ഉറപ്പ് വരുത്താൻ തയ്യാറായി വരുന്ന ആളുകളെയാണ് ഈ ഗണത്തിൽ പെടുത്തുന്നത്. ഏറ്റവും കൂടുതൽ ആളുകൾ പെട്ടെന്ന് വാഹനം വാങ്ങാൻ തീരുമാനിച്ചേക്കാവുന്ന ഒരു പ്രധാനപ്പെട്ട സോഴ്സ് കൂടിയാണിത്.

3. റെഫെറൽ എൻക്വയറിസ്.

ഒരു സെയിൽസ് എക്സിക്യൂട്ടീവ് മുൻപ് വാഹനം വാങ്ങിയ ആളുകൾ അദ്ദേഹത്തിന് മറ്റു ഉപഭോക്താക്കളെ പരിചയപെടുത്തുന്നതിലൂടെ ലഭിക്കുന്ന എൻക്വയറിയെയാണ് ഇത് കൊണ്ട് ഉദ്ദേശിക്കുന്നത്.

മികച്ച കസ്റ്റമർ സർവീസ് ഉപഭോക്താവിന് നല്കുന്നതിലൂടെയാണ് ഇത്തരത്തിൽ എൻക്വയറി ലഭിക്കുന്നത്.

4. അഡ്വെർടൈസ്മെൻറ് എൻക്വയറീസ്

പത്ര പരസ്യങ്ങളിലൂടെയോ മറ്റോ ഒരു ഷോറൂമിലേക്ക് ലഭിക്കുന്ന

എൻക്വയറി ആണ് ഇത് . സാധാരണയായി ഡീലർഷിപ്പിന്റെ മൊബൈൽ നമ്പറിലേക്കു അന്നേ ദിവസം തന്നെ കാൾ വരാറാണ് പതിവ് .

5. ടെലി കാളിങ് അഥവാ ഔട്ട് ബോണ്ട് കാൾസ് എൻക്വയറീസ്

ഒരു ഡാറ്റാ ബേസ് കാൾ ചെയ്യുന്നതിലൂടെ ലഭിക്കുന്ന എൻക്വയറി യെയാണ് ഇത് സൂചിപ്പിക്കുന്നത്. ശ്രമിച്ചാൽ നമുക്ക് പല രീതിയിലുള്ള വിലപ്പെട്ട ഡാറ്റാ ബേസ് ലഭിക്കും.

6. ഇൻ ബോണ്ട് കാൾസ്

ഒരു ഷോറൂമിന്റെ ഫോൺ നമ്പറിലേക്കു വരുന്ന എൻക്വയറിയെയാ ണ് ഇത് വിശേഷിപ്പിക്കുന്നത്. സാധാരണയായി നോട്ടീസ്, ലീഫ് ലെറ്റ് തുടങ്ങിയവ വിതരണം ചെയ്യുന്നതിലൂടെ യാണ് ഇത്തരം എൻക്വയറി കൾ ലഭിക്കുന്നത്. ഒരു പത്ര പരസ്യം വന്നു കഴിഞ്ഞു കുറച്ചു ദിവസം കഴിഞ്ഞു വരുന്ന ടെലി എൻക്വയറിയെയും ഇതിൽ ഉൾപ്പെടുത്താം.

7. ഓൺ ലൈൻ എൻക്വയറീസ്

ഒരു കസ്റ്റമർ വെബ് സൈറ്റിലൂടെയോ മറ്റോ സേർച്ച് ചെയ്തു നട ത്തുന്ന അന്വേഷത്തിനെയാണ് ഇത് സൂചിപ്പിക്കുന്നത് .

8. ഡിജിറ്റൽ ലീഡ്സ്

ഫേസ് ബുക്ക്, ഇൻസ്റ്റാഗ്രാം, ഹൈപ്പർ ലോക്കൽ തുടങ്ങി വിവിധ തരം സോഷ്യൽ മീഡിയ, ഡിജിറ്റൽ പ്ലാറ്റ്ഫോമിലൂടെ വരുന്ന ലീഡ് ക ളാണ് ഇത്. പൊതുവെ പെട്ടെന്ന് കൺവേർഷൻ സാധ്യത കുറവാണ് എങ്കിലും മികച്ച ലീഡുകളായിരിക്കും ഇവ.

വിറ്റഴിച്ച വാഹനങ്ങളുടെ എണ്ണത്തിൽ ആദ്യ സ്ഥാനങ്ങളിൽ ഇന്ത്യ യും നിൽക്കുന്നതിനാൽ സ്ഥിതിവിവരകണക്കുകൾ വ്യക്തമാണ്. ചില കാറുകൾ, വെറും യാത്രാ ഉപകരണങ്ങളാണ്, ചിലർക്ക്, വാഹനത്തെ അതിന്റെ പരിധിയിലേക്ക് തള്ളുമ്പോൾ അവ തിരഞ്ഞെടുക്കാനുള്ള ആ യുധമാണ്. കാറുകൾ തമ്മിലുള്ള ചർച്ചകൾക്ക് അവസാനമില്ല, പക്ഷേ ഒരാൾക്ക് തീർച്ചയായും വ്യത്യസ്ത കാർ സെഗ്മെന്റുകൾ തമ്മിൽ വേർ തിരിച്ചറിയാൻ കഴിയും. കൂടുതൽ ചർച്ച ചെയ്യാതെ...

6. കാർ സെഗ്മെന്റുകൾ

എ സെഗ്മെന്റ് (മിനി ഹാച്ച്ബാക്കുകൾ)

ഒരു മികച്ച സിറ്റി കാറിനായി തിരയുകയാണോ? ശരി, എസെഗ്മെന്റ് ല്ലാതെ മറ്റെവിടെയും നോക്കരുത്. ഇന്ത്യയിൽ ലഭ്യമായ ഏറ്റവും ചെറി യ ഹാച്ച്ബാക്കുകൾ ഇവയാണ്.

ഈ സെഗ്മെന്റിലെ ഹാ
ച്ച്ബാക്കുകൾക്ക് 4 മീറ്ററിൽ
താഴെ നീളമുണ്ട്.

ഈ മിനി ഹാച്ച്ബാക്കു
കൾക്ക് ഒരു ചെറിയ എ
ഞ്ചിൻ ഉണ്ട്, അത് നഗരത്തി
ലെ യാത്രാ ജോലികൾ ന
ന്നായി നിർവഹിക്കുന്നു.

കൂടാതെ, ഈ ചെറിയ
എഞ്ചിനുകൾ കാര്യക്ഷമമാ
ണ്. ഇന്ത്യയിലെ എഞ്ചിനു
കളെ കുറിച്ച് പറയുമ്പോൾ
ഈ സെഗ്മെന്റിൽ കൂടുത
ലായി കാണപ്പെടുന്നത് പെ
ട്രോൾ എഞ്ചിൻ ആണ്.

കൂടുതൽ സൗകര്യത്തി
നായി എസെഗ്മെന്റ് ഹാച്ച്
ബാക്കുകൾക്ക് ഓട്ടോമാറ്റിക്
ഗിയർബോക്സിന്റെ ഓപ്ഷ
നുമുണ്ട്.

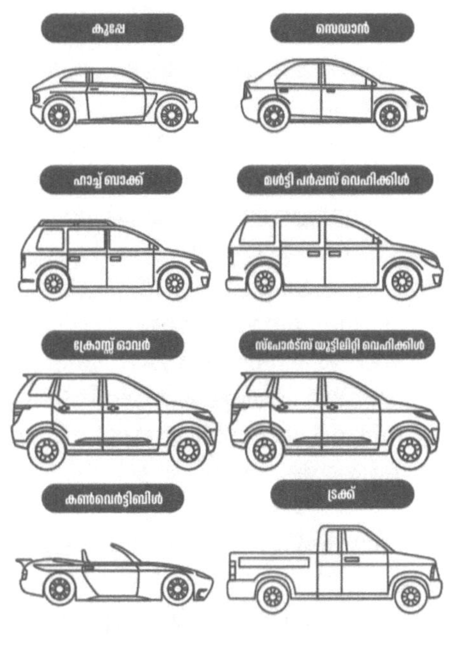

ഇതിൽ കൂടുതൽ ഫീച്ചേഴ്സ് ലോഡ് ചെയ്തിട്ടില്ല. ഒരു തരത്തില
ല്ലെങ്കിൽ മറ്റൊരു തരത്തിൽ, ഇത് ഒരു അനുഗ്രഹമാണ്, കാരണം ഇത്
ചെലവ് കുറയ്ക്കാൻ സഹായിക്കുന്നു.

ഈ സെഗ്മെന്റിലെ കാറുകളിൽ മാരുതി സുസുക്കി എസ്പ്രസ്സോ,
റെനോ കിഡ്, ഡാറ്റ്സൺ ഗോ എന്നിവയും മറ്റും ഉൾപ്പെടുന്നു.

ബി വിഭാഗം (ചെറിയ ഹാച്ച്ബാക്കുകൾ)

അടുത്തതായി നഗര യാത്രകൾക്ക് മാത്രമായി ദീർഘദൂര യാത്രയു
ടെ സൂചനയുമായി ബിസെഗ്മെന്റ് കാറുകൾ വരുന്നു. എസെഗ്മെന്റി
നേക്കാൾ അല്പം വലിപ്പമുള്ള ചെറിയ ഹാച്ച്ബാക്കുകളാണ് ഈ കാ
റുകൾ.

ബി സെഗ്മെന്റ് ഹാച്ച്ബാക്കുകൾക്ക് സാധാരണയായി 4 മീറ്ററിൽ
താഴെ നീളമുണ്ട്. മുൻവശത്ത് നിന്ന് നോക്കുമ്പോൾ, ചെറിയ ഹാച്ച്
ബാക്കുകൾ ചെറിയ സെഗ്മെന്റിനേക്കാൾ അല്പം വിശാലവും

ഉയരവുമാണ്.

മാന്യമായ ഒരു എഞ്ചിൻ ഈ ഹാച്ചുകൾ പ്രവർത്തിപ്പിക്കുന്നു. എ
ഞ്ചിനുകൾ 1.0 ലിറ്റർ ടർബോ പെട്രോൾ മുതൽ 1.2 ലിറ്റർ 4 സിലിണ്ടർ
എഞ്ചിൻ വരെയുണ്ട്.

ദീർഘമായ പ്രതിദിന യാത്രകൾക്ക് കാർ നിർമ്മാതാവിനെ ആശ്ര
യിച്ച് ഡീസൽ, പെട്രോൾ എഞ്ചിൻ എന്നിവ തിരഞ്ഞെടുക്കാം.

ഡ്രൈവ്ട്രെയിനിനെക്കുറിച്ച് പറയുമ്പോൾ, ഒരാൾക്ക് ഒരു CVT അ
ല്ലെങ്കിൽ DCT പോലെയുള്ള ശരിയായ ഓട്ടോമാറ്റിക് തിരഞ്ഞെടുക്കാം.
AMT എന്ന ഓപ്ഷനും ഉണ്ട്.

പ്രീമിയം ഗുണമേന്മയുള്ള ഇന്റീരിയറുകളുള്ള കാറുകൾക്ക് ധാരാ
ളം പ്രീമിയം ഫീച്ചറുകൾ ലഭിക്കുന്നു.

ഈ വിഭാഗത്തിലെ കാറുകളിൽ ടാറ്റ ആൾട്രോസ്, മാരുതി സുസു
ക്കി സ്വിഫ്റ്റ്, മാരുതി സുസുക്കി ബലേനോ, ഹോണ്ട ജാസ് എന്നിവ
യും മറ്റും ഉൾപ്പെടുന്നു.

സിസെഗ്മെന്റ് (ചെറിയ സെഡാനുകൾ അല്ലെങ്കിൽ ഫാമിലി കാറു കൾ)

ഈ വിഭാഗത്തിൽ നിന്നുള്ള കാറുകൾക്ക് എല്ലായ്പ്പോഴും വലിയ
ഡിമാൻഡാണ്.

പക്ഷെ സിസെഗ്മെന്റ് സെഡാനുകളാണ് കാറുകളുടെ ഇപ്പോഴത്തെ
സ്ലോ മൂവിങ് നിര. അതുകൊണ്ടാണ് ഈ വിഭാഗത്തെ കൂടുതൽ വിഭാ
ഗങ്ങളായി തിരിച്ചിരിക്കുന്നത്.

സബ്കോംപാക്ട് സെഡാനുകൾ

അധിക ലഗേജ് കൊണ്ടുപോകാൻ സെഡാനുകൾ ആവശ്യമുള്ളതും
നഗരങ്ങളിലൂടെ യാത്ര ചെയ്യാൻ ആഗ്രഹിക്കുന്നതുമായ ഒരാൾക്ക് സ
ബ് കോംപാക്റ്റ് സെഡാൻ ലഭിക്കും.

സാധാരണയായി, ബി സെഗ്മെന്റ് ഹാച്ചിന്റെ അതേ പ്ലാറ്റ്ഫോം പ
ങ്കിടുന്ന സബ് 4മീറ്റർ സെഡാനുകളാണ് ഇവ. വാഹനത്തിന്റെ സുര
ക്ഷയിലും സൗകര്യത്തിലും വിട്ടുവീഴ്ച ചെയ്യുന്നില്ല.

പവർട്രെയിൻ, ഡ്രൈവ്ട്രെയിൻ എന്നിവയും അവയുടെ ഹാച്ച്ബാ
ക്ക് എതിരാളികൾക്ക് സമാനമാണ്.

സബ്കോംപാക്ട് സെഡാനുകൾക്ക് സമ്മിശ്രമായ അവലോകനങ്ങൾ
ഉണ്ട്, ചിലത് ആനുപാതികമായി കാണപ്പെടുന്നു, ചിലത് കാറിനേക്കാൾ
കൂടുതൽ ബോക്സായി കാണപ്പെടുന്നു.

ഹ്യുണ്ടായ് ഓറ, ഹോണ്ട അമേസ്, മാരുതി സുസുക്കി ഡിസയർ എന്നിവ ഉൾപ്പെടുന്നതാണ് കാറിന്റെ സബ് കോംപാക്റ്റ് സെഗ്മെന്റ്.

ചെറിയ സെഡാനുകൾ

ഇവിടെയാണ് ഒരു കാർ കൈകാര്യം ചെയ്യുന്നതിന്റെ പ്രശ്നം ആരം ഭിക്കുന്നത്. ചെറിയ സെഡാനുകൾക്ക് അകത്തും പുറത്തും വലിയ സ്ഥ ലമാണ് ഉള്ളത്. ഇക്കാരണത്താൽ, അവ ഉള്ളിൽ ഒരു ആഡംബര അ നുഭവം നൽകുന്നു. സബ്കോംപാക്റ്റ് സെഗ്മെന്റിൽ നിന്ന് വ്യത്യസ്ത മായി, ഇവ അടിസ്ഥാനപരമായി നിർമ്മിച്ചതാണ്, മാത്രമല്ല അവയുടെ പ്ലാറ്റ്ഫോം പങ്കിടത്തതിനാൽ അവയെ പ്രത്യേകതയുള്ളതാക്കുന്നു. അ തോടൊപ്പം, ചെറിയ സി സെഗ്മെന്റിലെ കാറുകൾക്ക് മാന്യമായ നീള വും വീതിയും വാഗ്ദാനം ചെയ്യുന്നു, ഇത് നഗര യാത്രകൾ ചെയ്യുന്നത് കുറച്ച് ബുദ്ധിമുട്ടാക്കുന്നു. റഫറൻസിനായി, അവയുടെ നീളം 4 മീറ്റ റിൽ നിന്ന് വളരെ കൂടുതലാണ് വലിയ വലിപ്പവും ഭാരവും വർദ്ധിപ്പി ക്കുന്നു, അതിനാൽ 1.5ലിറ്റർ മുതൽ 1.6ലിറ്റർ വരെ എവിടെയും വലിയ എഞ്ചിൻ ലഭിക്കുമെന്ന് വ്യക്തമാണ്.

ഡീസൽ, പെട്രോൾ എഞ്ചിനുകൾ ലഭ്യമാണ്.

പൂർണ്ണമായ സൗകര്യത്തിനും, കാറുകൾ ഒരു ഓട്ടോമാറ്റിക് ട്രാൻ സ്മിഷനും വാഗ്ദാനം ചെയ്യുന്നു. അതിൽ ഒരു ടോർക്ക് കൺവെർട്ടർ, ഒരു DCT അല്ലെങ്കിൽ ഒരു CVT ഉൾപ്പെടുന്നു.

ഈ സെഗ്മെന്റിലെ കാറുകളിൽ ഹ്യുണ്ടായ് വെർണ, ഹോണ്ട സിറ്റി, ടൊയോട്ട യാരിസ്, മാരുതി സുസുക്കി സിയാസ് എന്നിവയും മറ്റും ഉൾ പ്പെടുന്നു.

ഡി-സെഗ്മെന്റ് (ഇടത്തരം വലിപ്പമുള്ള കുടുംബ കാറുകൾ അ ല്ലെങ്കിൽ സെഡാൻ)

ആഡംബരത്തിന്റെ കാര്യത്തിൽ ഇടത്തരം വലിപ്പമുള്ള ഫാമിലി കാ റുകളോ സെഡാനുകളോ ആണ്. പേര് സൂചിപ്പിക്കുന്നത് പോലെ, അ വ കൂടുതൽ ചെലവേറിയതും ചെറിയ സി-സെഗ്മെന്റ് സെഡാനുകളെ ക്കാൾ കൂടുതൽ വാഗ്ദാനം ചെയ്യുന്നതുമാണ്. സെഗ്മെന്റിൽ നിങ്ങൾ ക്ക് ലഭിക്കുന്നത് ഇതാ.

മികച്ചതും വലുതുമായ ഈ ഡി-സെഗ്മെന്റ് സെഡാനെ നിർവചി ക്കുന്നത്, ഡി സെഗ്മെന്റ് സെഡാനുകൾ നീളമുള്ളതാണ്, ഈ സെ ഡാനുകൾ കൂടുതൽ ദൈർഘ്യമേറിയതാണ്.

ഇവിടെയാണ് പവർട്രെയിനും ഡ്രൈവ്ട്രെയിനും പ്രാധാന്യമില്ലാ

ത്ത്, എന്നാൽ ആഡംബര ഫീച്ചറുകളുടെ ഇന്റീരിയറും അളവും ആ
ശങ്കാജനകമാണ്. ഈ സെഡാനുകളുടെ ഉടമകൾ കൂടുതൽ സമയവും
പിൻസീറ്റിലിരുന്ന് നഗരയാത്രയിൽ വിശ്രമിക്കുന്നു.

ഹോണ്ട സിവിക്, സ്കോഡ ലോറ, ഹ്യൂണ്ടായ് എലാൻട്ര, ബിഎം
ഡബ്ല്യൂ 3സീരീസ് എന്നിവയാണ് ഈ കുടുംബത്തിന്റെ ഭാഗമായ ചില
കാറുകൾ.

ഇ എക്സിക്യൂട്ടീവ് സെഗ്മെന്റ് (എക്സിക്യൂട്ടീവ് ലക്ഷ്വറി കാ റുകൾ)

അടുത്ത വിഭാഗമാണ് എക്സിക്യൂട്ടീവ്. ഈ കാറുകളിൽ വരാ
ത്ത ഒരു സവിശേഷതയും ഇപ്പോൾ ഓട്ടോമൊബൈൽ വ്യവസായത്തിൽ
ഉണ്ടാകില്ല.

ഈ ആഡംബര സെഡാനുകൾ കൂടുതൽ നീളവും വിശാലവുമാണ്,
ഉള്ളിൽ കൂടുതൽ ഇടം ലഭിക്കുന്നു . ഇനി എത്ര സ്ഥലം? നിങ്ങൾക്ക്
ചോദിച്ചേക്കാം, പിൻസീറ്റിൽ യാത്രക്കാരുടെ കാലുകൾ നീട്ടാൻ 6 അടി
മതി. നീളമുള്ള വീൽബേസ് കാരണം ഇത് സാധ്യമാണ്.

E എന്ന അക്ഷരത്തിൽ നിന്ന്, ഇവ മികവും ആഡംബരവും വിളിച്ച
റിയിക്കുന്നു, അവരെ ബിസിനസ്സ് ക്ലാസ്സിൽ പ്രശസ്തരാക്കുന്നു.

എഞ്ചിനെക്കുറിച്ച് സംസാരിക്കുന്നത് ഈ കാറുകൾക്ക് തൃപ്തികര
മാവില്ല, ഈ സെഗ്മെന്റിൽ വരുന്ന കാറുകൾ ഔഡി എ6, ബിഎംഡബ്ല്യൂ
5സീരീസ്, ബിഎംഡബ്ല്യൂ 7സീരീസ് എന്നിവയും മറ്റും.

മൾട്ടി പർപ്പസ് വെഹിക്കിൾ (MPV)

സെഡാനുകളെപ്പോലെ, എംപിവി സെഗ്മെന്റും കൂടുതൽ ആളുക
ളെ കൊണ്ടുപോകുന്ന ഒരു സെഗ്മെന്റാണ്. ഈ മൾട്ടി പർപ്പസ് വെഹി
ക്കിൾസ് വലുപ്പത്തെ അടിസ്ഥാനമാക്കി വിഭജിച്ചിരിക്കുന്നു, കൂടാതെ
കുറഞ്ഞത് 6 ആളുകളെയെങ്കിലും കൊണ്ടുപോകുന്നതിനാൽ പണത്തി
ന്റെ വലിയ മൂല്യം വാഗ്ദാനം ചെയ്യുന്നു.

ചെറിയ എംപിവികൾ

ചെറിയ എംപിവികളിൽ തുടങ്ങി, പേര് സൂചിപ്പിക്കുന്നത് പോലെ ഇ
വ സൈസ് ചാർട്ടിന്റെ ഏറ്റവും താഴെയായി ഇരിക്കുന്നു. ചെറുതായിരി
ക്കുക എന്നത് അവരുടെ വലിയ കുടുംബാംഗങ്ങളെ അപേക്ഷിച്ച് അ
വർക്ക് ധാരാളം നേട്ടങ്ങൾ ഉണ്ടാക്കാൻ അനുവദിക്കുന്നു.

വലുപ്പത്തെക്കുറിച്ച് പറയുമ്പോൾ, വാഹനത്തിന്റെ നീളം 4 മീറ്ററോ ളം, ഇത് ദൈനംദിന നഗര ട്രാഫിക്കിൽ അവയെ തികച്ചും കൈകാര്യം ചെയ്യാൻ കഴിയും.

അവയുടെ ചെറിയ വലിപ്പം അവർക്ക് ഒരു ചെറിയ എഞ്ചിൻ ലഭി ക്കാൻ അനുവദിക്കുന്നു, അത് പ്രവർത്തിപ്പിക്കുന്നതിനും പരിപാലിക്കു ന്നതിനും അൽപ്പം വിലകുറഞ്ഞതാക്കുന്നു.

കാറിനെയും അതിന്റെ നിർമ്മാതാവിനെയും ആശ്രയിച്ച് സീറ്റിംഗ് കപ്പാസിറ്റി 6 മുതൽ 7 വരെയാകാം.

ചെറിയ എംപിവികൾ നഗരത്തിലെ ട്രാഫിക്കിന് ഒരു അനുഗ്രഹമാ കുമെന്ന് ഉറപ്പാണ്, പക്ഷേ ഹൈവേ ക്രൂയിസിംഗിന്റെ കാര്യത്തിൽ, ചെ റിയ എഞ്ചിൻ ചിത്രത്തിൽ ഒരു തടസ്സമായി തോന്നാം.

ഇപ്പോൾ ഇന്ത്യയിൽ ഈ സെഗ്മെന്റിൽ അധികം കാറുകളില്ല, എ ന്നാൽ റെനോ ട്രൈബറും മാരുതി സുസുക്കിയുമാണ് ഇപ്പോൾ വിൽ ക്കുന്ന എംപിവികൾ. എന്നാൽ ഹോണ്ട ബിആർവിയും മൊബിലിയോ യും ഈ സെഗ്മെന്റിന്റെ ഭാഗമായിരുന്നു.

ഇടത്തരം എംപിവികൾ

പേരിനനുസരിച്ച്, എംപിവി വിഭാഗത്തിലെ സൈസ് ചാർട്ടുകളുടെ മ ധ്യത്തിലാണ് അവർ ഇരിക്കുന്നത് എന്ന് വ്യക്തമാണ്. സീറ്റിംഗ് കപ്പാ സിറ്റി അതേപടി നിലനിൽക്കുമെങ്കിലും മൊത്തത്തിലുള്ള ലെഗ്, ഹെഡ്റൂം എന്നിവയാണ് ഈ എംപിവികളുടെ പ്രത്യേകത.

ഈ സെഗ്മെന്റിലെ എല്ലാ എംപിവികളും കൈകാര്യം ചെയ്യാൻ വ ളരെ എളുപ്പമാണ്, എന്നാൽ ഇടുങ്ങിയ സ്ഥലങ്ങളിൽ പാർക്ക് ചെയ്യു മ്പോൾ നീളം ഒരു തടസ്സമായേക്കാം.

അൽപ്പം വലിയ വലുപ്പം അൽപ്പം മെച്ചപ്പെട്ട എഞ്ചിനിലേക്ക് നയി ക്കുന്നു. ശക്തിയും വലുപ്പവും സംയോജിപ്പിച്ച് അവയെ ന്യായമായ ഇട പാട് ആക്കുന്നു.

ഫീച്ചറുകളുടെ ഭാഗത്ത്, മതിയായ സുരക്ഷാ ഉപകരണങ്ങളും അ തിലെ യാത്രക്കാരെ രസിപ്പിക്കുന്നതിനുള്ള ഘടകങ്ങളുമായി അവ വ രുന്നു.

കിയ കാരൻസ്, മഹീന്ദ്ര മറാസോയും ടൊയോട്ട ഇന്നോവയുമാണ് ഈ സെഗ്മെന്റിൽ വരുന്ന കാറുകൾ.

വലിയ എംപിവികൾ

ലക്ഷറി ചിന്തിക്കുകയാണോ? സ്വസ്ഥമായി ഇരുന്നു യാത്ര

ചെയ്യണമോ ? സവിശേഷതകൾ പരിഗണിക്കുന്നുണ്ടോ? സുഖം വേ
ണോ? കൂടുതൽ ശക്തി? 5 പ്രശ്നങ്ങൾക്ക് ഒരു പരിഹാരം, ഈ വലിയ
MPVകൾ നിങ്ങൾ ആവശ്യപ്പെടുന്നതെല്ലാം ഉൾക്കൊള്ളുന്നു.

ഈ കൂറ്റൻ എംപിവികൾക്ക് 8 പേരെ ഉൾക്കൊള്ളാൻ കഴിയും, അ
തും സുഖസൗകര്യങ്ങളോടെ. നഗരങ്ങളിൽ വാഹനമോടിക്കുന്നതും ഒ
രു ശാപമാണ്. ഈ ഭീമാകാരമായ എംപിവികളുടെ വീതി, സ്റ്റോപ്പിലും
ട്രാഫിക്കിലും പ്രവർത്തിക്കുന്നത് ബുദ്ധിമുട്ടാക്കുന്നു.

വലിപ്പം കൂടുന്നതിനനുസരിച്ച് കൂടുതൽ ആളുകളെ കൊണ്ടുപോ
കാനുള്ള വലിയ ഉത്തരവാദിത്തം കൂടി വരുന്നു, അതിനാൽ ഈ
സെഗ്മെന്റുകൾ ഗുരുതരമായ പഞ്ച് പാക്ക് ചെയ്യുന്നു. ഇത് ഒരു ഓട്ടോ
മാറ്റിക് ട്രാൻസ്മിഷനോടൊപ്പം ശരിയായ സൗകര്യം വാഗ്ദാനം ചെ
യ്യുന്നു.

ടിവി മുതൽ മിനിബാറുകൾ വരെ, വലിയ എംപിവികൾക്ക് ഒന്നിൽ
കൂടുതൽ ഉണ്ട്. അതായത്, ദീർഘദൂര യാത്ര ചെയ്യുമ്പോൾ ഇവർക്ക് ന
ല്ല കൂട്ടാളികളാകാം.

ടൊയോട്ട വെൽഫയറും കിയ കാർണിവലും ഇന്ത്യയിൽ വാഗ്ദാനം
ചെയ്യുന്ന ചില വലിയ എംപിവികളിൽ ഉൾപ്പെടുന്നു

ജെ സ്‌പോർട്‌സ് യൂട്ടിലിറ്റി വെഹിക്കിൾസ് (എസ്‌യുവി)

ഏറെ പ്രതീക്ഷിച്ചതും പ്രശസ്തവുമായ ജെ സെഗ്മെന്റിനൊപ്പം ലി
സ്റ്റ് അവസാനിപ്പിക്കുന്നു. ആദ്യകാല യൂട്ടിലിറ്റേറിയൻ ഓഫ്‌റോഡ് വാ
ഹനങ്ങളിൽ നിന്ന് വികസിപ്പിച്ചെടുത്ത വാഹനങ്ങൾ ജെസെഗ്മെന്റ് ഉൾ
ക്കൊള്ളുന്നു, എന്നിരുന്നാലും സമീപ വർഷങ്ങളിൽ ഭൂരിഭാഗം
ജെ സെഗ്മെന്റ് വാഹനങ്ങളും പാസഞ്ചർ കാർ പ്ലാറ്റ്ഫോമുകളെ അടി
സ്ഥാനമാക്കിയുള്ളവയാണ്, മാത്രമല്ല പലപ്പോഴും ഓഫ്‌റോഡ് ശേഷി
പരിമിതമാണ്. ടൊയോട്ട ഫോർച്യൂണർ, ഫോർഡ് എൻഡവർ തുടങ്ങിയ
മോഡലുകളാണ് ഈ ശ്രേണിയിൽ വരുന്നത്.

സബ്‌കോംപാക്റ്റ് എസ്‌യുവികൾ

ഇന്ത്യൻ വിപണിയിൽ ഇപ്പോൾ മുന്നേറിക്കൊണ്ടിരിക്കുന്ന ഒരു വിഭാ
ഗമാണിത്. ലളിതമായി പറഞ്ഞാൽ, ഏറ്റവും ചെറിയ എസ്‌യുവി ഈ വി
ഭാഗത്തിന് കീഴിലാണ്. കനത്ത ട്രാഫിക്കുള്ള നഗരത്തിൽ കൈകാര്യം
ചെയ്യാൻ ഏറ്റവും മികച്ചവയാണ് ഇവ.

സബ് കോംപാക്റ്റ് സെഡാനുകൾക്ക് സമാനമായി ഇവ 4 മീറ്ററിൽ

താഴെ നീളമുള്ളവയാണ്.

സബ് കോംപാക്റ്റ് എസ്യുവികൾ ഓട്ടോമാറ്റിക്കിന്റെ സൗകര്യത്തോ ടുകൂടിയ മാന്യമായ എഞ്ചിൻ വാഗ്ദാനം ചെയ്യുന്നു.

നിർമ്മാതാവിനെ ആശ്രയിച്ച് ഡീസൽ, പെട്രോൾ എഞ്ചിൻ എന്നിവ തിരഞ്ഞെടുക്കാം.

അടിസ്ഥാന കാര്യങ്ങളിൽ യാതൊരു വിട്ടുവീഴ്ചയും കൂടാതെ അ കത്തും പുറത്തും മതിയായ സവിശേഷതകളോടെയാണ് അവ വരു ന്നത്.

ഫോർഡ് ഇക്കോസ്പോർട്ട്, മാരുതി സുസുക്കി ബ്രെസ്സ, ടാറ്റ നെക് സോൺ, കിയ സോനെറ്റ്, ഹ്യുണ്ടായി വെനു ഇന്ത്യയിൽ ഏറ്റവുമധി കം വിറ്റഴിക്കപ്പെടുന്ന സബ് കോംപാക്ട് എസ്യുവികളിൽ ഉൾപ്പെടുന്നു.

കോംപാക്ട് എസ്യുവികൾ

ആ ചെറിയ എസ്യുവികൾക്ക് മുകളിൽ കോംപാക്റ്റ് എസ്യുവികൾ വരുന്നു, അത് നിങ്ങളുടെ പണത്തിന് ഏറ്റവും മികച്ച നേട്ടം നൽകുന്നു. ഇന്ത്യയിലേതുപോലുള്ള മോശം റോഡുകളിലൂടെ ഒരു നിശ്ചിത സുഖ സൗകര്യത്തിൽ ആളുകളെ കൊണ്ടുപോകുന്നത് അത് ഒരു അത്ഭുതക രമായ അനുഭവമാക്കി മാറ്റുന്നു.

ഒതുക്കമുള്ള വലുപ്പം നഗരത്തിൽ വാഹനം എളുപ്പത്തിൽ കൈകാ ര്യം ചെയ്യാനും പാർക്ക് ചെയ്യാനും സഹായിക്കുന്നു.

ഓരോ ഉപഭോക്താവിന്റെയും നിർദ്ദിഷ്ട ആവശ്യങ്ങൾ ഉള്ളതിനാൽ നിരവധി ട്രാൻസ്മിഷൻ ഓപ്ഷനുകളുള്ള ശക്തമായ എഞ്ചിൻ ഉപഭോ ക്താക്കൾക്ക് മൂല്യവത്താക്കി മാറ്റുന്നു.

സബ്കോംപാക്റ്റ് എസ്യുവികളിൽ നിന്ന് വ്യത്യസ്തമായി, ഏറ്റവും പുതിയ സാങ്കേതിക വിദ്യകളുമായാണ് ഇവ വരുന്നത്, യാത്രയ്ക്കിടയി ലും അവ ഉപഭോക്താക്കളെ രസിപ്പിക്കുന്നു. പർവതങ്ങളിലെ ആ ദീർ ഘയാത്രകൾക്ക് തീർച്ചയായും ഇവരാണ് മികച്ച കൂട്ടാളികൾ.

ഹ്യുണ്ടായ് ക്രെറ്റ, കിയ സെൽറ്റോസ്, നിസാൻ കിക്സ്, റെനോ ഡസ്റ്റർ എന്നിവയാണ് ഈ വിഭാഗത്തിലെ മികച്ച എസ്യുവികൾ.

ഇടത്തരം എസ്യുവികൾ

കോംപാക്റ്റ് എസ്യുവികൾക്കും വലിയ എസ്യുവികൾക്കും ഇടയിൽ ഇരിക്കുന്ന സെഗ്മെന്റ് ഇടത്തരം വാഹനങ്ങളാണ്. വലുപ്പം കൊണ്ട്, ചെറിയ സെഗ്മെന്റിനെ അപേക്ഷിച്ച് കൂടുതൽ സീറ്റുകളും ഇതിൽ വാഗ്ദാനം ചെയ്യുന്നു.

തിരക്കേറിയ മെട്രോ നഗരങ്ങളിൽ ഈ സെഗ്മെന്റിന്റെ എസ്യൂവി ഓടിക്കുന്നത് അവയുടെ വലുപ്പം കാരണം ബുദ്ധിമുട്ടാണ്.

അവ വലുതാണ്, പക്ഷേ യാത്രകളിൽ നിങ്ങളുമായി കൂടുതൽ ആളുകളുമായി സഞ്ചരിക്കാനുള്ള സാഹചര്യം ഇതിൽ വാഗ്ദാനം ചെയ്യുന്നു. ഒരു ശരാശരി ഇടത്തരം എസ്യൂവിക്ക് 5 മുതൽ 8 ആളുകൾക്കിടയിൽ എവിടെയും കയറ്റാൻ കഴിയും.

ഈ കാറുകളുമൊത്തുള്ള യാത്രകൾ ആഡംബരമായിരിക്കും, കാരണം അവ അത്യാധുനിക സാങ്കേതികവിദ്യയും സുരക്ഷാ സവിശേഷതകളും കൊണ്ട് സജ്ജീകരിച്ചിരിക്കുന്നു, അതിലൂടെ ഉപഭോക്താക്കൾക്ക് യാത്ര ആസ്വദിക്കാം.

ഈ എസ്യൂവികളിൽ ചിലത് ഓഫ്റോഡ് ഡ്രൈവിനായി 4x4 ഡ്രൈവ്ട്രെയിനുമായി വരുന്നു.

ടാറ്റ ഹാരിയർ, മഹീന്ദ്ര XUV500, MG ഹെക്ടർ പ്ലസ് എന്നിവയും മറ്റും ഈ സെഗ്മെന്റിനു കീഴിൽ വരുന്ന എസ്യൂവികളാണ്.

വലിയ എസ്യൂവികൾ

ഈ വമ്പൻ എസ്യൂവികൾ ഇരുചക്രവാഹനങ്ങൾ ധാരാളമായുള്ള നഗര റോഡുകളിൽ നിയന്ത്രിക്കാൻ തീർച്ചയായും ബുദ്ധിമുട്ടായിരിക്കും. ഈ ബൾക്കി എസ്യൂവികളിൽ ബ്ലൈൻഡ് സ്പോട്ടുകൾ സാധാരണമാണ്.

ഈ ബ്ലൈൻഡ് സ്പോട്ട് മറികടക്കാൻ വേണ്ടിയാണെങ്കിലും, ആ പ്രശ്നങ്ങളെ നേരിടാൻ തുല്യമായ വിപുലമായ കിറ്റ് ഉണ്ട്.

സവിശേഷതകൾ ഒരു പാട് ഉള്ളതിനാൽ ഉയർന്ന വിലയിൽ പരാതിപ്പെടാൻ ഒന്നുമില്ല, തീർച്ചയായും എല്ലാം ഉണ്ടായിരിക്കുമെന്ന് ന്യായീകരിക്കുന്നു.

ഫോർഡ് എൻഡവർ, ടൊയോട്ട ഫോർച്യൂണർ, ടൊയോട്ട ലാൻഡ് ക്രൂയിസർ, ബിഎംഡബ്ല്യു എക്സ് 5 എന്നിവ വലിയ എസ്യൂവികളിൽ ഉൾപ്പെടുന്നു.

ക്രോസ്ഓവറുകൾ

പ്രശസ്തമല്ലാത്തതും ഈ വിഭാഗത്തിൽ പെടുന്ന കാറുകളിൽ വലിയ ഇടിവ് കണ്ടതുമായ സെഗ്മെന്റ് ക്രോസ്ഓവർ സെഗ്മെന്റ് ആണ്.

നഗരത്തിലെ ട്രാഫിക്കിൽ അവ കൈകാര്യം ചെയ്യാൻ വളരെ എളുപ്പമാണ്, കൂടാതെ പാർക്ക് ചെയ്യാനും എളുപ്പമാണ്.

എഞ്ചിനെക്കുറിച്ച് പറയുമ്പോൾ, കോംപ്രാക്റ്റ് എസ്യുവികൾക്ക് സ മാനമായ പവർ കണക്കുകളാണ് അവയിൽ കൂടുതലും.

ഫീച്ചറുകളുടെ കാര്യത്തിൽ, അവ തികച്ചും ഫീച്ചർലോഡഡ് ആ ണ്, പരാതിപ്പെടാൻ ഒന്നുമില്ല.

മാരുതി സുസുക്കി എസ്ക്രോസ്, ഹോണ്ട ഡബ്ല്യുആർവി എന്നിവ യാണ് ഈ കുടുംബത്തിൽപ്പെട്ട കാറുകൾ.

7. ഓട്ടോമൊബൈൽ തരങ്ങൾ

ഒരു ഓട്ടോമൊബൈലിന്റെ പ്രധാന സംവിധാനങ്ങളും ഘടകങ്ങളും. ഓട്ടോമൊബൈൽ നിരവധി ഘടകങ്ങൾ, അസംബ്ലികൾ എന്നിവകൊ ണ്ടാണ് നിർമ്മിച്ചിരിക്കുന്നത്. വളരുന്ന വാഹന വ്യവസായത്തിനും ഇ ത് ഒരു കാരണമായി മാറി.

ഇന്ത്യ ഒരു ആഗോള ഔട്ട്സോഴ്സിംഗ് ഹബ്ബായി മാറിയിരിക്കുന്നു വിവിധ ഓട്ടോമൊബൈൽ ഘടകങ്ങളുടെ നിർമ്മാണം,

ടൊയോട്ട, ഹ്യുണ്ടായ്, ഫോർഡ്, വോൾവോ തുടങ്ങിയ പ്രമുഖ ക മ്പനികൾ.

റെനോയും മറ്റുള്ളവരും ഇപ്പോൾ അവരുടെ ഓട്ടോമോട്ടീവ് സോഴ് സ് ചെയ്യുന്നു.

ഇന്ത്യൻ നിർമ്മാതാക്കളിൽ നിന്നുള്ള ഘടകങ്ങൾ.

ഓട്ടോ ഘടകങ്ങളുടെ വ്യവസായമാണ് പ്രധാനമായും

അഞ്ച് സെഗ്മെന്റുകളായി തിരിച്ചിരിക്കുന്നത് .

(i) എഞ്ചിൻ ഭാഗങ്ങൾ

(ii) ഡ്രൈവ് ട്രാൻസ്മിഷൻ, സ്റ്റിയറിംഗ് ഭാഗങ്ങൾ

(iii) സസ്പെൻഷനും ബ്രേക്ക് ഭാഗങ്ങളും

(iv) ഇലക്ട്രിക്കൽ ഭാഗങ്ങൾ

(v) ബോഡിയും ചേസിസും

8. എന്താണ് ഒരു ഇലക്ട്രിക് കാർ? EV?

വൈദ്യുതോർജ്ജത്തിന്റെ പ്രാഥമിക ഉറവിടമായി വൈദ്യുതി ഉപ യോഗിക്കുന്ന ഏതൊരു കാറും ഒരു ഇലക്ട്രിക് കാർ ആണ്. ഒരു എഞ്ചി നും ഇന്ധന ടാങ്കിനും പകരം, മിക്ക ഇലക്ട്രിക് കാറുകളും പ്രൊപ്പൽ ഷൻ സൃഷ്ടിക്കാൻ ഒന്നോ അതിലധികമോ ഇലക്ട്രിക് മോട്ടോറുകൾ

ഉപയോഗിക്കുന്നു, അവ
ഒരു ബാറ്ററിയാണ് നൽ
കുന്നത്. നിങ്ങളുടെ സ്
മാർട്ട് ഫോണിൽ നി
ങ്ങൾ കണ്ടെത്തുന്നത്
പോലെ.

'ഇവി' എന്നാൽ 'ഇ
ലക്ട്രിക് വെഹിക്കിൾ'
എന്നാണ് അർത്ഥമാക്കു
ന്നത്, ഓരോ തവണ വ

രുമ്പോഴും 'ഇലക്ട്രിക് വെഹിക്കിൾ' എന്ന് ടൈപ്പ് ചെയ്യുന്നതിൽ മടുപ്പു
ളവാക്കുന്ന പ്രക്രിയയായതുകൊണ്ടു ഷോർട്ട്ഹാൻഡ് പതിപ്പ് സാധാ
രണ സംസാരമായി മാറിയിരിക്കുന്നു.

BEV എന്താണ് അർത്ഥമാക്കുന്നത്?

BEV എന്നത് 'ബാറ്ററി ഇലക്ട്രിക് വാഹനം' എന്നർത്ഥം വരുന്ന EV
യുടെ ഒരു വിപുലീകരണം മാത്രമാണ്. പവർട്രെയിനിൽ വൈദ്യുത ഘ
ടകമുണ്ടെങ്കിലും പൂർണ്ണമായും വൈദ്യുതീകരിക്കാത്ത വാഹനങ്ങളെ
പ്പോലെ വിവിധ തരം 'വൈദ്യുതീകരിച്ച്' വാഹനങ്ങളെ വേർതിരിച്ചറി
യാൻ ഈ പദം സാധാരണയായി ഉപയോഗിക്കുന്നു. 'സ്വയം ചാർജിംഗ്
ഹൈബ്രിഡ്' അല്ലെങ്കിൽ 'പ്ലഗ്ഇൻ ഹൈബ്രിഡ്' എന്ന വാക്യങ്ങൾ എ
പ്പോഴെങ്കിലും കേട്ടിട്ടുണ്ടോ? അവ BEVകൾ അല്ല.

ഒരു ഇലക്ട്രിക് വാഹനത്തിലെ ബാറ്ററി സാധാരണയായി (എല്ലായ്
പ്പോഴും അല്ല) കാറിന്റെ പ്ലാറ്റ്ഫോമിലാണ് സ്ഥിതി ചെയ്യുന്നത്, കൂടാ
തെ നൂറുകണക്കിന് വ്യക്തിഗത സെല്ലുകൾ ഉൾപ്പെടുന്നു. നിങ്ങളുടെ
ഫോൺ പോലെ തന്നെ ഒരു കേബിൾ വഴി സോക്കറ്റിലേക്ക് പ്ലഗ് ചെയ്
ത് ഒരു ഇലക്ട്രിക് കാർ ചാർജ് ചെയ്യാം.

ഇലക്ട്രിക് കാറുകൾ എങ്ങനെയാണ് പ്രവർത്തിക്കുന്നത്?

എല്ലാ ഇലക്ട്രിക്കാർ സജ്ജീകരണങ്ങളും ഒരുപോലെയല്ല, എന്നാൽ
പൊതുവായി പറഞ്ഞാൽ ഇലക്ട്രിക് കാറുകൾ പ്രവർത്തിക്കുന്നത് ഡ്രൈ
വ് നൽകാൻ ഒന്നോ അതിലധികമോ ഇലക്ട്രിക് മോട്ടോറുകൾ നൽകു
ന്നതിന് ബാറ്ററിയിൽ സംഭരിച്ചിരിക്കുന്ന ഊർജ്ജം ഉപയോഗിച്ചാണ്. അ
വ മറ്റു ഓട്ടോമൊബൈലിൽ ഉപയോഗിക്കുന്ന എൻജിൻ പവർട്രെയിനു
കളേക്കാൾ വളരെ ലളിതമാണ്, കാരണം അവ ഒരു ചലിക്കുന്ന ഭാഗം

മാത്രമേ ഉൾക്കൊള്ളുന്നുള്ളു, മോട്ടോറുകൾ ഒരു വൈദ്യുതകാന്തികത സർക്യൂട്ടിലൂടെ വൈദ്യുത പ്രവാഹം പ്രവർത്തിപ്പിക്കുന്നതിലൂടെ ഉണ്ടാ കുന്ന ശക്തിയെ ഉപയോഗിക്കുന്നു.

മിക്കവാറും എല്ലാ ഇലക്ട്രിക് കാറുകളും ഗിയർബോക്സ് ഇല്ലാതെ യാണ് നിർമ്മിക്കുന്നത്, അതായത് ക്ലച്ച് പെഡൽ ഇല്ല; ഒരു ബ്രേക്കും ആക്സിലറേറ്ററും മാത്രം. അതിനാൽ അവർ ഓട്ടോമാറ്റിക്കുകൾ പോ ലെ ഡ്രൈവ് ചെയ്യുന്നു, സാങ്കേതികമായി ചിലപ്പോൾ അങ്ങനെയല്ലെ ങ്കിലും.

ഒരു സാധാരണ എഞ്ചിനുമായി താരതമ്യപ്പെടുത്തുമ്പോൾ വളരെ കുറച്ച് മോട്ടോർ ശബ്ദത്തോടെ ഇലക്ട്രിക് കാറുകൾ ഫലത്തിൽ നിശ ബ്ദമാണ് എന്നതാണ് ഒരു പ്രത്യേകത.

ഇലക്ട്രിക് മോട്ടോറുകൾ ഉപയോഗിക്കുന്നതിന്റെ മറ്റൊരു പ്രയോജ നം റീജനറേറ്റീവ് ബ്രേക്കിംഗ് എന്നാണ്: വേഗത കുറയ്ക്കാൻ നിങ്ങൾ ത്രോട്ടിൽ ഉയർത്തുമ്പോൾ, ബ്രേക്ക് പെഡൽ ഉപയോഗിക്കാതെ തന്നെ വേഗത കുറയ്ക്കുകയും ഒരേ സമയം നിങ്ങൾക്ക് നൽകുകയും ചെയ്യു ന്ന ആ ഫോർവേഡ് മൊമെന്റത്തിൽ നിന്ന് റീസൈക്കിൾ ചെയ്ത വൈ ദ്യുതി ശേഖരിക്കാൻ സാധിക്കും .

എല്ലാ ഇലക്ട്രിക് കാറുകളും സീറോ എമിഷൻ ആണോ?

എല്ലാ ഇലക്ട്രിക് കാറുകൾക്കും സീറോ ടെയിൽ പൈപ്പ് എമിഷൻ ഉണ്ട്, കാരണം അവയ്ക്ക് ടെയിൽ പൈപ്പ് ഇല്ല. അടിസ്ഥാനപരമായി, നിങ്ങൾ വാഹനമോടിക്കുമ്പോൾ CO_2 ന്റെയും മറ്റ് ദോഷകരമായ വാത കങ്ങളുടെയും സ്ഥിരമായ ഒരു പ്രവാഹം പുറകിൽ നിന്ന് പുറത്തേക്ക് ഒഴുകുന്നില്ല. ഏറ്റവും കുറഞ്ഞത് അത് വായുവിന്റെ ഗുണനിലവാരത്തി ന് നല്ലതാണ്, പ്രത്യേകിച്ച് ബിൽറ്റ്അപ്പ് ഏരിയകളിൽ.

എന്നാൽ നിലവിലെ ബാറ്ററി സാങ്കേതികവിദ്യയിൽ (കോബാൾട്ട്, ലിഥിയം മുതലായവ) ഉപയോഗിക്കുന്ന വിലയേറിയ ലോഹങ്ങളും ഉൽ പാദന ലൈനുകൾ വേണ്ടുന്നതിനായുള്ള ആവശ്യത്തിലേക്കു ഷിപ്പിം ഗ് കണ്ടെയ്നറുകളിൽ പാക്ക് ചെയ്യേണ്ടതിന്റെ ആവശ്യകതയും കാര ണം, സാധാരണ പെട്രോൾ , ഡീസൽ എൻജിൻ വാഹനങ്ങളേക്കാൾ ഇലക്ട്രിക് കാറുകൾ നിർമ്മിക്കുന്നത് കൂടുതൽ ദോഷകരമാണെന്ന് ചി ലർ ഉയർത്തിക്കാട്ടുന്നു. ഇത് ഒരു ദീർഘകാല പ്രശ്നമാണ്.

ഒരു ഇലക്ട്രിക് കാർ അനുയോജ്യമാണോ?

ഒന്നാമതായി, ഒരു EV യുടെ പർച്ചെസിങ് ചെലവുകൾ (സാങ്കേതി

കവിദ്യ പുതിയതായയതിനാൽ, അവ കൂടുതൽ ചെലവേറിയതാണ്. തു
ല്യമായ പെട്രോൾ, ഡീസൽ കാറുകൾ) കൂടാതെ വൈദ്യുതിയിൽ ഓ
ടുന്നതിൽ നിന്ന് നിങ്ങൾക്ക് എത്രമാത്രം ഗുണം ലഭിക്കും (നിങ്ങൾ വീ
ട്ടിൽ നിന്ന് ചാർജ് ചെയ്താൽ, നിങ്ങൾ പമ്പിൽ നിന്ന് ഇന്ധനം ഉപയോ
ഗിക്കുന്നതിനേക്കാൾ ഒരു മൈലിന് വില കുറവായിരിക്കും).

അപ്പോൾ നിങ്ങൾ ഏത് തരത്തിലുള്ള ഡ്രൈവിംഗ് നടത്തുന്നു എ
ന്നത് പരിഗണിക്കേണ്ടതുണ്ട്: വീട്ടിലേക്കും തിരിച്ചും ധാരാളം ചെറിയ
യാത്രകൾ, അല്ലെങ്കിൽ രാജ്യത്തിന്റെ ഒരറ്റത്ത് നിന്ന് മറ്റേ അറ്റത്തേക്ക്
ദീർഘദൂര യാത്രകൾ? ഇലക്ട്രിക് കാറുകൾ പരിധിയനുസരിച്ച് പരിമിത
പ്പെടുത്തിയിരിക്കുന്നു, ഏറ്റവും ദൈർഘ്യമേറിയ ഇലക്ട്രിക് കാറുകൾ
ഒറ്റ ചാർജിൽ നിന്ന് 300+ മൈലുകൾ വാഗ്ദാനം ചെയ്യുന്നു. അത് മതി
യോ? അങ്ങനെയല്ലെങ്കിൽ, ആവശ്യാനുസരണം ടോപ്പ് അപ്പ് ചെയ്യുന്ന
തിന് നിങ്ങളുടെ റൂട്ടിൽ ഒരു അൾട്രാ ഫാസ്റ്റ് ചാർജിംഗ് പോയിന്റ് ക
ണ്ടെത്താൻ കഴിയുമോ?

ഇലക്ട്രിക് കാർ ബാറ്ററികൾ എങ്ങനെ പ്രവർത്തിക്കുന്നു?

നിങ്ങൾ ഗ്യാസോലിൻ വാഹനങ്ങൾ ഉപയോഗിക്കുന്ന ആളാണെ
ങ്കിൽ, ലാളിത്യത്തിനുവേണ്ടി, വൈദ്യുതിയെ ഇന്ധനമായി കരുതുക;
ഇന്ധന ടാങ്കായി റീചാർജ് ചെയ്യാവുന്ന ബാറ്ററി; എഞ്ചിനായി ഇലക്ട്രി
ക് മോട്ടോറും.

ഒരു ഇലക്ട്രിക് കാറിന്റെ ഏറ്റവും വലുതും ചെലവേറിയതും പ്രധാ
നപ്പെട്ടതുമായ ഘടകമാണ് ബാറ്ററി. ഇത് കാറിന് ആവശ്യമായ വൈ
ദ്യുതോർജ്ജം സംഭരിക്കുകയും അതിന്റെ ഘടകങ്ങളെ ശക്തിപ്പെടുത്തു
കയും ചെയ്യുന്നു. മിക്ക ആധുനിക വൈദ്യുത വാഹന ബാറ്ററികളും ലി
ഥിയംഅയൺ അല്ലെങ്കിൽ ലിഥിയംഅയൺഫോസ്ഫേറ്റ് ആണ്, കാര
ണം അവ താരതമ്യേന ഭാരം കുറഞ്ഞവയിൽ ഉയർന്ന അളവിൽ ഊർ
ജ്ജം സംഭരിക്കുന്നു. സാധാരണഗതിയിൽ, ഒരു വലിയ ബാറ്ററി (കി
ലോവാട്ട്മണിക്കൂറിൽ അല്ലെങ്കിൽ kWhൽ അളക്കുന്നത്) കൂടുതൽ വൈ
ദ്യുത ശ്രേണി എന്നാണ് അർത്ഥമാക്കുന്നത്.

ഒരു ബാഹ്യ ഊർജ്ജ സ്രോതസ്സ് ഉപയോഗിച്ചാണ് ബാറ്ററി പായ്ക്ക്
ചാർജ് ചെയ്യുന്നത് കാറിന്റെ ചാർജ് പോർട്ടിലേക്ക് ഒരു ചാർജിംഗ് പ്ലഗ്
ചേർത്തിരിക്കുന്നു. ഒരു പെട്രോൾ സ്റ്റേഷനിലെ ഇന്ധന നോസലിന് തു
ല്യമായ EV ആയി ചാർജിംഗ് പ്ലഗിനെക്കുറിച്ച് ചിന്തിക്കുക. കാറിന്റെ
ഓൺബോർഡ് ചാർജർ പ്ലഗിന്റെ വൈദ്യുത പ്രവാഹത്തെ ബാറ്ററി ചാർ
ജ് ചെയ്യാൻ കഴിയുന്ന ഒരു ഫോർമാറ്റിലേക്ക് പരിവർത്തനം ചെയ്യുന്നു,

അത് എസി (ആൾട്ടർനേറ്റിംഗ് കറന്റ്) ആയാലും നമ്മുടെ ഹോം വാൾ ഔട്ട്‌ലെറ്റുകളിലെ പവർ പോലെ അല്ലെങ്കിൽ ഡിസി (ഡയറക്ട് കറന്റ്) ലഭ്യമായ തരത്തിലുള്ളത് പോലെ. പൊതു ഫാസ്റ്റ് ചാർജിംഗ് സ്റ്റേഷ നുകളിൽ.

നിങ്ങൾക്ക് വീട്ടിലിരുന്ന് ഒരു ഇലക്ട്രിക് കാർ ചാർജ് ചെയ്യാം.

ഒരു ബാഹ്യ ഊർജ്ജ സ്രോതസ്സ് ഉപയോഗിച്ചാണ് ബാറ്ററി പായ്ക്ക് ചാർജ് ചെയ്യുന്നത് കാറിന്റെ ചാർജ് പോർട്ടിലേക്ക് ഒരു ചാർജിംഗ് പ്ലഗ് ചേർത്തിരിക്കുന്നു. ശരിയായ പവർ സ്രോതസ്സ് കണ്ടെത്താൻ നിങ്ങൾ അധികം നോക്കേണ്ടതില്ല.

പല പുതിയ ഇലക്ട്രിക് വാഹനങ്ങൾക്കും ലെവൽ 3 ഫാസ്റ്റ് ചാർജർ (ഒരു പൊതു സ്റ്റേഷനിൽ) ഉപയോഗിച്ച് ഏകദേശം 30 മിനിറ്റിനുള്ളിൽ 80% വരെ ചാർജ് ചെയ്യാൻ കഴിയും. വീട്ടിൽ ലെവൽ 2 ചാർജർ ഉപയോ ഗിക്കുകയാണെങ്കിൽ, പൂർണ്ണമായി ചാർജ് ചെയ്യാൻ 12 മണിക്കൂർ വരെ എടുത്തേക്കാം. നിങ്ങൾ ഉറങ്ങുമ്പോൾ ഒറ്റരാത്രികൊണ്ട് ചാർജ് ചെ യ്യാവുന്നതാണ് .

ഇലക്ട്രിക് വെഹിക്കിൾ ടെക്നോളജി: ഒരു ഡീപ്പർ ഡൈവ്

ഇലക്ട്രിക് കാറുകളിലെ മറ്റൊരു പ്രധാന ഘടകമാണ് പവർ ഇല ക്ട്രോണിക്സ്. ഇലക്ട്രിക് മോട്ടോറിലേക്ക് ട്രാക്ഷൻ ബാറ്ററി നൽകുന്ന വൈദ്യുതോർജ്ജത്തിന്റെ ഒഴുക്ക് നിയന്ത്രിക്കുന്നു. പവർ ഇലക്ട്രോണി ക്സ് മോട്ടോർ തിരിയുന്ന വേഗത നിയന്ത്രിക്കുകയും മോട്ടോർ ഉത്പാ ദിപ്പിക്കുന്ന ടോർക്ക് നിയന്ത്രിക്കുകയും ചെയ്യുന്നു.

ട്രാക്ഷൻ ബാറ്ററിയിൽ നിന്ന് ലൈറ്റിംഗ്, ഹീറ്റിംഗ്, വെന്റിലേഷൻ, ഇൻഫോടെയ്ൻമെന്റ് സിസ്റ്റങ്ങൾ തുടങ്ങിയ ഓക്സിലറി വാഹന സം വിധാനങ്ങളിലേക്ക് വൈദ്യുതോർജ്ജം വിതരണം ചെയ്യാനും പവർ ഇ ലക്ട്രോണിക്സ് സഹായിക്കുന്നു.

പ്രധാന ബാറ്ററിയേക്കാൾ, ഒരു പ്രത്യേക ഓക്സിലറി ബാറ്ററി ഗ്യാ സോലിൻ വാഹനങ്ങളിൽ കാണപ്പെടുന്നതിന് സമാനമാണ് ഈ സം വിധാനങ്ങൾ പവർ ചെയ്യുന്നതിനുള്ള ഉത്തരവാദിത്തം. ഈ ബാറ്ററി ചാർ ജ് ചെയ്യുന്നത് ഡിസി/ഡിസി കൺവെർട്ടർ ആണ്, ഇത് ട്രാക്ഷൻ ബാറ്റ റിയിൽ നിന്ന് ഉയർന്ന വോൾട്ടേജ് ഡിസി പവർ ഓക്സിലറി സിസ്റ്റ ങ്ങൾക്ക് ആവശ്യമായ ലോ വോൾട്ടേജ് ഡിസി പവറായി പരിവർത്തനം ചെയ്യുന്നു.

വാഹന തെർമൽ മാനേജ്മെന്റ് സംവിധാനവും എടുത്തു പറയേ
ണ്ടതാണ്. വാഹനത്തിന്റെ ബാറ്ററികൾ ശരിയായ താപനില പരിധിക്കു
ള്ളിൽ പ്രവർത്തിക്കുന്നുവെന്ന് ഉറപ്പാക്കാൻ ഇത് സഹായിക്കുന്നു. കാർ
അമിതമായി ചൂടാകാൻ സാധ്യതയില്ലെന്ന് ഇത് ഉറപ്പാക്കുന്നു പരിപാല
നച്ചെലവ് വെട്ടിക്കുറയ്ക്കുകയും വാഹനത്തിന്റെ ദീർഘായുസ്സിലേക്ക്
നയിക്കുകയും ചെയ്യുന്ന മറ്റൊരു ഘടകം.

എന്താണ് റീജനറേറ്റീവ് ബ്രേക്കിംഗ്?

ഇലക്ട്രിക് മോട്ടോറുകളെക്കുറിച്ചുള്ള രസകരമായ കാര്യങ്ങളിലൊ
ന്ന് 'പുനരുൽപ്പാദന ബ്രേക്കിംഗ്' പ്രവർത്തനമാണ്. നിങ്ങൾ ആക്സില
റേറ്റർ പെഡലിൽ നിന്ന് നിങ്ങളുടെ കാൽ എടുക്കുമ്പോൾ, മോട്ടോർ റി
വേഴ്സ് ആയി പ്രവർത്തിക്കുകയും കാറിന്റെ മുന്നോട്ടുള്ള ചലനത്തെ
വൈദ്യുതോർജ്ജമാക്കി മാറ്റുകയും ചെയ്യുന്നു. ഊർജ്ജം പിന്നീട് ബാറ്റ
റിയിലേക്ക് തിരിച്ചയക്കുന്നു അല്ലെങ്കിൽ പാഴായിപ്പോകുന്ന ഊർജ്ജം
വീണ്ടെടുക്കുന്നു. നിങ്ങളുടെ ഇലക്ട്രിക് കാറിന്റെ ബാറ്ററി പൂർണ്ണമായി
ചാർജ് ചെയ്യാൻ ഇതിന് സാധിക്കില്ല, പക്ഷേ റീജനറേറ്റീവ് ബ്രേക്കിംഗ്
നിങ്ങൾക്ക് കുറച്ച് അധിക ശ്രേണി നൽകാൻ സഹായിക്കുന്നു.

ഒരു ഇലക്ട്രിക് കാർ എങ്ങനെയാണ് പ്രവർത്തിക്കുന്നത്?

ഇലക്ട്രിക് കാറുകൾ റീചാർജ് ചെയ്യാവുന്ന ബാറ്ററികളിൽ ഊർജം
സംഭരിക്കുകയും വാഹനത്തെ പവർ ചെയ്യാൻ ഒന്നോ അതിലധികമോ
ഇലക്ട്രിക് മോട്ടോറുകൾ ഉപയോഗിക്കുകയും ചെയ്യുന്നു .ഇലക്ട്രിക് കാർ
അല്ലെങ്കിൽ ബിഇവികളെ (ബാറ്ററി ഇലക്ട്രിക് വാഹനങ്ങൾ) മറ്റ് വാഹ
നങ്ങളിൽ നിന്ന് വ്യത്യസ്തമാക്കുന്നത് അവ പൂർണ്ണമായും വൈദ്യുതി
യിൽ പ്രവർത്തിക്കുന്നു എന്നതാണ്.

ബാറ്ററി പാക്കിൽ നിന്നുള്ള വൈദ്യുതോർജ്ജം ഉപയോഗിച്ച്, EV മോ
ട്ടോർ ആ ഊർജ്ജത്തെ മെക്കാനിക്കൽ ഊർജ്ജമാക്കി മാറ്റുന്നു, അത്
ചക്രങ്ങളെ ഓടിക്കുന്നു. മോട്ടോറുകളുടെ എണ്ണവും സ്ഥാനവും അനു
സരിച്ച്, ഒരു ഇലക്ട്രിക് കാർ ഒന്നുകിൽ ഫ്രണ്ട്‌വീൽ ഡ്രൈവ് (FWD),
റിയർവീൽ ഡ്രൈവ് (RWD), അല്ലെങ്കിൽ ഓൾവീൽ ഡ്രൈവ് (AWD)
ആകാം. ചില ഇലക്ട്രിക് കാറുകൾക്ക് ഓരോ ചക്രത്തിലും ഒരു മോ
ട്ടോർ ഉണ്ട്!

മിക്ക EV മോട്ടോറുകൾക്കും രണ്ട് പ്രധാന ഘടകങ്ങൾ ഉണ്ട്: മോട്ടോ
റിന്റെ നിശ്ചലമായ സ്റ്റേറ്റർ, മോട്ടോറിന്റെ ചലിക്കുന്ന ഭാഗമായ റോട്ടർ.
ഓരോ ഭാഗത്തിനും അതിന്റേതായ സങ്കീർണ്ണമായ രൂപകൽപ്പനയുണ്ടെ

ങ്കിലും, അവ ഒരൊറ്റ ലളിതമായ ഉദ്ദേശ്യമാണ് നൽകുന്നത്: ഡ്രൈവർ മാരുടെ കാര്യക്ഷമത വർദ്ധിപ്പിക്കുന്നതിന്. ഇലക്ട്രിക് കാർ മോട്ടോറു കൾ താരതമ്യേന കൂടുതൽ വൈദ്യുതോർജ്ജത്തെ മെക്കാനിക്കൽ ഊർ ജ്ജമാക്കി മാറ്റുന്നു!

ബ്രേക്കിംഗ് സിസ്റ്റത്തിന്റെ കുറഞ്ഞ തേയ്മാനം

കുറഞ്ഞ അറ്റകുറ്റപ്പണി ചെലവ് ഇലക്ട്രിക്കിലേക്ക് പോകുന്നതിന്റെ ഏറ്റവും വലിയ നേട്ടങ്ങളിലൊന്നാണ്.

9. വാഹന ഡെമോൺസ്ട്രേഷൻ

ഒരു ഉപഭോക്താവ് തിരഞ്ഞെടുത്ത ഒരു കാറിന്റെ ഫിസിക്കൽ ടൂറാ ണ് വാക്ക്എറൗണ്ട്, ഇത് വിൽപ്പന പ്രക്രിയയുടെ വളരെ രസകരമായ ഭാഗമാകാം. നിങ്ങൾക്ക് വിശ്വാസം നേടാനും ഷോറൂമിൽ നിന്ന് വിൽപ്പ നയിലേക്ക് മാറാനും ഉപഭോക്താവിനെയും അവരുടെ ആവശ്യങ്ങളെ യും നന്നായി അറിയാനുമുള്ള അവസരമാണിത്. ഉപഭോക്താവിനെ ഡ്രൈവർ സീറ്റിൽ ഇരിക്കാൻ അനുവദിക്കുകയും കാര്യങ്ങൾ വിവരി ച്ചു കൊടുക്കുകയും കാർ അവരുടേതായി കാണുക എന്ന പ്രോസസ്സ് ചെയ്യുന്നതിലൂടെ ഉപഭോക്താവിന് നിങ്ങളെ കുറിച്ച് നല്ല മതിപ്പുളവാ ക്കുന്നതാണ്. ഓരോ ഉപഭോക്താവിനെയും അവർക്കു അനുയോജ്യ മാകുന്ന രീതിയിൽ പ്രോത്സാഹിപ്പിക്കുക.

1. നിങ്ങളുടെ ഉപഭോക്താവിനെ അറിയുക.

ഒരു കാർ മോഡലിന്റെ മൂല്യം കാണിക്കുന്നതിന് മുമ്പ്, നിങ്ങളുടെ ഉപഭോക്താവിന്റെ സാഹചര്യം, ലക്ഷ്യങ്ങൾ, വെല്ലുവിളികൾ എന്നിവ

നിങ്ങൾ മനസ്സിലാക്കേണ്ടതുണ്ട്. അവരുടെ ജീവിതശൈലി, ഡ്രൈവിംഗ് ശീലങ്ങൾ, മുൻഗണനകൾ, ആവശ്യങ്ങൾ, വീക്ക് പോയിന്റുകൾ എന്നിവയെക്കുറിച്ച് അറിയാൻ തുറന്ന ചോദ്യങ്ങൾ ചോദിക്കുക. അവരുടെ ആശങ്കകൾ സജീവമായി ശ്രദ്ധിക്കുകയും സഹാനുഭൂതി പ്രകടിപ്പിക്കുകയും ചെയ്യുക. അനുമാനങ്ങൾ ഉണ്ടാക്കുകയോ നിങ്ങളുടെ സ്വന്തം അജണ്ട തള്ളുകയോ ചെയ്യുന്നത് ഒഴിവാക്കുക. നിങ്ങളുടെ ഉപഭോക്താവിനെ നിങ്ങൾ എത്രത്തോളം അറിയുന്നുവോ അത്രയും നന്നായി നിങ്ങളുടെ അവതരണവും പ്രകടനവും അവരുടെ പ്രത്യേക താൽപ്പര്യങ്ങൾക്കും ആവശ്യങ്ങൾക്കും അനുസൃതമായി ക്രമീകരിക്കാൻ കഴിയും.

2. നിങ്ങളുടെ പ്രോഡക്റ്റ് അറിയുക.

നിങ്ങളുടെ ഉൽപ്പന്നം അകത്തും പുറത്തും അറിയുക. നിങ്ങൾ വിൽക്കുന്ന കാർ മോഡലിന്റെ സവിശേഷതകൾ, ആനുകൂല്യങ്ങൾ, എന്നിവ പഠിക്കുക. അതേ സെഗ്മെന്റിലോ വിഭാഗത്തിലോ ഉള്ള മറ്റ് മോഡലുകളുമായി ഇത് എങ്ങനെ താരതമ്യം ചെയ്യുന്നുവെന്ന് അറിയുക. അതിന്റെവിൽപ്പന പോയിന്റുകളും മത്സര നേട്ടങ്ങളും തിരിച്ചറിയുക. കാർ മോഡൽ എങ്ങനെ പ്രശ്നങ്ങൾ പരിഹരിച്ചുവെന്നോ മറ്റ് ഉപഭോക്താക്കൾക്കുള്ള ആവശ്യങ്ങൾ തൃപ്തിപ്പെടുത്തിയോ എന്ന് വ്യക്തമാക്കുന്ന ചില സ്റ്റോറികളോ സാക്ഷ്യപത്രങ്ങളോ തയ്യാറാക്കുക. നിങ്ങളുടെ ഉപഭോക്താവിന് ഉണ്ടായേക്കാവുന്ന ഏത് ചോദ്യങ്ങൾക്കും എതിർപ്പുകൾക്കും ഉത്തരം നൽകാൻ തയ്യാറാകുക.

3. സവിശേഷതകൾ ആനുകൂല്യങ്ങളുമായി പൊരുത്തപ്പെടുത്തുക.

ഒരു കാർ മോഡലിന്റെ മൂല്യം കാണിക്കുന്നതിനുള്ള ഏറ്റവും ഫലപ്രദമായ മാർഗങ്ങളിലൊന്ന്, നിങ്ങളുടെ ഉപഭോക്താവിന് താൽപ്പര്യമുള്ള ആനുകൂല്യങ്ങളുമായി അതിന്റെ സവിശേഷതകളുമായി വിവരിച്ചു കൊടുക്കുക എന്നതാണ്. കാർ മോഡലിന്റെ സവിശേഷതകളോ സാങ്കേതിക വിശദാംശങ്ങളോ മാത്രം നിങ്ങളുടെ ഉപഭോക്താവിന്റെ ആവശ്യങ്ങൾ, ലക്ഷ്യങ്ങൾ അല്ലെങ്കിൽ വീക്ക് പോയിന്റുകൾ എന്നിവയെ അഭിസംബോധന ചെയ്യുന്ന ആനുകൂല്യങ്ങളിലേക്ക് അവ എങ്ങനെ വിവർത്തനം ചെയ്യുന്നുവെന്ന് വിശദീകരിക്കുക. ഉദാഹരണത്തിന്, നിങ്ങളുടെ ഉപഭോക്താവ് ഇന്ധനക്ഷമതയുള്ള കാറാണ് തിരയുന്നതെങ്കിൽ, കാർ മോഡലിന്റെ ഹൈബ്രിഡ് എഞ്ചിൻ അല്ലെങ്കിൽ എയറോഡൈനാ

മിക് ഡിസൈൻ അവർക്ക് എങ്ങനെ പണം ലാഭിക്കാമെന്നും പാരിസ്ഥി
തിക ആഘാതം കുറയ്ക്കുമെന്നും ഹൈലൈറ്റ് ചെയ്യാം. നിങ്ങളുടെ ഉ
പഭോക്താവിന് മനസ്സിലാക്കാനും ബന്ധപ്പെടാനും കഴിയുന്ന വ്യക്തവും
ലളിതവുമായ ഭാഷ ഉപയോഗിക്കുക.
നിങ്ങളുടെ കാഴ്ചപ്പാട് ചേർക്കുക

4. വിഷ്വൽ എയ്ഡുകളും പ്രകടനങ്ങളും ഉപയോഗിക്കുക.

ഒരു കാർ മോഡലിന്റെ മൂല്യം കാണിക്കുന്നതിനുള്ള മറ്റൊരു മാർ
ഗം നിങ്ങളുടെ ഉപഭോക്താവിന്റെ ഇന്ദ്രിയങ്ങൾക്കും വികാരങ്ങൾക്കും
ആകർഷകമായ വിഷ്വൽ എയ്ഡുകളും പ്രകടനങ്ങളും ഉപയോഗിക്കു
ക എന്നതാണ്. ഉദാഹരണത്തിന്, കാർ മോഡലിന്റെ സവിശേഷതകൾ,
ആനുകൂല്യങ്ങൾ അല്ലെങ്കിൽ പ്രകടനം എന്നിവ വ്യക്തമാക്കുന്നതിന്
നിങ്ങൾക്ക് ബ്രോഷറുകൾ, വീഡിയോകൾ അല്ലെങ്കിൽ ചാർട്ടുകൾ ഉപ
യോഗിക്കാം. ഒരു ടെസ്റ്റ് ഡ്രൈവ് നടത്താനും കാർ മോഡലിന്റെ ഹാൻ
ഡിലിംഗ്, സുഖസൗകര്യങ്ങൾ അല്ലെങ്കിൽ സുരക്ഷ എന്നിവ നേരിട്ട് അ
നുഭവിക്കാനും നിങ്ങൾക്ക് ഉപഭോക്താവിനെ ക്ഷണിക്കാനും കഴിയും.
ടെസ്റ്റ് ഡ്രൈവ് സമയത്ത്, നിങ്ങളുടെ ഉപഭോക്താവിന്റെ ആവശ്യങ്ങ
ളും മുൻഗണനകളും പൊരുത്തപ്പെടുന്ന ഫീച്ചറുകളും ആനുകൂല്യങ്ങ
ളും ചൂണ്ടിക്കാണിക്കുക. ഫീഡ്ബാക്ക് ചോദിക്കുകയും ചോദ്യങ്ങൾ
പ്രോത്സാഹിപ്പിക്കുകയും ചെയ്യുക. നിങ്ങളുടെ ഉപഭോക്താവിന് ടെസ്റ്റ്
ഡ്രൈവ് രസകരവും അവിസ്മരണീയവുമാക്കുക.

5 എതിർപ്പുകൾ കൈകാര്യം ചെയ്ത് വിൽപ്പന അവസാനി
പ്പിക്കുക.

അവസാനമായി, നിങ്ങളുടെ ഉപഭോക്താവിന് ഉണ്ടായേക്കാവുന്ന എ
ന്തെങ്കിലും എതിർപ്പുകളും ആശങ്കകളും നിങ്ങൾ കൈകാര്യം ചെയ്യുക
യും വിൽപ്പന അവസാനിപ്പിക്കുകയും വേണം. എതിർപ്പുകൾ നിരാകരി
ക്കലല്ല; സംശയങ്ങൾ പരിഹരിക്കാനും കാർ മോഡലിന്റെ മൂല്യം ശ
ക്തിപ്പെടുത്താനുമുള്ള അവസരങ്ങളാണ് അവ. നിങ്ങളുടെ ഉപഭോക്താ
വിന്റെ എതിർപ്പുകൾ ശ്രദ്ധിക്കുകയും അവ അംഗീകരിക്കുകയും ചെ
യ്യുക. തർക്കിക്കുകയോ തടസ്സപ്പെടുത്തുകയോ ചെയ്യരുത്. അവരുടെ
എതിർപ്പുകൾ മറികടക്കാൻ വസ്തുതകളോ തെളിവുകളോ കഥകളോ
ഉപയോഗിക്കുക, ഒപ്പം കാർ മോഡലിന് അവരുടെ പ്രശ്നങ്ങൾ എങ്ങ
നെ പരിഹരിക്കാമെന്നോ അവരുടെ പ്രതീക്ഷകൾ നിറവേറ്റാമെന്നോ

അവരെ കാണിക്കുക. അവരുടെ സമ്മതമോ സ്ഥിരീകരണമോ ആവ ശ്യപ്പെടുക. അവർ ഇപ്പോഴും താൽപര്യക്കുറവ് കാണിക്കുന്നുണ്ടെങ്കിൽ, ഇടപാട് മധുരമാക്കാൻ പ്രോത്സാഹനങ്ങളോ ഗ്യാരണ്ടികളോ കിഴിവു കളോ വാഗ്ദാനം ചെയ്യുക. അവർ തയ്യാറാണെങ്കിൽ, ഡീൽ ക്ലോസിം ഗിന് ആവശ്യപ്പെടുകയും പേപ്പർവർക്കിലൂടെ അവരെ നയിക്കുകയും ചെയ്യുക.

ഒരു കാർ മോഡലിന്റെ മൂല്യം കാണിക്കുന്നത് നിങ്ങളുടെ ഉപഭോ ക്താവിനോട് കാർ മോഡലിന് എന്ത് ചെയ്യാൻ കഴിയുമെന്ന് പറയുക മാത്രമല്ല. കാർ മോഡലിന് അവരുടെ ജീവിതം എങ്ങനെ മെച്ചപ്പെടു ത്താമെന്നും അവരുടെ പ്രശ്നങ്ങൾ പരിഹരിക്കാമെന്നും അല്ലെങ്കിൽ അവരുടെ ആഗ്രഹങ്ങൾ നിറവേറ്റാമെന്നും അവരെ കാണിക്കുന്നതിനെ ക്കുറിച്ചാണ് ഇത്. ഈ കാര്യങ്ങൾ പിന്തുടരുന്നതിലൂടെ, നിങ്ങളുടെ ഉപ ഭോക്താവുമായി നിങ്ങൾക്ക് വിശ്വാസവും ബന്ധവും ആത്മവിശ്വാസ വും വളർത്തിയെടുക്കാനും അവരുടെ ആവശ്യങ്ങൾക്ക് ഏറ്റവും മികച്ച കാർ മോഡൽ തിരഞ്ഞെടുക്കാൻ അവരെ സഹായിക്കാനും കഴിയും.

10. എന്താണ് മോട്ടോർ ഇൻഷുറൻസ്?

ഒരു മോട്ടോർ ഇൻഷുറൻസ് പോളിസി ഒരു കാർ, ഇരുചക്ര വാഹ നം അല്ലെങ്കിൽ ഒരു ഓട്ടോ അല്ലെങ്കിൽ ട്രക്ക് പോലെയുള്ള വാണിജ്യ വാഹനം എന്നിവയെ പരിരക്ഷിക്കാൻ ഉപയോഗിക്കാം, ഇത് ഇന്ത്യയി ലെ എല്ലാ വാഹനങ്ങൾക്കും നിർബന്ധമാണ്. അപകടങ്ങളും പ്രകൃതി ദുരന്തങ്ങളും പോലുള്ള നഷ്ടങ്ങൾക്കും നാശനഷ്ടങ്ങൾക്കും പരിരക്ഷ ലഭിക്കുന്നതിന് ആളുകൾക്ക് ഇത് ഉണ്ടായിരിക്കേണ്ടത് പ്രധാനമാണ്.

പ്രധാനമായും മൂന്ന് തരം മോട്ടോർ ഇൻഷുറൻസ് പ്ലാനുകളുണ്ട് തേർഡ് പാർട്ടി മോട്ടോർ ഇൻഷുറൻസ് പോളിസി, ഓൺ ഡാമേജ് മോ ട്ടോർ ഇൻഷുറൻസ് പോളിസി, കോംപ്രിഹെൻസീവ് (അല്ലെങ്കിൽ സ്റ്റാൻ ഡേർഡ്) മോട്ടോർ ഇൻഷുറൻസ് പോളിസി.

ഇന്ത്യയിലെ മോട്ടോർ വെഹിക്കിൾസ് ആക്ട് പ്രകാരം ഒരു മൂന്നാം കക്ഷി മോട്ടോർ ഇൻഷുറൻസ് നിർബന്ധമാണ്, അതില്ലെങ്കിൽ ആളു കൾക്ക് കനത്ത പിഴ ഈടാക്കും. അവരുടെ കാർ ഏതെങ്കിലും മൂന്നാം കക്ഷി വാഹനത്തിനോ വ്യക്തിക്കോ സ്വത്തിനോ കേടുപാടുകൾ വരു ത്തിയാൽ ഉണ്ടാകുന്ന നഷ്ടങ്ങളിൽ നിന്ന് ഒരാളുടെ പോക്കറ്റിനെ സംര ക്ഷിക്കുകയും ചെയ്യുന്നു. മൂന്നാം കക്ഷി ലയബിലിറ്റി കവർ വാങ്ങുന്ന തുമായി ബന്ധപ്പെട്ട നിയമം അനുസരിക്കാത്തതിന് പണപരമായ പിഴ കളെക്കുറിച്ച് വിഷമിക്കേണ്ട. ഈ പ്ലാനിൽ നിർബന്ധിത കവറേജ് ഉൾ പ്പെടുന്നു. അതിനാൽ, ഈ പോളിസി വാങ്ങുന്നതിലൂടെ, നിങ്ങൾ നിയ മം പാലിക്കുകയും മൂന്നാം കക്ഷികൾക്കുള്ള നാശനഷ്ടങ്ങൾക്കെതിരെ നിങ്ങളുടെ കാർ ഇൻഷുർ ചെയ്യുകയും ചെയ്യുന്നു.

രണ്ടാമത്തേത് ഓൺ ഡാമേജ് ഇൻഷുറൻസ് പോളിസിയാണ്, അ ത് തങ്ങളേയും സ്വന്തം വാഹനത്തേയും കേടുപാടുകളിൽ നിന്നും ന ഷ്ടങ്ങളിൽ നിന്നും സംരക്ഷിക്കാൻ രൂപകൽപ്പന ചെയ്ത ഒരു കസ്റ്റമൈ സ്ഡ് മോട്ടോർ ഇൻഷുറൻസ് പോളിസിയാണ്.

അവസാനമായി, കോംപ്രിഹെൻസീവ് മോട്ടോർ ഇൻഷുറൻസ് മൂ ന്നാം കക്ഷി നാശനഷ്ടങ്ങൾക്കും നഷ്ടങ്ങൾക്കും എതിരെ പൂർണ്ണമായ പരിരക്ഷ നൽകുന്നു. അപകടങ്ങൾ, പ്രകൃതിക്ഷോഭം, തീപിടിത്തം അ ല്ലെങ്കിൽ മോഷണം തുടങ്ങിയ അപ്രതീക്ഷിത നഷ്ടങ്ങളിൽ നിന്നുള്ള സംരക്ഷണം ഇതിൽ ഉൾപ്പെടുന്നു.

നിങ്ങൾ ഒരു സമഗ്ര ഇൻഷുറൻസ് പ്ലാൻ തിരഞ്ഞെടുക്കുകയാണെ ങ്കിൽ, കാർ ഇൻഷുറൻസ് ആഡ്ഓണുകൾ ഉപയോഗിച്ച് നിങ്ങൾക്ക് പ്ലാൻ ഇഷ്ടാനുസൃതമാക്കാം. സീറോ ഡിപ്രിസിയേഷൻ, റോഡ്സൈ ഡ് അസിസ്റ്റൻസ്, എഞ്ചിൻ പ്രൊട്ടക്ഷൻ മുതലായ പ്രയോജനപ്രദമായ ആഡ്ഓൺ കവറുകളിൽ നിന്ന് നിങ്ങൾക്ക് തിരഞ്ഞെടുക്കാം.

11. വിപുലീകൃത വാറന്റി/എക്സ്റ്റൻഡഡ് വാറന്റി എ ന്താണിത്?

ഇന്ന് എല്ലാ കാറുകളും ഷോറൂമിൽ നിന്ന് ഒരു സ്റ്റാൻഡേർഡ് ഫീച്ച

റോടെയാണ് പുറത്തിറങ്ങുന്നത് . ഇത് ഒരു രേഖാമൂലമുള്ള ഉറപ്പാണ്, അത് പരാജയപ്പെടുകയാണെങ്കിൽ നിർമ്മാതാവ് ഏതെങ്കിലും തകരാ റുള്ള ഭാഗം മാറ്റിസ്ഥാപിക്കുകയോ നന്നാക്കുകയോ ചെയ്യുമെന്ന് പ്രസ താവിക്കുന്നു.

ചില പരിമിതികൾ. വ്യത്യസ്ത നിർമ്മാതാക്കൾക്ക് 2വർഷം/40,000 കി.മീ മുതൽ 3വർഷം/അൺലിമിറ്റഡ് കി.മീ വരെ വ്യത്യസ്ത വാറന്റി സ്കീമുകൾ ഉണ്ട്. എന്നാൽ ഈ കാലയളവ് അവസാനിക്കുമ്പോൾ നി ങ്ങൾ എന്തുചെയ്യും? ഇവിടെയാണ് വിപുലീകൃത വാറന്റി വരുന്നത്. പു തിയ കാർ വാങ്ങുന്ന സമയത്തോ അല്ലെങ്കിൽ ചില സന്ദർഭങ്ങളിൽ സ്റ്റാൻഡേർഡ് വാറന്റി തീരുന്നതിന് മുമ്പോ നിങ്ങൾക്ക് വാങ്ങാൻ കഴി യുന്ന ഒരു അധിക വാറന്റിയാണിത്. സ്റ്റാൻഡേർഡ് വാറന്റി പോലെ, നിർദ്ദിഷ്ട ഭാഗങ്ങൾ തകരാറിലാണെങ്കിൽ അവ മാറ്റിസ്ഥാപിക്കാനോ ന ന്നാക്കാനോ ഇത് ഉറപ്പുനൽകുന്നു.

നിങ്ങളുടെ ഉപഭോക്താവിന് ഇത് ശരിക്കും ആവശ്യമുണ്ടോ?

ഒരു വിപുലീകൃത വാറന്റി വാങ്ങുന്നത് ഓരോ വ്യക്തിയുടെയും ഉട മസ്ഥാവകാശ പദ്ധതിയെ ആശ്രയിച്ചിരിക്കുന്നു. നിങ്ങളുടെ ഉപഭോക്താ വ് അവരുടെ കാർ അതിന്റെ സ്റ്റാൻഡേർഡ് വാറന്റി പരിധിക്കുള്ളിൽ ഉ പയോഗിക്കാനും അത് വിൽക്കാനും ആഗ്രഹിക്കുന്നുവെങ്കിൽ, നിങ്ങൾ ക്ക് വിപുലീകൃത വാറന്റി ഒഴിവാക്കി വിൽപന ചെയ്യുന്നതാണ് നല്ലത് ; എന്നിരുന്നാലും, സ്റ്റാൻഡേർഡ് വാറന്റിയെ മറികടക്കുന്ന ഒരു കാലയള വിലേക്ക് കാർ സൂക്ഷിക്കാൻ പദ്ധതിയിടുകയാണെങ്കിൽ, അത് വളരെ പ്രയോജനകരവുമാണ് .ഇന്ന് കാറുകൾ എന്നത്തേക്കാളും കൂടുതൽ വിശ്വസനീയമാണ്, പക്ഷേ, മെക്കാനിക്കൽ ഭാഗങ്ങൾക്കു ഒരു പക്ഷെ തകരാറുകൾ സംഭവിച്ചേക്കാം , പ്രത്യേകിച്ച് രണ്ടോ മൂന്നോ വർഷത്തി ന് ശേഷം. ഇവിടെയാണ് വിപുലീകൃത വാറന്റി ശരിക്കും സഹായിക്കു ന്നത്.

സാധാരണയായി ഡീലർമാർ വഴിയാണ് വിപുലീകൃത വാറന്റി വാ ങ്ങുന്നത് . മികച്ച ഡീൽ ലഭിക്കാൻ സാധ്യതയുള്ളതിനാൽ പുതിയ വാ ഹനം വാങ്ങുന്ന സമയത്ത് വിപുലീകൃത വാറന്റി വാങ്ങാൻ നിർദ്ദേശി ക്കുന്നു. ഇത് വാങ്ങുന്നതിനെക്കുറിച്ച് നിങ്ങളുടെ കസ്റ്റമേഴ്സിന് ഉറപ്പി ല്ലെങ്കിൽ കുറച്ച് സമയത്തേക്ക് അതിനെക്കുറിച്ച് ചിന്തിക്കണമെങ്കിൽ, സമയപരിധി കണ്ടെത്തുന്നുവെന്ന് ഉറപ്പാക്കുക. സാധാരണ വാറന്റി കാ ലഹരണപ്പെടുന്നതിന് മുമ്പ് നിങ്ങൾക്ക് വിപുലീകൃത വാറന്റി വാങ്ങാം,

എന്നാൽ ചില നിർമ്മാതാക്കൾക്ക് ഒരു ടൈംലൈൻ ഉണ്ട്. കൂടാതെ, വിപുലീകൃത വാറന്റി വാങ്ങുമ്പോൾ കവറേജ് സ്കീമിലേക്ക് സൂക്ഷ്മ മായി നോക്കുക., എന്നാൽ വാറന്റി വേണ്ടത്ര കവർ ചെയ്യുന്നുണ്ടെന്ന് വ്യക്തമായി പഠിച്ചിട്ട് വേണം ഉപഭോക്താവിനോട് സംസാരിക്കാൻ.

എന്താണ് എക്സ്റ്റെൻഡഡ് വാറന്റിയിൽ കവർ ചെയ്യുന്നത്.

നിർമ്മാതാക്കൾ സാധാരണയായി എഞ്ചിൻ, ഇലക്ട്രിക്കൽ കേടുപാ ടുകൾ എന്നിവ ഉൾക്കൊള്ളുന്ന പ്ലാനുകൾ വാഗ്ദാനം ചെയ്യുന്നു, എ ന്നാൽ സാധാരണ തേയ്മാനം ഭാഗങ്ങൾ അല്ല. കൂടാതെ, മെയിന്റനൻ സ് ചെലവ് കവർ ചെയ്യുന്നു, അതിനാൽ ഇത് ഒരു സങ്കീർണ്ണമായ പാർ ട്ട് മാറ്റിസ്ഥാപിക്കുകയോ നന്നാക്കുകയോ ആണെങ്കിൽ, അത് സൗജ ന്യമായിരിക്കും. ഏത് സാഹചര്യത്തിലും വാറന്റികൾ ഇൻഷുറൻസ് സ്ഥാ പനങ്ങളാണ്. എന്നിരുന്നാലും, നിർമ്മാതാവിൽ നിന്ന് തന്നെ വിപുലീ കൃത വാറന്റി ലഭിക്കുന്നത് എല്ലായ്പ്പോഴും സുഗമമാണ്.

എന്താണ് എക് സ്റ്റെൻഡഡ് വാറന്റിയിൽ കവർ ചെയ്യാത്തത് ?

കാറിന്റെ പൊതുവായ സേവനം പരിപാലിക്കാൻ ഉപഭോക്താവിന് വിപുലീകൃത വാറന്റി ഉപയോഗിക്കാൻ കഴിയില്ല. നേരത്തെ സൂചിപ്പിച്ച തുപോലെ, ബ്രേക്ക് പാഡുകൾ, ക്ലച്ച്, സസ്പെൻഷൻ, ചില ഇലക്ട്രോ ണിക്സ് എന്നിവ പോലുള്ള ദൈനംദിന കാര്യങ്ങൾ ചില നിർമ്മാതാ ക്കൾ പരിരക്ഷിക്കുന്നില്ല. പെയിന്റ് പ്രശ്നങ്ങൾ, തുരുമ്പ്, അപ്ഹോൾ സ്റ്ററി, കാലപ്പഴക്കം കാരണം ഉണ്ടാകുന്ന മറ്റേതെങ്കിലും ഭാഗങ്ങൾ എ ന്നിവയും പരിരക്ഷിക്കപ്പെടില്ല. ആഫ്റ്റർ മാർക്കറ്റ് ആക്സസറികൾ ചേർ ക്കുകയും ഇലക്ട്രിക്കൽ പരിഷ്ക്കരണം, പെയിന്റ് പോറലുകൾ, കേടു പാടുകൾ, ആകസ്മികമായ കേടുപാടുകൾ, വെള്ളപ്പൊക്കം അല്ലെങ്കിൽ ഭൂകമ്പം, എലിശല്യം എന്നിവയും വിപുലീകൃത വാറന്റിയുടെ പരിധി യിൽ വരുന്നതല്ല.

വിപുലീകൃത വാറന്റി വാങ്ങുന്നത് എല്ലായ്പ്പോഴും പ്രയോജനകര മാണ്, പ്രത്യേകിച്ചും ഒരു ഉപഭോക്താവ് കാർ ദീർഘനേരം സൂക്ഷി ക്കാൻ ആഗ്രഹിക്കുന്നുവെങ്കിൽ .ചില ഭാഗങ്ങളും പിഴവുകളും ഉൾ ക്കൊള്ളുന്നില്ലായിരിക്കാം, എങ്കിലും ഇത് ദീർഘകാലാടിസ്ഥാനത്തിൽ നിങ്ങൾക്ക് വലിയ പണം ലാഭിക്കാം .

നിർമ്മാതാവിന്റെ വാറന്റിക്കപ്പുറം നിങ്ങളുടെ ഉൽപ്പന്നത്തിന് കവറേ ജ് നൽകുന്ന ഒരു തരം ഇൻഷുറൻസാണ് വിപുലീകൃത വാറന്റി. ഇതി

നർത്ഥം വാറന്റി കാലയളവിൽ നിങ്ങളുടെ ഉൽപ്പന്നം തകരാറിലാ
യാൽ, ഒരു ചെലവും കൂടാതെ അത് നന്നാക്കാനോ മാറ്റിസ്ഥാപിക്കാ
നോ കഴിയും. വാഹനത്തിന്റെ തരത്തെയും വാറന്റി കാലയളവിന്റെ ദൈർ
ഘ്യത്തെയും ആശ്രയിച്ച് വിപുലീകൃത വാറന്റിയുടെ വില വ്യത്യാസ
പ്പെടും.

ഒരു വിപുലീകൃത വാറന്റി എങ്ങനെയാണ് പ്രവർത്തിക്കുന്നത്?

ഒരു ഉപഭോക്താവ് ഒരു വിപുലീകൃത വാറന്റി വാങ്ങുമ്പോൾ, പ്ര
ധാനമായും അവരുടെ കാറിനു ഇൻഷുറൻസ് വാങ്ങുകയാണ്. വാ
റന്റി കാലയളവിൽ അവരുടെ കാർ തകരാറിലാകുകയോ മറ്റോ സംഭ
വിക്കുകയോ ചെയ്താൽ വാറന്റി കമ്പനി അറ്റകുറ്റപ്പണികൾക്കോ മാറ്റി
സ്ഥാപിക്കാനോ പണം നൽകും. ഒരു ക്ലെയിം ഫയൽ ചെയ്യുന്നതിന്,
നിങ്ങൾ വാറന്റി കമ്പനിയുമായി ബന്ധപ്പെടുകയും അവർക്ക് വാങ്ങിയ
തിന്റെ തെളിവ് നൽകുകയും വേണം. ഒരു സർട്ടിഫൈഡ് ടെക്നീഷ്യൻ
നിങ്ങളുടെ ഉൽപ്പന്നം സർവീസ് ചെയ്യണമെന്ന് വാറന്റി കമ്പനി ആവ
ശ്യപ്പെടാം. ഉൽപ്പന്നത്തിന്റെ തരം, വാറന്റി കാലയളവിന്റെ ദൈർഘ്യം,
നിങ്ങൾ തിരഞ്ഞെടുക്കുന്ന കവറേജ് നിലവാരം എന്നിവയെ ആശ്രയി
ച്ച് വിപുലീകൃത വാറന്റിയുടെ വില വ്യത്യാസപ്പെടും.

സ്റ്റാൻഡേർഡ് വാറന്റിയിൽ ഉൾപ്പെടാത്ത ഒരു കാറിന്റെ ഘടകങ്ങൾ
എന്തൊക്കെയാണ് എന്ന് ഇവിടെ വിശദീകരിച്ചുകഴിഞ്ഞു.

വിപുലീകൃത വാറന്റി എന്താണ് പരിരക്ഷിക്കുന്നത്?

വിപുലീകൃത വാറന്റിയിൽ ഉൾപ്പെടുത്തിയിരിക്കുന്ന നിർദ്ദിഷ്ട കവ
റേജ് കസ്റ്റമർ വാങ്ങുന്ന പ്ലാൻ അനുസരിച്ച് വ്യത്യാസപ്പെടും. എന്നിരു
ന്നാലും, മിക്ക വിപുലീകൃത വാറന്റികളും അറ്റകുറ്റപ്പണികളുടെ അല്ലെ
ങ്കിൽ മെറ്റീരിയലുകളിലോ വർക്ക്മാൻഷിപ്പുകളിലോ ഉള്ള തകരാറുകൾ
കാരണം പരാജയപ്പെടുന്ന ഭാഗങ്ങൾ മാറ്റിസ്ഥാപിക്കുന്നതിനുള്ള ചെല
വ് വഹിക്കും. ചില വിപുലീകൃത വാറന്റികൾ തൊഴിലാളികളുടെ ചില
വ്, കിഴിവുകൾ, എന്നിവയും ഉൾക്കൊള്ളുന്നു. ഏതെങ്കിലും വിപുലീ
കൃത വാറന്റി പ്ലാൻ വാങ്ങുന്നതിന് മുമ്പ് അതിന്റെ നിബന്ധനകളും വ്യ
വസ്ഥകളും ശ്രദ്ധാപൂർവ്വം വായിക്കേണ്ടത് പ്രധാനമാണ്. കവർ ചെയ്
തിരിക്കുന്നതും അല്ലാത്തതും മനസ്സിലാക്കാൻ ഇത് ഒരു ഉപഭോക്താവി
നെ സഹായിക്കും.

സാധാരണയായി വിപുലീകൃത വാറന്റിയിൽ ഉൾപ്പെടുന്ന ചില

കാര്യങ്ങൾ ഇതാ:

കേടായ ഭാഗങ്ങളുടെ അറ്റകുറ്റപ്പണി അല്ലെങ്കിൽ മാറ്റിസ്ഥാപിക്കൽ
അറ്റകുറ്റപ്പണികൾക്കുള്ള തൊഴിൽ ചെലവ്കിഴിവുകൾ

**സാധാരണയായി വിപുലീകൃത വാറന്റിയിൽ ഉൾപ്പെടാത്ത ചില
കാര്യങ്ങൾ ഇതാ:**

അപകടങ്ങൾ, ദുരുപയോഗം എന്നിവ മൂലമുണ്ടാകുന്ന നാശനഷ്ടങ്ങൾ
സാധാരണ തേയ്മാനം
ബാറ്ററികൾ
ഫിൽട്ടറുകൾ പോലുള്ള ഉപഭോഗവസ്തുക്കൾ
കോസ്മെറ്റിക് കേടുപാടുകൾ
തെറ്റായ ഇൻസ്റ്റാളേഷൻ

അപ്രതീക്ഷിതമായ അറ്റകുറ്റപ്പണി ചെലവുകളിൽ നിന്ന് സ്വയം പരി
രക്ഷിക്കുന്നതിനുള്ള ഒരു നല്ല മാർഗമാണ് വിപുലീകൃത വാറന്റികൾ.
എന്നിരുന്നാലും, അവ വിലകൂടിയേക്കാം.

വിപുലീകൃത വാറന്റിയുടെ പ്രയോജനങ്ങൾ

നിങ്ങളുടെ കാറിന് വിപുലീകൃത വാറന്റി വാങ്ങുന്നതിന് നിരവധി
നേട്ടങ്ങളുണ്ട്. ഇതിൽ ഉൾപ്പെടുന്നവ:

മനസ്സമാധാനം: ഒരു കസ്റ്റമറുടെ കാർ തകരാറിലായാൽ അവർ
കവർ ചെയ്തിട്ടുണ്ടെന്ന് അറിയുന്നത് തന്നെ മനസ്സമാധാനം നൽകു
ന്ന ഒരു കാര്യമാണ് . ജോലിയ്ക്കോ പ്രധാനപ്പെട്ട അപ്പോയിന്റ്മെന്റുക
ളിലേക്കുള്ള ഗതാഗത്തിനോ അവർ കാറിനെ ആശ്രയിക്കുകയാണെ
ങ്കിൽ ഇത് വളരെ പ്രധാനമാണ്.

സാമ്പത്തിക പരിരക്ഷ: കാർ തകരാറിലായാൽ, വിലകൂടിയ അറ്റ
കുറ്റപ്പണികൾക്കോ മാറ്റിസ്ഥാപിക്കാനോ പണം നൽകാതിരിക്കാൻ വിപു
ലീകൃത വാറന്റി സഹായിക്കും. ഇത് വലിയ സാമ്പത്തിക ബാധ്യത
യായിരിക്കും, പ്രത്യേകിച്ചും നിങ്ങളുടെ ഉപഭോക്താവിന് ധാരാളം സമ്പാ
ദ്യമില്ലെങ്കിൽ.

സൗകര്യം. വിപുലീകൃത വാറന്റികൾ അറ്റകുറ്റപ്പണികൾ ചെയ്യുന്ന
ത് എളുപ്പമാക്കും, കാരണം ഒരു യോഗ്യതയുള്ള മെക്കാനിക്കിനെ ക
ണ്ടെത്തുന്നതിനോ ഭാഗങ്ങൾക്കായി പണം നൽകുന്നതിനോ ഭാർത്തു
വിഷമിക്കേണ്ടതില്ല.

മൂല്യം. വിപുലീകരിച്ച വാറന്റികൾക്ക് അവരുടെ കാർ വിൽക്കുമ്പോൾ അതിന്റെ മൂല്യം കൂട്ടാൻ കഴിയും, കാരണം തകരാർ സംഭവിച്ചാൽ അവ പരിരക്ഷിക്കപ്പെടുമെന്ന് സാധ്യതയുള്ള വാങ്ങുന്നവർക്ക് അറിയാം.

ചോയ്സ്. തിരഞ്ഞെടുക്കാൻ നിരവധി വിപുലീകൃത വാറന്റി പ്ലാനുകളുണ്ട്, അതിനാൽ നിങ്ങളുടെ ആവശ്യങ്ങൾക്കും ബജറ്റിനും അനുയോജ്യമായ ഒന്ന് കണ്ടെത്തുക.

ഒരു വാഹനത്തിന് അനുയോജ്യമായത് എങ്ങനെ തിരഞ്ഞെടുക്കാം

ഒരു വിപുലീകൃത വാറന്റി തിരഞ്ഞെടുക്കുമ്പോൾ, വ്യത്യസ്ത കമ്പനികളും പോളിസികളും താരതമ്യം ചെയ്യേണ്ടത് പ്രധാനമാണ്. ഇനി പറയുന്ന ഘടകങ്ങളും നിങ്ങൾ പരിഗണിക്കണം:

ഒരു ഉപഭോക്താവ് തിരഞ്ഞെടുക്കുന്ന വാഹനത്തിന്റെ നിർമ്മാണവും മോഡലും: ചില കാറുകൾ മറ്റുള്ളവയേക്കാൾ തകരാർ ഉണ്ടാകാനുള്ള സാധ്യത കൂടുതലാണ്. അതുപോലെ, നിർദ്ദിഷ്ട നിർമ്മാണവും മോഡലും ഉൾക്കൊള്ളുന്നതിനായി രൂപകൽപ്പന ചെയ്തിരിക്കുന്ന ഒരു വിപുലീകൃത വാറന്റി തിരഞ്ഞെടുക്കേണ്ടതുണ്ട്.

വാറന്റി കാലയളവിന്റെ ദൈർഘ്യം: നിങ്ങളുടെ ഉപഭോക്താവിനു എത്ര വാറന്റി കാലയളവ് വേണമെന്ന് തീരുമാനിക്കേണ്ടതുണ്ട്. ദൈർഘ്യമേറിയ വാറന്റി കാലയളവുകൾക്ക് കൂടുതൽ ചിലവ് വരും, എന്നാൽ അവ നിങ്ങളുടെ ഉപഭോക്താവിന് കൂടുതൽ മനസ്സമാധാനവും നൽകും.

കവറേജ്: പോളിസിയിൽ ഏറ്റവും ആശങ്കപ്പെടുന്ന ഭാഗങ്ങളും അറ്റകുറ്റപ്പണികളും ഉൾപ്പെടുന്നുവെന്ന് ഉറപ്പാക്കുക.

കിഴിവ്: വാറന്റി ആരംഭിക്കുന്നതിനു വളരെ നേരത്തെ എടുത്താൽ ആണ് ഇത് ലഭിക്കുക,

ഒഴിവാക്കലുകൾ: വാറന്റിയിൽ ഉൾപ്പെടാത്തത് എന്താണെന്ന് നിങ്ങൾ ഉപഭോക്താവിനെ പറഞ്ഞു മനസ്സിലാക്കുക.

കാലാവധി: വാറന്റി എത്രത്തോളം നിലനിൽക്കണമെന്നാണ് നിങ്ങളുടെ ഉപഭോക്താവ് ആഗ്രഹിക്കുന്നത്?

വില: വിപുലീകരിച്ച വാറന്റികൾ ചെലവേറിയതായിരിക്കും, അതിനാൽ വാങ്ങുന്നതിന് മുമ്പ് വില താരതമ്യം ചെയ്യുന്നത് ഉറപ്പാക്കുക.

വിപുലീകൃത വാറന്റി എപ്പോൾ വാങ്ങണം

വിപുലീകൃത വാറന്റി വാങ്ങാനുള്ള ഏറ്റവും നല്ല സമയം ഉപഭോക്താവ് കാർ വാങ്ങുമ്പോഴാണ്. സാധ്യമായ ഏറ്റവും മികച്ച വിലയും കവറേജും അവർക്കു ലഭിക്കുമെന്നതിനാലാണിത്. എന്നിരുന്നാലും, കാർ

വാങ്ങിയതിന് ശേഷം ഒരു വിപുലീകൃത വാറന്റി വാങ്ങാനും കഴിയും. പക്ഷെ , വില കൂടുതലായിരിക്കാം, കവറേജ് കുറവായിരിക്കാം.

മൊത്തത്തിൽ, നിക്ഷേപവും മനസ്സമാധാനവും സംരക്ഷിക്കുന്നതി നുള്ള ഒരു നല്ല മാർഗമാണ് വിപുലീകൃത വാറന്റികൾ. എന്നിരുന്നാ ലും, ഒരെണ്ണം വാങ്ങുന്നതിനുമുമ്പ് ചെലവുകളും ആനുകൂല്യങ്ങളും ശ്ര ദ്ധാപൂർവ്വം പരിഗണിക്കേണ്ടത് പ്രധാനമാണെന്ന് ഉപഭോക്താവിനെ പ റഞ്ഞു ബോധ്യപ്പെടുത്തുക.

ഉപസംഹാരം

വിപുലീകൃത വാറന്റി ഏതൊരു കാർ ഉടമയ്ക്കും വിലപ്പെട്ട നിക്ഷേ പമാണ്. അപ്രതീക്ഷിതമായ അറ്റകുറ്റപ്പണികളിൽ പണം ലാഭിക്കാനും അവർക്കു മനസ്സമാധാനം നൽകാനും , കാറിന്റെ പുനർവിൽപ്പന മൂ ല്യം വർദ്ധിപ്പിക്കാനും ഇതിന് കഴിയും.

12. എക്സ്ചേഞ്ച് ഓഫറുകൾ / എക്സ്ചേഞ്ച് സെ യിൽസ്.

പുതിയ കാറിന്റെ ഡൗൺ പേയ്മെന്റിന് ബുദ്ധിമുട്ടില്ലാതെ ചെയ്യാൻ പഴയ കാറിന്റെ മൂല്യം ഒരു പരിധി വരെ ഉപയോഗിക്കാം . ഉപയോഗിച്ച കാർ വിൽക്കുമ്പോഴുള്ള ഇടപാട് തിരക്കേറിയ ഒന്നായിരിക്കും. പുതിയ കാറിന്റെ വിലയ്ക്കൊപ്പം നിലവിലുള്ള കാറിന്റെ മൂല്യം ക്രമീകരിക്കു ന്നതിലൂടെ പ്രക്രിയ സുഗമമമാണെന്ന് ഉറപ്പാക്കുക . പുതിയ കാറിന്റെ വിലയുടെയും പഴയ കാറിന്റെ വിലയുടെയും വ്യത്യാസം മാത്രമേ നി ങ്ങൾ അടയ്ക്കേണ്ടതുള്ളൂ.

പ്രധാനമായും ഉത്സവ സീസണുകളിൽ കാർ എക്സ്ചേഞ്ച് ഓഫ

റുകൾ വളരെ നല്ല രീ
തിയിൽ നടക്കുന്നുണ്ട്
. ഈ എക്സ്ചേഞ്ച്
സ്കീമുകൾ വളരെയ
ധികം ഉപഭോക്താ
ക്കൾ ഉപയോഗിക്കു
ന്നുണ്ട് എന്നതാണ്
യാഥാർത്ഥ്യം. ഉപഭോ
ക്താക്കളുടെ പഴയ

കാർ വിറ്റ് പുതിയത് വാങ്ങുന്നത് കൂടുതൽ ലാഭകരം മാത്രമല്ല, കൂടു തൽ ബുദ്ധിമുട്ടുകളില്ലാത്തതും ആയിരിക്കും. കാർ ഇൻഷുറൻസ് പോ ളിസിയുടെ കൈമാറ്റത്തിലും ഉടമസ്ഥാവകാശത്തിലും വളരെ കൃത്യമാ യ ഇടപെടൽ ഉണ്ടായിരിക്കുന്നതാണ്.

13. ഡീലർ ഫിനാൻസിംഗ്?

ഡീലർ ഫിനാൻസിംഗ് എന്നത് ഒരു ഡീലർ അവരുടെ ഉപഭോക്താ ക്കൾക്കായി അവരുടെ ജോലി തരത്തിനനുസരിച്ചു വ്യത്യസ്ത ഫി നാൻസ് സ്കീമുകൾ ഓഫർ ചെയ്തു അനുയോജ്യമായ ഒരു ബാങ്കി നോ ഫിനാൻസ് കമ്പനിക്കോ കൈമാറുന്ന ഒരു തരം വായ്പയാണ്. ബാങ്ക് ഈ വായ്പകൾ കിഴിവിൽ വാങ്ങുകയും തുടർന്ന് വായ്പക്കാര നിൽ നിന്ന് തത്വവും പലിശ പേയ്മെന്റുകളും ശേഖരിക്കുകയും ചെയ്യു ന്നു. ഇതിനെ പരോക്ഷ വായ്പ എന്നും വിളിക്കുന്നു.

ഡീലർ ഫിനാൻസിംഗിന്റെ അറിയപ്പെടുന്ന ഉദാഹരണം കാർ വാ ങ്ങുന്നതിനുള്ള ധനസഹായം വാഗ്ദാനം ചെയ്യുന്ന വാഹന ഡീലർമാ രാണ്.

മോശം ക്രെഡിറ്റ് റേറ്റിംഗോ മറ്റ് ഘടകങ്ങളോ കാരണങ്ങളോ ധന സഹായത്തിന് യോഗ്യത നേടാത്ത ഉപഭോക്താക്കൾക്ക് വാഹന ഡീ ലർമാർ ഈ വായ്പകൾ മാർക്കറ്റ് ചെയ്യുന്നു.

ഒരു കാറിന്റെ വിലയെ അടിസ്ഥാനമാക്കി യഥാർത്ഥ ഒപ്റ്റിമൽ പ ലിശ നിരക്ക് എന്തായിരിക്കുമെന്ന് നിർണ്ണയിക്കാൻ ഒരു ഓട്ടോ ലോൺ കാൽക്കുലേറ്റർ ഉപയോഗിക്കാം. മറ്റ് കക്ഷികൾക്ക് കൈമാറുന്നതിനേ ക്കാൾ യഥാർത്ഥ വായ്പ ഡീലർ സ്വന്തമാക്കിയേക്കാം.

ഡീലർഷിപ്പിൽ ലോണുകൾ വാഗ്ദാനം ചെയ്യുന്നതിലൂടെ, വാങ്ങാൻ സാധ്യതയുള്ളവർ സ്വന്തമായി ധനസഹായം ക്രമീകരിക്കുന്നതിന് കാ ത്തിരിക്കുന്നതിനേക്കാൾ എളുപ്പത്തിൽ വാഹനത്തിന്റെ വിൽപ്പന സുര ക്ഷിതമാക്കാൻ ഒരു ഓട്ടോ റീട്ടെയിലർക്ക് കഴിഞ്ഞേക്കും. ഡീലർ ഉപ ഭോക്താവിന്റെ വിവരങ്ങൾ അവർക്ക് സാമ്പത്തിക ക്രമീകരണങ്ങളുള്ള ധനകാര്യ സ്ഥാപനങ്ങൾക്ക് കൈമാറും.

ഉപഭോക്താവിന് അവരുടെ സ്വന്തം വായ്പ സുരക്ഷിതമാക്കാൻ ചെ ലവ് കുറവായിരിക്കാമെങ്കിലും, ഡീലർ ഫിനാൻസിംഗിന് അതിനായി എടുക്കുന്ന സമയവും പരിശ്രമവും കുറയ്ക്കാനാകും.

മോശം ക്രെഡിറ്റ് റേറ്റിംഗോ മറ്റ് ഘടകങ്ങളോ കാരണം ധനസഹാ

യത്തിന് യോഗ്യത നേടാത്ത ഉപഭോക്താക്കൾക്ക് വാഹന ഡീലർമാർ പലപ്പോഴും ഈ വായ്പകൾ വിപണനം ചെയ്യുന്നു. അത്തരം വായ്പ കൾക്ക് പലിശനിരക്ക് കൂടുതലായിരിക്കാം അല്ലെങ്കിൽ മറ്റ് ഇടപാടുകൾ ഉണ്ടാകാം. എന്നിരുന്നാലും ഈ കാലഘട്ടത്തിൽ ഫിനാൻസ് ആവശ്യ ത്തിനായി ഡീലർമാരെ ആശ്രയിക്കുന്നതായി നമുക്ക് കാണാൻ പറ്റും.

14. കാറുകളുടെ ക്രാഷ് ടെസ്റ്റ്?

ക്രാഷ് ടെസ്റ്റ് എന്നത് വിവിധ ഗതാഗത മാർഗ്ഗങ്ങൾ (ഓട്ടോമൊബൈൽ വാഹനങ്ങളുടെ സുരക്ഷ കണക്കാക്കുക) അല്ലെങ്കിൽ അനുബന്ധ സം വിധാനങ്ങളും ഘടകങ്ങളും ക്രാഷ് യോഗ്യതയിലും ക്രാഷ് അനു യോജ്യതയിലും സുരക്ഷിതമായ ഡിസൈൻ മാനദണ്ഡങ്ങൾ ഉറപ്പാക്കു ന്നതിന് സാധാരണയായി നടത്തുന്ന പരിശോധനയുടെ ഒരു രൂപമാണ്.

ഏറ്റവും സാധാരണമായ ഓൺറോഡ് ക്രാഷുകളെ അനുകരിക്കു ന്നതിന് വിനാശകരമായ ഫിസിക്കൽ ക്രാഷ് ടെസ്റ്റുകളുടെ ഒരു ശ്രേണി നടത്തപ്പെടുന്നു. ഫ്രണ്ടൽ ഇംപാക്ട്, സൈഡ് ഇംപാക്ട്, റൺ ഓഫ് റോ ഡ്, റിയർ എൻഡ്, ഫുട് സ്ട്രൈക്കുകൾ എന്നിവ ഇതിൽ ഉൾപ്പെടുന്നു.

ഏതൊരു ക്രാഷ് വിഭാഗത്തിലും നേടാനാകുന്ന ഏറ്റവും ഉയർന്ന റേറ്റിംഗാണ് 5 നക്ഷത്ര റേറ്റിംഗ്. ഫ്രണ്ട് സീറ്റിംഗ് പൊസിഷനുള്ള സൈ ഡ് ബാരിയർ സ്റ്റാർ റേറ്റിംഗ് കാണിക്കണമെങ്കിൽ, പിൻസീറ്റിംഗ് പൊസി

ഷന്റെ ഫലങ്ങളും കാണിക്കണം, തിരിച്ചും.
ഫ്രണ്ടൽ ക്രാഷ് സുരക്ഷാ റേറ്റിംഗുകൾ

ഡ്രൈവർ സീറ്റിംഗ് പൊസിഷനുള്ള ഫ്രണ്ടൽ ക്രാഷ് സേഫ്റ്റി റേ റ്റിംഗുകൾ ഫ്രണ്ടൽ ക്രാഷ് സേഫ്റ്റി റേറ്റിംഗുകളിൽ നിന്ന് (വലത്മു ന്നിൽ) പാസഞ്ചർ സീറ്റിംഗ് പൊസിഷനിൽ നിന്ന് പ്രത്യേകം ലിസ്റ്റ് ചെ യ്യണം. രണ്ട് മുൻ സീറ്റിംഗ് സ്ഥാനങ്ങളിൽ നിന്നുള്ള നക്ഷത്ര റേറ്റിംഗു കൾ ഒരുമിച്ച് ചേർക്കരുത്. ഉദാഹരണത്തിന്, 10സ്റ്റാർ ഫ്രണ്ടൽ ക്രാഷ് സേഫ്റ്റി റേറ്റിംഗ് സൃഷ്ടിക്കുന്നതിന്, ഡ്രൈവർ സീറ്റിംഗ് പൊസിഷനു ള്ള 5സ്റ്റാർ റേറ്റിംഗ്, വലത്മുന്നിലെ യാത്രക്കാരുടെ ഇരിപ്പിടത്തിനുള്ള 5 സ്റ്റാർ റേറ്റിംഗിലേക്ക് ചേർക്കരുത്. ഏതൊരു ക്രാഷ് വിഭാഗത്തിലും നേ ടാനാകുന്ന ഏറ്റവും ഉയർന്ന റേറ്റിംഗാണ് 5നക്ഷത്ര റേറ്റിംഗ്.

5 സ്റ്റാർ ഡ്രൈവർ ഫ്രണ്ടൽ റേറ്റിംഗുള്ള ഒരു വാഹനത്തെ വിവരി ക്കുമ്പോൾ പരസ്യദാതാക്കൾ ഇനിപ്പറയുന്നതുപോലുള്ള ഒരു വാചകം ഉപയോഗിച്ചേക്കാം: 'ഡ്രൈവർക്കുള്ള ഏറ്റവും ഉയർന്ന സർക്കാർ ഫ്ര ണ്ടൽ ക്രാഷ് സുരക്ഷാ റേറ്റിംഗ് ലഭിച്ചു.' ഡ്രൈവർ സീറ്റിംഗ് പൊസിഷ നുള്ള ഫ്രണ്ടൽ ക്രാഷ് സേഫ്റ്റി റേറ്റിംഗ് കാണിക്കണമെങ്കിൽ, വലത് മുന്നിലെ യാത്രക്കാരന്റെ ഫലങ്ങൾ കാണിക്കണം, തിരിച്ചും.

5 സ്റ്റാർ മൊത്തത്തിലുള്ള ഫ്രണ്ടൽ ക്രാഷ് സുരക്ഷാ റേറ്റിംഗ് ലഭി ക്കുന്ന വാഹനങ്ങൾക്ക്, പരസ്യദാതാക്കൾക്ക് ഇനിപ്പറയുന്നവയ്ക്ക് സമാ നമായ ഒരു വാചകം ഉപയോഗിക്കാം: 'ഏറ്റവും ഉയർന്ന സർക്കാർ ഫ്ര ണ്ടൽ ക്രാഷ് സുരക്ഷാ റേറ്റിംഗ് ലഭിച്ചു' അല്ലെങ്കിൽ '5സ്റ്റാർ ഫ്രണ്ടൽ ക്രാഷ് സുരക്ഷാ റേറ്റിംഗ് നേടി.'

ഡ്രൈവർക്കും വലത്മുന്നിലെ യാത്രക്കാരുടെ ഇരിപ്പിടത്തിനും ഒരു വാഹനത്തിന് 5നക്ഷത്ര റേറ്റിംഗ് ലഭിക്കുമ്പോൾ 'ഡബിൾ' 5സ്റ്റാർ റേ റ്റിംഗ് പോലുള്ള പദങ്ങൾ ഉപയോഗിക്കരുത്. ഒരു കാരണവശാലും ഒരു വാഹനം 5 നക്ഷത്രങ്ങളേക്കാൾ ഉയർന്ന റേറ്റിംഗ് നേടിയതായി ഒരു പ രസ്യം അവകാശപ്പെടരുത്.

BNCAP ൽ മൊത്തത്തിലുള്ള ഫ്രണ്ടൽ ക്രാഷ് സുരക്ഷാ റേറ്റിംഗ് നൽകുകയും പരസ്യത്തിൽ ഈ മൊത്തത്തിലുള്ള റേറ്റിംഗിന്റെ ഉപയോ ഗം പ്രോത്സാഹിപ്പിക്കുകയും ചെയ്യും. ഒരു പ്രത്യേക ക്രാഷ് തരത്തിനാ യി വാഹനത്തിന്റെ സുരക്ഷ ഉപഭോക്താക്കളുമായി ആശയവിനിമയം നടത്തുന്നതിനുള്ള ഏറ്റവും വേഗത്തിലുള്ള മാർഗമാണ് മൊത്തത്തിലു ള്ള ക്രാഷ് സുരക്ഷാ റേറ്റിംഗ്. മൊത്തത്തിൽ 5സ്റ്റാർ ഫ്രണ്ടൽ ക്രാഷ്

സുരക്ഷാ റേറ്റിംഗ് ലഭിക്കുന്ന വാഹനങ്ങൾക്ക്, മൊത്തത്തിലുള്ള റേറ്റിം ഗ് ഫ്രണ്ടൽ ക്രാഷ് സുരക്ഷയ്ക്കാണെന്നും മൊത്തത്തിലുള്ള വെഹി ക്കിൾ സ്കോർ അല്ലെന്നും വ്യക്തമാക്കണം.

സൈഡ് ക്രാഷ് സേഫ്റ്റി റേറ്റിംഗുകൾ

ഫ്രണ്ട് സീറ്റിംഗ് പൊസിഷനുള്ള സൈഡ് ബാരിയർ ക്രാഷ് സേഫ് റ്റി റേറ്റിംഗ്, പിൻ സീറ്റിംഗ് പൊസിഷനുള്ള സൈഡ് ബാരിയർ ക്രാഷ് സേഫ്റ്റി റേറ്റിംഗിൽ നിന്ന് പ്രത്യേകം ലിസ്റ്റ് ചെയ്യണം. മുന്നിലെയും പി ന്നിലെയും സീറ്റുകളുടെ റേറ്റിംഗുകൾ ഒരുമിച്ച് ചേർക്കരുത്. ഉദാഹര ണത്തിന്, 10സ്റ്റാർ സൈഡ് ബാരിയർ ക്രാഷ് റേറ്റിംഗ് സൃഷ്ടിക്കുന്നതിന് മുൻവശത്തെ സീറ്റിംഗ് പൊസിഷനുള്ള 5സ്റ്റാർ റേറ്റിംഗ്, പിന്നിലെ യാ ത്രക്കാരുടെ ഇരിപ്പിടത്തിനുള്ള 5സ്റ്റാർ റേറ്റിംഗിലേക്ക് ചേർക്കരുത്. ഏ തൊരു ക്രാഷ് വിഭാഗത്തിലും നേടാനാകുന്ന ഏറ്റവും ഉയർന്ന റേറ്റിം ഗാണ് 5 നക്ഷത്ര റേറ്റിംഗ്.

ഫ്രണ്ട് സീറ്റിംഗ് പൊസിഷനുള്ള സൈഡ് ബാരിയർ സ്റ്റാർ റേറ്റിംഗ് കാണിക്കണമെങ്കിൽ, പിൻസീറ്റിംഗ് പൊസിഷന്റെ ഫലങ്ങളും കാണി ക്കണം, തിരിച്ചും.

5സ്റ്റാർ സൈഡ് ബാരിയർ ക്രാഷ് സുരക്ഷാ റേറ്റിംഗ് ലഭിക്കുന്ന വാ ഹനങ്ങൾക്ക്, പരസ്യദാതാക്കൾക്ക് ഇനിപ്പറയുന്നതിന് സമാനമായ ഒ രു വാചകം ഉപയോഗിക്കാം: 'സൈഡ് ബാരിയർ ക്രാഷ് ടെസ്റ്റിന് ഏറ്റ വും ഉയർന്ന സർക്കാർ സുരക്ഷാ റേറ്റിംഗ് ലഭിച്ചു.' ഫ്രണ്ട് സീറ്റിംഗ് പൊസിഷനുകൾക്ക് 5സ്റ്റാർ സൈഡ് പോൾ ക്രാഷ് സേഫ്റ്റി റേറ്റിംഗ് ലഭിക്കുന്ന വാഹനങ്ങൾക്ക്, പരസ്യദാതാക്കൾക്ക് ഇനിപ്പറയുന്നതിന് സ മാനമായ ഒരു വാചകം ഉപയോഗിക്കാം: 'സൈഡ് പോൾ ക്രാഷ് ടെസ്റ്റി ന് ഏറ്റവും ഉയർന്ന സർക്കാർ സുരക്ഷാ റേറ്റിംഗ് ലഭിച്ചു.' സൈഡ് ബാ രിയർ ക്രാഷ് സുരക്ഷാ റേറ്റിംഗ് പ്രോത്സാഹിപ്പിക്കുകയാണെങ്കിൽ, സൈ ഡ് പോൾ ക്രാഷ് സുരക്ഷാ റേറ്റിംഗും നൽകണം; സൈഡ് പോൾ ക്രാ ഷ് സുരക്ഷാ റേറ്റിംഗ് പ്രോത്സാഹിപ്പിക്കുകയാണെങ്കിൽ, സൈഡ് ബാ രിയർ ക്രാഷ് സുരക്ഷാ റേറ്റിംഗ് നൽകണം.

സൈഡ് ബാരിയർ ക്രാഷ് ടെസ്റ്റിൽ ഒരു വാഹനത്തിന് ഫ്രണ്ട്, റി യർ സീറ്റിംഗ് പൊസിഷനുകൾക്ക് 5സ്റ്റാർ റേറ്റിംഗ് ലഭിക്കുമ്പോൾ 'ഡ ബിൾ' 5സ്റ്റാർ റേറ്റിംഗ് പോലുള്ള പദങ്ങൾ ഉപയോഗിക്കരുത്. ഒരു കാര ണവശാലും ഒരു വാഹനം 5 നക്ഷത്രങ്ങളേക്കാൾ ഉയർന്ന റേറ്റിംഗ് നേടി യതായി ഒരു പരസ്യം അവകാശപ്പെടരുത്.

BNCAP ൽ മൊത്തത്തിലുള്ള സൈഡ് ക്രാഷ് സുരക്ഷാ റേറ്റിംഗ് നൽകുകയും പരസ്യത്തിൽ ഈ മൊത്തത്തിലുള്ള റേറ്റിംഗിന്റെ ഉപയോ ഗം പ്രോത്സാഹിപ്പിക്കുകയും ചെയ്യും. ഒരു പ്രത്യേക ക്രാഷ് തരത്തിനാ യി വാഹനത്തിന്റെ സുരക്ഷ ഉപഭോക്താക്കളുമായി ആശയവിനിമയം നടത്തുന്നതിനുള്ള ഏറ്റവും വേഗത്തിലുള്ള മാർഗമാണ് മൊത്തത്തിലു ള്ള ക്രാഷ് സുരക്ഷാ റേറ്റിംഗ്. മൊത്തത്തിൽ 5സ്റ്റാർ സൈഡ് ക്രാഷ് റേ റ്റിംഗ് ലഭിക്കുന്ന വാഹനങ്ങൾക്ക്, ഈ മൊത്തത്തിലുള്ള സൈഡ് ക്രാ ഷ് സുരക്ഷാ റേറ്റിംഗ് മൊത്തത്തിലുള്ള വെഹിക്കിൾ സ്കോറല്ലെന്ന് വ്യക്തമാക്കണം.

സൈഡ് എയർ ബാഗുകൾ (SABകൾ) ഉപയോഗിച്ച് പരീക്ഷിച്ച വാ ഹനങ്ങൾക്ക്, 'ഓപ്ഷണൽ/സ്റ്റാൻഡേർഡ് സൈഡ് എയർ ബാഗുകൾ (SABകൾ) ഉപയോഗിച്ച് പരീക്ഷിച്ച മോഡൽ' എന്നതിന് സമാനമായ ഒ രു വാക്യം പരസ്യത്തിന്റെ ബോഡിയിലോ വോയ്സ് ഓവറിന്റെ ഭാഗമാ യോ ദൃശ്യമാകണം.

പ്രകടനത്തെ ബാധിക്കുന്ന ഇടത്തും വലത്തും തമ്മിൽ വ്യത്യാസ മുണ്ടെന്ന് BNCAP കണക്കാക്കുന്ന പരീക്ഷിച്ച വാഹനങ്ങൾക്ക്, പരസ്യ ങ്ങളിൽ 'ഡ്രൈവർസൈഡ് സീറ്റിംഗ് സ്ഥാനത്തിന് മാത്രമേ റേറ്റിംഗ് ബാധകമാകൂ' എന്നതുപോലുള്ള ഒരു വാചകം ഉണ്ടായിരിക്കണം. എ ഞ്ചിൻ/പവർ സോഴ്സ് ചോയ്സുകൾ പോലുള്ള കാര്യമായ ഉപകരണ ചോയ്സുകളുള്ള വാഹനങ്ങൾക്ക്, ഒരു റേറ്റിംഗ് ഒരു പ്രത്യേക കോൺ ഫിഗറേഷനിൽ മാത്രമായി പരിമിതപ്പെടുത്തിയിരിക്കുന്നുവെന്ന് BNCAP കരുതുന്നിടത്ത്, റേറ്റിംഗ് (ഉപകരണങ്ങൾ വ്യക്തമാക്കുക) ഉള്ള വാഹ നങ്ങൾക്ക് മാത്രമേ ബാധകമാകൂ എന്നതുപോലുള്ള ഒരു വാചകം പര സ്യങ്ങളിൽ ഉണ്ടായിരിക്കണം.'

റോൾവർ സേഫ്റ്റി റേറ്റിംഗ്

5സ്റ്റാർ റോൾഓവർ റേറ്റിംഗുള്ള ഒരു വാഹനത്തെ വിവരിക്കുമ്പോൾ പരസ്യദാതാക്കൾക്ക് ഇനിപ്പറയുന്നതിന് സമാനമായ ഒരു വാചകം ഉപ യോഗിക്കാം: 'ഏറ്റവും ഉയർന്ന സർക്കാർ റോൾഓവർ റേറ്റിംഗ് ലഭിച്ചു.' എന്നിരുന്നാലും, BNCAP ൽ 'ടിപ്പ്അപ്പ്' റേറ്റിംഗ് ഉള്ള ഒരു വാഹനം ഉൾ പ്പെടുന്ന റോൾഓവർ പരസ്യം 'ടിപ്പ്അപ്പ്' പ്രാധാന്യത്തോടെ പരാമർശി ക്കേണ്ടതാണ്.

മൊത്തത്തിലുള്ള വാഹന സ്കോർ

BNCAP പരസ്യത്തിൽ 'മൊത്തം വാഹന സ്കോർ' ഉപയോഗിക്കു

നത് പ്രോത്സാഹിപ്പിക്കുന്നു. 'മൊത്തത്തിലുള്ള വെഹിക്കിൾ സ്കോർ' എന്ന പദത്തിന്റെ ഉപയോഗം ഒരു വാഹനത്തിന്റെ മൊത്തത്തിലുള്ള റേറ്റിംഗിന് മാത്രമേ ബാധകമാകൂ, ഇത് ഫ്രണ്ടൽ, സൈഡ് ക്രാഷ് ടെ സ്റ്റുകളിൽ നിന്നുള്ള മൊത്തത്തിലുള്ള റേറ്റിംഗുകളുടെയും റോൾഓവർ പ്രതിരോധത്തിന്റെയും സംയോജനമാണ്. അതിനാൽ, 'മൊത്തത്തിലു ള്ള വെഹിക്കിൾ സ്കോർ' എന്ന പദം ഒരു വാഹനത്തിന്റെ മൊത്തത്തി ലുള്ള റേറ്റിംഗിൽ മാത്രമേ പ്രയോഗിക്കാവൂ, ഒരു പ്രത്യേക ടെസ്റ്റ് തര ത്തിനായുള്ള (ഉദാ. ഫ്രണ്ടൽ ക്രാഷ് റേറ്റിംഗുകളും സൈഡ് ക്രാഷ് റേ റ്റിംഗുകളും) റേറ്റിംഗുകളിലേക്കല്ല. മൊത്തത്തിൽ നേടാവുന്ന ഏറ്റവും ഉയർന്ന വാഹന സ്കോർ 5 നക്ഷത്രങ്ങളാണ്.

തെറ്റിദ്ധരിപ്പിക്കുന്ന ടെർമിനോളജി ഒഴിവാക്കുക

ഒരു നക്ഷത്ര റേറ്റിംഗിന്റെ 'ഇരട്ടിപ്പിക്കൽ,' 'ട്രിപ്പിൾ' അല്ലെങ്കിൽ 'നാ ലിരട്ടി' എന്നിവയെ പരാമർശിക്കുന്ന ഭാഷ ഉപയോഗിക്കരുത്, അങ്ങനെ ചെയ്യുന്നത് മറ്റൊരു വാഹനത്തേക്കാൾ രണ്ടോ മൂന്നോ നാലോ ഇരട്ടി സ്റ്റാർ റേറ്റിംഗ് നേടിയിട്ടുണ്ടെന്ന് സൂചിപ്പിക്കുന്നു. റേറ്റിംഗ് ആഡ്ഓണു കൾ ഉപയോഗിക്കരുത്. ഉദാഹരണത്തിന്, ഒരു വാഹനത്തിന് 5.6 നക്ഷ ത്രങ്ങളുടെ റേറ്റിംഗ് ലഭിച്ചുവെന്ന് അവകാശപ്പെടുന്ന ഭാഷ കൃത്യമല്ലാ ത്തതും ഉപഭോക്താക്കളെ തെറ്റിദ്ധരിപ്പിക്കുന്നതുമാണ്. റേറ്റിംഗുകൾ എ ല്ലായ്പ്പോഴും പൂർണ്ണ സംഖ്യകളാണ് ദശാംശ പോയിന്റുകളൊന്നും അ നുവദനീയമല്ല. ഒരു വാഹനത്തിന് 5 നക്ഷത്രങ്ങളേക്കാൾ ഉയർന്ന റേ റ്റിംഗോ മൊത്തത്തിലുള്ള വാഹന സ്കോറോ നേടാനാവില്ല.

ഒരു പ്രത്യേക സ്റ്റാർ റേറ്റിംഗിനെയോ വാഹനത്തിന് ലഭിച്ച മൊത്ത ത്തിലുള്ള വാഹന സ്കോറിനെയോ വിവരിക്കാൻ 'തികഞ്ഞത്', 'സുര ക്ഷിതം', 'കുറ്റരഹിതം' അല്ലെങ്കിൽ 'ക്ലാസ്സിലെ മികച്ചത്' തുടങ്ങിയ തെ റ്റിദ്ധരിപ്പിക്കുന്ന വാക്കുകൾ ഉപയോഗിക്കരുത്. 5നക്ഷത്ര റേറ്റിംഗ് ലഭി ക്കുന്ന വാഹനത്തെ വിവരിക്കുന്നതിനുള്ള സ്വീകാര്യമായ ശൈലികളിൽ 'ഏറ്റവും ഉയർന്ന' അല്ലെങ്കിൽ 'പരമാവധി' സുരക്ഷാ റേറ്റിംഗ് അല്ലെ ങ്കിൽ 'ടോപ്പ്' സുരക്ഷാ റേറ്റിംഗ് അല്ലെങ്കിൽ സ്കോർ എന്നിവ ഉൾപ്പെ ടുന്നു.

ശരിയായ സീറ്റിംഗ് ടെർമിനോളജി

BNCAP ഉപയോഗിക്കുന്ന ടെർമിനോളജിയുമായി പൊരുത്തപ്പെടുന്ന സീറ്റിംഗ് പൊസിഷനുകൾക്ക് ടെർമിനോളജി ഉപയോഗിക്കാൻ BNCAP

പരസ്യദാതാക്കളെ പ്രോത്സാഹിപ്പിക്കുന്നു. 'ഒക്യുപന്റ്' എന്ന പദത്തി
ന്റെ ഉപയോഗം തെറ്റിദ്ധരിപ്പിക്കുന്നതാണെന്ന് BNCAP കണക്കാക്കുന്നു,
കാരണം ഈ പദം ഡ്രൈവറെയാണോ യാത്രക്കാരനെയാണോ സൂചി
പ്പിക്കുന്നതെന്ന് വ്യക്തമല്ല. അതനുസരിച്ച്, താഴെയുള്ള ഖണ്ഡികയിൽ
ബോൾഡ് ചെയ്ത പദങ്ങൾ ഉപയോഗിക്കാൻ പരസ്യദാതാക്കളെ പ്രോ
ത്സാഹിപ്പിക്കുന്നു, അല്ലാതെ 'അധികാരി' എന്ന പദമല്ല.

ഫ്രണ്ടൽ ക്രാഷ് ടെസ്റ്റുകൾക്കുള്ള സീറ്റിംഗ് പൊസിഷനുകളെ സാ
ധാരണയായി ഡ്രൈവർ, വലത്മുന്നിലെ പാസഞ്ചർ സീറ്റിംഗ് സ്ഥാന
ങ്ങൾ എന്ന് വിളിക്കുന്നു.

സൈഡ് ബാരിയർ ക്രാഷ് ടെസ്റ്റുകൾക്കുള്ള സീറ്റിംഗ് പൊസിഷനു
കളെ സാധാരണയായി ഡ്രൈവർ, റിയർ പാസഞ്ചർ സീറ്റിംഗ് സ്ഥാന
ങ്ങൾ എന്ന് വിളിക്കുന്നു.

സൈഡ് പോൾ ക്രാഷ് ടെസ്റ്റിനുള്ള ഇരിപ്പിടം സാധാരണയായി ഡ്രൈ
വർ സീറ്റിംഗ് പൊസിഷൻ എന്നാണ് അറിയപ്പെടുന്നത്.

മത്സര താരതമ്യങ്ങൾ

ഫ്രണ്ടൽ ക്രാഷ് സ്റ്റാർ റേറ്റിംഗുകളോ രണ്ടോ അതിലധികമോ വാ
ഹനങ്ങളുടെ മൊത്തത്തിലുള്ള വെഹിക്കിൾ സ്കോറുകളോ മത്സരാധി
ഷ്ഠിതമായി താരതമ്യം ചെയ്യുന്ന പരസ്യങ്ങൾ പരസ്പരം 250 പൗണ്ടി
നുള്ളിൽ ഒരേ ബോഡി ശൈലിയിലുള്ള വാഹനങ്ങളെ മാത്രമേ താരത
മ്യം ചെയ്യാവൂ. ഫ്രണ്ടൽ ക്രാഷ് റേറ്റിംഗുകൾക്കോ മൊത്തത്തിലുള്ള
വെഹിക്കിൾ സ്കോറുകൾക്കോ വേണ്ടിയുള്ള താരതമ്യങ്ങൾ ഭാരവ്യ
ത്യാസം വ്യത്യസ്ത ബോഡി സ്റ്റൈലുകളിലോ ഉള്ള വാഹനങ്ങൾക്കി
ടയിൽ ഉണ്ടാക്കുകയോ സൂചിപ്പിക്കുകയോ ചെയ്യരുത് (ഉദാ. സെഡാ
നും എസ്യൂവിയും തമ്മിലുള്ള താരതമ്യങ്ങൾ, സമാനമായ രീതിയിലാ
ണെങ്കിലും).

15. വിൽപ്പന വിദഗ്ദനാകുക

ഓട്ടോമൊബൈൽ സെയ്ൽസിൽ മികച്ച പ്രകടനം നടത്തുന്നവരു
ടെ പൊതുവായ സ്വഭാവങ്ങളും , നിങ്ങളുടെ സ്വന്തം കഴിവുകൾ എങ്ങ
നെ വികസിപ്പിക്കാമെന്നും നിങ്ങൾ മനസ്സിലാക്കിയിട്ടുണ്ടോ ?

കാർ വില്പനയിലൂടെ നിങ്ങളുടെ കഴിവുകൾ വികസിപ്പിക്കുന്നതി
ന് സമയവും പരിശ്രമവും ആവശ്യമാണ്. ഓട്ടോമൊബൈൽ വിൽപ്പന
യിൽ 20 വർഷത്തോളം ചെലവഴിച്ച ഒരാളെന്ന നിലയിൽ എനിക്കറി

യാം ഇത് അത്ര എളുപ്പ മല്ലെന്ന്

സെയിൽസ് ജോലി യിൽ താത്പര്യവും ആ ത്മാർത്ഥതയോടെ ജോലി ചെയ്യാൻ തയ്യാറാണെ ങ്കിൽ ആർക്കും എങ്ങനെ വിൽക്കാമെന്ന് പഠിക്കാനാ കും.

നിങ്ങൾ വർഷങ്ങളായി സെയിൽസ് രംഗത്തുള്ള ആൾ ആണെങ്കിലും അ ല്ലെങ്കിൽ ആരംഭിക്കുകയാ ണെങ്കിലും, നിങ്ങൾ ചെ യ്യുന്ന കാര്യങ്ങളിൽ മിക 
ച്ചതാകാൻ എല്ലായ്പ്പോഴും വഴികളുണ്ട്.

ഒരു മികച്ച സെയിൽസ് പ്രൊഫഷണലാകുന്നതിനുള്ള ഏറ്റവും പ്ര യാസകരമായ ഭാഗം നിങ്ങളുടെ തെറ്റുകളിൽ നിന്ന് പഠിക്കുകയും അവ ആവർത്തിക്കാതിരിക്കുകയും ചെയ്യുക എന്നതാണ്. നിങ്ങൾ വിജയിച്ചി ല്ലെങ്കിൽ, വീണ്ടും ശ്രമിക്കുക!

നിങ്ങൾ കാർ ബിസിനസിൽ പുതിയ ആളാണോ അതോ പതിറ്റാ ണ്ടുകളായി നിലയുറപ്പിച്ചവരോ ആണെങ്കിലും, സീറോയിൽ നിന്ന് ഹീ റോയിലേക്ക് എത്താനും , വലുതും മികച്ചതുമായ കമ്മീഷനുകൾ നേ ടുന്നതിന് ആവശ്യമായ എല്ലാ കാര്യങ്ങളും മാർഗനിർദേശവും നേടുന്ന തിന് ഈ പുസ്തകം നിങ്ങളെ സഹായിക്കും.

ഒരു കഥയിലൂടെ തുടങ്ങാം

രോഹിത് ഒരു സ്കൂൾ വിദ്യാർത്ഥിയായിരിക്കുമ്പോൾ ആദ്യം വിൽ പ്പന നടത്തിയത് ഒരു പെൻസിൽ ആയിരുന്നു . പിന്നീട് സ്കൂൾ ഐ റ്റംസ് പലതും വിറ്റു. രോഹിത് വളർന്നപ്പോൾ സെയിൽസിൽ അതീവ താത്പര്യം കാണിച്ചു . ചെറിയ വയസ്സുമുതൽ സെയിൽസ് ചെയ്യുന്നത് കൊണ്ട് വല്ലാത്ത ഒരു ആത്മ വിശ്വാസം അവനിൽ പ്രകടമായിരുന്നു.

ഈ സാധനങ്ങൾ വിൽക്കുന്നത് ആളുകളുമായി ഫലപ്രദമായി ആ ശയവിനിമയം നടത്താനുള്ള കഴിവ് വികസിപ്പിക്കാൻ അവനെ സഹാ

യിച്ചു, ഇത് ഒരു സെയിൽസ്മാൻ എന്ന നിലയിൽ അവന്റെ വിജയത്തിൽ നിർണായകമാണ്.

രോഹിത്തിന് 14 വയസ്സുള്ളപ്പോൾ, അവന്റെ മാതാപിതാക്കൾ ഒരു പുതിയ വീട് വാങ്ങാൻ തീരുമാനിച്ചു. കാരണം മൂന്ന് കുട്ടികളുള്ള അവരുടെ കുടുംബത്തിന് കൂടുതൽ ഇടം വേണമെന്ന് അവർ ആഗ്രഹിച്ചു.

അവരുടെ പഴയ വീട്ടിൽ നിന്ന് പുതിയൊരു സ്ഥലത്തേക്ക് മാറുന്ന തിനെക്കുറിച്ച് എന്താണ് അഭിപ്രായം എന്ന് ചോദിച്ചു.

ഈ തീരുമാനം എടുക്കുന്നതിന് മുമ്പ് അവർക്ക് യഥാർത്ഥത്തിൽ ആരുടെയെങ്കിലും അംഗീകാരം ആവശ്യമില്ലെങ്കിലും, കുട്ടികളുടെ ആ ഗ്രഹം കൂടി അറിഞ്ഞാൽ നന്നായിരുന്നേനെ എന്ന് തോന്നി.

കുട്ടികൾക്ക് ചുറ്റും കൂടുതൽ ഇടം, ചുവരുകൾക്കുള്ളിൽ മാത്രമല്ല, പുറത്തും. അതൊരു നല്ല ആശയമാണെന്ന് തോന്നി.

അങ്ങനെ ആശയങ്ങൾ വിൽക്കുന്നതിൽ വിദഗ്ദ്ധനാകാനുള്ള പാത യിലൂടെ രോഹിത്തിന്റെ യാത്ര ആരംഭിച്ചു.

ഒരാൾക്ക് ഏറ്റവും കൂടുതൽ പ്രയോജനം ചെയ്യുന്നത് എന്താണെന്ന് മറ്റുള്ളവരെ ബോധ്യപ്പെടുത്തുന്നതിലാണ് ഇതെല്ലാം ആരംഭിച്ചത്

ആദ്യകാലങ്ങളിൽ, സുഹൃത്തുക്കളുമായും കുടുംബാംഗങ്ങളുമായും ഇടപഴകിയാണ് രോഹിത് കോൾഡ് കോളിംഗ് ചെയ്യാൻ പഠിച്ചത്.

കോൾഡ് കോളിംഗ് ചെയ്യുന്നത് എങ്ങനെയെന്ന് അറിയാനുള്ള മി കച്ച രീതി നിങ്ങൾക്കറിയാവുന്ന ആളുകളുമായി അടുത്ത് ഇടപഴകു ക എന്നതാണ്. ആദ്യകാലങ്ങളിൽ, രോഹിത് അവന്റെ ഫോൺബു ക്ക് പരിശോധിച്ച് എല്ലാ സുഹൃത്തുക്കളെയും കുടുംബാംഗങ്ങളെയും വിളിക്കുമായിരുന്നു.

ഈ സമീപനം വിചിത്രമായി തോന്നിയേക്കാം, പക്ഷേ ഇത് അവ ന്റെ സെയ്ൽസിൽ പ്രയോജനപ്പെട്ടു, കാരണം അവരുമായുള്ള സംഭാ ഷണങ്ങളെ അടിസ്ഥാനമാക്കി ഓരോ വ്യക്തിയുടെയും വ്യക്തിത്വത്തെ ക്കുറിച്ച് ഇതിനകം തന്നെ ഒരു ആശയം ഉണ്ടായിരുന്നു.

അവന്റെ ബിസിനസ്സുമായോ നേരിട്ട് ബന്ധമില്ലാത്ത ഉൽപ്പന്നങ്ങ ളെ കുറിച്ച് സംസാരിക്കാൻ ഈ രീതി അവനെ സഹായിച്ചു. മറ്റുള്ളവ രെ അപേക്ഷിച്ച് ഏതൊക്കെ ഉൽപ്പന്നങ്ങളാണ് വിൽക്കാൻ ബുദ്ധിമുട്ടു ള്ളതെന്ന് മനസ്സിലാക്കാനും ഇത് അവനെ സഹായിച്ചു

നിങ്ങൾ കോൾഡ് കോളിംഗ് ആരംഭിക്കുമ്പോൾ, ഓർക്കുക: ലജ്ജി ക്കരുത്!

ആരെങ്കിലും നിങ്ങളുമായി സംസാരിക്കാൻ തയ്യാറാവുന്നില്ലെങ്കി

ലോ, ഒഴിഞ്ഞുമാറുന്നുണ്ടെങ്കിലോ, പിന്നീട് വീണ്ടും ശ്രമിക്കുക അല്ലെ ങ്കിൽ നിങ്ങളുടെ ഫോൺബുക്കിലെ മറ്റൊരു കോൺടാക്റ്റിലേക്ക് പോ കുക.

തിരസ്കരണത്താൽ തളരരുത്; പകരം, മെച്ചപ്പെടുന്നതിൽ ശ്രദ്ധ കേ ന്ദ്രീകരിക്കുക, അങ്ങനെ ഒടുവിൽ ആരെങ്കിലും വേണ്ടത്ര സമയം കേൾ ക്കും, അതുവഴി നിങ്ങൾ പറഞ്ഞ കാര്യങ്ങൾ അവർക്ക് ബോധ്യപ്പെടു കയും നിങ്ങളുടെ കമ്പനിയുമായി ബന്ധപ്പെടാൻ അവർ തയ്യാറാവുക യും ചെയ്യും!

മികച്ച വിൽപ്പനക്കാർ ഇഷ്ടപ്പെട്ടവരും കസ്റ്റമർ ഇവരുമായി കൂടുതൽ സമയം ചെലവഴിക്കാൻ താത്പര്യമുള്ളവരുമായിരിക്കും എന്ന് രോഹി ത് മനസ്സിലാക്കി.

നിങ്ങളുടെ ക്ലയന്റുകളുമായി മികച്ച ബന്ധം കെട്ടിപ്പടുക്കാൻ ഇത് നിങ്ങളെ സഹായിക്കുന്നതിനാൽ, വിൽപ്പനയിലെ വിജയത്തിന് ലൈ ക്കബിലിറ്റി നിർണായകമാണ്. അവർക്ക് നിങ്ങളെ ഇഷ്ടമാണെങ്കിൽ, അ വർ നിങ്ങളെ വിശ്വസിക്കാനും നിങ്ങളിൽ നിന്ന് വാങ്ങാനും സാധ്യതയു ണ്ട്. പ്രശ്നങ്ങൾ കൈകാര്യം ചെയ്യുമ്പോൾ നിങ്ങൾക്ക് കൂടുതൽ ഫല പ്രദമാകാനും കഴിയും, കാരണം ആളുകൾക്ക് അറിയാത്തതോ ശ്രദ്ധി ക്കാത്തതോ ആയ ഒരാളേക്കാൾ അവർ ഇഷ്ടപ്പെടുന്ന ഒരാളുമായി ഡീൽ ചെയ്യാൻ കൂടുതൽ തയ്യാറാണ്.

വിൽപ്പനയിൽ വിജയിക്കുന്നത് പോലെ തന്നെ പ്രധാനമാണ് ആധി കാരികതയും.

കാരണം ആളുകൾക്ക് എന്തെങ്കിലും വിറ്റ് പണം സമ്പാദിക്കാൻ ശ്ര മിക്കുന്ന അവരുടെ കമ്പനിയിലെ ഒരു ജീവനക്കാരനായി നിങ്ങളെ കാ ണുന്നതിന് പകരം മാനുഷിക തലത്തിൽ നിങ്ങളുമായി ബന്ധപ്പെടാൻ ഇത് സഹായിക്കുന്നു (അത് എല്ലായ്പ്പോഴും ശരിയല്ല).

ഇത് ഒരു ഉപഭോക്താവും സെയിൽസ് എക്സിക്യൂട്ടീവും തമ്മിലു ള്ള എളുപ്പത്തിലുള്ള ബന്ധം ഉണ്ടാക്കുന്നു. ആത്യന്തികമായി വിജയക രമായ ഇടപാടുകളിലേക്ക് നയിക്കുന്നു!

എങ്ങനെ കേൾക്കാമെന്നും ശരിയായ ചോദ്യങ്ങൾ എങ്ങനെ ചോദി ക്കാമെന്നും രോഹിത് പഠിച്ചു.

രോഹിത് പഠിച്ച ഏറ്റവും പ്രധാനപ്പെട്ട പാഠം 'കേൾക്കുക' എന്ന താണ്. ഉപഭോക്താവിന്റെ ആവശ്യങ്ങളും ആഗ്രഹങ്ങളും കൃത്യമായി മനസ്സിലാക്കുക എന്നതാണ്.

ഒരു മികച്ച സെയിൽസ് എക്സിക്യൂട്ടീവ് അവരുടെ ഉപഭോക്താ

ക്കളുടെ ആവശ്യങ്ങളിൽ താൽപ്പര്യമുണ്ടെന്ന് കാണിക്കുന്ന ചോദ്യങ്ങൾ ചോദിക്കും. ശരിയായ ചോദ്യങ്ങൾ നിങ്ങളുടെ ഉപഭോക്താക്കളുടെ പ്രശ്നങ്ങൾ നന്നായി മനസ്സിലാക്കാനും അവയ്ക്കുള്ള പരിഹാരം കണ്ടെത്താൻ നിങ്ങളെ സഹായിക്കാനും ഉപകരിക്കും.

ലക്ഷക്കണക്കിന് വിലയുള്ള സാധനം നൽകുന്നതിന് മുമ്പ് ഒരാൾക്ക് എന്തെങ്കിലും എത്രമാത്രം ആവശ്യമുണ്ടെന്നു നിങ്ങൾ ചോദിക്കേണ്ടതുണ്ട്! ചിലപ്പോൾ ആളുകൾക്ക് ആവശ്യമുള്ളതിനേക്കാൾ കൂടുതൽ കാര്യങ്ങൾ വേണം; മറ്റു ചിലപ്പോൾ തിരിച്ചും. മറ്റൊരാൾക്ക് ശരിക്കും ആവശ്യമില്ലെങ്കിൽ നിങ്ങൾ എന്തെങ്കിലും വിൽക്കാൻ നിർബന്ധിതരാവരുത് കാരണം അവർ അവരുടെ ഡീലിൽ സന്തുഷ്ടരായിരിക്കില്ല!

ഒരു ഉപഭോക്താവ് എന്താണ് പറയുന്നതെന്ന് നിങ്ങൾക്ക് മനസ്സിലാകുന്നില്ലെങ്കിൽ, അവർ പറഞ്ഞത് ആവർത്തിക്കാമോ എന്ന് അവരോട് ചോദിക്കുക.

വിൽപ്പന വൈദഗ്ദ്ധ്യം പ്രതികരിക്കുകയല്ല, മറുപടി നൽകുക എന്നത് എത്ര പ്രധാനമാണെന്ന് രോഹിത് മനസ്സിലാക്കി.

കേൾക്കുക, പ്രതികരിക്കരുത്.
ശ്രദ്ധിക്കുക, എന്നിട്ട് പ്രതികരിക്കുക.
ഒരു നല്ല ശ്രോതാവായിരിക്കുക!
വിജയത്തിൽ നിന്നും പരാജയത്തിൽ നിന്നും രോഹിത് ഏറെ പഠിച്ചു.
പഠിച്ച ഏറ്റവും പ്രധാനപ്പെട്ട കാര്യങ്ങൾ അവന്റെ പരാജയങ്ങളിൽ നിന്നാണ്.

നിങ്ങൾ ഒരു തെറ്റ് ചെയ്യുകയോ പരാജയപ്പെടുകയോ ചെയ്യുമ്പോൾ, ഈ ചോദ്യങ്ങൾ സ്വയം ചോദിക്കുക:

വിജയിക്കാൻ എനിക്ക് കഴിയുന്നതെല്ലാം ഞാൻ ചെയ്തോ? ഇല്ലെങ്കിൽ, ഈ സാഹചര്യത്തിൽ എനിക്ക് മറ്റെന്താണ് ചെയ്യാൻ കഴിയുക?

എന്റെ പ്ലാൻ പ്രതീക്ഷിച്ചതുപോലെ പ്രവർത്തിച്ചോ? അത് അതിമോഹമായിരുന്നോ ?

എനിക്ക് വേണ്ടി പ്രവർത്തിക്കുന്നതിനു പകരം എനിക്കെതിരെ പ്രവർത്തിച്ചോ? അടുത്ത തവണ കൂടുതൽ വിജയകരമാകുന്ന തരത്തിൽ എനിക്ക് എങ്ങനെ എന്റെ പദ്ധതികൾ ക്രമീകരിക്കാനാകും?

ആരാണ് നന്നായി പ്രവർത്തിച്ചത്, എന്തുകൊണ്ട് അവരുടെ ഫലങ്ങൾ എന്നെക്കാൾ മികച്ചതായത്?

സെയിൽസിൽ വിജയിക്കാനുള്ള ശ്രമത്തിൽ എനിക്ക് ഉണ്ടായിരു

ന്ന അത്ര സാഹച
ര്യം ഇല്ലായിരുന്നിട്ട്
കൂടി അവർക്ക് എങ്ങ
നെ വിജയം കൈവ
രിക്കാൻ കഴിഞ്ഞു എ
ന്നതിനെക്കുറിച്ച് അ
വർക്ക് എന്നെ എന്ത്
പഠിപ്പിക്കാനാകും?

കോളുകൾ പ്രതീ
ക്ഷിക്കുമ്പോൾ എനി
ക്ക് ഉത്കണ്ഠയും ഭ
യവും അനുഭവപ്പെടു
ന്ന ഒരു സമയമുണ്ടാ
യിരുന്നു ; എനിക്ക്
ഈ കോളുകൾ ചെ

യ്യേണ്ടതുണ്ടെന്ന് എനിക്കറിയാമായിരുന്നു, പക്ഷേ അവയെ എങ്ങനെ
സമീപിക്കണമെന്ന് എനിക്കറിയില്ല.

അവർ എന്നെക്കുറിച്ച് എന്ത് വിചാരിക്കും എന്നോർത്ത് ഞാൻ അ
സ്വസ്ഥനാകും.

അല്ലെങ്കിൽ, അവർ എന്നെ നിരസിക്കും.

അവരുടെ സമയം പാഴാക്കാനോ അതിൽ കൂടുതൽ എടുക്കാനോ
ഞാൻ ആഗ്രഹിച്ചില്ല. ഇത് എന്റെ ഹൃദയമിടിപ്പും വേഗത്തിലാക്കി!

എന്റെ പ്രോസ്പെക്റ്റിംഗ് കോളുകളിൽ ഭൂരിഭാഗവും നിരസിക്കപ്പെ
ടുമെന്നതിനാൽ എനിക്ക് തിരിച്ചു വരാനുള്ള വഴികൾ കണ്ടെത്തേണ്ടി
വന്നു.

നിരസിക്കൽ അനിവാര്യമാണ്. ഇത് പ്രക്രിയയുടെ ഭാഗമാണ്, അ
ത് നിങ്ങൾക്ക് നല്ലതായിരിക്കും. തിരസ്കരണങ്ങൾ നിങ്ങളെ നിരാശ
പ്പെടുത്താൻ അനുവദിക്കരുത്!

അവ വ്യക്തിപരമല്ല, നിങ്ങളുടെ ഉൽപ്പന്നത്തിനോ സേവനത്തിനോ
വിപണിയിൽ വിലയില്ലെന്ന് അവർ തീർച്ചയായും അർത്ഥമാക്കുന്നില്ല
ഈ സമയത്ത് മറ്റൊരാൾക്ക് താൽപ്പര്യമില്ലായിരുന്നു എന്നാണ് അവർ
അർത്ഥമാക്കുന്നത്. അത്രയേയുള്ളൂ!

ഏതെങ്കിലും ദിവസം വേണ്ടെന്ന് പറയുന്ന അഞ്ച് പേരെ കണ്ടുമുട്ടി
യാൽ, അത് തന്നെ   വിഷമിപ്പിക്കാതിരിക്കാൻ രോഹിത് ശ്രദ്ധിച്ചു.

അവൻ അവരെ (അല്ലെങ്കിൽ എന്നെത്തന്നെ) വിൽക്കുന്ന കാര്യങ്ങ ളിൽ അവരുടെ താൽപ്പര്യമില്ലായ്മയെക്കുറിച്ച് ചിന്തിക്കുന്നതിനുപകരം.

അതേ ഇടപെടലുകളിൽ എത്ര പേർ അതെ എന്ന് പറഞ്ഞു എന്ന തിൽ ശ്രദ്ധ കേന്ദ്രീകരിക്കാൻ പകരം ശ്രമിച്ചു.

സെയിൽസിൽ സ്ഥിരമായ വർദ്ധനവ് കാണാൻ തുടങ്ങിയപ്പോൾ, മറ്റുള്ളവരെ സഹായിക്കാനുള്ള ഊഴമാണെന്നു രോഹിത് മനസ്സിലാ ക്കി. സെയിൽസിനെക്കുറിച്ച് എത്രത്തോളം പഠിക്കുന്നുവോ അത്ര യും നന്നായി മറ്റുള്ളവരെ സഹായിക്കാനാകും.

സെയിൽസിനെക്കുറിച്ച് പഠിക്കാൻ ചെലവഴിച്ച എല്ലാ സമയത്തിന്റെ യും ഊർജത്തിന്റെയും ഫലമായി, ഈ വ്യവസായത്തിൽ ഒരാൾക്ക് വി ജയിക്കാൻ എന്താണ് വേണ്ടതെന്ന് ഇപ്പോൾ അവൻ മനസ്സിലാക്കുന്നു.

കാര്യങ്ങൾ എങ്ങനെ പ്രവർത്തിക്കുന്നു എന്നതിനെക്കുറിച്ചുള്ള ഈ പുതിയ ധാരണയോടെ, ടീമിലെ ആളുകളെ അവരുടെ സ്വന്തം പോരാ ട്ടങ്ങളിലും വെല്ലുവിളികളിലും സഹായിക്കാൻ രോഹിതിനെ സഹായി ച്ചു .ഇത് അവരെ കൂടുതൽ വിജയത്തിലേക്ക് നയിച്ചു!

നിങ്ങളുടെ ഉൽപ്പന്നത്തെക്കുറിച്ച് നിങ്ങൾ കൂടുതൽ അറിവുള്ളവരാ ണെങ്കിൽ, അത് വിൽക്കുന്നതിൽ നിങ്ങൾ മികച്ചവരായിരിക്കും, എളുപ്പ മായിരിക്കും. ചോദ്യങ്ങൾക്ക് ഉത്തരം നൽകുന്നത് എളുപ്പമായിരിക്കും.

ആ ഉൽപ്പന്നം വിൽക്കുമ്പോഴോ അല്ലെങ്കിൽ പ്രമോട്ട് ചെയ്യുമ്പോ ഴോ നിങ്ങൾ തെറ്റുകൾ വരുത്താനുള്ള സാധ്യത കുറവായിരിക്കും.

നിങ്ങൾ അവരോട് സംസാരിക്കുന്നതിന് മുമ്പ് സാധ്യതയുള്ള എല്ലാ വശങ്ങളും പഠിച്ചു മനസിലാക്കുക. ക്ലയന്റുകളേയും അന്വേഷിക്കുക.

സെയിൽസ് മേഖലയിലുള്ളവർ പരാജയപ്പെടാനുള്ള പ്രധാന കാര ണങ്ങളിലൊന്ന് അവർ ഗവേഷണം നടത്തുന്നില്ല എന്നതാണ്. അവർ ആരോടാണ് സംസാരിക്കുന്നതെന്ന് അവർക്ക് അറിയില്ല, അവരെ എ ങ്ങനെ സഹായിക്കണമെന്ന് അവർക്കറിയില്ല.

നിങ്ങൾ ഒരു ഡോക്ടറുടെ അപ്പോയിന്റ്മെന്റിന് പോകുകയാണെങ്കിൽ, അയാൾക്ക് മരുന്നിനെക്കുറിച്ച് ഒന്നും അറിയില്ലെങ്കിൽ, നിങ്ങൾ പോ കുമോ? തീർച്ചയായും ഇല്ല!

വിവേകമുള്ള ഏതൊരു വ്യക്തിയും ചെയ്യുന്നത് നിങ്ങൾ ചെയ്യും: നിങ്ങളുടെ രോഗലക്ഷണങ്ങൾ ഗവേഷണം ചെയ്യുക, ആ ലക്ഷണങ്ങ ളുടെ സാധ്യമായ കാരണങ്ങളെക്കുറിച്ച് അറിയുക, ചികിത്സയ്ക്കായി ഡോക്ടർമാർ നിർദ്ദേശിച്ചതെന്തെന്ന് കണ്ടെത്തുക.

അതേ തരത്തിലുള്ള ഗവേഷണം നടത്താതെ നിങ്ങൾ എന്തിനാണ്

ഒരു ബിസിനസ് മീറ്റിംഗിലേക്ക് പോകുന്നത്? നിങ്ങളുടെ ഉൽപ്പന്നത്തെ ക്കുറിച്ചോ സേവനത്തെക്കുറിച്ചോ മാത്രം സംസാരിക്കരുത് പൊതുവാ യുള്ള കാര്യത്തെക്കുറിച്ചും സംസാരിക്കുക.

അവർക്ക് ആവശ്യമുള്ളതും നിങ്ങൾ ഓഫർ ചെയ്യുന്നതും തമ്മിൽ പൊതുവായി എന്തെങ്കിലും ഉണ്ടെങ്കിൽ, സംഭാഷണത്തിൽ ആദ്യം അ ത് കൊണ്ടുവരിക, ഈ മീറ്റിംഗിനായി എത്ര സമയവും പ്രയത്നവും ന ടത്തി (അതിനാൽ നിങ്ങൾ എത്രത്തോളം ഗൗരവമുള്ളയാളാണ്) എന്ന് നിങ്ങളുടെ വിവരണത്തിൽ അറിയാം.

നിങ്ങൾ വിൽക്കാൻ ശ്രമിക്കുന്നത് ആവശ്യമില്ലാത്ത ഒരാൾക്ക് വിൽ ക്കരുത് എന്നതാണ് വിൽപ്പനയിലെ ഏറ്റവും പ്രധാനപ്പെട്ട നിയമം.

സാധ്യതയുള്ള ഒരു ക്ലയന്റ് ഇപ്പോൾ ഈ പർചെസ് നടത്തുന്ന തിൽ നിന്ന് ഒരു നേട്ടവും കാണുന്നില്ലെങ്കിൽ, അവർ എന്തിനു വേണ്ടി യാണ് വാങ്ങുന്നത് ?

നിങ്ങൾക്ക് ഒരു മികച്ച സെയിൽസ് പ്രൊഫഷണലാകണമെങ്കിൽ, നിങ്ങൾ കഠിനാധ്വാനം ചെയ്യണം, തിരസ്കരണത്തെ മറികടക്കണം, നി ങ്ങളുടെ തെറ്റുകളിൽ നിന്ന് പഠിക്കണം.

നിങ്ങൾക്ക് സ്ഥിരോത്സാഹവും നിങ്ങളെയും നിങ്ങളുടെ ഉൽപ്പന്ന വും വിൽക്കാനുള്ള കഴിവും ആവശ്യമാണ്.

മുമ്പ് പലരാലും നിരസിക്കപ്പെട്ട ഒരാൾക്ക് ഇത് അസാധ്യമായ കാ ര്യമായി തോന്നാം. എന്നാൽ നിങ്ങൾ ശ്രമം തുടരുകയാണെങ്കിൽ, ഒടു വിൽ അതെ എന്ന് പറയുന്ന ഒരാളെ നിങ്ങൾ കണ്ടെത്തും!

കരിയർ പുരോഗമിക്കുമ്പോൾ, രോഹിത് വികസിപ്പിച്ചെടുത്ത മിക്ക വിൽപ്പന വൈദഗ്ധ്യങ്ങളും മറ്റുള്ളവർക്കായി പകർത്താൻ കഴിയുമെ ന്ന് അവൻ മനസ്സിലാക്കി.

ചില ആളുകൾക്ക് പഠിക്കാൻ കഴിയുന്നതും മറ്റുള്ളവർക്ക് പഠിക്കാൻ കഴിയാത്തതുമായ ഒരു നൈപുണ്യമായാണ് വിൽപ്പനയെ പലപ്പോഴും കാണുന്നത്. എന്നിരുന്നാലും, സത്യം കൂടുതൽ സങ്കീർണ്ണമാണ്. ചില ആളുകൾ അന്തർലീനമായി മറ്റുള്ളവരെ അപേക്ഷിച്ച് വിൽക്കുന്നതിൽ മികച്ചവരാണെന്നത് ശരിയാണ്. എന്നാൽ ശരിയായ വിദ്യകൾ പഠിക്കാ നും പരിശീലിക്കാനും തയ്യാറാണെങ്കിൽ ആരെയും ഫലപ്രദമായി വിൽ ക്കാൻ പഠിപ്പിക്കാം.

വാസ്തവത്തിൽ, വിൽപ്പന വൈദഗ്ധ്യം പഠിപ്പിക്കുക എന്നത് ഒരു കലയാണ്. കാലക്രമേണ സ്വന്തം ശക്തികളും കഴിവുകളും വികസി പ്പിക്കാൻ ആളുകളെ ഇത് എത്രമാത്രം സഹായിക്കുന്നു എന്നതാണ്.

ഒരു സെയിൽസ്പേഴ്സനായി വികസിപ്പിക്കുന്നതിന്, നിങ്ങൾ നട ത്തുന്ന എല്ലാ വിൽപ്പനയിലും നിങ്ങളുടെ എല്ലാം ഉൾപ്പെടുത്തണം, ആ സമയത്ത് അത് അത്ര പ്രധാനമാണെന്ന് തോന്നുന്നില്ലെങ്കിലും.

ഒരു സെയിൽസ്പേഴ്സനെ സംബന്ധിച്ച് മനസ്സിലാക്കേണ്ട ഏറ്റവും പ്രധാനപ്പെട്ട കാര്യം, നിങ്ങൾ നടത്തുന്ന എല്ലാ വിൽപ്പനയിലും നിങ്ങൾ പൂർണ്ണമായി ഏർപ്പെട്ടിരിക്കണം എന്നതാണ്. നിങ്ങൾക്ക് ഇത് പൂർത്തി യാക്കാതിരിക്കാൻ പറ്റില്ല , നിങ്ങളുടെ ജോലിയുടെ ഫലങ്ങൾ സഫലീ കരിക്കുമെന്നു പ്രതീക്ഷിക്കുക.

എല്ലാ ഇടപെടലുകളിലും പൂർണ്ണമായും ഇൻവോൾവ് എന്നതിനർ ത്ഥം നിങ്ങൾ ഉപഭോക്താക്കളുമായും സഹപ്രവർത്തകരുമായും നിങ്ങ ളുടെ സ്വന്തം ബോസുമായി പോലും സംവദിക്കുമ്പോൾ പൂർണ്ണമായി സന്നിഹിതരായിരിക്കുക എന്നാണ്.

16. എന്താണ്‌ ഉപഭോക്തൃ വിഭജനം അല്ലെങ്കിൽ ക സ്റ്റമർ സെഗ്മെന്റേഷൻ ?

ഉപഭോക്തൃ വിഭജനം എന്നത് നിങ്ങളുടെ സാധ്യതയുള്ളതും നില വിലുള്ളതുമായ ഉപഭോക്താക്കളെ സെയ്ൽസ് ചെയ്യേണ്ടുന്ന ആശയ ങ്ങൾ ഉൾക്കൊണ്ടു കൊണ്ട് പ്രസക്തമായ പ്രത്യേക രീതികളിൽ സ മാനമായ ഗ്രൂപ്പുകളായി വിഭജിക്കുന്ന രീതിയാണ്. വയസ്സ്, ആൺ / പെൺ/താൽപ്പര്യങ്ങൾ അല്ലെങ്കിൽ അവർ അവരുടെ ക്യാഷ് ചിലവാ ക്കുന്ന രീതികൾ എന്നിവ പോലുള്ള ഘടകങ്ങൾ ഉപയോഗിച്ച് ആളു കളെ വ്യത്യസ്തമായി തരംതിരിച്ചിരിക്കുന്നു.

എന്തുകൊണ്ടാണ് സെഗ്മെന്റേഷൻ ? ഒരു ഓട്ടോമൊബൈൽ വാഹ നം വാങ്ങുവാൻ വരുന്ന ഓരോ ഉപഭോക്താവും വ്യത്യസ്തരാണെന്ന് ഈ വിഭാഗത്തിലെ കമ്പ നികൾ മനസ്സിലാക്കുന്നു. അതിനാൽ അവരവരുടെ മാർക്കറ്റിംഗ് പ്രവർത്തന

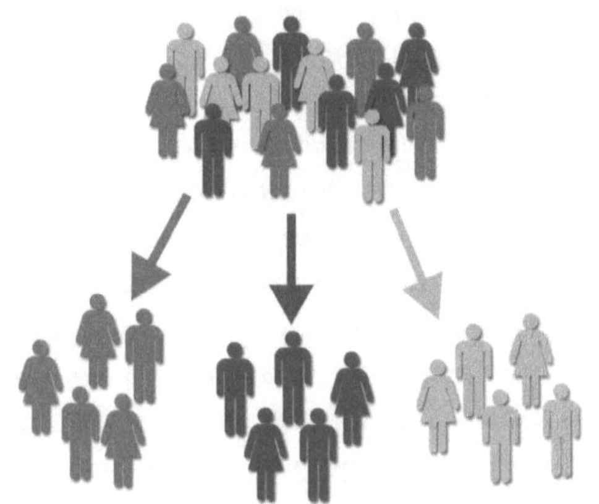

ങ്ങൾ കാര്യക്ഷമമാക്കുന്നതിന് വേണ്ടി ഫലപ്രദമായ നിർദ്ദിഷ്ട, ചെറിയ ഗ്രൂപ്പുകളെ ടാർഗെറ്റുചെയ്യാൻ കസ്റ്റമർ സെഗ്മെന്റേഷൻ ഉപകരിക്കുന്നു. വ്യത്യസ്ത ഉപഭോക്താവിനോടും വ്യത്യസ്തമായ രീതിയിൽ സംസാരിക്കുക അസാധ്യമായതിനാൽ കസ്റ്റമറുടെ പർച്ചെസിങ് രീതികൾ മനസിലാക്കി ചെറിയ ഒരു സൈക്കോളജിക്കൽ അപ്രോച്ചോടു കൂടി കസ്റ്റമറെ നമുക്ക് വ്യത്യസ്ത രീതിയിൽ തരംതിരിക്കാം.

ഓട്ടോമൊബൈൽ വിൽപനയിൽ ആയിക്കൊള്ളട്ടെ അല്ലെങ്കിൽ നിങ്ങൾ മറ്റേതെങ്കിലും മേഖലയിൽ ആയിക്കൊള്ളട്ടെ പലപ്പോഴും സംഭവിക്കുന്ന ഒരു അബദ്ധം നമുക്ക് തിരിച്ചറിയാൻ പറ്റാറില്ല ; ഒരു പ്രോസ് പെക്റ്റിനേയും കസ്റ്റമറെയും തിരിച്ചറിയാൻ സാധിക്കുന്നില്ല എന്നതാണ്. ഉദാഹരണത്തിന് ഒരു സെയ്ൽസ് എക്സിക്യൂട്ടീവ് ഒരു വ്യക്തിയെ മീറ്റ് ചെയ്തു അദ്ദേഹം വാഹനങ്ങളെ കുറിച്ച് ആ സെയ്ൽസ് എക്സിക്യൂട്ടീവിനോട് ചോദിച്ചു മനസിലാക്കി, ഞാൻ നാളെ ഫാമിലിയെയും കൂട്ടി വന്നു വാഹനം ബുക്ക് ചെയ്യാം എന്ന് പറഞ്ഞെന്നു കരുതുക; പിറ്റേ ദിവസം അദ്ദേഹം ഷോറൂമിലേക്കു നടന്നു വരുമ്പോൾ ആ സെയിൽസ് എക്സിക്യൂട്ടീവ് എന്തായിരിക്കും പറയുക 'നോക്കൂ എന്റെ കസ്റ്റമർ വരുന്നുണ്ട് അദ്ദേഹം ഇന്ന് വാഹനം ബുക്ക് ചെയ്യും എന്ന്'

പക്ഷേ യഥാർത്ഥത്തിൽ അദ്ദേഹം ഒരു കസ്റ്റമർ ആണോ അതോ പ്രോസ്പെക്ട് ആണോ ? കാരണം അദ്ദേഹം ഇന്ന് ഷോറൂമിൽ വന്നത് വേറൊരു കാര്യം സെയിൽസ് എക്സിക്യൂട്ടീവിനോട് പറയുവാൻ വേണ്ടി ആയിരുന്നു അദ്ദേഹത്തിന്റെ ഫാമിലി തീരുമാനിച്ചത് അദ്ദേഹത്തിന്റെ കാശ് കൊണ്ട് ഒരു വസ്തു വാങ്ങുവാൻ വേണ്ടിയായിരുന്നു. നോക്കൂ ഇവിടെ ഒരു വസ്തു-സ്ഥലം പോലും ഒരു പാസഞ്ചർ കാറിനു കോംപറ്റീഷൻ ആയി മാറുന്ന കാഴ്ചയാണ്. നമ്മുടെ ട്രാക്കിംഗ് ഷീറ്റിൽ നാം എന്തായിരിക്കും എഴുതുക 'ലോസ്റ്റ് ടു പ്രോപ്പർട്ടി' എന്നാണോ ? നാം കാണുന്ന ആളുകൾ മുഴുവനും നമ്മുടെ കസ്റ്റമർ ആണ് എന്ന് നമുക്ക് ഉറപ്പിക്കാൻ പറ്റില്ല. നമ്മളുമായി അവർ ഏതെങ്കിലും തരത്തിൽ തിരികെ വാങ്ങുന്ന സേവനത്തെയോ ഉൽപ്പന്നത്തെയോ ആശ്രയിച്ചായിരിക്കും.

നിങ്ങളുടെ ആശയപരമായ കഴിവുകൾ, സെയ്ൽസ് പാടവം എന്നിവ ഉപയോഗിച്ച് നിങ്ങളുടെ ലക്ഷ്യം നിങ്ങളുടെ കസ്റ്റമേഴ്സിനോട് ബന്ധം സ്ഥാപിക്കുക എന്നതാണ്. അത് ഫലപ്രദമാകുന്നതിന്, നിങ്ങൾ അവരോട് ഉചിതമായി സംസാരിക്കുന്നുണ്ടെന്ന് ഉറപ്പുവരുത്തുകയും അവർക്ക് ഒരു വ്യക്തിഗത അനുഭവം നൽകുകയും ചെയ്യേണ്ടതുണ്ട് അല്ലെ

ങ്കിൽ അവർക്ക് നിങ്ങളെ പലരിൽ ഒരാളായി തോന്നും.

നിങ്ങൾ അവർക്ക് നൽകുന്ന വ്യക്തിപരമായ അനുഭവം എല്ലായ്പ്പോ
ഴും അവരുടെ ആവശ്യങ്ങൾ നിറവേറ്റണം, അതിനുള്ള ഏറ്റവും എളുപ്പ
മുള്ള മാർഗം നിങ്ങളുടെ കസ്റ്റമറെ വ്യത്യസ്ത രീതിയിൽ തരം അനു
സരിച്ച് തരംതിരിക്കുക എന്നതാണ്.

അതെ ഇവിടെ കസ്റ്റമേഴ്സിനെ പൂർണമായും സെഗ്മെന്റ് ചെയ്തു
എങ്ങനെ തൃപ്തിപ്പെടുത്താം എന്നതിനെ കുറിച്ചാണ്

വ്യത്യസ്ത തരത്തിലുള്ള ഉപഭോക്താക്കളെ നിങ്ങൾക്ക് ബിഹേവി
യറലി സെഗ്മെന്റ് ചെയ്യാൻ സഹായിക്കും. ഇവയാണ്:

1. സാധ്യതകൾ
2. സംശയിക്കുന്നവർ
3. പ്രോസ്പെക്റ്റുകൾ
4. ലീഡുകൾ
5. ന്യൂ കസ്റ്റമേഴ്സ്
6. ആക്റ്റീവ് കസ്റ്റമേഴ്സ്
7. റിപ്പീറ്റ് കസ്റ്റമേഴ്സ്
8. കെയർ ഫുൾ കസ്റ്റമേഴ്സ്
9. ഔട്ട് ഡേറ്റഡ് കസ്റ്റമേഴ്സ്
10. അൺഹാപ്പി കസ്റ്റമേഴ്സ്
11. ഫെയ്ത് ഫുൾ കസ്റ്റമേഴ്സ്
12. റഫറൽ കസ്റ്റമേഴ്സ്
13. അഭിഭാഷക കസ്റ്റമേഴ്സ്

സാധ്യതകളും ഉപഭോക്താക്കളും വ്യത്യസ്തമാണ്. അവരോട് ഒരു
പോലെ പെരുമാറരുത്

ആ പ്രസ്താവന നിങ്ങൾ ശ്രദ്ധിച്ചില്ലെങ്കിൽ പിന്നീടത് പ്രശ്നമാ
വും, നമുക്ക് ഇതിന്റെ യഥാർത്ഥ ജീവിത പ്രയോഗം നോക്കാം.

നിങ്ങൾ ഒരു ഹോട്ടലിൽ ഫുഡ് കഴിക്കാൻ പോകുകയാണെന്ന്
പറയാം.

ഹോട്ടലിൽ വെച്ച്, നിങ്ങൾ ഒരു പഴയ സുഹൃത്തുമായി കാണാനിട
യാകുന്നു. നിങ്ങൾ രണ്ടു പേരും വളരെ നന്നായി ഇടപഴകിയെന്നു വ
രാം നല്ല രീതിയിൽ സംഭാഷണം നടത്താവുന്നതുമാണ്. കുറച്ച് കഴി
ഞ്ഞ്, നിങ്ങളുടെ സുഹൃത്ത് ഒരാളെ വിളിക്കുന്നു, നിങ്ങൾ ഇതുവരെ ക
ണ്ടിട്ടില്ലാത്ത ഒരാളെ. നിങ്ങൾക്കു പരിചയപ്പെടുത്തുന്നു നിങ്ങളുടെ

പഴയ സുഹൃത്തിന്റെ പുതിയ വ്യക്തിയോട് നിങ്ങൾ എങ്ങനെ സംസാ
രിക്കും?

നിങ്ങളുടെ പഴയ സുഹൃത്തിനോട് ചെയ്ത അതേ നിലപാട് നിങ്ങൾ
ക്ക് സ്വീകരിക്കാൻ കഴിയില്ല, കാരണം നിങ്ങൾക്ക് കെട്ടിപ്പടുക്കാൻ നില
വിലുള്ള ബന്ധം ഇല്ല. അതിനാൽ പകരം, ഈ പുതിയ വ്യക്തിയെ അ
റിയാൻ നിങ്ങൾ പരിശ്രമിക്കുന്നു.

ഒരു മണിക്കൂറിന് ശേഷം, പുതിയ സുഹൃത്ത് മറ്റൊരാളെ വിളിക്കു
ന്നു, നിങ്ങൾ ഈ വ്യക്തിയെ മുമ്പ് കണ്ടിട്ടില്ല. നിങ്ങളുടെ പഴയ സുഹൃ
ത്തിനോട് സംസാരിച്ച അതേ രീതിയിൽ തന്നെ ഈ പുതിയ വ്യക്തി
യോട് ഇപ്പോൾ നിങ്ങൾക്ക് സംസാരിക്കാൻ കഴിയില്ല, കൂടാതെ നിങ്ങൾ
ഇപ്പോൾ നിങ്ങളുടെ പുതിയ സുഹൃത്തിനോട് സംസാരിക്കുന്നത് പോ
ലെ തന്നെ അവരോട് സംസാരിക്കാനും കഴിയില്ല, കാരണം നിങ്ങൾക്ക്
അവരുമായി യാതൊരു ബന്ധവുമില്ല. നിങ്ങൾ വീണ്ടും ആദ്യം മുതൽ
ആരംഭിക്കേണ്ടതുണ്ട്.

നിങ്ങൾ ഇവിടെ 3 ബന്ധങ്ങൾ കൈകാര്യം ചെയ്യുന്നു, സാധ്യതയേ
ക്കാൾ കൂടുതൽ എളുപ്പത്തിൽ, നിങ്ങൾ സംസാരിക്കുന്ന വ്യക്തിയുമാ
യി നിങ്ങൾക്കുള്ള ബന്ധത്തിന്റെ ആഴത്തിലേക്ക് നിങ്ങൾ പെട്ടെന്ന് ഇട
പഴകുന്നു .

എന്തുകൊണ്ടാണ് നിങ്ങൾ നിങ്ങളുടെ കസ്റ്റമേഴ്സിനെ വ്യത്യസ്ത
മായി പരിഗണിക്കുന്നത്?

നിങ്ങളുടെ വിശ്വസ്തരായ ഉപഭോക്താക്കളുമായി നിങ്ങൾക്കുള്ള ബ
ന്ധം വ്യത്യസ്ത സ്ഥലങ്ങളിലായതിനാൽ നിങ്ങളുടെ ബ്രാൻഡ് പുതി
യ സാധ്യതകളെ സ്പാൻ ചെയ്തിരിക്കുന്ന അതേ രീതിയിൽ അവരോട്
സംസാരിക്കാൻ കഴിയില്ല.

അവരുടെ നിർദ്ദിഷ്ട നിമിഷത്തിൽ നിങ്ങൾ അവരുടെ ആവശ്യങ്ങൾ
നിറവേറ്റേണ്ടതുണ്ട്.

നിങ്ങൾ സെഗ്മെന്റേഷനിൽ ഒരു മികച്ച ആളാണെങ്കിലും, നിങ്ങൾ
വേണ്ടത്ര ആഴത്തിൽ സെഗ്മെന്റ് ചെയ്യുന്നില്ലായിരിക്കാം.

ഉപഭോക്തൃ വിഭാഗങ്ങൾ എന്തൊക്കെയാണ്?

ഓരോ തരത്തിലുള്ള ഉപഭോക്താക്കൾക്കും വ്യത്യസ്ത തരത്തിലു
ള്ള ആശയവിനിമയങ്ങൾ സൃഷ്ടിക്കുന്നതിൽ മുഴുകരുത്. പകരം ഏത്
വിഭാഗങ്ങളെയും തികച്ചും വ്യത്യസ്തമായി പരിഗണിക്കണമെന്ന് തിരി
ച്ചറിയുക എന്നതാണ് ആശയം.

എന്താണ് ഒരു ഉപഭോക്തൃ വിഭാഗം ?

ഒരു ഉപഭോക്തൃ വിഭാഗം എന്നത് സെഗ്മെന്റുകളുടെ ഒരു ഗ്രൂപ്പിംഗ് മാത്രമാണ്. ഉദാഹരണത്തിന്, 3 തരത്തിലുള്ള പ്രോസ്പെക്റ്റ് ഉണ്ട്, ആ തരത്തിലുള്ള ഓരോ പ്രോസ്പെക്റ്റും ഒരു സെഗ്മെന്റായി കണക്കാക്കപ്പെടുന്നു, എന്നാൽ മൊത്തത്തിലുള്ള തീം 'പട്ടികയിലെ പുതിയ വ്യക്തി' ആണ് ഇതൊരു ഉപഭോക്തൃ വിഭാഗമാണ്.

വ്യത്യസ്ത തരത്തിലുള്ള ഉപഭോക്താക്കളും പ്രതീക്ഷകളും അവർക്കായി എങ്ങനെ സെഗ്മെന്റ് ചെയ്യാം

നിങ്ങൾക്കു തരംതിരിക്കാൻ കഴിയുന്ന വ്യത്യസ്ത തരം ഉപഭോക്താക്കളുണ്ടെന്ന് മനസ്സിലാക്കുക. സെഗ്മെന്റേഷനുമായി നിങ്ങൾ എത്ര ദൂരം പോകണം? ഉപഭോക്തൃ വിഭാഗവുമായി നിങ്ങൾ എത്ര ദൂരം പോകണം?

നിങ്ങൾക്ക് കഴിയുന്നത്ര സെഗ്മെന്റ് ചെയ്യുക എന്നതാണ്. തുടർന്ന് ഏത് വിഭാഗങ്ങളുമായി (അല്ലെങ്കിൽ ഗ്രൂപ്പിംഗുകൾ) നിങ്ങൾ വ്യത്യസ്തമായി സംസാരിക്കുമെന്ന് തിരിച്ചറിയാൻ.

അവിടെ നിന്ന്, പ്രത്യേക ലോഞ്ചുകളിൽ സെഗ്മെന്റുകൾ തന്നെ ഉപയോഗിക്കുക, കൂടാതെ നിങ്ങളുടെ മാർക്കറ്റിംഗ് പ്രക്രിയയിലെ പോയിന്റുകൾ തിരിച്ചറിയുന്നതിന് കുറച്ച് അധികമോ അല്ലെങ്കിൽ ആ സെഗ്മെന്റുകളെ പരിവർത്തനം ചെയ്യാൻ സഹായിക്കുന്നതിന് വ്യത്യസ്തമായ കൈകാര്യം ചെയ്യലോ ആവശ്യമാണ്.

പ്രോസ്പെക്കുകൾ

ആദ്യ വിഭാഗം സാധ്യതകളാണ്. ഇതിനുള്ളിൽ മൂന്ന് സെഗ്മെന്റുകളുണ്ട്: പ്രതീക്ഷ, സംശയം, ലീഡ്.

ഒരു പ്രോസ്പെക്റ്റ് എങ്ങനെ നിർവചിക്കാം

നിങ്ങളുടെ ലിസ്റ്റിലുള്ള, എന്നാൽ ഇതുവരെ നിങ്ങളോട് ഏതെങ്കിലും തരത്തിലുള്ള വാങ്ങലോ പ്രതിബദ്ധതയോ നടത്തിയിട്ടില്ലാത്ത ഒരാൾ. സാധാരണയായി ഇത് എന്തെങ്കിലും സൈൻ അപ്പ് ചെയ്ത, എന്നാൽ ഇതുവരെ നിങ്ങളുടെ മാർക്കറ്റിംഗിൽ ഏർപ്പെട്ടിട്ടില്ലാത്ത ഒരാളാണ്. അവ നിങ്ങളുടെ ലിസ്റ്റിൽ പുതിയതാകാം, അതായത്. നിങ്ങൾക്കും നിങ്ങളുടെ ബ്രാൻഡിനും പൂർണ്ണമായും അപരിചിതർ. ഈ അജ്ഞാതരുമായി ഒരു ബന്ധം വളർത്തിയെടുക്കാൻ നിങ്ങൾ കഠിനമായി പരിശ്രമിക്കേണ്ടതുണ്ട്.

പ്രോസ്പെക്റ്റുകൾ എങ്ങനെ വിഭജിക്കാം

പ്രോസ്പെക്റ്റ് നിങ്ങളുടെ സ്ഥിരസ്ഥിതി സ്ഥാനമാണ് ഈ ആളു കൾ സ്ഥിരമായി പുതിയവരാണ്, നിങ്ങളുമായോ നിങ്ങളുടെ ഉള്ളടക്ക വുമായോ സേവനങ്ങളുമായോ ഇടപഴകാൻ അവർക്ക് അവസരമുണ്ടാ യിരുന്നില്ല. അവരെ വിസ്മയിപ്പിച്ച് അവരുടെ മനസ്സിൽ സ്ഥാനം പിടി ക്കുക, കുറച്ച് ഇടപഴകൽ നടത്തുക, അല്ലെങ്കിൽ നിങ്ങളുടെ ഓഫറുക ളിൽ താൽപ്പര്യം ഉണ്ടാക്കിയെടുക്കുക എന്നിവയാണ്. നിങ്ങളുടെ ഏറ്റ വും പുതിയ സബ്സ്ക്രൈബർമാരെ കണ്ടെത്തി അവരെ ഹോട്ടലിലെ പുതിയ വ്യക്തിയെപ്പോലെ പരിഗണിക്കുന്നതിലൂടെ നിങ്ങളുടെ സാധ്യ തകളെ നിങ്ങൾക്ക് വേർതിരിക്കാം. അവരെ അറിയുകയും ഒരു ബന്ധം കെട്ടിപ്പടുക്കാൻ തുടങ്ങുകയും ചെയ്യുക. അവർ ഇടപെട്ടുകഴിഞ്ഞാൽ, അവർ ഒരു ലീഡായി മാറുന്നു.

സംശയിക്കുന്ന വിഭാഗങ്ങളെ എങ്ങനെ നിർവചിക്കാം

നിലവിലെ ഉപഭോക്താക്കളുടെ പ്രൊഫൈലിന് അനുയോജ്യമായ ഒരു കോൺടാക്റ്റ്. ട്രാക്ക് ചെയ്യാനുള്ള വളരെ മൂല്യവത്തായ പ്രോസ് പെക്റ്റ് തരമാണിത്. സംശയാസ്പദമായ ആളുകൾ ഇതിനകം പരിവർ ത്തനം ചെയ്ത ഉപഭോക്താക്കളുമായി സാമ്യമുള്ളതിനാൽ, അവർ നി ങ്ങളുടെ ഉൽപ്പന്നങ്ങൾക്ക് അനുയോജ്യരാണെന്ന് നിങ്ങൾക്ക് അറിയാം. സൂപ്പർ ടാർഗെറ്റുചെയ്ത പരസ്യത്തിനും അവ അവിശ്വസനീയമാംവി ധം ഉപയോഗപ്രദമാണ്. ഇതിന് ഉദാഹരണമാണ് ഫേസ്ബുക്കിന്റെ ലു ക്ക് ലൈക്ക് പ്രേക്ഷകർ.

സംശയിക്കുന്നവരെ എങ്ങനെ വേർതിരിക്കാം

സംശയാസ്പദമായ വിഭജനം തകർക്കാൻ ബുദ്ധിമുട്ടാണ്. സംശയി ക്കുന്നവരെ വിശ്വസനീയമായി തിരിച്ചറിയാനുള്ള ഏറ്റവും ലളിതമായ മാർഗ്ഗം നിങ്ങളുടെ നിലവിലെ ഉപഭോക്താക്കളുടെ പെരുമാറ്റം പുനർ നിർമ്മിക്കുക എന്നതാണ് തുടർന്ന് ഈ പെരുമാറ്റം ട്രാക്കുചെയ്യുന്നതി നുള്ള സംവിധാനങ്ങൾ സൃഷ്ടിക്കുക. ഒരു പുതിയ സാധ്യതയോ ലീ ഡോ അതേ രീതിയിൽ പെരുമാറുമ്പോൾ, അവരെ സംശയാസ്പദമാ യി മുദ്രകുത്തുക. എന്നിട്ട് അവരെ പരിവർത്തനം ചെയ്യാൻ നിരന്തരം സമ്പർക്കം പുലർത്തുക.

ലീഡുകൾ

ഒരു ലീഡ് എങ്ങനെ നിർവചിക്കാം

ഒരു സെയിൽസ് ഫണലിന്റെ ലീഡ് മാഗ്നെറ്റിലേക്ക് സൈൻ അപ്പ് ചെയ്യുക, ഈ പ്രക്രിയയിൽ നിങ്ങൾക്ക് ചില വ്യക്തിഗത വിവരങ്ങൾ നൽകുക എന്നിങ്ങനെയുള്ള ഒരു പ്രത്യേക വിൽപ്പനയുമായി ബന്ധ പ്പെട്ട മൈക്രോ കൺവേർഷൻ നടത്തിയ പ്രോസ്പെക്കുകൾ. അവർ സാ ധ്യതകളേക്കാൾ വളരെ യോഗ്യരാണ്, സംശയിക്കുന്നവരെക്കാൾ വേഗ ത്തിൽ നടപടി ആവശ്യമാണ്.

എങ്ങനെ സെഗ്‌മെന്റ് ചെയ്യാം

ഒരു നിർദ്ദിഷ്ട പ്രൊഡക്ടിലോ, സേവനത്തിലോ അവർക്ക് പ്രത്യേക താൽപ്പര്യമുണ്ടെന്ന് അവരുടെ പെരുമാറ്റം നിർദ്ദേശിക്കുന്ന നിങ്ങളുടെ സാധ്യതകളാണ് ലീഡുകൾ. അവയെ വിഭജിക്കുന്നതിന്, നിങ്ങളുടെ ഏത് മൈക്രോ കൺവേർഷനുകളാണ് നിങ്ങളുടെ വിൽപ്പന പ്രക്രിയ യുമായി പ്രത്യേകമായി ബന്ധപ്പെട്ടിരിക്കുന്നതെന്ന് നിങ്ങൾ തിരിച്ചറി യേണ്ടതുണ്ട്. ഒരു പ്രോസ്പെക്റ്റ് ആ ഇനങ്ങളിൽ ഒന്നിനായി സൈൻ അപ്പ് ചെയ്തുകഴിഞ്ഞാൽ, അല്ലെങ്കിൽ ആ നിർദ്ദിഷ്ട പ്രവർത്തനങ്ങളിൽ ഒന്ന് ചെയ്തുകഴിഞ്ഞാൽ അവ ഒരു ലീഡാണ്. അവ ഉചിതമായി ലേ ബൽ ചെയ്യുകയും അവസരത്തിൽ പ്രവർത്തിക്കാനുള്ള പ്രക്രിയകൾ നടത്തുകയും ചെയ്യുക (സെയിൽസ് ടീമിന് ലീഡ് കൈമാറുന്നത് പോ ലെ).

മൈക്രോ, മാക്രോ പരിവർത്തനങ്ങൾക്കുള്ള ഒരു ചെറിയ വ ഴിത്തിരിവ്:

പ്രാഥമിക പരിവർത്തന ലക്ഷ്യത്തിലേക്കുള്ള ഒരു പ്രതീക്ഷക്കാരൻ എടുത്തേക്കാവുന്ന ചെറിയ ചുവടുകളാണ് മൈക്രോ കൺവേർഷനു കൾ: ഒരു ഉപഭോക്താവാകാൻ അവർ തയ്യാറാവുന്ന ഘട്ടത്തിലെത്താൻ അവർ ചെയ്യുന്ന എല്ലാ ചെറിയ കാര്യങ്ങളും മാക്രോ പരിവർത്തനങ്ങ ളാണ് നിങ്ങളുടെ അന്തിമ ലക്ഷ്യം:

മിക്കപ്പോഴും വാങ്ങൽ. ഒരു ഉപഭോക്താവാകാൻ (അല്ലെങ്കിൽ ആ വർത്തിച്ചുള്ള ഉപഭോക്താവ്, വിശ്വസ്തനായ ഉപഭോക്താവ് മുതലായ വ) നിങ്ങളുടെ പ്രതീക്ഷ നൽകുന്ന അന്തിമ പ്രതിബദ്ധതയാണിത്.

മാക്രോ (ബ്രിഹത്തായ) പരിവർത്തനങ്ങൾ പ്രതിബദ്ധതയാണ്, മൈ ക്രോ (സൂക്ഷ്മ) പരിവർത്തനങ്ങൾ ഇടപഴകലാണ്. നിരവധി ചെറിയ മൈക്രോ പരിവർത്തനങ്ങളില്ലാതെ നിങ്ങൾക്ക് ഒരു മാക്രോ പരിവർ ത്തനം നടത്താൻ കഴിയില്ല.

മൈക്രോ പരിവർത്തനങ്ങൾ ഇനിപ്പറയുന്നതുപോലുള്ള പ്രവർത്ത നങ്ങളായി കണക്കാക്കപ്പെടുന്നു:

ഒരു ലിങ്കിൽ ക്ലിക്ക് ചെയ്യുന്നു
എന്തെങ്കിലും തിരഞ്ഞെടുക്കുന്നു
ഒരു നിർദ്ദിഷ്ട ഉൽപ്പന്നത്തിൽ താൽപ്പര്യം കാണിക്കുന്നു
വാർത്താക്കുറിപ്പ് സൈൻ അപ്പുകൾ
നിങ്ങളുടെ വെബ്സൈറ്റിലെ നിർദ്ദിഷ്ട പേജുകൾ നോക്കുന്നു
വീഡിയോകൾ കാണുന്നു
സോഷ്യൽ മീഡിയ ഇടപഴകലുകൾ ലൈക്,കമന്റ് , ഷെയർ,ഫോ ളോ മുതലായവ ചെയ്യുക)
നിങ്ങളുടെ സൈറ്റിൽ ചെലവഴിച്ച സമയം (ശരാശരിക്ക് മുകളിൽ)
ഫ്രീക്വൻസിയും റീസെൻസിയും സന്ദർശിക്കുക (ശരാശരിക്ക് മുക ളിൽ)
മുകളിൽ പറഞ്ഞവയെല്ലാം ഇടപഴകൽ പ്രവർത്തനങ്ങളായി കണ ക്കാക്കപ്പെടുന്നു.
മൈക്രോ പരിവർത്തനത്തിന് രണ്ട് വിശാലമായ ഗ്രൂപ്പുകളുണ്ട്:
1. ശരിയായ പ്രോസസ്സ്
2. കൃത്യമായ ഫോളോ അപ്

അവസാന ലക്ഷ്യത്തിലേക്കെത്താനുള്ള കാര്യങ്ങൾ എളുപ്പമാക്കുന്ന മൈക്രോ പരിവർത്തനങ്ങളാണ് പ്രോസസ്സ് മൈൽസ്റ്റോണുകൾ.

ശരിയായ പ്രോസസ്സ് പ്രാഥമിക ലക്ഷ്യവുമായി ബന്ധപ്പെട്ടതല്ല, എ ന്നാൽ അവ വിശ്വാസവും ബന്ധങ്ങളും കെട്ടിപ്പടുക്കുന്നതിനാൽ അഭി കാമ്യമായ പ്രവർത്തനങ്ങളാണ്.

ശരിയായി മനസ്സിലാക്കുമ്പോൾ, ഒരു മാക്രോ പരിവർത്തനം പ്രവ ചിക്കാൻ മൈക്രോ പരിവർത്തനങ്ങൾ നിങ്ങളെ സഹായിക്കും.

നിങ്ങൾ മൈക്രോ കൺവേർഷനുകൾ ശരിയായി ഉപയോഗിക്കുക യാണെങ്കിൽ, ഒരു മാക്രോ കൺവേർഷനിൽ നിങ്ങളുടെ സാധ്യതകൾ കൂടുതൽ സൗകര്യപ്രദമായിരിക്കും.

വിഭാഗം: ഉപഭോക്താക്കൾ

മറ്റൊരു വിഭാഗം ഉപഭോക്താക്കളാണ്. ഇവയെ നല്ലതും ചീത്തയും ഭയങ്കരവും എന്നിങ്ങനെ വേർതിരിക്കാം. ഇവയിൽ ഒരിക്കൽ, അവ വീ ണ്ടും വിഭജിക്കാം.

പുതിയ ഉപഭോക്താവ്

ഒരു പുതിയ ഉപഭോക്താവിനെ എങ്ങനെ നിർവചിക്കാം:

അവരുടെ ആദ്യ വാങ്ങൽ/ മാക്രോ പരിവർത്തനം നടത്തിയ ഒരു കോൺടാക്റ്റ്.

മാക്രോ പരിവർത്തനങ്ങളാണ് നിങ്ങളുടെ അന്തിമ ലക്ഷ്യം: (മിക്ക പ്പോഴും വില്പന.) ഒരു ഉപഭോക്താവാകാൻ (അല്ലെങ്കിൽ ആവർത്തി ച്ചുള്ള ഉപഭോക്താവ്, വിശ്വസ്തനായ ഉപഭോക്താവ് മുതലായവ) നി ങ്ങളുടെ പ്രതീക്ഷ നൽകുന്ന അന്തിമ പ്രതിബദ്ധതയാണിത്.

പുതിയ ഉപഭോക്താക്കളെ ട്രാക്ക് ചെയ്യുകയും ഇടപഴകുകയും അ വരെ പ്രത്യേകമായി സ്വാഗതം ചെയ്യുകയും ചെയ്യുന്നത് രണ്ടാമത്തെ വിൽപ്പനയും വിശ്വസ്തനായ ഉപഭോക്താവിനും ഉറപ്പുനൽകുന്നു. നി ങ്ങളുടെ സെയിൽസ് സൈക്കിളുകളെ ആശ്രയിച്ച്, ഒരു നിശ്ചിത സമയ പരിധിക്കുള്ളിൽ, അതായത് 30 മുതൽ 60 ദിവസം വരെയുള്ള ഒരു ഉപ ഭോക്താവായി പുതിയ ഉപഭോക്താക്കളെ നിർവചിക്കേണ്ടതാണ്.

പുതിയ ഉപഭോക്താക്കൾക്കായി പ്രത്യേക സ്വാഗത കാമ്പെയ്നുകൾ നടത്തിയാൽ നന്നായിരിക്കും, അവരെ വൗവ് ചെയ്യാനും രണ്ടാമത്തെ വിൽപ്പന നേടാനും സഹായിക്കും.

പുതിയ ഉപഭോക്താക്കളെ എങ്ങനെ വേർതിരിക്കാം:

കഴിഞ്ഞ 30 മുതൽ 60 ദിവസം വരെ പരിവർത്തനം ചെയ്ത നിങ്ങ ളുടെ എല്ലാ ഉപഭോക്താക്കളെയും തിരിച്ചറിയുകയും ലേബൽ ചെയ്യുക യും ചെയ്യുക. ഇവർ നിങ്ങളുടെ പുതിയ ഉപഭോക്താക്കളാണ്, നിങ്ങൾ പ്രതീക്ഷിക്കുന്നതുപോലെ അവരെ പരിശീലിപ്പിക്കുക, നിങ്ങൾക്ക് സ ന്തോഷമുള്ള ഒരു ഉപഭോക്താവ് ഉണ്ടാകും, നിങ്ങളോടൊപ്പം വീണ്ടും വീണ്ടും പണം ചെലവഴിക്കുന്നതിൽ സന്തോഷമുണ്ടാകും.

സജീവ ഉപഭോക്താക്കൾ
സജീവ ഉപഭോക്താക്കളെ എങ്ങനെ നിർവചിക്കാം

നിങ്ങളുടെ സ്റ്റോറിൽ നിന്ന് ഒന്നോ അതിലധികമോ വാങ്ങലുകൾ ന ടത്തി, നിലവിൽ സജീവമായ, അതായത് 'സാധാരണ' അല്ലെങ്കിൽ 'ശ രാശരി' റീസെൻസിയിലും ഫ്രീക്വൻസി ശ്രേണിയിലും ഉള്ള ഉപഭോ ക്താക്കൾ.

സജീവ ഉപഭോക്താക്കളെ എങ്ങനെ വേർതിരിക്കാം

നിങ്ങളുടെ ശരാശരി വാങ്ങൽ ആവൃത്തിയും (വാങ്ങലുകളുടെ

അളവ്) ശരാശരി വാങ്ങൽ ആവർത്തനവും (വാങ്ങലുകൾക്കിടയിലുള്ള സമയം) എന്താണെന്ന് നിർവചിക്കുക. ആ മാനദണ്ഡങ്ങൾക്കനുസൃത മായി സജീവവും അനുയോജ്യവുമായ നിങ്ങളുടെ ഉപഭോക്താക്കൾ നി ങ്ങളുടെ സജീവ ഉപഭോക്താക്കളാണ്. നിങ്ങളുടെ സാധ്യതകളെ പോ ലെ തന്നെ നിങ്ങൾ ഈ ഉപഭോക്താക്കളെ പരിപോഷിപ്പിക്കുകയും സ് നേഹിക്കുകയും വേണം ഇത് അവരെ ഒരു ഉപഭോക്താവായി നിലനിർ ത്തുമെന്ന് ഉറപ്പാക്കും.

റിപ്പീറ്റ് ബയേഴ്സ്
ആവർത്തിച്ചുള്ള ഉപഭോക്താക്കളെ എങ്ങനെ നിർവചിക്കാം
ഇവരാണ് നിങ്ങളുടെ അനുയോജ്യമായ ഉപഭോക്താക്കൾ ഒന്നിൽ കൂടുതൽ വാങ്ങലുകൾ നടത്തിയവർ, അവർ പ്രതീക്ഷിക്കുന്ന വാങ്ങൽ ആവൃത്തിയിൽ സന്തോഷത്തോടെ വാങ്ങുന്നവർ മറ്റൊരു വിധത്തിൽ പറഞ്ഞാൽ തികഞ്ഞവർ!

ആവർത്തിച്ചുള്ള ഉപഭോക്താക്കളെ എങ്ങനെ വിഭജിക്കാം
നിങ്ങളുടെ ശരാശരി വാങ്ങൽ ആവൃത്തി തിരിച്ചറിയുക, ഈ ശരാ ശരി പരിധിക്കുള്ളിൽ വാങ്ങുന്ന നിങ്ങളുടെ ഉപഭോക്താക്കളിൽ ആരെ ങ്കിലും നിങ്ങളുടെ ആവർത്തിച്ചുള്ള ഉപഭോക്താക്കളാണ്. അവരെ ശരി യായ വിശ്വസ്തരായ ഉപഭോക്താക്കളാക്കി മാറ്റാനുള്ള അവരുടെ വിശ്വ സ്തതയ്ക്കായി അവരെ സ്നേഹിക്കുക. ഉപഭോക്താക്കളെ ആവർത്തിച്ച് വാങ്ങുന്നവരാക്കി മാറ്റുന്നതിന് നിർദ്ദിഷ്ട ക്യാമ്പെയ്നുകൾ നടത്തുക.

ശ്രദ്ധിക്കേണ്ട ഉപഭോക്താക്കൾ
ശ്രദ്ധിക്കേണ്ട ഉപഭോക്താക്കളെ എങ്ങനെ നിർവചിക്കാം:
മറ്റ് ആവർത്തിച്ചുള്ള ഉപഭോക്താക്കൾക്കോ അവരുടെ വിഭാഗത്തി ലുള്ളവർക്കോ വേണ്ടിയുള്ള ശരാശരി വാങ്ങൽ നിരക്ക് അടിസ്ഥാനമാ ക്കി, അടുത്ത വാങ്ങലിനായി നിങ്ങളുടെ ശരാശരി സമയ കാലയളവ് പിന്നിട്ട ഉപഭോക്താക്കൾ ഇവരാണ്. അപകടസാധ്യതയുള്ള ഉപഭോക്താ ക്കൾ ഔട്ട് ഡേറ്റഡ് ആയ ഉപഭോക്താക്കൾ ആകുന്നതിന് മുമ്പ് വീ ണ്ടും ഇടപഴകുന്നതാണ് നല്ലത്.

ശ്രദ്ധിക്കേണ്ട ഉപഭോക്താക്കളെ എങ്ങനെ വിഭജിക്കാം:
നിങ്ങളുടെ ശരാശരി പർച്ചേസ് ഫ്രീക്വൻസി നിരക്കിലേക്ക് തിരികെ

വരുമ്പോൾ, നിങ്ങൾ ശരാശരി കണക്കാക്കുന്നതിനേക്കാൾ കൂടുതൽ പോയ നിങ്ങളുടെ ഉപഭോക്താക്കളിൽ ആരെങ്കിലും അപകടത്തിലാണ്. വീണ്ടും ഇടപെടൽ തന്ത്രങ്ങൾ ശ്രദ്ധാപൂർവ്വം പ്രയോഗിക്കുന്നത് ശ്രദ്ധി ക്കേണ്ട ഉപഭോക്താക്കളെ അഭിഭാഷകരാക്കി മാറ്റും...

ഔട്ട് ഡേറ്റഡ് ഉപഭോക്താക്കൾ
ഔട്ട് ഡേറ്റഡ് ഉപഭോക്താക്കളെ എങ്ങനെ നിർവചിക്കാം:

അടുത്ത വാങ്ങൽ നടത്തുമെന്ന് പ്രതീക്ഷിച്ചിരുന്ന സമയത്തിനപ്പുറ ത്തേക്ക് പോയ ഒരു ഉപഭോക്താവ്.

ഔട്ട്ഡേറ്റഡ് ഉപഭോക്താക്കളെ എങ്ങനെ വിഭജിക്കാം:

ലാപ്സ് നിരക്കുകൾ നിർവചിക്കുന്നത് ബുദ്ധിമുട്ടാണ്, എന്നാൽ ഒ രു നല്ല ബോൾപാർക്ക് നിങ്ങളുടെ ശരാശരി പർച്ചേസ് റീസെൻസിയു ടെയും ആവൃത്തിയുടെയും ഇരട്ടി ദൈർഘ്യമുള്ളതാണ്. ഒരു നല്ല റീ എൻഗേജ്മെന്റ് തന്ത്രം ഈ ഉപഭോക്താക്കളെ പുനരുജ്ജീവിപ്പിക്കാൻ സഹായിക്കും.

അസന്തുഷ്ടനായ ഉപഭോക്താവ്
അസന്തുഷ്ടരായ ഉപഭോക്താക്കളെ എങ്ങനെ നിർവചിക്കാം

ഇക്കൂട്ടർ നിങ്ങളുടെ അസ്വസ്ഥരായ അല്ലെങ്കിൽ കോപാകുലരായ ഉപഭോക്താക്കളാണ്. അവർ നിങ്ങളുടെ ഏറ്റവും അപകടസാധ്യതയു ള്ള ഉപഭോക്താക്കളാണെങ്കിലും, പലപ്പോഴും പ്രശ്നങ്ങൾ അവതരിപ്പി ക്കുന്നവരാണെങ്കിലും അവർ നിങ്ങളുടെ മുൻപിൽ ഏറ്റവും വലിയ അവസരം തുറന്നിടുന്നു . ഈ ഉപഭോക്താക്കളെ തൃപ്തിപ്പെടുത്താൻ നല്ല ഉപഭോക്തൃ സേവനം നൽകേണ്ടതായി വരും .നിങ്ങൾക്ക് പ്രശ്നം പരിഹരിക്കാൻ കഴിയുമെങ്കിൽ, ഈ ഉപഭോക്താക്കളെ പലപ്പോഴും അ ഭിഭാഷകരായി മാറ്റാൻ കഴിയും നിങ്ങൾ അവരെ വ്യക്തിപരമായി പരി ഗണിക്കുന്നുവെന്ന് അവർക്കു തോന്നുന്ന രീതിയിൽ ഉള്ള ഇടപഴകൽ ഉ ണ്ടെങ്കിൽ.

അസന്തുഷ്ടരായ ഉപഭോക്താക്കളെ എങ്ങനെ വേർതിരിക്കാം

ഉപഭോക്താക്കൾക്ക് നിങ്ങളുടെ ഉൽപ്പന്നം ഉപയോഗിക്കുന്നതിനോ നിങ്ങളുടെ സേവനത്തിൽ പങ്കാളികളാകുന്നതിനോ ന്യായമായ സമയം ലഭിച്ചതിന് ശേഷം ഫീഡ്ബാക്ക് ആവശ്യപ്പെടുക! നിങ്ങളുടെ ഉപഭോ ക്താക്കളിൽ അസന്തുഷ്ടരും നിങ്ങളെ അറിയിക്കാത്തവരുമായവരെ

തിരിച്ചറിയാൻ ഇത് നിങ്ങളെ സഹായിക്കും. ഇപ്പോൾ നിങ്ങൾക്ക് അവ
രുടെ പ്രശ്നത്തിന് വിസ്മയകരമായ ഒരു പരിഹാരത്തിലൂടെ കടന്നുക
യറാനും അവരെ അഭിഭാഷകരാക്കാനും കഴിയും...

വിശ്വസ്തനായ ഉപഭോക്താവ്
വിശ്വസ്തരായ ഉപഭോക്താക്കളെ എങ്ങനെ നിർവചിക്കാം:

വിശ്വസ്തനായ ഉപഭോക്താവ് എന്താണെന്നതിന് ഓരോ ബിസിന
സ്സിനും അതിന്റേതായ നിർവചനം ഉണ്ടായിരിക്കണം. ലോയൽറ്റി യാ
ത്ര നമ്മളുമായി അവർ മൂന്നോ നാലോ ഇടപാടുകളിൽ കൂടുതൽ
പൂർത്തിയാക്കിയവരും ഇപ്പോഴും ആഴ്ചയിൽ ഇടപെടുന്നവരുമായിട്ടു
ള്ള ഉപഭോക്താവായിട്ടുള്ളവരും ,അവർ നമ്മുടെ സാന്നിധ്യം ആഗ്രഹി
ക്കുന്നവരുമായിട്ടുള്ളവരായിരിക്കും .

വിശ്വസ്തരായ ഉപഭോക്താക്കളെ എങ്ങനെ വിഭജിക്കാം:

അതിനാൽ, ഇതിനുവേണ്ടി, നിങ്ങളോട് വിശ്വസ്തത എന്താണ് അർ
ത്ഥമാക്കുന്നത് എന്ന് തീരുമാനിക്കാൻ നിങ്ങൾ ഒരു ചെറിയ ജോലി ചെ
യ്യേണ്ടതുണ്ട്   നിങ്ങളുടെ ശരാശരി വാങ്ങൽ ആവൃത്തിയും സമീപകാ
ലവും കുറഞ്ഞത് 1/4 ന് മുകളിൽ നിർദ്ദേശിക്കുന്നു.

റെഫെറൽ കസ്റ്റമേഴ്സ്
റഫറിംഗ് ഉപഭോക്താക്കളെ എങ്ങനെ നിർവചിക്കാം:

നിങ്ങളെ സുഹൃത്തുക്കളിലേക്കും കുടുംബാംഗങ്ങളിലേക്കും റഫർ
ചെയ്യാനോ നിങ്ങളെ കുറിച്ച് മികച്ച രീതിയിൽ അഭിപ്രായം നൽകാ
നോ തയ്യാറുള്ള ഒരു സന്തുഷ്ട ഉപഭോക്താവ്.

ഉപഭോക്താക്കളെ റഫർ ചെയ്യുന്നതെങ്ങനെ:

നിങ്ങൾ ഫീഡ്ബാക്ക് അഭ്യർത്ഥനകൾ അയയ്ക്കുമ്പോൾ, നിങ്ങളു
ടെ സന്തുഷ്ടരായ ഉപഭോക്താക്കളെ തിരിച്ചറിയുകയും അവരെ ഒരു റ
ഫറൽ കാമ്പെയ്നിലേക്ക് ചേർക്കുകയും ചെയ്യുക, അവിടെ നിങ്ങൾ ഒ
രു റഫറൽ അല്ലെങ്കിൽ അവരുടെ അഭിപ്രായം ആവശ്യപ്പെടുന്നു. അവ
രുടെ സംഭാവനയ്ക്ക് ശേഷം, 100% സംതൃപ്തിയോടെ അവർക്ക് ഒരു
സർപ്രൈസ് സമ്മാനം നൽകുക , ഇത് മുമ്പ് ചെയ്യുന്നത് കൈക്കൂലി
യാണ്... കൂടാതെ ആർക്കെങ്കിലും നിങ്ങളുടെ കൈക്കൂലി ആവശ്യമാ
ണെങ്കിൽ, അവർ സത്യസന്ധരോ നിങ്ങളുമായി പ്രതിബദ്ധത ഉള്ളവ
രോ ആയിരിക്കില്ല. ഇത് ഒരു കൂട്ടം ഡഫ് ലീഡുകളിലേക്കും നയി

ച്ചേക്കാം, കാരണം അത്തരം ലീഡുകൾക്ക് യഥാർത്ഥ സന്തുഷ്ടനായ ഉ
പഭോക്താവ് കൊണ്ടുവരുന്ന അഭിനിവേശവും ആധികാരികതയും ഇല്ല.

അഭിഭാഷക കസ്റ്റമേഴ്സ്
അഭിഭാഷക കസ്റ്റമേഴ്സിനെ എങ്ങനെ നിർവചിക്കാം

ഏത് അവസരത്തിലും നിങ്ങളെ കുറിച്ച് ആരോടും എല്ലാവരോടും
പറയാൻ ആഗ്രഹിക്കുന്ന വളരെ സന്തുഷ്ടനായ ഉപഭോക്താവ്. അഭിഭാ
ഷകർ നിങ്ങളുടെ ഏറ്റവും ലാഭകരമായ വിഭാഗമാണ്, കാരണം അവർ
പലപ്പോഴും നിങ്ങളുടെ ഏറ്റവും വിശ്വസ്തരായ ഉപഭോക്താക്കളാണ്,
മാത്രമല്ല ഏത് അവസരത്തിലും കൂടുതൽ ഉപഭോക്താക്കളെ വാതിലി
ലൂടെ കൊണ്ടുവരും ഓരോ ഉപഭോക്താവും ഒരു അഭിഭാഷകനാകണ
മെന്ന് നിങ്ങൾ ആഗ്രഹിക്കുന്നു!

കമ്പനി അഭിഭാഷകരെ എങ്ങനെ സെഗ്മെന്റ് ചെയ്യാം

നിങ്ങൾ എന്തെങ്കിലും കാര്യങ്ങൾ / റഫറലുകൾ ആവശ്യപ്പെടു
മ്പോൾ, നിങ്ങളുടെ ഏറ്റവും വികാരാധീനരായ ഉപഭോക്താക്കളെ നോ
ക്കുക അവർ നിങ്ങളുടെ വക്താക്കളായിരിക്കും. അവരാണ് നിങ്ങളുടെ
ബിസിനസ് ഇരട്ടിയാക്കി മാറ്റാൻ കെൽപ്പുള്ളവർ . ഒരു ഫാമിലി മെമ്പ
റെ പോലെ അവരെ എല്ലായ്പ്പോഴും ട്രീറ്റ് ചെയ്യാൻ പ്രത്യേകം ശ്രദ്ധി
ക്കുക.

ഉപസംഹാരം

നിങ്ങൾ ഓരോ ഉപഭോക്താവിനോടും ശരിയായ രീതിയിൽ സംസാ
രിക്കുന്നുവെന്ന് ഉറപ്പാക്കുന്നതിന്, സെഗ്മെന്റഷൻ അത്യാവശ്യമാണ്. ഓ
രോ ഗ്രൂപ്പുകളുമായും ഉചിതമായ രീതിയിൽ സംസാരിക്കാൻ ഇത് നി
ങ്ങളെ അനുവദിക്കും.

17. സ്വാധീനശക്തി ബിസിനസ് ആക്കി മാറ്റുക

നമ്മുടെ ഇടങ്ങളിൽ നമ്മെ ചുറ്റിപ്പറ്റി മറ്റുള്ള ആൾക്കാർ ഉണ്ടെന്നു
ള്ളത് നാം ഓർക്കണം. പക്ഷെ പലർക്കും നമ്മളെ സഹായിക്കാൻ കഴി
ഞ്ഞന്നു വരില്ല എന്നിരുന്നാലും നമ്മുടെ സ്ഥിരതയാർന്ന ഇടപെടലു
കളിൽ നമുക്ക് ബിസിനസിന് വേണ്ടിയുള്ള ആൾക്കാരെ കണ്ടെത്തി ന
മ്മുടെ അഭ്യുദയകാംക്ഷികൾ ആക്കി മാറ്റേണ്ട ഒരു കടമ കൂടി നമുക്കുണ്ട്.
ഒരു കമ്പനി നിങ്ങൾക്ക് 10 വാഹനങ്ങൾ ഒരു മാസം വിൽപ്പന

ചെയ്യാൻ ടാർഗറ്റ് ത
ന്നു എന്ന് കരുതുക;
ചിലപ്പോൾ എങ്കിലും
നിങ്ങൾ വിചാരിക്കും
ഈ തന്നിരിക്കുന്ന
ടാർഗറ്റ് നാല് പേർക്ക്
വീതിച്ചു കൊടു
ത്താൽ എളുപ്പം ടാർ
ഗറ്റ് എത്തുമായിരുന്നി
ല്ലേ എന്ന്...

രോഹിത് ചെയ്ത
കാര്യങ്ങൾ ഒന്ന് പരി
ശോധിക്കുക...

ഇത് വരെ രോ

ഹിത് ചെയ്ത ബിസിനസ്സിന്റെ എല്ലാ ഉപഭോക്താക്കളെയും വളരെ ന
ല്ല രീതിയിൽ ഇടപഴകിയതിന്റെ അടിസ്ഥാനത്തിൽ കൂടുതൽ ആൾ
കാർ അവന്റെ പേര് നിർദേശിക്കുകയും അത് വഴി 4 പേര് ചെയ്യുന്ന
കാര്യങ്ങൾ അവനു വളരെ എളുപ്പത്തിൽ ചെയ്യുവാനും സാധിക്കും .
ഇത് ഒരർത്ഥത്തിൽ റഫറൻസ് സെല്ലിങ് ആണെങ്കിൽ കൂടി വേറൊരു
അർത്ഥത്തിൽ നമുക്ക് ചുറ്റും നാം കൂടുതൽ കൂടുതൽ അൺ പെയ്ഡ്
എംപ്ലോയീസിനെ ക്രിയേറ്റ് ചെയ്യുന്ന ഒരു പ്രോസസ്സിങ് കൂടി ആണ്.
ഈ ഒരു ഐഡിയോളജി നിങ്ങളുടെ ടോട്ടൽ സെയിൽസിനെ ഒരു പാ
ടു സ്വാധീനിക്കുന്ന ഒരു പ്രക്രിയയാണ്.

വിൽപ്പനക്കാരെന്ന നിലയിൽ മെച്ചപ്പെടണമെങ്കിൽ, നിങ്ങളുടെ ഉൽ
പ്പന്നങ്ങളിലേക്ക് മാത്രമല്ല, ആ ഉൽപ്പന്നങ്ങൾ (സേവനങ്ങളും) വിജയ
കരമായി വിറ്റഴിച്ച് വിജയം നേടാൻ മറ്റുള്ളവരെകൂടി സഹായിക്കാൻ
തയ്യാറുള്ളവരെന്ന നിലയിൽ എല്ലാവർക്കും നിങ്ങളെ ആശ്രയിക്കാൻ
കഴിയും എന്ന നിലയിലേക്ക് നിങ്ങൾ ഉയരുമ്പോഴാണ് യഥാർത്ഥ വിജ
യി ആകുന്നത്.

ഉപസംഹാരം

'ആത്യന്തിക ലക്ഷ്യം നിങ്ങളെയോ നിങ്ങളുടെ ഉൽപ്പന്നമോ വിൽ
ക്കുക എന്നതായിരിക്കണം, എന്നാൽ അവിടെ എത്തുന്നതിന് സമയവും
പരിശീലനവും ആവശ്യമാണെന്ന് ഓർമ്മിക്കുക'. എല്ലാം വിൽപ്പന

ചെയ്യാൻ പറ്റുമെന്ന് നിങ്ങൾക്ക് പ്രതീക്ഷിക്കാനാവില്ല. എന്നാൽ അർപ്പ ണബോധവും കഠിനാധ്വാനവും ക്ഷമയും ഉപയോഗിച്ച്, ഒടുവിൽ, നി ങ്ങൾക്കായി പ്രവർത്തിക്കുന്ന ഒരു വിൽപ്പന തന്ത്രം വികസിപ്പിക്കാൻ നിങ്ങൾക്ക് കഴിയും!

18. സെയിൽസ് എക്സിക്യൂട്ടീവിന്റെ ഉത്തരവാദിത്തം എന്താണ്?

ഇനിപ്പറയുന്നവ ചെയ്തുകൊണ്ട് സെയിൽസ് എക്സിക്യൂട്ടീവ് അ വരുടെ കമ്പനികൾക്ക് വേണ്ടി പ്രവർത്തിക്കുന്നു:

* അവരുടെ സ്ഥാപനങ്ങളുടെ ഉപഭോക്താക്കൾക്കായി മൂല്യം സൃ ഷ്ടിക്കുന്നു.
* ബന്ധങ്ങൾ കൈകാര്യം ചെയ്യുക
* ഉപഭോക്താവിന്റെയും വിപണിയുടെയും വിവരങ്ങൾ അവരുടെ സ്ഥാപനങ്ങൾക്ക് തിരികെ നൽകുന്നു

അവരുടെ സ്ഥാപനങ്ങൾക്ക് വേണ്ടി പ്രവർത്തിക്കുന്നതിനു പുറമേ, സെയിൽസ് എക്സിക്യൂട്ടീവ് അവരുടെ ഉപഭോക്താക്കൾക്ക് വേണ്ടി പ്രവർത്തിക്കുന്നു. ഒരു ഉപഭോക്താവിന്റെ അഭ്യർത്ഥനയുമായി ഒരു സെയിൽസ് എക്സിക്യൂട്ടീവ് അവരുടെ കമ്പനിയിലേക്ക് തിരികെ പോ കുമ്പോഴെല്ലാം, അത് വേഗത്തിലുള്ള ഡെലിവറി, ഒരു പ്രൊഡക്ടിനെ കുറിച്ചുള്ള അറിവ് കൈമാറൽ, അല്ലെങ്കിൽ വിലപേശൽ എന്നിവയ്ക്കായി,

അവൾ/അവൻ ഉപഭോക്താവിന്റെ ആവശ്യങ്ങൾക്കു വേണ്ടി നില കൊ
ള്ളുന്നു.

വാങ്ങുന്നയാൾക്ക് അവരുടെ ആവശ്യങ്ങൾക്ക് ഏറ്റവും മികച്ചത്
വാങ്ങാൻ സഹായിക്കുക എന്നതാണ് പ്രധാനമായും ലക്ഷ്യമിടേണ്ടത്.
ഈ സാഹചര്യത്തിൽ, ഉപഭോക്താവിന്റെ ആവശ്യങ്ങളെ , പ്രതിനിധീ
കരിക്കുന്ന കമ്പനിക്ക് വേണ്ടി പ്രവർത്തിക്കുന്ന ഒരാളായി മാറാനാണു
പലപ്പോഴും മികച്ച സെയ്ൽസ് എക്സിക്യൂട്ടീവ്സ് ശ്രമിക്കാറ്.

'വിൽപ്പനക്കാർ അതിർത്തി രക്ഷകരാണ് അവർ സ്ഥാപനത്തിന്റെ
അതിരുകൾക്കപ്പുറത്തും ഫീൽഡിലും പ്രവർത്തിക്കുന്നു. അതുപോലെ,
എതിരാളികൾ എന്താണ് ചെയ്യുന്നതെന്ന് ആദ്യം പഠിക്കുന്നത് അവരാ
ണ്. അവരുടെ എതിരാളികളുടെ പുതിയ ഓഫറുകളെയും തന്ത്രങ്ങളെ
യും കുറിച്ച് സ്ഥാപനത്തിലേക്ക് തിരികെ റിപ്പോർട്ട് ചെയ്യുക എന്ന പ്ര
ധാനപ്പെട്ട ഉത്തരവാദിത്തം കൂടി ഇക്കൂട്ടർ ഏറ്റെടുക്കുന്നു'.

അതുപോലെ, വിൽപ്പനക്കാർ ഉപഭോക്താക്കളുമായി നേരിട്ട് ഇടപഴ
കുകയും അങ്ങനെ ചെയ്യുന്നതിലൂടെ, അവരുടെ ആവശ്യങ്ങളെക്കുറിച്ച്
ഉപയോഗപ്രദമായ ധാരാളം വിവരങ്ങൾ ശേഖരിക്കുകയും ചെയ്യുന്നു.
വിൽപ്പനക്കാർ പിന്നീട് അവരുടെ സ്ഥാപനങ്ങൾക്ക് വിവരങ്ങൾ കൈ
മാറുന്നു, അത് പുതിയ ഓഫറുകൾ സൃഷ്ടിക്കുന്നതിനും അവരുടെ നി
ലവിലെ ഓഫറുകൾ ക്രമീകരിക്കുന്നതിനും അവരുടെ മാർക്കറ്റിംഗ് ത
ന്ത്രങ്ങൾ പരിഷ്കരിക്കുന്നതിനും ഉപയോഗിക്കുന്നു. കമ്പനികളിലെ ശ
രിയായ തീരുമാനമെടുക്കുന്നവർക്ക് വിവരങ്ങൾ എത്തിക്കുക എന്നതാ
ണ് തന്ത്രം.

പല കമ്പനികളും വിവിധ തരം കസ്റ്റമർ റിലേഷൻഷിപ്പ് മാനേജ്
മെന്റ് (CRM/ DMS) സോഫ്റ്റ്‌വെയറുകൾ ഉപയോഗിക്കുന്നത് വിൽപ്പ
നക്കാർക്ക് ഉപഭോക്ത്യ ഡാറ്റ നൽകാനും മറ്റുള്ളവർക്ക് അത് വീണ്ടെടു
ക്കാനും ഒരു സംവിധാനം നൽകുന്നു. ഉദാഹരണത്തിന്, ഒരു കമ്പനി
യുടെ മാർക്കറ്റിംഗ് ഡിപ്പാർട്ട്മെന്റിന്, നേരിട്ട് ആശയവിനിമയം നടത്തു
ന്ന ഉപഭോക്താക്കളുടെ സെഗ്മെന്റുകളെ കൃത്യമായി കണ്ടെത്താൻ ആ
ഡാറ്റ ഉപയോഗിക്കാം. വിപണന തന്ത്രങ്ങൾ മെച്ചപ്പെടുത്തുന്നതിനും
സൃഷ്ടിക്കുന്നതിനും ഡാറ്റ ഉപയോഗിക്കുന്നതിനു പുറമേ, വാങ്ങുന്ന തീ
രുമാനങ്ങൾ ആരാണ് എടുക്കുന്നതെന്ന് മനസിലാക്കാൻ മാർക്കറ്റിംഗ്
പ്രക്രിയ നിർമ്മാതാക്കളെ സഹായിക്കും, ഇത് വാങ്ങാൻ സാധ്യതയു
ള്ള സ്ഥലങ്ങളിൽ അവരുടെ ഡിസ്പ്ലേ ടാർഗെറ്റുചെയ്യുന്നത് പോ
ലുള്ള തീരുമാനങ്ങൾക്ക് കാരണമാകുന്നു.

വിശ്വസ്തത വളർത്തിയെടുക്കുന്നതിനുള്ള ചില വഴികൾ ഇതാ

മടങ്ങിവരുന്ന ഉപഭോക്താക്കൾക്ക് റിവാർഡുകളും ഡിസ്കൗണ്ടുകളും പോയിന്റുകളും ലഭിക്കുന്ന ഒരു ലോയൽറ്റി പ്രോഗ്രാം സൃഷ്ടിക്കുക.

നിങ്ങളുടെ ഉൽപ്പന്നങ്ങൾ എങ്ങനെ പരമാവധി പ്രയോജനപ്പെടുത്താം എന്നതിനെക്കുറിച്ച് ഉപഭോക്താക്കൾക്ക് വ്യക്തിഗതമാക്കിയ ഇമെയിലുകൾ അയയ്ക്കുക.

അനുബന്ധ ഉൽപ്പന്നങ്ങൾക്കും കോംപ്ലിമെന്ററി ഇനങ്ങൾക്കും നിർദ്ദേശങ്ങൾ നൽകുക.

ഒരു വർഷത്തേക്ക് സൗജന്യ ഉപഭോക്തൃ പിന്തുണ വാഗ്ദാനം ചെയ്യുക

സബ്സ്ക്രിപ്ഷൻ പുതുക്കുന്ന ആളുകൾക്ക് ഗണ്യമായ കിഴിവ് നൽകുക

ദിവസാവസാനം, ഉപഭോക്താക്കളെ വിശ്വസ്തരായി നിലനിർത്താൻ നിങ്ങൾക്ക് ഒരു സോളിഡ് ഉൽപ്പന്നവും മികച്ച ഉപഭോക്തൃ പിന്തുണയും ആവശ്യമാണ്. നിങ്ങൾ അങ്ങനെ ചെയ്യുകയാണെങ്കിൽ, ഇവിടെ നൽകിയിരിക്കുന്ന ആശയങ്ങൾ ഉപയോഗിച്ച് നിങ്ങൾക്ക് ഉപഭോക്തൃ വിശ്വസ്തത വർദ്ധിപ്പിക്കാനാകും.

ഒരു നല്ല സമഗ്ര വിപണന തന്ത്രം നിങ്ങളുടെ ഓരോ സാധ്യതകളെയും ഉപഭോക്താക്കളെയും അനുയോജ്യമായ ഓരോ ഘട്ടങ്ങളിലൂടെയും നീക്കും, അതുപോലെ തന്നെ ഉപഭോക്താക്കൾ അനുയോജ്യമായ ഘട്ടത്തിലല്ലാത്ത സന്ദർഭങ്ങൾക്കായുള്ള തന്ത്രങ്ങളും സാഹചര്യങ്ങളും ഉൾക്കൊള്ളുന്നു, ഒപ്പം അവരെ എങ്ങനെ മാറ്റാനാണ് നിങ്ങൾ ഉദ്ദേശിക്കുന്നതെന്ന് വിശദമാക്കുകയും ചെയ്യും. ഉചിതമായ ഘട്ടം.

നിങ്ങളുടെ മാർക്കറ്റിംഗ് തന്ത്രം എത്രത്തോളം നന്നായി ആസൂത്രണം ചെയ്തിട്ടുണ്ട്? ഇവയിൽ ഓരോന്നിനും നിങ്ങൾക്ക് പ്ലാനുകളും മാസ്റ്റർ പ്ലാനുകളും അതിനുവേണ്ട സാഹചര്യങ്ങളും ഒരുക്കിയിട്ടുണ്ടോ ?

എല്ലാറ്റിലുമുപരി നിങ്ങളുടെ ഉപഭോക്താക്കളെ പരിഗണിച്ചിട്ടുണ്ടോ?

19. ഇരുപത്തി ഒന്നാം നൂറ്റാണ്ടിലെ കാർ വില്പന

എ) എങ്ങനെ ഒരു വിജയകരമായ കാർ വിൽപ്പനക്കാരനാകാം

ബി) കാർ വിൽപ്പന ഡിജിറ്റൽ ടിപ്പുകൾ

വാഹന വിൽപ്പനയുടെ ഭാവി ഗിയറുകൾ അതിവേഗം മാറിക്കൊണ്ടിരിക്കുകയാണ് . കാർ വാങ്ങുന്നവർ ഡീലർഷിപ്പുകളിൽ കുറച്ച് സമയ

വും ഓൺലൈ
നിൽ കൂടുതൽ സ
മയവും ചെലവഴി
ക്കുന്നു. എന്നാൽ
ഈ ഡിജിറ്റൽ യു
ഗത്തിലേക്ക് ന
മ്മൾ കൂടുതൽ മു
ന്നേറുമ്പോൾ ഒരു
വിജയകരമായ
കാർ വിൽപ്പനക്കാ
രനാകുന്നത് എങ്ങ
നെയെന്ന്

നമുക്കൊന്ന് നോക്കാം...

കാറുകൾ വിൽക്കുന്ന പ്രക്രിയ ഒരു നല്ല എണ്ണയിട്ട യന്ത്രം പോലെ ചെയ്യേണ്ടുന്ന ഒന്നാണ്, പ്രിന്റ് ചെയ്ത പരസ്യങ്ങളും വലിയ ബോർ ഡുകളും ഉപയോഗിച്ച് ചെയ്ത കാലഘട്ടം ഒക്കെ മാറിപ്പോയി.

ഇപ്പോൾ മാർക്കറ്റിൽ ലഭ്യമായ എല്ലാ കാറുകളുടെയും വിശദാംശ ങ്ങളും ഉപഭോക്താവിന്റെ വിരൽത്തുമ്പിലാണ്, അതിനാൽ കുറഞ്ഞ വി ലയ്ക്ക് വിൽപ്പന ഉറപ്പ് നൽകാൻ പോലും കഴിയില്ല.

സൗഹൃദപരമായ പെരുമാറ്റവും കാറുകളെ കുറിച്ചുള്ള മികച്ച അറി വും ഒരു കാർ വിൽക്കാൻ നിങ്ങളെ സഹായിച്ചേക്കാം, ആളുകൾ നി ങ്ങളുടെ ഡീലർഷിപ്പിലേക്ക് വരുന്നില്ലെങ്കിൽ അത് പ്രയോജനമില്ല.

ഉപഭോക്താക്കൾ നിങ്ങളിലേക്കു എത്തുന്നത് വരെ കാത്തിരിക്കാ നാവില്ല. അവർ നിങ്ങളുടെ അടുത്തേക്ക് എത്തുന്നതിനു മുമ്പ് നിങ്ങൾ അവരുമായി നേരിട്ട് കാണാനുള്ള സാഹചര്യം ഉണ്ടാക്കേണ്ടത് അത്യാ വശ്യമാണ്.

അതിനാൽ, 21ാം നൂറ്റാണ്ടിൽ ഒരു നല്ല കാർ വിൽപ്പനക്കാരനാകുന്ന ത് എങ്ങനെയെന്ന് നിങ്ങൾ കണ്ടെത്തുമ്പോൾ, ഈ വെല്ലുവിളികളിൽ മറഞ്ഞിരിക്കുന്ന അവസരങ്ങൾ കാണുന്നതിന് കൃത്യമായ വ്യക്തമായ സ്മാർട്ട് വർകോട് കൂടിയ ഹാർഡ് വർക്ക് അത്യന്താപേക്ഷിതമാണെന്ന് അറിയുക.

ഉപഭോക്താക്കൾ സ്വീകരിക്കുന്ന പുതിയ കാർ വാങ്ങൽ മോഡൽ നാവിഗേറ്റ് ചെയ്യാൻ നിങ്ങളെ സഹായിക്കുന്നതിന്, ആധുനിക ഡിജി റ്റൽ യുഗത്തിൽ പരിഗണിക്കേണ്ട കാർ വിൽപ്പന തന്ത്രങ്ങളുടെ ഒരു ലിസ്റ്റ്:

1. പേരുകൾ പഠിക്കുകയും അവ ഓർമ്മിക്കുകയും ചെയ്യുക

ഒരു പേരിലെന്തിരിക്കുന്നു? ഒരുപാട്, വാസ്തവത്തിൽ, പ്രത്യേകിച്ച് നിങ്ങൾ കാറുകൾ വിൽക്കാൻ ആഗ്രഹിക്കുന്നുവെങ്കിൽ.

ഈ കാലത്ത് ഒരു കാർ വിൽപ്പനക്കാരനാകുന്നത് എങ്ങനെയെന്ന് അറിയണമെങ്കിൽ, നിലവിലെയും ഭാവിയിലെയും ഉപഭോക്താക്കളുടെ പേരുകൾ പഠിക്കാനും അവരെ ഓർമ്മിക്കാനും നിങ്ങൾ ആരംഭിക്കേണ്ട തുണ്ട്.

ഏതെങ്കിലും കാർ വിൽപ്പന പിച്ച് ഉണ്ടാക്കുന്നതിന് മുമ്പ് ഇത് ചെ യ്യേണ്ടതുണ്ട്. നിങ്ങളുടെ മാർക്കറ്റിംഗ് ഇമെയിലുകളുടെ സബ്ജക്ട് ലൈ നുകളിലേക്ക് പേരുകൾ ചേർക്കുന്നത് നല്ല ഇമെയിൽ തന്ത്രങ്ങൾക്കിട യിൽ സാങ്കേതികവിദ്യയുടെ പുരോഗതിക്കൊപ്പം, ആശയവിനിമയത്തി ന്റെ വ്യക്തിഗത സ്പർശം കുറഞ്ഞുവരുന്നതായി കാണുന്നു. പ്ലെയിൻ ടെക്സ്റ്റ് ഇമെയിലുകൾ, പ്രത്യേകിച്ച് മാർക്കറ്റിംഗ് ഇമെയിലുകൾ, അവ യുടെ ആധികാരികത നഷ്ടപ്പെട്ടുകൊണ്ടിരിക്കുന്നു .

എന്നാൽ നിങ്ങളെ വിശ്വസിക്കാൻ ആളുകൾക്ക് അവ ഒരു മാർക്ക റ്റിംഗ് പ്ലാൻ മാത്രമല്ലെന്ന് ഇപ്പോഴും അറിയേണ്ടതുണ്ട് പ്രത്യേകിച്ചും ഇത് ഒരു വാങ്ങൽ ആയതിനാൽ അവർ അവരുടെ ജീവിതകാലത്ത് മി ക്കപ്പോഴും ഒരു തവണ മാത്രമേ ചെയ്യുന്നുള്ളൂ.

അതിനാൽ, നിങ്ങൾക്ക് ഒരു ഓൺലൈൻ ലീഡ് ലഭിച്ചാലുടൻ, അവ രുടെ പേരുകൾ മനസിലാക്കുക. അവർക്ക് ഒരു ആമുഖ വീഡിയോ വാ ട്സ് ആപ്പ് സന്ദേശമായോ ഇമെയിൽ ആയോ അയയ്ക്കുകയും നിങ്ങ ളുടെ സന്ദേശത്തിൽ സ്വാഭാവികമായ രീതിയിൽ അവരുടെ പേരുകൾ ഉപയോഗിക്കുകയും ചെയ്യുക നിങ്ങളുടെ ഒരു സുഹൃത്തുമായി സാധാ രണ സംഭാഷണത്തിൽ നിങ്ങൾ ചെയ്യുന്നതുപോലെ. പ്ലേ അമർത്താനു ള്ള അവരുടെ സാധ്യത വർദ്ധിപ്പിക്കുന്നതിന് ആനിമേറ്റുചെയ്ത GIFൽ പ്രദർശിപ്പിക്കുന്നതിന് ശ്രദ്ധിക്കുക.

ഒരു ബന്ധം കെട്ടിപ്പടുക്കുന്നതിന് ആവശ്യമായ വിശ്വാസത്തെ ഇത് ചൂണ്ടികാണിക്കുന്നു . അതാണ് വ്യക്തിപരമായി ഒരു ഉപഭോക്താവിനെ ഡീലർഷിപ്പിൽ എത്തിക്കുന്നത്, കൂടാതെ മറ്റു ബ്രാൻഡുകളിൽ നിന്നു ള്ള കിട മത്സരത്തിൽ നിന്നും ഒരു അഡ്വാൻറ്റേജ് നിങ്ങൾക്ക് നേടി ത്തരും.

2. ചോദ്യങ്ങൾക്ക് ഉത്തരം നൽകുകയും നിങ്ങളുടെ അറിവ് പ്ര ദർശിപ്പിക്കുകയും ചെയ്യുക (ഗൂഗിളിനേക്കാൾ മികച്ചത്)

താല്പര്യമുള്ള ഉപഭോക്താക്കൾക്ക് നിങ്ങൾക്ക് ഈ മേഖലയിലുള്ള

അറിവിനെക്കുറിച്ചുള്ള ധാരണ നൽകിക്കഴിഞ്ഞാൽ, നിങ്ങളുടെ ഇൻബോ ക്സിലേക്ക് ചോദ്യങ്ങൾ ഒഴുകും.

എന്നാൽ ഉപഭോക്താക്കൾ മുമ്പത്തേക്കാൾ കൂടുതൽ വിദ്യാസമ്പ ന്നരാണ് കാരണം...

രാജ്യത്തുടനീളം അവർക്ക് താൽപ്പര്യമുള്ള ഏത് കാറിലും നിങ്ങൾ ചെയ്യുന്ന അതേ സ്റ്റോക്കിലേക്ക് അവർക്ക് ആക്സസ് ഉണ്ട്.

അവരുടെ ഫോണിൽ നിന്ന് നിങ്ങൾക്കു ആക്സസ്സ് ഉള്ള പല സോഴ്സുകളിലേക്കും മറ്റ് റിപ്പോർട്ടുകളിലേക്കും അവർക്കും ആക്സ സ് ഉണ്ട്.

നിങ്ങളുമായി സംസാരിക്കുന്നതിന് മുമ്പ് ഇമെയിൽ വഴിയോ മറ്റേ തെങ്കിലും ഡിജിറ്റൽ ആശയവിനിമയ മാധ്യമം വഴിയോ മറ്റ് ഡീലർഷി പ്പുകളുമായും സെയിൽസ് പ്രൊഫഷണലുകളുമായും അവർ ഒന്നോ അതിലധികമോ സംഭാഷണങ്ങളെങ്കിലും നടത്തിയിട്ടുണ്ടാകും.

എന്നിരുന്നാലും, നിങ്ങൾക്ക് മാത്രമേ കാർ വാങ്ങുന്ന പ്രക്രിയയിൽ മുഴുവൻ ചിത്രവും അവർക്ക് നൽകാൻ കഴിയൂ. ഒരു വിജയകരമായ കാർ വിൽപ്പനക്കാരനാകുന്നത് എങ്ങനെയെന്ന് കണ്ടെത്തുന്നതിന്റെ ഒ രു ഭാഗം ഇപ്പോൾ പൊരുത്തപ്പെടാൻ പഠിക്കുകയാണ്.

അതിനാൽ, പുതിയ ലെവൽ പ്ലേയിംഗ് ഫീൽഡിൽ വേറിട്ടുനിൽ ക്കാൻ, ഓട്ടോമോട്ടീവ് വീഡിയോ വാട്സ് ആപ്പ് വഴിയോ ഇ മെയിൽ വ ഴിയോ കൂടുതൽ വ്യക്തിഗത തലത്തിൽ വരാൻ പോകുന്ന ക്ലയന്റുകളു ടെ ചോദ്യങ്ങൾക്ക് നിങ്ങൾ നേരിട്ട് ഉത്തരം നൽകേണ്ടതുണ്ട്. നിങ്ങൾ ക്ക് വിജയം കൈവരുത്തുന്ന മികച്ച കാർ വാങ്ങൽ ഉപഭോക്തൃ അനുഭ വം നിങ്ങൾ അവർക്ക് നൽകുന്നത് ഇങ്ങനെയാണ്. സൗമ്യമായി അ വരെ പറഞ്ഞു മനസ്സിലാക്കുക.

സഹാനുഭൂതിയോടെ നിങ്ങൾക്ക് ഇത് മനസ്സിലാക്കാൻ കഴിയുന്ന ഒ രേയൊരു മാർഗ്ഗം വീഡിയോയായാണ്. പ്ലെയിൻടെക്സ്റ്റ് ഇമെയിൽ ഉത്തര ങ്ങൾ പൂർണമായും ഉൾക്കൊള്ളണമെന്നില്ല

ഗൂഗിളിനു സാധ്യമല്ലാത്ത ഒരു വ്യക്തിഗത രീതിയിൽ മൂല്യമുള്ളവ രായിരിക്കുക.

3. ഉപഭോക്താക്കൾക്ക് എന്താണ് വേണ്ടതെന്ന് അറിയുകയും അവരെ കാണിക്കുകയും ചെയ്യുക

ഒരു നല്ല കാർ വിൽപ്പനക്കാരനാകുന്നത് എങ്ങനെയെന്ന് മാസ്റ്റേഴ്സ് ചെയ്യുന്നതിന്റെ ഒരു ഭാഗം അർത്ഥമാക്കുന്നത് നിങ്ങളുടെ ഉപഭോക്താ

കൾക്ക് എന്താണ് വേണ്ടതെന്ന് തിരിച്ചറിയുന്നതിനും ആ പ്രതീക്ഷ കൾ നിറവേറ്റുന്നതിനുമുള്ള കലയെ മികവുറ്റതാക്കുക എന്നാണ്.

പല ഉപഭോക്താക്കൾക്കും അവർ വാങ്ങാൻ ആഗ്രഹിക്കുന്ന ഒരു പ്ര ത്യേക കാർ മനസ്സിലുണ്ട് അവർ രീതിശാസ്ത്രപരമായി ഗവേഷണം നടത്തിയ ഒന്ന്. നിർഭാഗ്യവശാൽ, അത് അവർക്ക് തെറ്റായ ദിശയായിരി ക്കാം നൽകുക, അത് മറികടക്കാൻ പ്രയാസമാണ്. എന്നിരുന്നാലും, നിങ്ങളുടെ ക്ലയന്റിനോട് അവർക്കു വേണ്ടുന്ന ഫീച്ചറുകളും , മറ്റു സം വിധാനങ്ങളും ചോദിച്ചു മനസിലാക്കി വേണ്ട രീതിയിൽ മനസിലാക്കി കൊടുക്കുകയാണെങ്കിൽ, നിങ്ങളുടെ കാർ വിൽപ്പന പിച്ച് അവർക്ക് അ നുയോജ്യമാക്കാം. അവർക്ക് നല്ലതായി തോന്നുന്നതും വളരെ വേഗ ത്തിൽ പോകുന്നതുമായ കാറിന്റെ ഒരു മോഡൽ വേണമെങ്കിൽ അവർ ക്ക് സമാനമായ ഓപ്ഷനുകൾ വാഗ്ദാനം ചെയ്യാനും അങ്ങനെ വിശാ ലമായ സെലെക്ഷൻ നൽകാനും കഴിയും. അവർ ഡീലർഷിപ്പിൽ എ ത്തുന്നതിന് മുമ്പ് നിങ്ങൾക്ക് ഇത് ചെയ്യാനാകും.

നിങ്ങളുടെ ഉപഭോക്താക്കൾക്ക് അവരുടെ സ്വപ്ന കാറിന്റെ വീഡി യോകൾ, കൂടാതെ/അല്ലെങ്കിൽ മറ്റ് ക്ലോസ് ഓപ്ഷനുകൾ, ഫീച്ചേഴ്സ് എന്നിവ നേരത്തെ അയച്ചാൽ , അവർ നിങ്ങളിലേക്ക് എത്തുമ്പോൾ, അവർ കൂടുതൽ തുറന്ന മനസ്സോടെ വരികയും നിങ്ങളുടെ വീഡിയോ കളിൽ അവർ ഏറ്റവും ഇഷ്ടപ്പെട്ട കാറുകൾ സംശയം ഏതുമില്ലാതെ ടെസ്റ്റ് ഡ്രൈവ് ചെയ്യുകയും ചെയ്യുന്നു.

4. ക്ഷമ ഈ മേഖലയിൽ വേണ്ട അത്യന്താപേക്ഷിതമായ ഒരു ക്വാളിറ്റി ആണ്.

തീർച്ചയായും, ഓട്ടോമൊബൈൽ വിൽപ്പന പ്രക്രിയയിൽ ക്ഷമ എ പ്പോഴും ഒരു പ്രധാന ഘടകമാണ്. ആധുനിക കാർ വാങ്ങുന്ന യുഗ ത്തിൽ എങ്ങനെ ഒരു വിജയകരമായ കാർ വിൽപ്പനക്കാരനാകാമെന്ന് നിങ്ങൾ പഠിക്കുമ്പോൾ അത് ഓർത്തിരിക്കേണ്ടത് പ്രധാനമാണ്.

ഉപഭോക്താക്കൾക്ക് ചില സ്ഥലങ്ങളിൽ ഡീലിനിടയിൽ നിരാശ തോ ന്നാം. എന്നിട്ടും, അവർ വാങ്ങാൻ ആഗ്രഹിക്കുന്നു!

അതിനാൽ, ഒരു ഉപഭോക്താവ് വാഹനമില്ലാതെ നിങ്ങളുടെ ഡീലർ ഷിപ്പിൽ നിന്ന് ഇറങ്ങിപ്പോയതിനാൽ, അവർക്ക് താത്പര്യമില്ല എന്ന് കരുതുന്നതിൽ അർത്ഥമില്ല . ഒരു തീരുമാനമെടുക്കാൻ അവർക്ക് കൂടു തൽ സമയം ആവശ്യമായി വന്നേക്കാം.

അതിനിടയിൽ, ഡീലർഷിപ്പ് സന്ദർശിച്ചതിനു അവരോടു നന്ദി

പറയുന്ന ഒരു വീഡിയോ ഉപയോഗിച്ച് നിങ്ങൾക്ക് ഈ ഉപഭോക്താക്ക ളെ ബന്ധപ്പെടാം. അവർക്ക് കാറുകൾ കാണിക്കുന്നത് നിങ്ങൾ എത്ര മാത്രം ആസ്വദിച്ചുവെന്ന് അവരോട് പറയുക, അവർക്ക് എന്തെങ്കിലും ചോദ്യങ്ങൾ ഉണ്ടെങ്കിൽ സ്വാഗതം ചെയ്യുക.

ഭാഗ്യം, എല്ലാത്തിനുമുപരി, ഫോളോഅപ്പിലാണ്. ഓരോ വീഡിയോ വാട്സ് ആപ്പ് ആയാലും ഇമെയിൽ ആയാലും നിങ്ങൾക്ക് എത്രത്തോ ളം ബന്ധങ്ങൾ വളർത്തിയെടുക്കാൻ കഴിയുമോ അത്രയധികം നിങ്ങൾ ക്ക് ഡീൽ ലഭിക്കാനുള്ള സാധ്യത കൂടുതലാണ്. സൗഹൃദപരമായി തു ടരുക, ശാന്തത പാലിക്കുക, ക്ഷമയോടെയിരിക്കുക.

5. ഇടപാട് പൂർത്തിയായ ശേഷം ചെക്ക് ഇൻ ചെയ്യുക

നിങ്ങളുടെ ഉപഭോക്താക്കൾ വാഹനം വാങ്ങി കഴിഞ്ഞാലും അവ രെ ഫോളോ അപ്പ് കാൾ ചെയ്യുക , കാരണം ആത്യന്തികമായി, ഈ ഇടപാടിന്റെ ദൈർഘ്യം മാത്രമല്ല ജീവിതകാലം മുഴുവൻ നിങ്ങൾക്ക് ഉപഭോക്താക്കളെ വേണം.

ഒരു വിജയകരമായ കാർ വിൽപ്പനക്കാരനാകുന്നത് എങ്ങനെയെന്ന് പഠിക്കുക എന്നതിനർത്ഥം ആളുകൾ തിരികെ വരുകയും റഫറലുകൾ നേടുകയും ചെയ്യുന്നത് എങ്ങനെയെന്ന് കണ്ടെത്തുക എന്നതാണ്.

അതിനാൽ ഒരു വിൽപ്പന കഴിഞ്ഞു ഒരു ഉപഭോക്താവ് പോയി ക ഴിഞ്ഞാൽ, നിങ്ങളുടെ ഉപഭോക്താക്കൾക്ക് അവരുടെ പുതിയ കാർ എ ങ്ങനെ ഇഷ്ടമാണെന്ന് കാണാൻ / അവരുടെ പർച്ചേസ് എക്സ്പീരി യൻസ് ഉള്ള ഒരു വീഡിയോ വാട്സ് ആപ്പിൽ അയയ്ക്കുക. അവരുടെ ബിസിനസ്സിനുള്ള നിങ്ങളുടെ നന്ദി പ്രകടിപ്പിക്കുക, ഒരു അവലോകനം നൽകാൻ അവരെ പ്രോത്സാഹിപ്പിക്കുക.

ഉപഭോക്താക്കൾ അവരുടെ വാഹനം വാങ്ങിയതിന് ശേഷവും ഇതു പോലുള്ള വീഡിയോകൾ നിലനിൽക്കുന്ന മതിപ്പ് ഉണ്ടാക്കും. അതുവ ഴി ആരെയെങ്കിലും റഫർ ചെയ്യാനോ മറ്റൊരു കാർ വാങ്ങാനോ സമയ മാകുമ്പോൾ നിങ്ങളെ വീണ്ടും വിളിക്കും.

6. നിങ്ങളുടെ ഓൺലൈൻ മാർക്കറ്റിംഗിന്റെ ചുമതല ഏറ്റെടുക്കുക

ഒരു വിജയകരമായ കാർ വിൽപ്പനക്കാരനാകുന്നത് എങ്ങനെയെന്ന് അറിയണമെങ്കിൽ, ഓൺലൈൻ മാർക്കറ്റിംഗിന് മുൻഗണന നൽകണം. ഏതൊരു ബിസിനസ്സിനും ഓൺലൈൻ മാർക്കറ്റിംഗിന് യോജിച്ച തന്ത്രം ആവശ്യമാണ് വ്യക്തമായ സന്ദേശമയയ്ക്കുന്ന ഒന്ന്, അത് ആളുകളെ

നിങ്ങളുടെ ഡീലർഷിപ്പിന്റെ വാതിൽപ്പടിയിൽ എത്തിക്കും.

നിങ്ങളുടെ ടീമിനെയും പ്രൊഡക്ടിനെയും ഹൈലൈറ്റ് ചെയ്യാൻ വീ ഡിയോ ഉപയോഗിക്കുക. കസ്റ്റമേഴ്സിനുള്ള സമ്മാനങ്ങളും സേവന ങ്ങളും പ്രത്യേകതകളും രേഖപ്പെടുത്തുക. കാറുകൾ മികച്ച രൂപത്തിൽ നിലനിർത്താൻ ലളിതമായ വാഹന പരിപാലന നുറുങ്ങുകൾ പങ്കിടു ക. നിങ്ങളുടെ നിലവിലെയും ഭാവിയിലെയും ഉപഭോക്താക്കൾക്ക് വി ശ്വസിക്കാൻ കഴിയുന്ന ഒരു വിദഗ്ദ്ധനാകുക.

വീഡിയോ ഉപയോഗിച്ച് കാർ വിൽപ്പനയിൽ നിങ്ങളെത്തന്നെ വേർ തിരിക്കുക.

ഇതിൽ ഉൾപ്പെടുത്തിയിരിക്കുന്ന കാർ വിൽപ്പന തന്ത്രങ്ങൾക്കെല്ലാം പൊതുവായ ചിലത് ഉണ്ട് വീഡിയോ. ആത്യന്തികമായി നിങ്ങളുടെ എ തിരാളികളെക്കാൾ നിങ്ങൾക്ക് മുൻതൂക്കം നൽകുന്നത് വീഡിയോയാ ണ്. ആശയവിനിമയം വളരെ വ്യക്തിത്വരഹിതമായിരിക്കുന്ന ഒരു ഡിജി റ്റൽ യുഗത്തിൽ പ്രത്യേകിച്ചും.

20. സന്ദർഭ അനുയോജ്യമായി അവതരിപ്പിക്കേണ്ട ചില കാര്യങ്ങൾ

1. നിർവ്വചനം: ഒരു വാക്യത്തിൽ 'പാസഞ്ചർ കാർ' എന്ന പദം അവ തരിപ്പിക്കുമ്പോൾ, വ്യക്തമായ നിർവചനം നൽകേണ്ടത് അത്യാവശ്യ മാണ്. ഉദാഹരണത്തിന്, 'ഒരു ലൊക്കേഷനിൽ നിന്ന് മറ്റൊരിടത്തേക്ക് വ്യക്തികളെ കൊണ്ടുപോകാൻ രൂപകൽപ്പന ചെയ്ത നാല് ചക്ര വാ ഹനമാണ് പാസഞ്ചർ കാർ.'

2. ഐഡന്റിഫിക്കേഷൻ: 'പാസഞ്ചർ കാർ' എന്ന പദപ്രയോഗം ഫ ലപ്രദമായി ഉപയോഗിക്കുന്നതിന്, നിങ്ങൾ പരാമർശിക്കുന്ന നിർദ്ദിഷ്ട വാഹനം തിരിച്ചറിയേണ്ടത് അത്യന്താപേക്ഷിതമാണ്. ഉദാഹരണത്തി ന്, 'ഹോട്ടലിന് പുറത്ത് പാർക്ക് ചെയ്തിരിക്കുന്ന ഒരു ആഡംബര കാർ ഞാൻ കണ്ടു.'

3. വ്യത്യാസം: ചിലപ്പോൾ, മറ്റ് തരത്തിലുള്ള വാഹനങ്ങളിൽ നിന്ന് ഒരു പാസഞ്ചർ കാറിനെ വേർതിരിക്കുന്നത് സഹായകമാകും.

ഉദാഹരണത്തിന്, 'വാണിജ്യ ട്രക്കുകളിൽ നിന്ന് വ്യത്യസ്തമായി, പാസഞ്ചർ കാറുകൾ പ്രാഥമികമായി വ്യക്തിഗത ഗതാഗത്തിനായി ഉ പയോഗിക്കുന്നു.'

4. സന്ദർഭത്തിലെ ഉപയോഗം: ഈ പദത്തിന്റെ പ്രായോഗിക പ്രയോ ഗം തെളിയിക്കാൻ, ഒരു പ്രത്യേക സാഹചര്യം വിവരിക്കുന്ന ഒരു

വാക്യത്തിൽ നിങ്ങൾക്കത് ഉപയോഗിക്കാം. ഉദാഹരണത്തിന്, 'രാജ്യ ത്തുടനീളമുള്ള അവരുടെ റോഡ് യാത്രയ്ക്കായി ഒരു പാസഞ്ചർ കാർ വാടകയ്ക്കെടുക്കാൻ കുടുംബം തീരുമാനിച്ചു.'

5. മാർക്കറ്റ് ട്രെൻഡുകൾ: പാസഞ്ചർ കാറുകളുമായി ബന്ധപ്പെട്ട നി ലവിലെ മാർക്കറ്റ് ട്രെൻഡുകൾ ചർച്ച ചെയ്യണമെങ്കിൽ, 'ഇലക്ട്രിക് പാ സഞ്ചർ കാറുകളുടെ ഡിമാൻഡ് സമീപ വർഷങ്ങളിൽ ക്രമാനുഗതമാ യി വർദ്ധിച്ചുകൊണ്ടിരിക്കുകയാണ്' എന്ന വാചകത്തിൽ നിങ്ങൾക്ക് ഈ വാചകം ഉപയോഗിക്കാം.

6. സുരക്ഷാ സവിശേഷതകൾ: പാസഞ്ചർ കാറുകളെ കുറിച്ച് ചർച്ച ചെയ്യുമ്പോൾ, അവയുടെ സുരക്ഷാ സവിശേഷതകൾ ഹൈലൈറ്റ് ചെ യ്യേണ്ടത് അത്യാവശ്യമാണ്. ഉദാഹരണത്തിന്, 'ആധുനിക പാസഞ്ചർ കാറുകൾ എയർബാഗുകളും ആന്റിലോക്ക് ബ്രേക്കിംഗ് സിസ്റ്റങ്ങളും പോ ലുള്ള നൂതന സുരക്ഷാ സാങ്കേതികവിദ്യകളാൽ സജ്ജീകരിച്ചിരിക്കുന്നു.'

7. താരതമ്യം: ഒരു പാസഞ്ചർ കാറിനെ മറ്റൊരു തരം വാഹനവുമാ യി താരതമ്യം ചെയ്യുന്നത് അധിക സന്ദർഭം നൽകാം.

ഉദാഹരണത്തിന്, 'എസ്യുവികളെ അപേക്ഷിച്ച് പാസഞ്ചർ കാറുകൾ കൂടുതൽ ഇന്ധനക്ഷമതയുള്ളവയാണ്.'

8. പാരിസ്ഥിതിക ആഘാതം: ഈ വാഹനങ്ങളുടെ പാരിസ്ഥിതിക ആഘാതത്തെക്കുറിച്ച് ചർച്ച ചെയ്യാൻ നിങ്ങൾക്ക് 'പാസഞ്ചർ കാർ' എ ന്ന പദപ്രയോഗവും ഉപയോഗിക്കാം.

ഉദാഹരണത്തിന്, 'കാർബൺ പുറന്തള്ളൽ കുറയ്ക്കുന്നതിന് ഹൈ ബ്രിഡ് അല്ലെങ്കിൽ ഇലക്ട്രിക് പാസഞ്ചർ കാറുകളുടെ ഉപയോഗം പല രാജ്യങ്ങളും പ്രോത്സാഹിപ്പിക്കുന്നു.'

9. ചരിത്രപരമായ പ്രാധാന്യം: ചരിത്രപരമായ സന്ദർഭം നൽകുന്ന തിന്, പാസഞ്ചർ കാറുകളുടെ പരിണാമത്തെക്കുറിച്ച് നിങ്ങൾക്ക് പരാ മർശിക്കാം. ഉദാഹരണത്തിന്, 'ഹെൻറി ഫോർഡിന്റെ അസംബ്ലി ലൈ നിന്റെ കണ്ടുപിടുത്തം പാസഞ്ചർ കാറുകളുടെ നിർമ്മാണത്തിൽ വിപ്ല വം സൃഷ്ടിച്ചു.'

10. വ്യക്തിഗത അനുഭവം: ഒരു പാസഞ്ചർ കാർ ഉൾപ്പെടുന്ന ഒരു വ്യ ക്തിഗത അനുഭവം പങ്കിടുന്നത് നിങ്ങളുടെ വാചകം കൂടുതൽ ആപേ ക്ഷികമാക്കും.

ഉദാഹരണത്തിന്, 'ഞാൻ ആദ്യമായി ഒരു പാസഞ്ചർ കാർ ഓടിക്കു ന്നത് ഞാൻ ഓർക്കുന്നു; അതൊരു ആവേശകരമായ അനുഭവമായിരു ന്നു.' ഒരു വാക്യത്തിൽ 'പാസഞ്ചർ കാർ' എന്ന പദപ്രയോഗം ഫലപ്ര മായി ഉപയോഗിക്കുന്നതിനുള്ള താക്കോൽ നിങ്ങളുടെ ആശയവിനിമയ

ത്തിന്റെ സന്ദർഭവും ഉദ്ദേശ്യവും പരിഗണിക്കുമ്പോൾ വ്യക്തവും സം ക്ഷിപ്തവുമായ വിവരങ്ങൾ നൽകുക എന്നതാണ്.

21. അവിശ്വസനീയമാംവിധം വിജയകരമായ സെയിൽസ് പ്രതിനിധികളുടെ ശീലങ്ങൾ...

1. നിങ്ങളുടെ പക്കൽ നിന്നും വാങ്ങുന്നയാളുടെ വ്യക്തിത്വങ്ങ ളെ തിരിച്ചറിയുകയും അവയോട് അനുകൂലമായി പ്രതികരിക്കുക യും ചെയ്യുക.

വാങ്ങുന്നയാളുടെ വ്യക്തിത്വം ഫലപ്രദമായ വിൽപ്പന പ്രക്രിയയ്ക്ക് നിർണായകമാണ്. കൂടാതെ, ആ വ്യക്തിത്വത്തോട് അനുകൂലമായിട്ട് ഒരു സെയിൽസ് പ്രതിനിധി പെരുമാറുമ്പോൾ ഒരു വിൽപ്പന സൃഷ്ടി ക്കുന്നതിൽ ഫലപ്രദമാകും. അല്ലെങ്കിൽ, ഒരു സെയിൽസ് എക്സിക്യൂ ട്ടീവ് ചിലപ്പോൾ പിന്നോക്കം പോയേക്കാം, അതല്ലെങ്കിൽ സെയ്ൽസ് ക്ലോസിംഗിന് ദീർഘം വന്നേക്കാം.

ഒരു ഫലപ്രദമായ സെയ്ൽസ് പ്രതിനിധി അവരുടെ കഴിവിൽ വി ശ്വസിക്കുകയും അവർ ആർക്കാണ് വിൽക്കുന്നതെന്നും എന്തിനാണ് വിൽക്കുന്നതെന്നും കൃത്യമായി അറിയാം.

2. മികച്ച രീതിയിലുള്ളതും മാതൃക ആക്കാവുന്നതുമായ വിൽ പ്പന പ്രക്രിയ ഉപയോഗിക്കുക.

കുറഞ്ഞ പ്രകടനമുള്ള സെയ്ൽസ് എക്സിക്യൂട്ടീവുകൾ സാദ്ധ്യ തകൾ ഉൾക്കൊള്ളാൻ വൈകുന്നു. പക്ഷെ മികച്ച സെയ്ൽസ് എക് സിക്യൂട്ടീവുകൾ 'കണക്റ്റ്' എന്നതിൽ നിന്ന് 'ക്ലോസ്' എന്നതിലേക്ക് കഴിയുന്നത്ര സാധ്യതകൾ ഉപയോഗിച്ച് ചെയ്തു കൊണ്ടേയിരിക്കുന്നു.

കുറഞ്ഞ പ്രകടനമു ള്ള സെയ്ൽസ് എക്സി ക്യൂട്ടീവുകൾ ചിലപ്പോൾ കാര്യങ്ങൾ വിള്ളലുകളി ലൂടെ കടന്നുപോകാൻ അനുവദിക്കുന്നു. ഉയർ ന്ന പ്രകടനം നടത്തുന്ന സെയ്ൽസ് എക്സിക്യൂ ട്ടീവുകൾ അവരുടെ പൈ പ്പ്ലൈനിലെ എല്ലാ ഇട

പാടുകളുടെയും അവസ്ഥയയും അവർ അടുത്തതായി എന്ത് നടപടിക
ളാണ് സ്വീകരിക്കേണ്ടതെന്നും എപ്പോൾ എന്നും അറിയാം. കുറഞ്ഞ
പ്രകടനം നടത്തുന്ന സെയ്ൽസ് എക്സിക്യൂട്ടീവുകൾ അപൂർവ്വമായി
ഫലങ്ങൾ വിശകലനം ചെയ്യുന്നു കാരണം അവർ അവ ട്രാക്ക് ചെയ്
തിട്ടില്ല.

ഉയർന്ന പ്രകടനമുള്ള പ്രതിനിധികൾ പ്രധാന അളവുകൾ അവ
ലോകനം ചെയ്യുകയും ആവശ്യാനുസരണം ക്രമീകരിക്കുകയും ചെ
യ്യുന്നു.

3. നിങ്ങളുടെ ഉൽപ്പന്നം അറിയുക.

വിൽക്കാൻ കഴിയുക എന്നത് യുദ്ധത്തിന്റെ പകുതിയാണ്. നിങ്ങൾ
എന്താണ് വിൽക്കുന്നതെന്ന് മനസ്സിലാക്കുന്നത് മറ്റേ (പലപ്പോഴും വില
മതിക്കാത്ത) പകുതിയാണ്.

പഴയ കാലത്ത്, വിൽപന പരസ്യങ്ങളെയും തന്ത്രങ്ങളെയും ആശ്ര
യിച്ചിരുന്നു. എന്നാൽ ഇപ്പോൾ മുമ്പത്തേക്കാൾ കൂടുതൽ വിവരങ്ങൾ
ഉപഭോക്താവിന് വിരൽത്തുമ്പിൽ ലഭ്യമായതിനാൽ കൺവിൻസ് , ചെ
യ്യുക അത്ര എളുപ്പമല്ല . അവരുടെ വിശ്വാസം നേടുന്നതിനും അവരു
ടെ ജീവിതത്തിന് മൂല്യം കൂട്ടുന്നതിനും, നിങ്ങളുടെ ഉൽപ്പന്നത്തെ കുറി
ച്ച് നിങ്ങൾ ശരിക്കും അറിഞ്ഞിരിക്കണം, അത് നിങ്ങളുടെ പ്രതീക്ഷയ്
ക്ക് വിലപ്പെട്ടതാണ്.

4. നിങ്ങളുടെ പൈപ്പ്ലൈൻ വസ്തുനിഷ്ഠമായി അവലോകനം ചെയ്യുക.

മികച്ച സെയ്ൽസ് എക്സിക്യൂട്ടീവുകൾ ഒരു ഇടപാടിനെ ബുദ്ധിമു
ട്ടായി കാണുന്നില്ല. കാരണം കസ്റ്റമേഴ്സ് അവരെ ഇഷ്ടപ്പെടുന്നു. അവ
സരങ്ങൾ വസ്തുനിഷ്ഠമായി അവലോകനം ചെയ്യാനും സന്തോഷകര
മായ നിമിഷം കസ്റ്റമർക്കു നൽകാനും, കൃത്യമായ വിൽപ്പന പ്രവചന
ങ്ങൾ നടത്താനും അവർക്ക് കഴിയും.

5. വിജയിച്ചവരുടെ ശീലങ്ങൾ കണ്ടെത്തുക.

ഒരു മികച്ച വിൽപ്പനക്കാരൻ പ്രവർത്തിക്കുന്ന ഒരു തന്ത്രമോ സാ
ങ്കേതികതയോ കണ്ടെത്തിക്കഴിഞ്ഞാൽ, അവർ അത് ഉപയോഗിക്കുന്നു
അത് ഫലപ്രദമായി ചെയ്യാൻ കഴിയുന്നത് വരെ തുടരുക.

നാം സ്മാർട്ട് ആയി വർക്ക് ചെയ്യണം .പുതിയ പുതിയ കാര്യങ്ങൾ

നിരന്തരം പരീക്ഷിച്ചു കൊണ്ടേയിരിക്കണം. എങ്കിൽ മാത്രമേ നമ്മുടെ യഥാർത്ഥ പൊട്ടൻഷിയൽ നമുക്ക് മനസിലാക്കാൻ പറ്റുകയുള്ളൂ .

നിങ്ങളുടെ സമീപനം ഒരിക്കലും മാറ്റരുത് എന്നൊന്നുമില്ല തിരഞ്ഞെടുത്ത് അത് ചെയ്യുക, എത്രയും വേഗം ഫലങ്ങൾ നേടുക, അതിലൂടെ നിങ്ങൾക്ക് ഒന്നുകിൽ നിങ്ങളുടെ തന്ത്രം നടപ്പിലാക്കാം അല്ലെങ്കിൽ മുന്നോട്ട് പോകാം.

6. ശ്രദ്ധാപൂർവം കേൾക്കുന്നത് പരിശീലിക്കുക.

സാധ്യതയുള്ളവരുമായി സംസാരിക്കുമ്പോൾ വിജയകരമായ വിൽപ്പനക്കാർ പൂർണ്ണമായും ആ ഡീലിൽ തന്നെ ശ്രദ്ധ പുലർത്തുന്നവരാണ് , അവർ ആ സമയത്തു മറ്റൊരു ഡീലിനെക്കുറിച്ച് ചിന്തിക്കുകയോ അവരുടെ ടീം അംഗങ്ങൾക്ക് തമാശയുള്ള മെസ്സേജുകളോ മറ്റോ അയയ്ക്കുകയോ ചെയ്യുന്നില്ല. അവർ കസ്റ്റമറുമായി ഇടപഴകിയിരിക്കുന്നു തൽഫലമായി, വാങ്ങുന്നവരുമായുള്ള അവരുടെ സംഭാഷണങ്ങൾ ആഴമേറിയതും കൂടുതൽ അർത്ഥവത്തായതുമാണ്.

ശ്രദ്ധാപൂർവം കേൾക്കാനുള്ള കഴിവ് വികസിപ്പിച്ചെടുക്കുന്നത് ഏറ്റവും പ്രയാസമേറിയ ഒന്നായിരിക്കാം, കാരണം നിങ്ങളുടെ പ്രതീക്ഷയെക്കാൾ നിങ്ങൾക്ക് എന്താണ് പറയാനുള്ളതെന്ന് കൂടുതൽ ശ്രദ്ധിക്കുന്നത് മനുഷ്യ സ്വഭാവമാണ്. എന്നിരുന്നാലും, ഇത് വളരെ പ്രധാന പെട്ടതാണ് . നിങ്ങൾ ശക്തമായ ബന്ധങ്ങൾ കെട്ടിപ്പടുക്കുക മാത്രമല്ല, നിങ്ങളുടെ ഉൽപ്പന്നത്തെ മികച്ച ഓപ്ഷനായി സ്ഥാപിക്കാൻ സഹായിക്കുന്ന വിവരങ്ങൾ നിങ്ങൾക്കു അൺലോക്ക് ചെയ്യാനും സാധിക്കും.

7. കഠിനാധ്വാനം ചെയ്യുക.

സമയം രാത്രി 7 മണി. മാസത്തിന്റെ അവസാന ദിവസം. **എ** ജീവനക്കാർ എല്ലാവരും തന്നെ ഓഫീസ് വിട്ടു അവർ ഒരു റെസ്റ്റോറന്റിലാണ്, എല്ലാവരും ടാർഗറ്റ് എത്തിയത് ആഘോഷിക്കുന്നു. **ബി** ജീവനക്കാർ ഇപ്പോഴും ഓഫീസിലാണ് അവർ ആഴ്ചകളായി ഇത് പോലെ തന്നെ ലേറ്റ് ആയിട്ടാണ് പോകുന്നത്.

സി ജീവനക്കാരും ഓഫീസിലുണ്ട്. അവർ ഇതിനകം തന്നെ ടാർഗറ്റ് ഹിറ്റ് ചെയ്തു, പക്ഷേ അവർ ഇപ്പോഴും ഇമെയിലുകൾ അയയ്ക്കുന്നു, മീറ്റിംഗുകൾ ഷെഡ്യൂൾ ചെയ്യുന്നു, കോളുകൾ ചെയ്യുന്നു. കൂടാതെ, അവർക്ക് ആവശ്യമുള്ളതിന് മുമ്പ് ഒരു മികച്ച മാസത്തേക്ക് അടിത്തറയിട്ടുകൊണ്ട്, അവർ എല്ലായ്പ്പോഴും അവരുടെ ലക്ഷ്യങ്ങൾ മുൻപേ ക്രമീകരിക്കും.

8. ഫോളോ അപ്പ്

പല സെയ്ൽസ് എക്സിക്യൂട്ടീവും ഒരു മേസേജ് അയച്ചതിന് ശേ ഷം ഉപഭോക്താവിനെ ഫലപ്രദമായി പിന്തുടരുന്നതിൽ പരാജയപ്പെടു ന്നു. ഇക്കൂട്ടർ ഉപഭോക്താവിന് അയച്ചു കൊടുത്ത മെസ്സേജുകളും ഇമെ യിൽകളും തുറന്നോ എന്ന് പോലും അവർക്കറിയില്ല.

നമുക്ക് കൃത്യമായ ഫോളോ അപ്പ് സംവിധാനങ്ങൾ ഉണ്ടെങ്കിൽ മാത്രമേ വിചാരിച്ച ലക്ഷ്യങ്ങൾ കൈവരിക്കാൻ സാധിക്കുകയയുള്ളൂ.

9. നിങ്ങളുടെ ലക്ഷ്യം നിർണ്ണയിക്കുക.

'തുടർച്ചയായി അറിവ് സമ്പാദിച്ചു ചിട്ടയോടു കൂടി ഓരോ പ്രോസ് പെക്റ്റിനെയും മനസിലാക്കി തികഞ്ഞ മാനസികാവസ്ഥയോടെ അ വർക്കു വേണ്ട കാര്യങ്ങൾ മികച്ച രീതിയിൽ പെർഫോം ചെയ്തു ക സ്റ്റമേഴ്സിന്റെ പ്രതീക്ഷകൾക്കപ്പുറത്തേക്കുള്ള അനുഭവം നൽകി അവ രുടെ ഇഷ്ടത്തിന് പാത്രമാവുക എന്നുള്ളതാണ്.'

'ഉയർന്ന പ്രകടനം നടത്തുന്ന സെയിൽസ് പ്രൊഫഷണലുകൾ വിൽ പ്പന പ്രക്രിയയുടെ തുടക്കം മുതൽ എല്ലാ ഇടവേളകളിലും, വൈകാരി ക ഘട്ടങ്ങളിലും ആവശ്യമായ ശ്രദ്ധ കേന്ദ്രീകരിക്കുന്നത് പൊതുവെ കാണാറുണ്ട്, അതായത് ഈ പ്രോഡക്റ്റ് ഉപഭോക്താക്കളെ എങ്ങ നെ സംതൃപ്തരാക്കും അവർക്ക് എന്ത് ഫലങ്ങൾ നൽകും? അവരുടെ കുടുംബബന്ധത്തിൽ സ്വാധീനം ചെലുത്തുമോ ? വളരെ സൂക്ഷ്മമായ ഇത്തരം കാര്യങ്ങൾ ശ്രദ്ധിക്കുന്നതിലൂടെ ഊഷ്മളമായ ബന്ധം ഉപ ഭോക്താവിനോട് പുലർത്താൻ സാധിക്കുന്നു, അത് നിങ്ങളെ മത്സരത്തിൽ നിന്ന് ഉയർത്തുന്നു.'

10. നിങ്ങളുടെ സമപ്രായക്കാരിൽ നിന്നും അവരുടെ മികച്ച ശീല ങ്ങൾ പഠിച്ചെടുക്കുക.

ഒബ്ജക്ഷൻ കൈകാര്യം ചെയ്യൽ മെച്ചപ്പെടുത്താൻ ആഗ്രഹിക്കു ന്നുണ്ടോ? നിങ്ങളുടെ കമ്പനിക്കുള്ളിൽ ഏറ്റവും മികച്ച വിൽപ്പനക്കാര നെ തിരിച്ചറിയുകയും അവരുടെ ചില കഴിവുകൾ അല്ലെങ്കിൽ അവരു ടെ ടൈം മാനേജ്മന്റ് അവർ എങ്ങനെ കാര്യങ്ങൾ പഠിക്കാനും മനസി ലാക്കുന്നതിനും ഇത്രയും സമയം കണ്ടെത്തുന്നു എന്ന് ചോദിക്കുക യും ചെയ്യുക. നിങ്ങളുടെ സഹപ്രവർത്തകരുമായി ശക്തമായ ബന്ധം കെട്ടിപ്പടുക്കുമ്പോൾ നിങ്ങളുടെ ജോലിയിൽ മെച്ചപ്പെടാനുള്ള ഒരു മിക ച്ച മാർഗമാണ് നിങ്ങളുടെ സമപ്രായക്കാരിൽ നിന്ന് പഠിക്കുന്നത്.

11. നിങ്ങളുടെ ആളുകളുടെ കഴിവുകൾ പരിശീലിക്കുക.

മികച്ച രീതിയുള്ള ചെറിയ സംസാരങ്ങൾ പോലും വലിയ ഗുണം ചെയ്തേക്കാം. വിൽപ്പനക്കാരുടെ വിജയത്തിന് അത് നിർണായകമാണ്. നിങ്ങൾ ഏതു സാഹചര്യത്തിലായിരുന്നാലും മറ്റുള്ളവർക്ക് ആശ്വാസം പകരാൻ പരിശീലിക്കുക. തുറന്ന് സംസാരിക്കുന്നതും ,ചിരിക്കു ന്നതും നമുക്ക് ടെൻഷൻ മാറ്റുന്നതിനും കൂടുതൽ ഊർജസ്വലതയോ ടെ കാര്യങ്ങൾ ചെയ്യുന്നതിനും ഉപകരിക്കുന്നു.

12. ഒരു ടീം കളിക്കാരനാകുക.

ചിലപ്പോഴൊക്കെ വളരെയധികം വിൽപ്പന ചെയ്ത ഒറ്റപ്പെട്ട സംഭവ ങ്ങളൊക്കെ ഉണ്ടായിട്ടുണ്ട് ; അവരൊക്കെ ചില കാല ഘട്ടങ്ങളിൽ ന ല്ല പേര് സമ്പാദിച്ചിട്ടുമുണ്ടാകാം. എന്നാൽ ഒരു കരിയറും വിജയകര മായ സെയിൽസ് ടീമും കെട്ടിപ്പടുക്കാൻ ഒരു സമൂഹം ആവശ്യമാണെ ന്ന് മികച്ച വിൽപ്പനക്കാർക്കറിയാം. നിങ്ങളുടെ സഹപ്രവർത്തകരെ സ ഹായിക്കുക, എപ്പോൾ സഹായം ചോദിക്കണമെന്ന് അറിയുക അതാ ണ് ദീർഘവും മികച്ചതുമായ വിൽപ്പന വിജയത്തിന്റെ താക്കോൽ.

13. എപ്പോൾ നടക്കണമെന്ന് അറിയുക.

നിങ്ങളുടേതല്ലാത്ത ഡീലുകളിൽ നിങ്ങൾ വളരെയധികം സമയം പാഴാക്കുന്നുണ്ടോ? നിങ്ങളുടെ ശരാശരി ഡീൽ ദൈർഘ്യം എത്രയാ ണെന്ന് അറിയുക, ഒരു ഡീലിൽ ചെലവഴിക്കാൻ എത്ര ദൈർഘ്യമേറി യതാണ് എന്നതിനുള്ള മാർഗ്ഗനിർദ്ദേശമായി അത് ഉപയോഗിക്കുക.

14. സത്യസന്ധരായിരിക്കുക.

ഇടപാടുകാരോട് എന്തും പറഞ്ഞിട്ട് അടച്ചുപൂട്ടുന്ന കാലം കഴിഞ്ഞു. നിലവിലില്ലാത്ത ഒരു ഫീച്ചർ, നിങ്ങൾക്ക് നൽകാൻ കഴിയാത്ത വില, അല്ലെങ്കിൽ നിങ്ങളുടെ കമ്പനിക്ക് നന്നായി ചെയ്യാൻ കഴിയാത്ത സേവ നം എന്നിവ വാഗ്ദാനം ചെയ്യരുത്. ഇത് നിങ്ങൾക്ക് ഒരു അടുപ്പം സമ്പാ ദിച്ചേക്കാം, എന്നാൽ ഇത് അവരുടെ ബിസിനസ്സ് നിലനിർത്തില്ല, മാത്ര മല്ല മോശം അവലോകനങ്ങളും മോശം വാക്കുകളുമായി നിങ്ങൾ അവ സാനിക്കും. കൂടാതെ, സത്യസന്ധത യഥാർത്ഥത്തിൽ സന്തോഷകര മായ ജീവിതം നയിക്കാൻ നിങ്ങളെ സഹായിക്കുമെന്ന് പുതിയ ഗവേഷ ണങ്ങൾ കാണിക്കുന്നു.

15. ഉപഭോക്താവിന്റെ കൂടെ നിൽക്കുക.

അതുപോലെ, നിങ്ങളുടെ ഉപഭോക്താവിന് ആവശ്യമില്ലാത്ത സേവ നങ്ങളോ ഫീച്ചറുകളോ അമിതമായി വിൽക്കരുത്, നിങ്ങളുടെ നമ്പർ വർദ്ധിപ്പിക്കാൻ വേണ്ടി . ഒരു കൺസൾട്ടേറ്റീവ് സെല്ലിംഗ് സമീപനം നി ങ്ങളുടെ ഉപഭോക്താവിന് അവരുടെ ബിസിനസ്സിനായി എന്താണ് ചെ യ്യേണ്ടത് എന്നതിനെക്കുറിച്ച് സത്യസന്ധത പുലർത്താൻ നിങ്ങളെ സ ഹായിക്കുന്നു. ഇത് ചെയ്യേണ്ടത് ശരിയായ കാര്യമാണ്, പുതിയ സെ യ്ൽസ് , റെഫറൽസും ലഭിക്കുന്ന കാര്യത്തിൽ ഇത് നിങ്ങൾക്ക് എ ത്രത്തോളം പ്രയോജനം ചെയ്യുമെന്ന് നിങ്ങൾ ആശ്ചര്യപ്പെട്ടേക്കാം.

16. സെയ്ൽസ് മാനേജ് ചെയ്യുക.

എല്ലാ ഡീലുകളും നിങ്ങൾ വിജയിക്കില്ല, ചിലർ , വാങ്ങുന്നവർ നി ങ്ങളെ ഇഷ്ടപ്പെടില്ല. അത് വിൽപ്പനയുടെ ഭാഗമാണ്. നിങ്ങൾക്ക് എങ്ങ നെ മെച്ചപ്പെടുത്താം എന്നതിനെക്കുറിച്ച് ചിന്തിക്കേണ്ടത് പ്രധാനമാണെ ങ്കിലും , ഇത്തരം ഡീലുകളിൽ നിന്ന് എളുപ്പത്തിൽ മുന്നോട്ട് പോ കാൻ സാധിക്കേണ്ടത് വളരെ നിർണായകമാണ്.

17. എപ്പോഴും റഫറലുകൾ ആവശ്യപ്പെടുക.

വിജയകരമായ വിൽപ്പനക്കാർക്ക് അറിയാം, ഏറ്റവും എളുപ്പമുള്ള ക്ലോസിങ് പലപ്പോഴും ഒരു റഫറലിൽ നിന്നാണ്. റെഫറൽ സെയിൽ സിന്റെ പ്രാധാന്യം വളരെ വലുതാണ് .

ഒരു കസ്റ്റമറെ വിജയകരമായി നിങ്ങൾ ഡീൽ ചെയ്തു കഴിഞ്ഞാൽ എല്ലായ്പ്പോഴും ഒരു റഫറൽ ആവശ്യപ്പെടുകയും ആ ലീഡുകൾ വേഗ ത്തിൽ പിന്തുടരുകയും ചെയ്യുക.അസാധ്യ റിസൾട്സ് ഇതിലൂടെ നേ ടാൻ സാധിക്കും.

22. പ്രൊഫഷണലുകളുടെ ഫലപ്രദമായ ജീവിത ശീ ലങ്ങൾ

1. സമനില പാലിക്കുക.

മിക്ക പ്രൊഫഷണലുകളും സെയ്ൽസ് രംഗത്ത് ഒരു മാസം മുഴു വൻ അനുഭവിക്കുന്നതിനേക്കാൾ കൂടുതൽ ഉയർച്ച താഴ്ച്ചകൾ ഒറ്റ ആ ഴ്ചയിൽ അനുഭവിക്കുന്നു. ചില ദിവസങ്ങളിൽ, നിങ്ങൾ അജയ്യനാണെ ന്ന് തോന്നുന്നു. മറ്റ് ദിവസങ്ങളിൽ, നിങ്ങൾ വിൽപ്പനയിൽ പരാജിതനാ യി തോന്നാം . ഇതൊക്കെ സെയ്ൽസിൽ സർവ സാധാരണമാണ് .

സെയ്ൽസ് രംഗത്ത് വിജയിച്ചവർ   അവരുടെ വികാരങ്ങൾ നിയ ന്ത്രിക്കാനും എവിടെയെങ്കിലും തുടരാനും പഠിച്ചു. കാര്യങ്ങൾ നന്നാ യി നടക്കുകയും അവരുടെ മിക്കവാറും എല്ലാ ഡീലുകളും ക്ലോസ് ചെ യ്യുകയും ചെയ്യുമ്പോൾ, അവർ വളരെ ചങ്കൂറ്റം കാണിക്കരുതെന്ന് സ്വ യം മനസ്സിലാക്കുന്നു . ബിസിനസ്സ് നഷ്ടപ്പെടുമ്പോൾ, നിരാശപ്പെടരുതെ ന്ന് അവർ സ്വയം പറയുന്നു: അവർ കുതിച്ചുകൊണ്ടിരുന്നാൽ വിൽപ്പന പടിപടിയായി വർദ്ധിക്കും.

2. ഇടവേളകൾ എടുക്കുക.

സെയിൽസിൽ, പ്രവർത്തനം പലപ്പോഴും റിസൾട്ടുമായി ബന്ധപ്പെ ട്ടിരിക്കുന്നു. നിങ്ങൾ കൂടുതൽ പ്രവർത്തിക്കുമ്പോൾ കൂടുതൽ മീറ്റിംഗു കൾ നടത്തുമ്പോൾ കൂടുതൽ കൂടുതൽ ഡെമോകൾ സജ്ജീകരിക്കു മ്പോൾ മിക്കവാറും കൂടുതൽ ഡീലുകൾ നിങ്ങൾ നടത്തിയേക്കും.

ഈ ചിന്താഗതി പിന്തുടർന്ന്, പല വിൽപ്പനക്കാരും എല്ലാ പ്രവൃത്തി ദിവസവും 10മണിക്കൂർ ദിവസങ്ങൾ ജോലി ചെയ്യുകയും വാരാന്ത്യങ്ങ ളിൽ സമയം ചെലവഴിക്കുകയും ചെയ്യുന്നു.

ഇത് നിങ്ങളുടെ മാനസികവും ശാരീരികവുമായ ആരോഗ്യത്തിന് ഹാനികരമാണെന്ന് മാത്രമല്ല, അത് ഉൽപ്പാദനക്ഷമമല്ല. ഉറക്കത്തിനും സമതുലിതമായ ഷെഡ്യൂളിനും മുൻഗണന നൽകി. ബ്രേക്കുകൾ മെ മ്മറി, ഫോക്കസ്, നിങ്ങളുടെ ആശയങ്ങളുടെ ഗുണനിലവാരം എന്നിവ വർദ്ധിപ്പിക്കുമെന്ന് ശാസ്ത്രീയമായി തെളിയിക്കപ്പെട്ടിട്ടുണ്ട്.

നിങ്ങൾ പതിവായി മെഴുകുതിരി രണ്ടറ്റത്തും കത്തിക്കുന്നുവെങ്കിൽ, ഒടുവിൽ നിങ്ങൾ കത്തിപ്പോകും. കൂടാതെ, രാത്രി 7:00 നും 9:00 നും ഇ ടയിൽ നിങ്ങൾ യഥാർത്ഥത്തിൽ എന്ത് ചെയ്യുന്നു? ആ സമയം വായ ന, സുഹൃത്തുക്കളുമായോ കുടുംബാംഗങ്ങളുമായോ സംസാരിക്കൽ, ടിവി കാണൽ, വീഡിയോ ഗെയിമുകൾ കളിക്കൽ, പാചകം ചെയ്യൽ, നായയെകൂട്ടി നടക്കൽ, അടിസ്ഥാനപരമായി, നിങ്ങളുടെ തലച്ചോറിന് വിശ്രമം നൽകുന്ന എന്തും ചെലവഴിക്കുന്നതാണ് നല്ലത്.

3. എട്ടോ അതിലധികമോ മണിക്കൂർ ഉറങ്ങുക.

അഞ്ചോ ആറോ മണിക്കൂർ ഉറക്കം കൊണ്ട് രക്ഷപ്പെടാമെന്ന് കരു തുന്നുണ്ടോ? വീണ്ടും ചിന്തിക്കുക. അമേരിക്കൻ അക്കാദമി ഓഫ് സ്ലീ പ്പ് മെഡിസിൻ അനുസരിച്ച്, മിക്ക മുതിർന്നവർക്കും രാത്രിയിൽ ഏഴ് മു തൽ എട്ട് മണിക്കൂർ വരെ ഉറക്കം ആവശ്യമാണ്. നിങ്ങൾക്ക് കുറവ് ല ഭിക്കുകയാണെങ്കിൽ, ഇനിപ്പറയുന്നതുൾപ്പെടെയുള്ള അസുഖങ്ങളുടെ

ഒരു ലിസ്റ്റിൽ നിങ്ങൾ അകപ്പെട്ടേക്കാം :

ക്ഷോഭം

പ്രചോദനം കുറയുന്നു

ഉത്കണ്ഠ

വിഷാദരോഗത്തിന്റെ ലക്ഷണങ്ങൾ

വ്യതിചലനം

ഊർജ്ജം കുറയുക

ക്ഷീണം

വിശ്രമമില്ലായ്മ

മോശം തീരുമാനമെടുക്കൽ

വർദ്ധിച്ച പിശകുകൾ

മറവി

സെയിൽസ് കോളുകളിൽ ഏറ്റവും മികച്ചതായിരിക്കാൻ, നിങ്ങളു ടെ ഉറക്കത്തിന് മുൻഗണന നൽകുക.

4. നിങ്ങൾ ചെയ്യുന്ന കാര്യങ്ങളിൽ വിശ്വസിക്കുക.

നിങ്ങൾ അതിൽ ആത്മാർത്ഥമായി വിശ്വസിക്കുമ്പോൾ ഒരു ഉൽപ്പ ന്നത്തിൽ അഭിനിവേശമുള്ളതും വിൽക്കുന്നതും എളുപ്പമാണ്. ഏറ്റവും ഫലപ്രദമായ സെയിൽസ് എക്സിക്യൂട്ടീവ് യഥാർത്ഥത്തിൽ അവരുടെ പ്രൊഡക്റ്റ് ഉപയോഗിക്കുകയും അതിന്റെ മൂല്യത്തിൽ വിശ്വസിക്കുക യും ചെയ്യുന്നു.

നിങ്ങൾ വിൽക്കുന്നതിനെക്കുറിച്ച് നിങ്ങൾക്ക് അഭിമാനം തോന്നു ന്നുവെങ്കിൽ, ഉപഭോക്താക്കളിൽ നിന്ന് സന്തോഷകരമായ സാക്ഷ്യപ ത്രങ്ങൾ കണ്ടെത്തുക. നിങ്ങളുടെ പ്രൊഡക്റ്റ് ആളുകളുടെ ജീവിതം എങ്ങനെ മെച്ചപ്പെടുത്തി എന്നതിന്റെ ഉദാഹരണങ്ങൾ ചെറുതും വലു തുമായ രീതിയിൽ നിങ്ങളുടെ പ്രചോദനത്തെ ശക്തിപ്പെടുത്തും (നി ങ്ങൾ സാധ്യതയുള്ളവരുമായി കൂടിക്കാഴ്ച നടത്തുമ്പോൾ നിങ്ങൾക്ക് മൂല്യവത്തായ സാമൂഹിക തെളിവ് നൽകും).

നിങ്ങളുടെ ഏറ്റവും ശക്തമായ പ്രചോദനം തിരിച്ചറിയുക.

ഒരു സെയിൽസ് എക്സിക്യൂട്ടീവിനെ നയിക്കുന്നത് പ്രശ്നമല്ല അ വർ പ്രചോദിപ്പിക്കേണ്ടതുണ്ട്. എല്ലാ മുൻനിര സെയിൽസ് എക്സിക്യൂ ട്ടീവും എല്ലാ ദിവസവും ജോലി ചെയ്യുന്നതും അവരുടെ എല്ലാം നൽ കുന്നതിനും കത്തുന്ന ഒരു കാരണമുണ്ട്. ഒരുപക്ഷേ അവർ ഒരു വീട് വാങ്ങാൻ ആഗ്രഹിക്കുന്നു, എല്ലാ മാസവും കുറഞ്ഞത് 110% ക്വാട്ട

ഉണ്ടാക്കണം. ഒരുപക്ഷേ അവർ വളരെ മത്സരബുദ്ധിയുള്ളവരായിരിക്കാം കൂടാതെ ലീഡർബോർഡിന്റെ മുകളിൽ എപ്പോഴും ആയിരിക്കാൻ ആ ഗ്രഹിക്കുന്നു. ഒരുപക്ഷേ അവർക്ക് വിൽപ്പനയിൽ നന്നായി ചെയ്യാൻ ക ഴിയുമെന്ന് അവർ സ്വയം തെളിയിക്കേണ്ടതുണ്ട്.

സ്വയം ചോദിക്കുക, 'വിജയിക്കാൻ ആഗ്രഹിക്കുന്നതിന്റെ ഒന്നാമത്തെ കാരണം എന്താണ്?' നിങ്ങൾക്ക് ഉടനടി ഉത്തരം കണ്ടെത്താൻ കഴിയു ന്നില്ലെങ്കിൽ, നിങ്ങൾ ആ പ്രചോദനം കണ്ടെത്തേണ്ടതുണ്ട്.

5. നിങ്ങളുടെ ഉപഭോക്താവിന്റെ വിജയം നിങ്ങളുടേതായി കാ ണുക.

ഡോട്ട് ഇട്ട ലൈനിൽ പ്രോസ്പെക്റ്റ് അടയാളം വന്നാലുടൻ വിൽപ്പ നക്കാർ ജോലി നിർത്തരുത്. പകരം, ഫീഡ്ബാക്ക് തേടാനും തന്ത്രപര മായ നിർദ്ദേശങ്ങൾ നൽകാനും മുൻനിര പ്രതിനിധികൾ അവരുടെ ഉപ ഭോക്താക്കളുമായി ഇടയ്ക്കിടെ കോൺടാക്ട് ചെയ്യുന്നു ഉപഭോക്താവി ന്റെ വിജയം, ഏത് തന്ത്രങ്ങളാണ് പ്രവർത്തിക്കുന്നത്, ക്ലയന്റ് ബന്ധ ങ്ങൾ രൂപപ്പെടുത്തുക, നിങ്ങളുടെ ബിസിനസ്സിനായി ഉപഭോക്തൃ വിഭാ ഗത്തെ നയിക്കുക എന്നിവയെക്കുറിച്ച് മികച്ച രീതിയിൽ മനസിലാ ക്കുക.

6. വ്യക്തിബന്ധങ്ങൾ കെട്ടിപ്പടുക്കുക.

നിർദിഷ്ടമായ ഇടവേളകളിൽ നിങ്ങളുടെ ഉപഭോക്താവുമായി സം സാരിക്കേണ്ടതും സോഷ്യൽ മീഡിയ വഴി നല്ലൊരു ബന്ധം സ്ഥാപി ക്കേണ്ടതും അത്യാവശ്യമാണ്. ഉപഭോക്താവിന് നിങ്ങളോടുള്ള ഇഷ്ടം കൂടുവാനും, വിശ്വാസം നേടിയെടുക്കാനും ഉപകരിക്കും, അവരോട് ന ല്ല രീതിയിലും മാനുഷികവുമായ രീതിയിൽ ഇടപെടാൻ ശ്രദ്ധിക്കേണ്ട തുണ്ട്.

ഒരു വിൽപ്പനക്കാരൻ എന്ന നിലയിൽ, ബന്ധങ്ങളാണ് നിങ്ങളുടെ മൂലധനം. നിങ്ങൾക്ക് എന്തുണ്ടായിട്ടും കാര്യമില്ല , നിങ്ങളുടെ ബന്ധ ങ്ങളുടെ ആഴവും പരപ്പും എത്രത്തോളമുണ്ടോ, നിങ്ങൾക്ക് സഹായി ക്കാനുള്ള മനസ്സും ഇച്ഛാശക്തിയും ഉണ്ടോ, ഇത് നിങ്ങളെ വളരെയധി കം മുന്നോട്ട് കൊണ്ട് പോകും.

7. മുൻകൂട്ടി തയ്യാറാവുക .

മികച്ച ഒരു സെയിൽസ് എക്സിക്യൂട്ടീവ് ഒരു കോളിന് മുമ്പ് തയ്യാ

റെടുക്കുന്നു. അതിനർത്ഥം അദ്ദേഹം സാധ്യതയെക്കുറിച്ച് ഗവേഷണം ചെയ്യുകയും ഒരു വലിയ ഉപഭോക്തൃ മീറ്റിംഗിന് മുമ്പ് ആവശ്യമായ എല്ലാ വിവരങ്ങളും ശേഖരിക്കുകയും ചെയ്യുന്നു.

അവർ വെല്ലുവിളികളോ ചോദ്യങ്ങളോ മുൻകൂട്ടി കാണുകയും വിൽ പ്പന നഷ്ടപ്പെടാതിരിക്കാൻ ഫലപ്രദമായ പ്രതികരണം തയ്യാറാക്കുക യും ചെയ്യുന്നു.

8. നിങ്ങൾ എവിടെ പോയാലും സാധ്യതയുള്ള ഉപഭോക്താക്ക ളെ നോക്കുക.

അമിത പ്രകടനം നടത്താൻ, നിങ്ങൾ ഓഫീസ് വിട്ടയുടൻ ഒരു സെയിൽസ് പ്രതിനിധി എന്നുള്ളത് നിർത്താൻ കഴിയില്ല. വിജയികളാ യ പ്രതിനിധികൾ എല്ലായ്പ്പോഴും സാധ്യതയുള്ള ഉപഭോക്താക്കളെ തിരയുന്നു പാർട്ടികളിലും നെറ്റ്‌വർക്കിംഗ് ഇവന്റുകളിലും അത്താഴങ്ങ ളിലും മറ്റും.

തീർച്ചയായും, മികച്ച ഒരു സെയ്ൽസ് പ്രൊഫഷണൽ ആകണമെ ങ്കിൽ മറ്റു വിഷയങ്ങളിൽ ഉള്ള അറിവ് കൂടി പ്രാധാന്യമുള്ളതാണ്. ഉപ ഭോക്താവിന്റെ ഇഷ്ടാനിഷ്ടങ്ങൾ കണ്ടറിഞ്ഞു സംസാരിക്കുന്നതിനു ഇ ത് ഉപകരിക്കും .

ഈ ശീലങ്ങൾ പ്രയോഗത്തിൽ വരുത്തുക.

ഒരു നല്ല വിൽപ്പനക്കാരനാകാൻ ഒരൊറ്റ മാർഗമില്ല, എന്നാൽ നിങ്ങ ളുടെ ഉപഭോക്താക്കൾക്ക് നല്ല വിൽപ്പന അനുഭവം നൽകുന്നതിന് മു കളിൽ സൂചിപ്പിച്ച ശീലങ്ങൾ അത്യന്താപേക്ഷിതമാണ്. നിങ്ങൾക്ക് അ ഭിനിവേശം, അറിവ്, സ്വയം നിർണ്ണയം, പൊരുത്തപ്പെടൽ എന്നിവ ഉ ണ്ടെന്ന് തെളിയിക്കുന്നത് ഒരു ശരാശരി വിൽപ്പന പ്രതിനിധിയിൽ നിന്ന് ഉയർന്ന പ്രകടനമുള്ള വിജയഗാഥയിലേക്ക് നിങ്ങളെ കൊണ്ടുപോകും.

23. കസ്റ്റമർ ഇന്റെറാക്ഷൻ മികച്ചതാക്കുവാൻ

1. ശരീരഭാഷ ശ്രദ്ധിക്കുക: മുഖഭാവങ്ങൾ, ആംഗ്യങ്ങൾ, ഭാവങ്ങൾ, നേത്ര സമ്പർക്കം എന്നിവ പോലുള്ള സൂചനകൾ ഒരു വ്യക്തിയുടെ യഥാർത്ഥ വികാരങ്ങളും ഉദ്ദേശ്യങ്ങളും വെളിപ്പെടുത്തും. ഈ സിഗ്ന ലുകൾ നിരീക്ഷിക്കുന്നതിലൂടെ, നിങ്ങൾ ഇടപഴകുന്ന വ്യക്തിയെക്കുറി ച്ച് ആഴത്തിലുള്ള ധാരണ നേടാനാകും.

2. സന്ദർഭം നിർണായകമാണ്: സാഹചര്യത്തിന്റെ പശ്ചാത്തലത്തിൽ സൂചനകൾ വ്യാഖ്യാനിക്കുക. വ്യത്യസ്ത ആംഗ്യങ്ങൾ അല്ലെങ്കിൽ പദപ്രയോഗങ്ങൾ സാംസ്കാരികമോ സാമൂഹികമോ വ്യക്തിപരമോ ആയ സന്ദർഭത്തെ ആശ്രയിച്ച് വ്യത്യസ്ത അർത്ഥങ്ങൾ ഉണ്ടായിരിക്കും. ആശയവിനിമയം കൃത്യമായി വ്യാഖ്യാനിക്കുന്നതിന് പരിസ്ഥിതിയും സാഹചര്യങ്ങളും പരിഗണിക്കുക.

3. സിഗ്നലുകൾ നിരീക്ഷിക്കുക: വ്യക്തിഗത ആംഗ്യങ്ങളിൽ ശ്രദ്ധ കേന്ദ്രീകരിക്കുന്നതിനുപകരം, പരസ്പരം മനസിലാക്കുന്ന കാര്യങ്ങൾ ശ്രദ്ധിക്കുക . ഒന്നിലധികം വാക്കേതര സൂചനകൾക്ക് ഒരു വ്യക്തിയുടെ വികാരങ്ങളെയോ ചിന്തകളെയോ കുറിച്ച് കൂടുതൽ വ്യക്തമായ ധാരണ നൽകാൻ കഴിയും.

4. നിങ്ങളുടെ സ്വന്തം ആക്ഷനുകൾ അറിഞ്ഞിരിക്കുക: വാക്കേതര ആശയവിനിമയം രണ്ട് വഴികളുള്ള ഒരു കാര്യമാണ് . നിങ്ങളുടെ സ്വന്തം ശരീരഭാഷ ശ്രദ്ധിക്കുക, കാരണം അത് മറ്റുള്ളവർ നിങ്ങളെ എങ്ങനെ കാണുന്നു എന്നതിനെ ബാധിക്കും. തുറന്നതും ആത്മവിശ്വാസമുള്ളതുമായ ശരീര ഭാവം നിലനിർത്തുക, നേത്ര സമ്പർക്കം നിലനിർത്തുക, നിങ്ങളുടെ സന്ദേശം ഫലപ്രദമായി അറിയിക്കുന്നതിന് ഉചിതമായ ആംഗ്യങ്ങൾ ഉപയോഗിക്കുക.

5. സജീവമായി കേൾക്കുക: വാക്കേതര സൂചനകൾക്ക് വാക്കാലുള്ള ആശയവിനിമയത്തെ നല്ലതോ ചീത്തയോ ആക്കി മാറ്റാൻ പറ്റും. ഒരു വ്യക്തിയുടെ വാക്കേതര സിഗ്നലുകൾ സജീവമായി കേൾക്കുകയും നിരീക്ഷിക്കുകയും ചെയ്യുന്നതിലൂടെ, നിങ്ങൾക്ക് അവരുടെ യഥാർത്ഥ വികാരങ്ങളെയും ചിന്തകളെയും കുറിച്ച് ആഴത്തിലുള്ള ധാരണ നേടാനാകും.

6. നിങ്ങളുടെ ആശയവിനിമയ ശൈലി പൊരുത്തപ്പെടുത്തുക: വാക്കേതര സൂചനകൾ മനസ്സിലാക്കുന്നത് നിങ്ങളുടെ ആശയവിനിമയ ശൈലി കൂടുതൽ ഫലപ്രദമാക്കാൻ സഹായിക്കും. നിങ്ങളുടെ ടോൺ, ശരീരഭാഷ, ആംഗ്യങ്ങൾ എന്നിവ മറ്റൊരാളുടെ ശൈലിയുമായി പൊരുത്തപ്പെടുത്തുന്നതിലൂടെ, നിങ്ങൾക്ക് ബന്ധം സ്ഥാപിക്കാനും ആശയവിനിമയം മെച്ചപ്പെടുത്താനും കഴിയും.

7. അനുമാനങ്ങൾ ഉണ്ടാക്കുന്നത് ഒഴിവാക്കുക: വാക്കേതര സൂച നകൾക്ക് വിലപ്പെട്ട ഉൾക്കാഴ്ചകൾ നൽകാൻ കഴിയുമെങ്കിലും, നിഗമ നങ്ങളിൽ എത്തിച്ചേരുകയോ അവയെ മാത്രം അടിസ്ഥാനമാക്കിയുള്ള അനുമാനങ്ങൾ ഉണ്ടാക്കുകയോ ചെയ്യുന്നത് ഒഴിവാക്കേണ്ടത് അത്യാവ ശ്യമാണ്. നിങ്ങളുടെ ഗ്രാഹ്യത്തെ പിന്തുണയ്ക്കുന്നതിന് അധിക വിവ രങ്ങളായി വാക്കേതര സൂചനകൾ ഉപയോഗിക്കുക, എന്നാൽ എല്ലായ് പ്പോഴും മറ്റ് ഘടകങ്ങൾ പരിഗണിക്കുകയും ആവശ്യമുള്ളപ്പോൾ വ്യ ക്തത തേടുകയും ചെയ്യുക.

ഓർക്കുക, ഒരു പുസ്തകം പോലെ ആളുകളെ വായിക്കുന്നത് മന സ്സ് വായിക്കുന്നതിനോ കൈകാര്യം ചെയ്യുന്നതിനോ അല്ല, മറിച്ച് സ ഹാനുഭൂതി, മനസ്സിലാക്കൽ, ഫലപ്രദമായ ആശയവിനിമയ കഴിവുകൾ എന്നിവ വികസിപ്പിക്കുന്നതിനാണ്.

നിങ്ങളുടെ വിജയശതമാനം ഇരട്ടിയായി വർദ്ധിപ്പിക്കുന്നതിന് നി ങ്ങൾ സ്വീകരിക്കേണ്ട സോഫ്റ്റ് സ്കില്ലുകൾ

1. ആശയവിനിമയം
   - തടസ്സം കൂടാതെ കേൾക്കുക
   - നിങ്ങളുടെ ശ്രോതാക്കളെ ഉൾപ്പെടുത്തുക
   - പ്രതികരിക്കാൻ സമയമെടുക്കുക
   - നിങ്ങളുടെ ശരീരഭാഷ ശ്രദ്ധിക്കുക

2. ടൈം മാനേജ്മെന്റ്
   - ടാസ്ക് പൂർത്തിയാക്കാനുള്ള സമയപരിധി നിശ്ചയിക്കുക
   - സമാന ജോലികൾ ഒരുമിച്ച് ബാച്ച് ചെയ്യുക
   - നിങ്ങളുടെ ചുമതലകൾ ഡെലിഗേറ്റ് ചെയ്യുക
   - നിങ്ങളുടെ ദിവസം നേരത്തെ ആരംഭിക്കുക.

3. ടീം വർക്ക്
   - ഗോസിപ്പിംഗ് ഒഴിവാക്കുക
   - പരാതിപ്പെടരുത്
   - നിങ്ങളുടെ സ്വാർത്ഥ താൽപ്പര്യം കുറയ്ക്കുക
   - വ്യക്തിഗത ക്രെഡിറ്റ് എടുക്കാതിരിക്കുക
   - മൈക്രോമാനേജിംഗ് ജോലികൾ ഒഴിവാക്കുക

4. പ്രശ്നപരിഹാരം
   * ഒരു സജീവ ശ്രോതാവാകുക
   * ഭാവി സംഭവങ്ങൾ മുൻകൂട്ടി കാണുക

5. അനുനയം
   * നിങ്ങൾക്ക് എങ്ങനെ സഹായിക്കാനാകുമെന്ന് അവരെ കാണിക്കുക
   * ആളുകൾക്ക് എന്താണ് വേണ്ടതെന്ന് മനസ്സിലാക്കുക
   * വൈകാരികമായും ആത്മവിശ്വാസത്തോടെയും ആശയവിനിമയം നടത്തുക

6. ചർച്ചകൾ
   * എപ്പോഴും ആദ്യ ഓഫർ നടത്തുക
   * ആവശ്യമുള്ളപ്പോൾ മാത്രം സംസാരിക്കുക
   * വ്യക്തിപരമായി ഒന്നും എടുക്കാതിരിക്കുക
   * സംഭാഷണം വിജയകരമാക്കാൻ ബാലൻസ് ചെയ്യുക

7. ക്രിയേറ്റീവ് ചിന്ത
   * സഹാനുഭൂതി വളർത്തിയെടുക്കുക
   * എപ്പോഴും ഉന്മേഷവാനായിരിക്കുക
   * ദിവസേന വായനശീലമാക്കുക
   * ഒരു പ്രശ്നത്തിന് 3+ ഉത്തരങ്ങൾ കണ്ടെത്തുക

8. ബന്ധങ്ങൾ അനുദിനം വളർത്തുക.
   * എപ്പോൾ പോകണമെന്ന് അറിയുക
   * ഒരു ദിവസം 2+ അപരിചിതരെ സമീപിക്കുക
   * ശക്തമായ ആരോഗ്യകരമായ അതിരുകൾ ഉണ്ടായിരിക്കുക
   * നിങ്ങളുടെ സംഭാഷണങ്ങൾ അവരെ കുറിച്ച് കൂടുതൽ മികച്ച കാഴ്ചപ്പാടുകൾ ഉണ്ടാക്കുന്നതിനു വേണ്ടി ഉപയോഗിക്കുക .
   * സംഭാഷണങ്ങൾക്കിടയിൽ നിങ്ങളുടെ ഫോൺ ഉപയോഗിക്കുന്നത് നിർത്തുക.

9. വൈകാരിക നിയന്ത്രണം
   * നിങ്ങളുടെ വികാരങ്ങൾ വിന്യസിക്കുക
   * അസ്വസ്ഥനാകുമ്പോൾ അകന്നു പോകുക
   * ഒരിക്കലും ആവേശത്തോടെ പ്രതികരിക്കരുത്

ദിനചര്യകൾ ഫലങ്ങൾ സൃഷ്ടിക്കുന്നു.

ഒരാളുടെ ദിനചര്യ എങ്ങനെയിരിക്കും എന്നതിനെ അടിസ്ഥാനമാ
ക്കി നിങ്ങൾക്ക് അവരെക്കുറിച്ച് കൂടുതലായി മനസ്സിലാക്കാൻ സാധിക്കും.

നിങ്ങളുടെ ആരോഗ്യം നേടുന്നതിനും ലക്ഷ്യങ്ങൾ നേടുന്നതിനുമു
ള്ള ലളിതവും എന്നാൽ ഫലപ്രദവുമായ മാർഗ്ഗമാണിത്. ഒരു യഥാർ
ത്ഥ ദിനചര്യ നിർമ്മിക്കുക.

24. ഒരു സെയിൽസ് ടീം ലീഡർ എന്താണ് ചെയ്യുക?

ഒരു ടീം ലീഡർ ഒരു കമ്പനിയുടെ പ്രധാനപ്പെട്ട തസ്തികയാണ്.
സെയിൽസ് എക്സിക്യൂട്ടീവിന്റെ പ്രൊഡക്ടിവിറ്റി നോക്കേണ്ടുന്ന പ്ര
ധാനപ്പെട്ട ചുമതല കൂടാതെ, കമ്പനിയുടെ എല്ലാ തരത്തിലുള്ള വളർ
ച്ച കൂടി നോക്കെണ്ടതായി വരും. കമ്പനി തരുന്ന ബിസിനസ് ടാർഗറ്റ്
എത്തുക, എക്സിക്യൂട്ടീവിനെ മോട്ടിവേറ്റ് ചെയ്യുക, പുതിയ പുതിയ
ബിസിനസ് കണ്ടെത്തുക തുടങ്ങി പ്രധാനപ്പെട്ട ഒരു പാടു കാര്യങ്ങളാ
ണ് ഇക്കൂട്ടർ ചെയ്യുന്നത്.

ഒരു സെയിൽസ് സ്പെഷ്യലിസ്റ്റ് അല്ലെങ്കിൽ സെയിൽസ് മാനേ
ജർ എന്താണ് ചെയ്യുക ?

ഒരു സെയിൽസ് സ്പെഷ്യലിസ്റ്റ് ഒരു ബിസിനസ്സ് പ്രൊഫഷണലാ
ണ്, അവരുടെ പ്രാഥമിക ഉത്തരവാദിത്തം ഒരു കമ്പനിയെ വളർത്താ
നും അവരുടെ പ്രവർത്തനങ്ങൾ മെച്ചപ്പെടുത്താനും സഹായിക്കുന്നു.
സെയിൽസ് ടീമുകളുടെ മേൽനോട്ടം വഹിക്കുകയും ടീം അംഗങ്ങൾക്ക്
പ്രൊഫഷണൽ ഉപദേശം നൽകുകയും ചെയ്തുകൊണ്ട് ഒരു സെയിൽ
സ് സ്പെഷ്യലിസ്റ്റ് ഒരു ബിസിനസ്സിനെ അവരുടെ പ്രവർത്തനങ്ങൾ മെ
ച്ചപ്പെടുത്താൻ സഹായിക്കുന്നു.

ഉപഭോക്താക്കൾക്ക് അവർ ഉപയോഗിക്കുന്ന നിർദ്ദിഷ്ട സമ്പ്രദായങ്ങ
ളെക്കുറിച്ചോ നടപടിക്രമങ്ങളെക്കുറിച്ചോ മാർഗ്ഗനിർദ്ദേശം നൽകാൻ ക
ഴിയുന്ന അവർ ഈ മേഖലയിലെ വിദഗ്ധരാണ് . വിൽപ്പനയിൽ, ഇത്
പലപ്പോഴും മാർക്കറ്റിംഗ് തന്ത്രങ്ങൾ, ബിസിനസ് പ്രവർത്തനങ്ങൾ, ഉൽ
പ്പന്ന വികസന തന്ത്രങ്ങൾ എന്നിവ ഉൾക്കൊള്ളുന്നു.

സെയിൽസ് സ്പെഷ്യലിസ്റ്റുകൾ സാധാരണയായി ഈ മേഖലയിൽ
ഒരു പ്രത്യേക തരം വൈദഗ്ധ്യം പുലർത്തുന്നവരായിരിക്കും. അവർ എ
വിടെ ജോലി ചെയ്യുന്നു എന്നത് പരിഗണിക്കാതെ തന്നെ, ഒരു സെ
യിൽസ് സ്പെഷ്യലിസ്റ്റ് അവരുടെ വ്യവസായത്തിൽ ഉപയോഗിക്കുന്ന

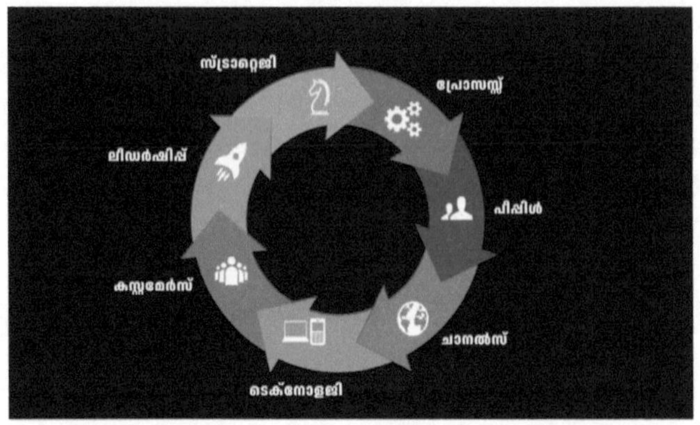

പൊതുവായ രീതികളെക്കുറിച്ച് നന്നായി അറിയുകയും സെയിൽസ് ടീമുകൾക്കും കമ്പനി എക്സിക്യൂട്ടീവുകൾക്കും ഉപദേശം നൽകുക യും ചെയ്യും.

ഒരു സെയിൽസ് ടീമിനൊപ്പം പ്രവർത്തിക്കുമ്പോൾ, ഒരു സെയിൽ സ് സ്പെഷ്യലിസ്റ്റ് പുതിയ സെയിൽസ് അസോസിയേറ്റ്സിനെ (ടീം ലീഡേഴ്സ്) നിയമിക്കുന്നതിനും അവരെ അവരുടെ ജോലി ചുമതല കളിൽ പരിശീലിപ്പിക്കുന്നതിനും സെയിൽസ് അസോസിയേറ്റുകൾക്ക് അവരുടെ ജോലി സമയത്ത് ഉപയോഗിക്കാനുള്ള പുതിയ പ്രക്രിയകൾ പ്രകടിപ്പിക്കാനും അവരുടെ വിൽപ്പന തന്ത്രങ്ങളുടെ ഏത് വശങ്ങൾ നിർ ണ്ണയിക്കാനും ഒരു ടീമിന്റെ പ്രകടനം നിരീക്ഷിക്കാനും ചുമതലപ്പെടു ത്തിയേക്കാം. മെച്ചപ്പെടുത്തൽ ആവശ്യമായി വന്നേക്കാം.

ഒരു കമ്പനിയുടെ ബിസിനസ്സ് തീരുമാനങ്ങൾ അറിയിക്കാനും ഒരു കമ്പനിയിൽ മാർക്കറ്റിംഗിലും ബിസിനസ്സിലും പുതിയ സംഭവവികാസ ങ്ങൾ എങ്ങനെ നടപ്പിലാക്കാം എന്നതിനെക്കുറിച്ചുള്ള മാർഗ്ഗനിർദ്ദേശം നൽകാനും കഴിയുന്ന വിവരങ്ങൾ ശേഖരിക്കുന്നതിന് സെയിൽസ് സ് പെഷ്യലിസ്റ്റുകൾക്ക് മാർക്കറ്റ് ഗവേഷണവും വിൽപ്പന പ്രവചനങ്ങളും നടത്താൻ കഴിയും. ഉപഭോക്തൃ സർവേകൾ നടത്തുക, വിപണിയിലെ ട്രെൻഡുകൾ ശ്രദ്ധിക്കുക, വ്യവസായത്തിലെ പുരോഗതിയെക്കുറിച്ച് അ പ്ഡേറ്റ് ചെയ്യുക എന്നിവ ഇതിൽ ഉൾപ്പെടുന്നു.

നമ്മുടെ ദൈനംദിന ജീവിതത്തിൽ നേതൃത്വം നിർണായകമാണ്. ജോ ലിസ്ഥലത്ത്, വീട്ടിൽ, സഹപ്രവർത്തകരോ സുഹൃത്തുക്കളുമായോ, നി ങ്ങൾ എവിടെയായിരുന്നാലും നല്ല സാഹചര്യങ്ങളും അനുഭവങ്ങളും സൃഷ്ടിക്കാൻ നേതൃത്വത്തെ ഉപയോഗിക്കാനാകും.

ജോലിസ്ഥലത്ത് ഫലപ്രദമായ നേതാക്കൾ മാനേജ്മെന്റ് സ്ഥാന

ങ്ങളിൽ ആയിരിക്കണമെന്നില്ല, പകരം അവരുടെ നേതൃത്വപരമായ കഴിവുകൾ ഉപയോഗിച്ച് അവരുടെ എല്ലാ സഹപ്രവർത്തകരെയും അവരുടെ കമ്പനിയ്ക്ക് വേണ്ടി ഉയർന്ന മനോവീര്യത്തിലേക്കും മികച്ച ഫലങ്ങളിലേക്കും നയിക്കാൻ ഉതകുന്ന രീതിയിൽ സഹായിക്കാൻ അവർക്ക് കഴിയും.

ഈ കഴിവുകൾ നിങ്ങളെ ഒരു മികച്ച ജീവനക്കാരനും സഹപ്രവർത്തകനും നിങ്ങളുടെ സ്ഥാപനത്തിലെ പങ്കാളിയും ആകാൻ സഹായിക്കും. പ്രചോദിപ്പിക്കാനും നല്ല അന്തരീക്ഷം സൃഷ്ടിക്കാനും സഹായിക്കുന്ന സ്വഭാവസവിശേഷതകൾ, നിങ്ങളുടെ ജോലിയുടെ പൊസിഷൻ എന്തുതന്നെയായാലും, മികച്ച നേതൃത്വപരമായ റോളിലേക്ക് നിങ്ങളെ കൊണ്ടെത്തിക്കുന്നു .

ഒരു ലീഡർ ആവുക എന്നത് നിങ്ങൾ ജനിക്കുമ്പോൾ തന്നെ ലഭിക്കുന്ന കാര്യമല്ല, അത് ഒറ്റരാത്രികൊണ്ട് സംഭവിക്കുന്നതല്ല. ലീഡേഴ്സിന് പലപ്പോഴും പ്രത്യേക കഴിവുകളും സ്വഭാവ സവിശേഷതകളും വ്യക്തിഗത ഗുണങ്ങളും ഉണ്ട്, അത് അവരെ ഫലപ്രദമായ ലീഡർ ആക്കി മാറ്റുന്നു. ലക്ഷ്യങ്ങളുടെ പൂർത്തീകരണത്തിലേക്ക് മറ്റുള്ളവരെ നയിക്കാനും പ്രചോദിപ്പിക്കാനും ആകർഷിക്കാനും അവർക്ക് കഴിയും.

1. വ്യക്തമായ ആശയവിനിമയം ഉപയോഗിക്കുന്നു.

നന്നായി കേൾക്കുന്നു. വ്യക്തമായി സംസാരിക്കുന്നു. നന്നായി നയിക്കാൻ, നിങ്ങൾക്ക് രണ്ടിന്റെയും ശക്തമായ കമാൻഡ് ഉണ്ടായിരിക്കണം. നിങ്ങൾ ഒരാളോ ആയിരമോ ആയാലും, പ്രശ്നങ്ങൾ തടയാനും തെറ്റിദ്ധാരണകൾ പരിഹരിക്കാനും ജീവനക്കാരെ അവരിൽ നിന്ന് എന്താണ് പ്രതീക്ഷിക്കുന്നതെന്ന് അറിയിക്കാനും ടീമംഗങ്ങളെ പ്രശ്നങ്ങളും ആശങ്കകളും ഉന്നയിക്കാൻ പ്രോത്സാഹിപ്പിക്കാനും എല്ലാവരെയും ഒരേ പേജിൽ എത്തിക്കാനും ശക്തമായ ആശയവിനിമയ വൈദഗ്ധ്യം നിർണായകമാണ്. അങ്ങനെ അവർക്ക് പങ്കിട്ട ലക്ഷ്യങ്ങൾക്കായി പ്രവർത്തിക്കാൻ കഴിയും.

2. ചുറ്റുമുള്ളവരുടെ കഴിവുകളെ മാനിക്കുന്നു.

നല്ല ലീഡേഴ്സ് വ്യക്തികൾക്കൊപ്പം പ്രവർത്തിക്കുന്നത് അവർ എങ്ങനെ പ്രയോജനം ചെയ്യുന്നുവെന്നും എന്തിനാണ് അവർ ഓർഗനൈസേഷന് പ്രാധാന്യം നൽകുന്നതെന്നും അവരെ കാണിക്കുന്നു. ഒരു ലീഡർ ടീം അംഗങ്ങളുടെ ശക്തിയും സംഭാവനകളും തിരിച്ചറിഞ്ഞാൽ ടീം വർക്ക് തീർച്ചയായും ലക്ഷ്യത്തിലേക്ക് എത്താൻ സഹായിക്കും.

എല്ലാവരും വിജയികളായ ടീമിനെ അഭിനന്ദിക്കുകയും ചെയ്യും, കൂടാ
തെ കമ്പനിയെക്കുറിച്ചുള്ള അവരുടെ കാഴ്ചപ്പാട് മറ്റുള്ളവരുടെ ഇടയി
ലും ചലനങ്ങൾ ഉണ്ടാക്കും.

3. ശക്തമായ ആത്മവിശ്വാസം.

ആത്മവിശ്വാസവും കാര്യക്ഷമമമായ നേതൃത്വവും പരസ്പര പൂരക
ങ്ങളാണ്. ലീഡേഴ്സ് ശരിക്കും നേതാക്കളാണ്, കാരണം അവർക്ക് എ
ന്താണ് വേണ്ടതെന്ന് അവർക്കറിയാം, ലക്ഷ്യങ്ങൾ എങ്ങനെ നേടാമെ
ന്ന് അവർക്ക് വ്യക്തമായ കാഴ്ചപ്പാടുണ്ട്, മറ്റുള്ളവരെ നയിക്കാൻ കഴി
വുമുണ്ട്.

അതിനാൽ, യഥാർത്ഥവും സമീപിക്കാവുന്നതും ഒരു നേതാവെന്ന
നിലയിൽ നിങ്ങളുടെ ശക്തിയെ മറികടക്കാതെയും നിങ്ങളുടെ ആത്മ
വിശ്വാസത്തിൽ താഴ്മയോടെ നിലകൊള്ളുക. നിങ്ങളുടെ നേതൃത്വപര
മായ കഴിവുകളിൽ നിങ്ങൾ വിശ്വസിക്കുന്നുവെങ്കിൽ, മറ്റുള്ളവരും അ
ത് ചെയ്യാനുള്ള സാധ്യത കൂടുതലാണ്. ഒരു ഓർഗനൈസേഷൻ ഒരുമി
ച്ച് വളർത്തുന്നതിനുള്ള ഫലപ്രദമായ മാർഗമാണിതെന്ന് അവർക്കറി
യാം എന്നതിനാൽ ചുറ്റുമുള്ളവരെ പ്രോത്സാഹിപ്പിക്കാനും ഉയർത്താ
നും മികച്ച നേതാക്കൾ ആത്മവിശ്വാസം നൽകുന്നു.

4. ഉദാഹരണത്തിലൂടെ നയിക്കുന്നു.

കാര്യക്ഷമതയുള്ള നേതാക്കൾ ചുറ്റുമുള്ളവരുടെ ആദരവ് നേടുന്ന
ത് വെറുതെ പറഞ്ഞതുകൊണ്ടല്ല, പ്രവൃത്തിയിലൂടെയാണ്. ടീം അംഗ
ങ്ങൾക്കൊപ്പം പ്രവർത്തിക്കുന്നത് 'ഞാൻ നിങ്ങളോടൊപ്പമുണ്ട്' എന്ന
സന്ദേശം അയയ്ക്കുന്നു. നമുക്ക് ഇത് ഒരുമിച്ച് ചെയ്യാം.

5. പോസിറ്റീവ് മനോഭാവം നിലനിർത്തുന്നു.

പ്രശ്നങ്ങൾ ഒറ്റരാത്രികൊണ്ട് പരിഹരിക്കാൻ കഴിയില്ലെന്ന് ഫലപ്ര
ദമായ നേതാക്കൾ മനസ്സിലാക്കുന്നു, പക്ഷേ അവ ശുഭാപ്തിവിശ്വാസ
ത്തോടെ കൈകാര്യം ചെയ്യാൻ കഴിയും. ഒരു നല്ല, ശക്തനായ നേതാവ്
'ടീം അംഗങ്ങളെ ഉത്തേജിപ്പിക്കുന്നു', സമാനമായ മനോഭാവം നില
നിർത്താൻ വ്യക്തികളെ പ്രോത്സാഹിപ്പിക്കുന്നു. നേരെമറിച്ച്, നിഷേധാ
ത്മക മനോഭാവമുള്ള നേതാക്കൾ ജീവനക്കാരുടെ മനോവീര്യം കെടു
ത്താൻ സാധ്യതയുണ്ട്.

6. സുതാര്യതയ്ക്ക് പ്രതിജ്ഞാബദ്ധമാണ്.

ജോലി ചെയ്യുന്ന ലോകത്ത്, സുതാര്യത വിശ്വാസത്തിന് തുല്യമാണ്, ഒരു നല്ല നേതാവ് ഇത് മനസ്സിലാക്കുന്നു. ഇന്നത്തെ ഏറ്റവും വിജയക രമായ പല കമ്പനികളും അവരുടെ പ്രധാന മൂല്യങ്ങളിൽ സുതാര്യത യുടെ നയം ഉൾക്കൊള്ളുന്നു. നിങ്ങൾക്ക് മറയ്ക്കാൻ ഒന്നുമില്ലെങ്കിൽ, നിങ്ങൾക്ക് എല്ലാം നേടാനുണ്ട്. സുതാര്യത എന്നാൽ തുറന്നതും സ ത്യസന്ധവുമായിരിക്കുക, സംഭാഷണവും ഫീഡ്ബാക്കും ക്ഷണിക്കു ക. സുതാര്യതയില്ലാതെ, ജീവനക്കാർക്ക് നേതൃത്വത്തോടുള്ള ബഹുമാ നവും വിശ്വാസവും നഷ്ടപ്പെടുകയും അവരുടെ കഴിവുകളും യോഗ്യത കളും മറ്റെവിടെയെങ്കിലും കൊണ്ടുപോകാൻ ബാധ്യസ്ഥരായിത്തീരു കയും ചെയ്യുന്നു.

ഫലപ്രദമായ നേതാവാകുക എന്നത് ഒറ്റരാത്രികൊണ്ട് സംഭവിക്കു ന്നതല്ല. ഫലപ്രദമായി ടീമിനെ നയിക്കാൻ നിങ്ങൾക്ക് വേണ്ട കഴിവു കൾ ആർജിക്കാൻ നിങ്ങൾക്കു സമയവും പരിശ്രമവും അത്യാവശ്യ മാണ്.

എല്ലാവരും പിന്തുടരാൻ ആഗ്രഹിക്കുന്ന ഒരു നേതാവാകാനും മിക ച്ച ഫലം നേടാനും അച്ചടക്കം വളരെ പ്രധാനമാണ്.

25. ജോലി, ജീവിത ശീലങ്ങൾ

1. വ്യക്തമായ ലക്ഷ്യം നിർവചിക്കുക.

വ്യക്തമായ ലക്ഷ്യമില്ലാതെ നിങ്ങൾക്ക് എന്താണ് വേണ്ടതെന്ന് കൃ ത്യമായി നിർവചിക്കാൻ പ്രയാസമാണ്. നീട്ടിവെക്കാൻ നിങ്ങളുടെ മന സ്സിന് ഒരു ക്ഷണം ആവശ്യമില്ല. നിങ്ങൾക്ക് ശരിക്കും എന്താണ് വേണ്ട തെന്ന് സങ്കൽപ്പിക്കാൻ തുടങ്ങുക. നിങ്ങളുടെ ലക്ഷ്യം എഴുതുന്നത് അത് യാഥാർത്ഥ്യത്തിലേക്ക് കൊണ്ടുവരാൻ സഹായിക്കും.

2. വ്യക്തമായ ഒരു പ്ലാൻ സ്ഥാപിക്കുക.

നിങ്ങൾക്ക് എന്താണ് വേണ്ടതെന്ന് നിങ്ങൾക്കറിയാം, പക്ഷേ അത് എങ്ങനെ നേടണമെന്ന് നിങ്ങൾക്കറിയില്ലെങ്കിൽ, നിങ്ങൾ പരാജയപ്പെ ടും. നിങ്ങളുടെ ലക്ഷ്യം നേടുന്നതിന് ഓരോ ഘട്ടവും തകർക്കുന്ന ഒരു പ്ലാൻ രൂപപ്പെടുത്തുക , അതുപോലെ വിജയിക്കാൻ ഉതകുന്ന ഒരു പ്ലാ നും രൂപപ്പെടുത്തുക . ചെറിയ ചുവടുകൾ വലിയ മാറ്റങ്ങളിലേക്ക് നയി ക്കുന്നു.

3. നിങ്ങളുടെ ആത്മവിശ്വാസം ശക്തിപ്പെടുത്തുക.

പൊതുവെ വിജയിക്കുന്ന എല്ലാവർക്കും പൊതുവായുള്ള ഒരു കാര്യം ആത്മവിശ്വാസമാണ്. നിങ്ങൾ ഉദ്ദേശിച്ചത് നേടിയെടുക്കാൻ പര്യാപ്തമാണ് എന്ന മാനസികാവസ്ഥ നിങ്ങൾ വളർത്തിയെടുക്കേണ്ടതുണ്ട്, അല്ലാത്തപക്ഷം എന്തിന് ശ്രമിക്കണം? നിങ്ങൾക്ക് ഇത് ചെയ്യാൻ കഴിയും.

4. ശീലങ്ങൾ കെട്ടിപ്പടുക്കുക.

ശീലങ്ങൾ ജീവിതം 10 മടങ്ങ് എളുപ്പമാക്കുന്നു. നിങ്ങൾ എന്താണ് ചെയ്യുന്നതെന്ന് നിങ്ങൾ എത്രയധികം ചിന്തിക്കുന്നുവോ അത്രയധികം നിങ്ങളുടെ മനസ്സ് ആശ്ചര്യപ്പെടാൻ തുടങ്ങും. സിസ്റ്റങ്ങളും ശീലങ്ങളും ഊഹത്തെ നീക്കം ചെയ്യുകയും നിങ്ങൾക്ക് പിന്തുടരേണ്ട ഘട്ടം ഘട്ടമായുള്ള ഒരു വ്യക്തമായ പ്ലാൻ നൽകുകയും ചെയ്യുന്നു.

5. നിങ്ങളുടെ സമയം വിലയിരുത്തുക.

ആളുകൾ യഥാർത്ഥത്തിൽ ജോലിക്ക് പോകുമ്പോൾ 'എനിക്ക് സമയമില്ല' എന്ന് പറയുന്നത് നിങ്ങൾ പലപ്പോഴും കേൾക്കാറുണ്ടാകും , തുടർന്ന് അവരുടെ രാത്രി മുഴുവൻ ബുദ്ധിശൂന്യമായി മൊബൈലിലോ മറ്റോ സ്ക്രോൾ ചെയ്യുന്നു. നിങ്ങളുടെ ദിവസം ആസൂത്രണം ചെയ്യുക, പ്രധാനപ്പെട്ട ജോലികൾ ചെയ്തുതീർക്കുമ്പോൾ തന്നെ ആസ്വദിക്കാൻ മതിയായ സമയമുണ്ട്.

6. ചെറുതായി തുടങ്ങുക.

പലപ്പോഴും നിങ്ങൾക്ക് അച്ചടക്കം ഇല്ലെങ്കിൽ, നിങ്ങൾ എല്ലാം ഒറ്റയടിക്ക് ചെയ്യണമെന്ന് ചിന്തിക്കും . ചുമതലകൾ കൈകാര്യം ചെയ്യാവുന്ന ഭാഗങ്ങളായി വിഭജിക്കാൻ പഠിക്കുക. നിങ്ങൾ കൂടുതൽ കാര്യങ്ങൾ ചെയ്യുന്നതായി നിങ്ങൾ കണ്ടെത്തുകയും അത് എത്രത്തോളം ആസ്വാദ്യകരമാണെന്ന് സന്തോഷത്തോടെ നിങ്ങൾ തന്നെ ആശ്ചര്യപ്പെടുകയും ചെയ്യും.

7. സ്വയം പരിപാലിക്കുക

ശക്തമായ മാനസികവും ശാരീരികവുമായ ആരോഗ്യം സ്വയം അച്ചടക്കത്തിന്റെ അഭാവം ഇല്ലാതാക്കാനുള്ള നിങ്ങളുടെ പോരാട്ടത്തിൽ സഹായിക്കും. ഒരു പോസിറ്റീവ് സെൽഫ് ടോക്ക് പ്രോസസ് വികസിപ്പി

ക്കുകയും അതോടൊപ്പം നിങ്ങൾ നന്നായി ഭക്ഷണം കഴിക്കുകയും പ തിവായി വ്യായാമം ചെയ്യുകയും ചെയ്യുക. ചലനം നിങ്ങളുടെ മനസ്സി നെ ശുദ്ധീകരിക്കാൻ സഹായിക്കും.

8. സ്വയം ഉത്തരവാദിത്തമുള്ളവരായിരിക്കുക.

നിങ്ങളോട് ഉത്തരവാദിത്തം കാണിക്കാൻ നിങ്ങൾ എല്ലായ്പ്പോഴും പ്രതിജ്ഞാ ബന്ധരായിരിക്കണം . സ്വയം ഉത്തരവാദിത്തം വികസിപ്പി ക്കുന്നത് നിങ്ങളെ നിയന്ത്രണത്തിലാക്കുന്നു. നിങ്ങളുടെ ട്രിഗറുകൾ തി രിച്ചറിയാനും അതിനനുസരിച്ച് അവ കൈകാര്യം ചെയ്യാനും കഴിയും. നിങ്ങളുടെ സ്വന്തം വിധിയെ മാസ്റ്റർ ചെയ്യുക.

9. സ്ഥിരത പ്രധാനമാണ്.

ആസൂത്രണം ചെയ്തതുപോലെ വർക്കഔട്ട് ചെയ്യാത്ത ദിവസങ്ങൾ ഉണ്ടാകും, എന്നാൽ ഇത് നിങ്ങളുടെ മൊത്തത്തിലുള്ള പ്ലാനിനെ നശി പ്പിക്കാൻ അനുവദിക്കരുത്. ഗെയിമിൽ തിരിച്ചെത്തി വിജയം വീട്ടിലേക്ക് കൊണ്ടുവരിക.

26. ഒരു സെയിൽസ് സ്പെഷ്യലിസ്റ്റ് എന്ന നിലയിൽ നിങ്ങൾക്ക് എങ്ങനെ കരിയർ മെച്ചപ്പെടുത്താം:

1. ഒരു ബാച്ചിലേഴ്സ് ബിരുദം നേടുക

ഒരു അംഗീകൃത കോളേജിലോ സർവ്വകലാശാലയിലോ ഒരു ബാച്ചി ലേഴ്സ് ഡിഗ്രി പ്രോഗ്രാമിൽ ചേരുക. സെയിൽസ് സ്പെഷ്യലിസ്റ്റുകൾ ക്കായുള്ള ചില ഓപ്പണിംഗുകൾ ഒരു ഡിപ്ലോമ അല്ലെങ്കിൽ പ്ലസ് ടു മ തിയായേക്കാം. പല തൊഴിലുടമകളും അവരുടെ സെയിൽസ് സ്പെ ഷ്യലിസ്റ്റുകൾക്ക് ബിസിനസ്സ് പരമായ ബാച്ചിലേഴ്സ് ബിരുദം നേടാനാ ണ് ഇഷ്ടപ്പെടുന്നത്. കാരണം, ഒരു ബാച്ചിലേഴ്സ് ബിരുദം പൂർത്തിയാ ക്കുന്നത് സെയിൽസ് സ്പെഷ്യലിസ്റ്റുകൾക്ക് ബിസിനസ്സ് ഉപദേശം വാ ഗ്ദാനം ചെയ്യുന്നതുപോലുള്ള അവരുടെ ജോലിയുടെ വിപുലമായ ചു മതലകൾ വിജയകരമായി നിർവഹിക്കുന്നതിന് ആവശ്യമായ ആഴത്തി ലുള്ള അറിവും വൈദഗ്ധ്യവും നൽകാൻ കഴിയും. ബിസിനസ്സിലോ മാർക്കറ്റിംഗിലോ പ്രധാന സെയിൽസ് സ്പെഷ്യലിസ്റ്റുകളാകാൻ ആഗ്ര ഹിക്കുന്ന മിക്ക വിദ്യാർത്ഥികളും, എന്നാൽ നിങ്ങൾക്ക് ബിസിനസ് മാ നേജ്മെന്റ് അല്ലെങ്കിൽ സെയിൽസ് & മാർക്കറ്റിംഗ് അടുത്ത ബന്ധമു ള്ള ഒരു മേഖലയും തിരഞ്ഞെടുക്കാം.

2. പ്രൊഫഷണൽ അനുഭവം നേടുക.

പ്രൊഫഷണൽ അനുഭവം നേടുന്നതിന് എൻട്രി ലെവൽ സെയിൽ സ് ജോലികൾക്ക് അപേക്ഷിക്കുക. സെയിൽസ് സ്പെഷ്യലിസ്റ്റായി ജോലി ചെയ്യാൻ ഉദ്യോഗാർത്ഥികളെ തയ്യാറാക്കാൻ കഴിയുന്ന എൻട്രി ലെവൽ സെയിൽസ് ജോലികൾക്കായുള്ള ഏറ്റവും സാധാരണമായ ചി ല തിരഞ്ഞെടുപ്പുകളിൽ സെയിൽസ് എക്സിക്യൂട്ടീവ് , സെയിൽസ് റെപ്രസന്റേറ്റീവ് എന്നീ സ്ഥാനങ്ങൾ ഉൾപ്പെടുന്നു. ഈ ജോലികളിലേ തെങ്കിലുമോ അല്ലെങ്കിൽ മറ്റൊരു എൻട്രി ലെവൽ സെയിൽസ് ജോലി യോ ചെയ്യുന്നത് നിങ്ങൾക്ക് ജനപ്രിയ സെയിൽസ് സമ്പ്രദായങ്ങളിൽ പരിശീലനം നൽകുകയും സെയിൽസ് സ്പെഷ്യലിസ്റ്റ് എന്ന നിലയിൽ കരിയറിൽ മുന്നേറാൻ ആവശ്യമായ കഴിവുകൾ വികസിപ്പിക്കാൻ സ ഹായിക്കുകയും ചെയ്യും.

3. ഒരു നെറ്റ് വർക്ക് നിർമ്മിക്കുക.

സെയിൽസിൽ ജോലി ചെയ്യുന്ന മറ്റ് പ്രൊഫഷണലുകളുമായി ബ ന്ധപ്പെടുക. മറ്റ് സെയിൽസ് പ്രൊഫഷണലുകളുമായി ശാശ്വതമായ ബ ന്ധം കെട്ടിപ്പടുക്കുന്നത് വ്യവസായത്തിൽ നല്ല പ്രശസ്തി നേടാൻ നി ങ്ങളെ സഹായിക്കുകയും ഒരു സെയിൽസ് സ്പെഷ്യലിസ്റ്റ് എന്ന നില യിൽ ജോലി കണ്ടെത്താനുള്ള സാധ്യത വർദ്ധിപ്പിക്കുകയും ചെയ്യും. കാരണം, നിങ്ങളുടെ നെറ്റ് വർക്കിലെ പ്രൊഫഷണലുകളെ അവർ അറിഞ്ഞിരിക്കാനിടയുള്ള സെയിൽസ് സ്പെഷ്യലിസ്റ്റുകൾക്കുള്ള ഓ പ്പണിംഗുകളെ കുറിച്ച് അന്വേഷിക്കാനും അവരോട് ശുപാർശകൾ ചോ ദിക്കാനും നിങ്ങൾക്ക് കഴിയും.

ഒരു പ്രൊഫഷണൽ നെറ്റ് വർക്ക് ഉള്ളത്, നിങ്ങൾ ജോലി ചെയ്യുന്ന കമ്പനിയിൽ സാധ്യതയുള്ള സെയിൽസ്എക്സിക്യൂട്ടീവിനും പുതിയ റിക്രൂട്ട്മെന്റുകൾക്കുമായി ലീഡുകൾക്കായി ഓപ്ഷനുകൾ വാഗ്ദാനം ചെയ്യുന്നതിലൂടെ ഒരു സെയിൽസ് സ്പെഷ്യലിസ്റ്റ് എന്ന നിലയിൽ നി ങ്ങളുടെ കരിയർ മെച്ചപ്പെടുത്താൻ കഴിയും.

4. സെയിൽസ് സ്പെഷ്യലിസ്റ്റായി ജോലിക്ക് അപേക്ഷിക്കുക

ഒരു സെയിൽസ് സ്പെഷ്യലിസ്റ്റായി ജോലി കണ്ടെത്തുകയും നി ങ്ങൾക്ക് താൽപ്പര്യമുള്ളവയ്ക്ക് അപേക്ഷിക്കുകയും ചെയ്യുക. നിങ്ങൾ ക്ക് പരിചയമുള്ള ഒരു ഉൽപ്പന്നമോ സേവനമോ പരസ്യം ചെയ്യുന്ന ക മ്പനികളെ സമീപിക്കുന്നത് സഹായകമാകും. കമ്പനി വെബ്സൈറ്റുക ളിലോ ജോലി ഓഫർ ചെയ്യുന്ന വെബ്സൈറ്റുകളിലോ വഴിയോ

നിങ്ങൾക്ക് സെയിൽസ് സ്പെഷ്യലിസ്റ്റുകൾക്കുള്ള ഓപ്പണിംഗുകൾ ക
ണ്ടെത്താനാകും. നിങ്ങൾക്ക് വിപുലമായ ഒരു പ്രൊഫഷണൽ നെറ്റ്
വർക്ക് ഉണ്ടെങ്കിൽ, സെയിൽസ് സ്പെഷ്യലിസ്റ്റുകൾക്കായി എന്തെങ്കി
ലും തുറന്ന സ്ഥാനങ്ങളെക്കുറിച്ച് അവർക്ക് അറിയാമോ എന്ന് ചോദി
ക്കാൻ നിങ്ങളുടെ ഏതാനും കണക്ഷനുകളുമായി ബന്ധപ്പെടാം.

5. സെയിൽസ് സ്പെഷ്യലിസ്റ്റ് ആകാൻ ആവശ്യമായ കഴിവുകൾ
ഒരു സെയിൽസ് സ്പെഷ്യലിസ്റ്റിന് അവരുടെ സ്ഥാനത്ത് വിജയി
ക്കുന്നതിന് ശക്തമായ ബിസിനസ്സുമായി ബന്ധപ്പെട്ട കഴിവുകൾ ആവ
ശ്യമാണ്. ഒരു സെയിൽസ് സ്പെഷ്യലിസ്റ്റിന് ഉണ്ടായിരിക്കേണ്ട ഏറ്റ
വും പ്രധാനപ്പെട്ട കഴിവുകളിൽ ഒന്ന് ശക്തമായ ആശയവിനിമയമാണ്,
കാരണം അവരുടെ ജോലിയിൽ ഭൂരിഭാഗവും സെയിൽസ് ടീമുകളുമാ
യും കമ്പനി എക്സിക്യൂട്ടീവുകളുമായും ഉപഭോക്താക്കളുമായും ആ
ശയവിനിമയം നടത്തുന്നു. സെയിൽസ് സ്പെഷ്യലിസ്റ്റുകൾക്ക് മികച്ച
വിമർശനാത്മക ചിന്താ വൈദഗ്ധ്യത്തിൽ നിന്ന് പ്രയോജനം നേടാം,
കാരണം അവർ പലപ്പോഴും വിപണിയിലെ മാറ്റങ്ങളോട് പ്രതികരിക്കു
കയും ബിസിനസ് രീതികളിലെ പുതിയ സംഭവവികാസങ്ങളുമായി പൊ
രുത്തപ്പെടുകയും വേണം. പുതിയ സെയിൽസ് അസോസിയേറ്റുകളെ
പരിശീലിപ്പിക്കുമ്പോഴും കമ്പനി എക്സിക്യൂട്ടീവുകൾക്ക് ബിസിനസ്
ഉപദേശം നൽകുമ്പോഴും അവരെ സഹായിക്കുന്ന ഫലപ്രദമായ നേ
തൃത്വ വൈദഗ്ധ്യം ഒരു സെയിൽസ് സ്പെഷ്യലിസ്റ്റിന് ഉണ്ടായിരിക്കണം.

ഒരു സെയിൽസ് സ്പെഷ്യലിസ്റ്റ് ആകാൻ നിങ്ങൾക്ക് ആവശ്യ
മായേക്കാവുന്ന കുറച്ച് കഴിവുകൾ ഇതാ:

മാർക്കറ്റിംഗ്, ബിസിനസ്സ്, ഫിനാൻസ് എന്നിവയെക്കുറിച്ചുള്ള സമ
ഗ്രമായ അറിവ്
ബജറ്റുകൾ സൃഷ്ടിക്കുന്നതിൽ അനുഭവപരിചയം
വിശകലന കഴിവ്
പ്രശ്നം പരിഹരിക്കാനുള്ള കഴിവുകൾ
ജോലി സമയത്ത് പ്രൊഫഷണലായി തുടരാനുള്ള കഴിവ്
ബിസിനസ്സിനോടുള്ള അഭിനിവേശം

ഒരു സെയിൽസ് സ്പെഷ്യലിസ്റ്റിന് പുതിയ സെയിൽസ് എക്സി

ക്യൂട്ടീവുകളെ നിയമിക്കുന്നതിനും പരിശീലിപ്പിക്കുന്നതിനും ബിസിന സ്സിനും മാർക്കറ്റിംഗ് തന്ത്രങ്ങൾക്കും വേണ്ടിയുള്ള പദ്ധതികൾ വികസി പ്പിക്കുന്നതിനും എക്സിക്യൂട്ടീവ് അംഗീകാരത്തിനായി ബജറ്റുകൾ ത യ്യാറാക്കുന്നതിനും ഒരു ഓഫീസിന് അനുയോജ്യമായ സ്ഥലം വാഗ്ദാ നം ചെയ്യാൻ കഴിയും. ഒരു സെയിൽസ് സ്പെഷ്യലിസ്റ്റ് അവർ നയിക്കു ന്ന സെയിൽസ് ടീമുകളുമായി ആശയവിനിമയം നടത്താൻ കഴിയുന്ന ഉൽപ്പന്ന സവിശേഷതകളെ കുറിച്ച് അറിയാൻ നിർമ്മാണ സ്ഥലങ്ങൾ സന്ദർശിച്ചേക്കാം.

27. ഓട്ടോ സെയിൽസ് ഫോൺ കഴിവുകൾ

ശരാശരി ഉപഭോക്താവ് ഏകദേശം 14 മണിക്കൂർ ഓൺലൈൻ ഗവേ ഷണം പൂർത്തിയാക്കുകയും അവർ നിങ്ങളുടെ ഡീലർഷിപ്പിലേക്ക് വി ളിക്കുമ്പോഴേക്കും ഒരു വാഹനം മനസ്സിൽ ഇടം പിടിക്കുകയും ചെയ്യും. ഉപഭോക്താവ് അവർ മനസ്സിൽ കരുതിയതിൽ നിന്ന് വ്യത്യസ്തമായ എന്തെങ്കിലും വാങ്ങുന്നത് ഉറപ്പിച്ചാലും , ഭൂരിപക്ഷം പേരും ഒരു വാഹ നം വാങ്ങാനുള്ള ഉദ്ദേശ്യത്തോടെയാണ് വിളിക്കുന്നത്.

അവരുടെ കാർ വാങ്ങൽ യാത്രയുടെ അടുത്ത ഘട്ടമാണ് വാങ്ങുന്ന തെങ്കിൽ, എന്തുകൊണ്ട് ഓരോ കോളും ഫ്ളോർ ട്രാഫിക്ക് വർദ്ധിപ്പി ക്കുന്നില്ല? ഫോണിലൂടെയുള്ള ലീഡ് കൺവേർഷൻ കഴിവുകൾ കുറ വാണ് എന്നതാണ് ഉത്തരം. ഒരു ഉപഭോക്താവിന് ഒരു ഡീലർഷിപ്പുമാ യി ഇടപഴകുന്ന ആദ്യത്തെ ആശയവിനിമയമാണ് ഫോൺ, ഫലപ്രദ മായ ഫോൺ കൈകാര്യം ചെയ്യൽ അവർ നിങ്ങളുമായി ബിസിനസ്സ് ചെയ്യുമോ ഇല്ലയോ എന്ന് നിർണ്ണയിക്കും.

ഡീലർഷിപ്പിലെ മികച്ച പ്രകടനം നടത്തുന്നവർ എന്നും മുന്നിൽ നിൽക്കാൻ ഈ ലളിതവും എന്നാൽ വളരെ ഫലപ്രദവുമായ ഫോൺ ശീലങ്ങൾ ഉപയോഗിക്കുന്നു.

1. ഇടപഴകുക.

ഉപഭോക്താവിന്റെ പേര് ഇടയ്ക്കിടയ്ക്കു ഉപയോഗിക്കുക! ഫോ ണിൽ ഒരു ബന്ധം സ്ഥാപിക്കാൻ നിങ്ങൾക്ക് കുറച്ച് മിനിറ്റ് മാത്രമേ ഉ ള്ളൂ. സംഭാഷണത്തിന്റെ തുടക്കത്തിൽ തന്നെ ഉപഭോക്താവിന്റെ പേര് ചോദിക്കുകയും അത് ഉടനീളം ഉപയോഗിക്കുകയും ചെയ്യുക. ഇവ ലളി തവും നിസ്സാരവുമാണെന്ന് തോന്നുന്നു, പക്ഷേ അവ ഉപഭോക്താവി

നെ ഫലപ്രദമായി ഇ
ടപഴകുന്നതായി കാ
ണിക്കുന്നു.

**2.കൂടുതൽ ചോദ്യ
ങ്ങൾ ചോദിക്കുക**

നിങ്ങളുടെ ഉപഭോ
ക്താവിന്റെ ആവശ്യ
ങ്ങൾ കൃത്യമായി ചൂ
ണ്ടിക്കാണിക്കാനും ബ
ന്ധം കെട്ടിപ്പടുക്കാനു
മുള്ള ഏറ്റവും ലളിത
വും ഫലപ്രദവുമായ
മാർഗ്ഗമാണ് കൂടുതൽ
വിവരങ്ങൾ ആവശ്യ

പ്പെടുന്നത്. ആഴത്തിൽ ചോദിച്ചറിയുന്നത് . ഉപഭോക്താവിന്റെ വിശ്വാ
സം നേടുന്നതിനായി നിങ്ങൾ സജീവമായി പ്രവർത്തിക്കുന്നുണ്ടെന്ന്
കാണിക്കുന്നു, അവസാനം അവരുടെ ബിസിനസ്സ് പൂർത്തീകരിക്കുന്ന
തുവരെ.

3. ആക്റ്റീവ് ലിസണിംഗ് ടെക്നിക്കുകൾ ഉപയോഗിക്കുക

മികച്ച വിൽപ്പനക്കാർ മികച്ച സംസാരക്കാരല്ല, അവർ മികച്ച ശ്രോ
താക്കളാണ്. ചോദ്യങ്ങൾ ചോദിക്കുന്നതും വ്യക്തതയ്ക്കായി വീണ്ടും
ആവർത്തിക്കുന്നതും വിവരങ്ങളും ഉത്തരങ്ങളും ഉപയോഗിച്ച് തയ്യാറെ
ടുക്കുന്നതും ഉപഭോക്താവിനെ കാണിക്കുന്നത് നിങ്ങൾ അനുഭവം വ്യ
ക്തിഗതമാക്കുകയും അവരുടെ ആവശ്യങ്ങൾക്ക് അനുയോജ്യമായ ഒരു
പരിഹാരം തയ്യാറാക്കുകയും ചെയ്യുന്നു.

4. തയ്യാറാകുക

നാം മുകളിൽ ചർച്ച ചെയ്തതുപോലെ, ഒരു ഉപഭോക്താവ് ഫോൺ
എടുത്ത് ഡീലർഷിപ്പിലേക്ക് വിളിക്കുമ്പോൾ, അവർ സാധാരണയായി
അവരുടെ ഗവേഷണം നടത്തിക്കഴിഞ്ഞു. അവർ വിവരങ്ങൾ പരിശോ
ധിക്കുന്നതിനോ അവരുടെ ബിസിനസ്സ് നിങ്ങൾക്ക് ലഭിക്കാൻ പോകുക
യാണോ എന്ന് നിർണ്ണയിക്കുന്നതിനോ വിളിക്കുന്നു. തൽഫലമായി,

നിങ്ങൾ ഫോൺ എടുക്കുമ്പോഴെല്ലാം, വരിയുടെ മറ്റേ അറ്റത്തുള്ള അ വസരം പിടിച്ചെടുക്കാൻ നിങ്ങൾ തയ്യാറാകുകയും ശ്രദ്ധ കേന്ദ്രീകരി ക്കുകയും വേണം.

5. ആവശ്യമായ ഉത്തരങ്ങൾ നൽകുക

നിങ്ങളുടെ ഉപഭോക്താക്കൾ അവരുടെ വാങ്ങൽ തീരുമാനങ്ങൾ എ ടുക്കുന്നതിന് ആവശ്യമായ ഉത്തരങ്ങൾ നൽകാൻ കഴിയുന്ന ഒരു വിദ ഗ്ദ്ധനോട് സംസാരിക്കുമെന്ന പ്രതീക്ഷയോടെ വിളിക്കുന്നു. ഇൻവെന്റ റി സ്റ്റോക്ക്, ഉൽപ്പന്ന സവിശേഷതകൾ, ഓഫറുകൾ /ഡീലുകൾ എ ന്നിവ പോലുള്ള കാര്യങ്ങളെക്കുറിച്ചുള്ള ചോദ്യങ്ങൾക്ക് ഉത്തരം നൽ കാൻ തയ്യാറാകുന്നത് ഒരു വിശ്വസ്ത ഉപദേശകനെന്ന നിലയിൽ നിങ്ങ ളുടെ വിശ്വാസ്യത വർദ്ധിപ്പിക്കും. ഉപഭോക്താവിന്റെ പ്രതീക്ഷകൾ നിറ വേറ്റാനുള്ള നിങ്ങളുടെ കഴിവ് അവർ നിങ്ങളോടൊപ്പമുള്ള യാത്ര പൂർ ത്തിയാക്കുമോ ഇല്ലയോ എന്നതിൽ കാര്യമായ സ്വാധീനം ചെലുത്തുന്നു.

6. ഒരു പ്ലാൻ ഉണ്ടായിരിക്കുക

നിങ്ങളുടെ പ്ലാൻ പിന്തുടരുക

ഒരു ഫോൺ കോളിന്റെ 25% എങ്കിലും ഒരു കോളറിൽ നിന്ന് അടു ത്തയാളിലേക്ക് ഒരുപോലെയാണ്. നിങ്ങൾക്ക് ക്യാപ്ചർ ചെയ്യേണ്ട ചി ല കോൺടാക്റ്റ് വിവരങ്ങളുണ്ട്, നിങ്ങൾക്ക് അറിയിക്കേണ്ട പ്രത്യേക വിവരങ്ങളുണ്ട്, നിങ്ങൾ വീണ്ടും വീണ്ടും ഉത്തരം നൽകുന്ന നിർദ്ദിഷ്ട ചോദ്യങ്ങൾ ഉണ്ട്, കൂടാതെ നിങ്ങൾ ഉപയോഗിക്കേണ്ട ഒരു മാനസികാ വസ്ഥയും ഉണ്ട്. ഇത് ഒരു സ്ക്രിപ്റ്റോ , ചെക്ക് ലിസ്റ്റോ മറ്റേതെങ്കിലും രീതിയോ ആകട്ടെ, ഓരോ ഫോൺ കോളിലും നിങ്ങൾക്ക് ഉപയോഗി ക്കാൻ കഴിയുന്ന ഒരു പ്ലാൻ ഉണ്ടായിരിക്കുക. മികച്ച പ്രകടനം കാഴ്ചവ യ്ക്കുന്നവർ അത് വെറുതെ വിടുന്നില്ല. നിങ്ങളുടെ പ്ലാൻ വികസിപ്പി ക്കാൻ നിങ്ങളെ സഹായിക്കാൻ പ്രായോഗിക ആശയങ്ങൾ തേടുക .

7. പന്ത് അഡ്വാൻസ് ചെയ്യുക

എല്ലാ ഫോൺ കോളുകളും ഒരു കുടിക്കാഴ്ചയ്ക്കോ വിൽപ്പനയ് ക്കോ അവസാനിക്കില്ല, എന്നാൽ ഓരോ തവണയും സെയിൽസ് ഫണ ലിലൂടെ ഉപഭോക്താവിനെ കൂടുതൽ ദൂരത്തേക്ക് നീക്കാൻ നിങ്ങൾക്ക് ഒരു പ്ലാൻ ഉണ്ടെന്ന് ഉറപ്പാക്കേണ്ടതുണ്ട്. ഉപഭോക്താവുമായി ഏകോ പിപ്പിച്ച് പന്ത് മുന്നോട്ട് കൊണ്ടുപോകുന്ന ഒരു അടുത്ത ഘട്ടം സ്ഥാപി ക്കുക.

8. നിയന്ത്രണം നിലനിർത്തുക

നിങ്ങൾ ഡീൽ ഉറപ്പാക്കാൻ മാത്രമല്ല, സംഭാഷണത്തിന്റെ നിയ ന്ത്രണത്തിൽ തുടരാനും ഉപഭോക്താവിനെ ഫോണിൽ പതിവായി ബ ന്ധപ്പെടേണ്ടതുണ്ട് . 'അത് നിങ്ങളുടെ പരിധിയിലാണോ?' എന്നതുപോ ലുള്ള ചോദ്യങ്ങളെക്കുറിച്ച് ചിന്തിക്കുക. അല്ലെങ്കിൽ 'അത് എങ്ങനെ തോന്നുന്നു?' ഇവ ഉപഭോക്താവിന്റെ മാനസികാവസ്ഥ അറിയുന്നതി നായി പ്രവർത്തിക്കുന്നു, മാത്രമല്ല സംഭാഷണത്തിന്റെ അവസാനത്തെ എതിർപ്പുകൾ ഇല്ലാതാക്കുന്നതിനുള്ള ഒരു മാർഗമായും പ്രവർത്തിക്കു ന്നു. ഉദാഹരണത്തിന്, വാഹനം അവരുടെ വില പരിധിയിലാണോ, ട്രിം സ്വീകാര്യമാണോ എന്ന് നിങ്ങൾ മുമ്പ് ഉപഭോക്താവിനോട് ചോദിച്ചിട്ടു ണ്ടെങ്കിൽ, വില്പന മുന്നോട്ട് കൊണ്ടുപോകുന്നതിന് ഉപഭോക്താവിന് ഉണ്ടാകുന്ന പതിവ് എതിർപ്പുകൾ ഇല്ലാതാക്കും.

സംഭാഷണത്തിന്റെ നിയന്ത്രണം നിലനിർത്തുന്നതിന്, നിങ്ങൾക്ക് സംഭാഷണങ്ങൾ നേരെയാക്കാൻ കഴിയുന്ന ഒരു സ്ഥിരമായ പ്ലാൻ ഉ ണ്ടായിരിക്കണം. എന്ത് ചോദ്യങ്ങൾ നിങ്ങൾ ഇതുവരെ ചോദിച്ചിട്ടില്ല? എന്ത് വിവരങ്ങളാണ് നിങ്ങൾ ഇതുവരെ ശേഖരിക്കാത്തത്? എന്ത് വിവ രങ്ങളാണ് നിങ്ങൾ ഇതുവരെ അറിയിക്കാത്തത്?

നിങ്ങൾക്ക് എങ്ങനെ സഹായിക്കാനാകും?

ഒരു ഉപഭോക്താവ് നിങ്ങളിലേക്ക് എത്തുമ്പോൾ, അവർ ഇതിനകം തന്നെ അവരുടെ വാങ്ങൽ യാത്രയുടെ പാതയിൽ ഗണ്യമായി ഇറങ്ങി യിരിക്കുകയാണ്, കൂടാതെ മികച്ച മതിപ്പ് ഉണ്ടാക്കാൻ നിങ്ങൾക്ക് ഒരു അവസരം ലഭിക്കുകയാണ് .

28. നിങ്ങളുടെ സെയിൽസ് പൈപ്പ് ലൈൻ പൂർണ മായി നിലനിർത്താനുള്ള 6 വഴികൾ

ഇമെയിൽ അയക്കുക
ഫേസ്ബുക്കിൽ ഷെയർ ചെയ്യുക
വാട്സ് അപ്പിൽ ഷെയർ ചെയ്യുക
ഇൻസ്റ്റാഗ്രാമിൽ ഷെയർ ചെയ്യുക
ലിങ്ക്ഡിനിൽ ഷെയർ ചെയ്യുക
ട്വിറ്ററിൽ ഷെയർ ചെയ്യുക
നിങ്ങളുടെ സെയിൽസ് പൈപ്പ്ലൈൻ പൂർണ്ണമായി നിലനിർത്തുന്ന ത് ഓരോ വർഷവും കൂടുതൽ വെല്ലുവിളി നിറഞ്ഞതായി തോന്നുന്നു.

കാട്ടകൾ വർദ്ധിച്ചുകൊണ്ടിരിക്കുന്നു, എന്നാൽ നിങ്ങൾക്ക് വിൽക്കാൻ കഴിയുന്ന ആളുകളുടെ എണ്ണം കുറയുന്നതായി തോന്നുന്നു.

വിൽപ്പനക്കാർ എങ്ങനെയാണ് ഈ രീതിയിൽ അവരുടെ ലക്ഷ്യങ്ങൾ നേടേണ്ടത്?

ഈ പ്രശ്നത്തിന്റെ പ്രധാന കാരണങ്ങളിലൊന്ന് സാധ്യതകളുടെ അഭാവമാണ്. ഇതുപോലെ ചിന്തിക്കുക: നിങ്ങളുടെ സെയിൽസ് ഫണ ലിന്റെ മുകളിൽ ആവശ്യത്തിന് ലീഡുകൾ ഇല്ലെങ്കിൽ, ഡീലുകൾ അ വസാനിപ്പിക്കാനുള്ള അവസരങ്ങൾ നിങ്ങൾക്ക് ഒടുവിൽ അവശേഷിക്കും.

നിർഭാഗ്യവശാൽ, നിങ്ങൾക്ക് പരിവർത്തനം ചെയ്യാൻ കഴിയുന്ന സാ ധ്യതകൾ ഇതിനകം ഉള്ള ഒരു ഘട്ടത്തിലാണ് മിക്ക വിൽപ്പന രീതിക ളും ആരംഭിക്കുന്നത്. പലപ്പോഴും ശ്രദ്ധ കേന്ദ്രീകരിക്കുന്നത് ക്ലോസിം ഗിലാണ്, പ്രോസ്പെക്റ്റിംഗിലല്ല.

എന്നാൽ നിങ്ങൾക്ക് പ്രതീക്ഷകളൊന്നും ഇല്ലെങ്കിൽ, നിങ്ങൾക്ക് ഡീ ലുകളൊന്നും അവസാനിപ്പിക്കാൻ കഴിയില്ല.

അതുകൊണ്ടാണ് ശക്തമായ സെയിൽസ് പൈപ്പ്ലൈൻ നിർമ്മി ക്കുന്നത് പ്രധാനമാണ്.

എന്താണ് ഒരു സെയിൽസ് പൈപ്പ്ലൈൻ?

ഒരു ലീഡുമായോ കോൺടാക്റ്റുമായോ ഉള്ള നിങ്ങളുടെ ആദ്യ ഇട പെടൽ മുതൽ വിൽപ്പന പിടിച്ചെടുക്കുന്നത് വരെയുള്ള നിങ്ങളുടെ വിൽ പ്പന പ്രക്രിയയുടെ എല്ലാ ഘട്ടങ്ങളുടേയും ദൃശ്യ പ്രതിനിധാനമാണ് സെയിൽസ് പൈപ്പ്ലൈൻ. ഇത് നിങ്ങളുടെ സെയിൽസ് പ്രകടനം ഒറ്റ നോട്ടത്തിൽ കാണിക്കുന്നു . ഏതൊക്കെ പ്രവർത്തനങ്ങളും തന്ത്രങ്ങ ളും പ്രവർത്തിക്കുന്നുണ്ടെന്നും , ഏതൊക്കെ കൂടുതൽ ജോലി ആവ ശ്യമാണെന്നും എളുപ്പത്തിൽ കാണാൻ നിങ്ങളെ അനുവദിക്കുന്നു.

ഇപ്പോൾ ഇതാ തന്ത്രപ്രധാനമായ ഭാഗം: പൈപ്പ്ലൈൻ നിർമ്മിക്കു ന്നതിന് ഒരു തരത്തിലും പരീക്ഷിച്ചുനോക്കിയതുമായ ഒരു മാർഗമില്ല. സെയിൽസ്പൈപ്പ്ലൈനുകൾ ബിസിനസ്സിൽ നിന്ന് ബിസിനസിലേക്ക് വ്യത്യാസപ്പെടുന്നതിനാൽ, വ്യത്യസ്ത സെയിൽസ് ഓർഗനൈസേഷ നുകൾക്ക് പൈപ്പ്ലൈൻ സൃഷ്ടിക്കുന്നതിന് അവരുടേതായ തനതായ പ്രക്രിയകളും നിയമങ്ങളും ഉണ്ട്. ചില സമയങ്ങളിൽ, സെയിൽസ് ടീ മിലെ ഓരോ അംഗത്തിനും ഇത് വ്യത്യാസപ്പെടുന്നു.

സെയിൽസ് പൈപ്പ് ലൈൻ നിർമ്മാണത്തിലെ സ്റ്റാൻഡേർഡൈസേ

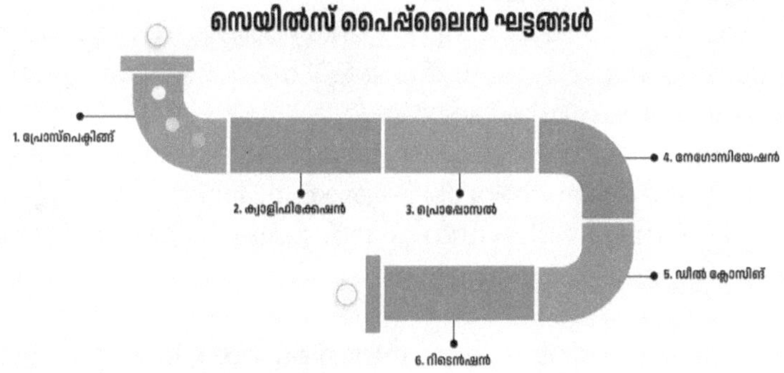

ഷന്റെ അഭാവം നിരവധി പ്രശ്നങ്ങൾ ഉണ്ടാക്കിയേക്കാം .

ഉദാഹരണത്തിന്:

മെച്ചപ്പെടുത്തുന്നതിനുള്ള പ്രത്യേക മേഖലകൾ തിരിച്ചറിയുന്നതി നുള്ള ബുദ്ധിമുട്ട്.

കൃത്യമായ വിൽപ്പന ഫലങ്ങളിലെ വ്യതിയാനങ്ങൾ.

കൂടുതൽ നല്ല ലീഡുകൾ ഡെഡ് സോണുകളിൽ കുടുങ്ങിക്കിട ക്കുന്നു.

അതുകൊണ്ടാണ് പൈപ്പ്ലൈനുകൾ സൃഷ്ടിക്കാനും പരിപാലിക്കാ നും മെച്ചപ്പെടുത്താനും കഴിയുന്ന വിൽപ്പനക്കാർ ഇന്നത്തെ കട്ട്ത്രോട്ട് ലോകത്ത് അഭിവൃദ്ധി പ്രാപിക്കാനുള്ള ഉയർന്ന സാധ്യതയുള്ളത്.

നിങ്ങളുടെ സെയിൽസ് പൈപ്പ് ലൈൻ മുഴുവൻ എങ്ങനെ നിലനിർ ത്താം

ധാരാളം വിൽപ്പന അവസരങ്ങൾ ആണ് ഉള്ളത്, കിഴിവുകൾ വാഗ് ദാനം ചെയ്യുന്നതോ ദോഷകരമായ സാധ്യതകളോ പോലുള്ള നിങ്ങളു ടെ ക്രെഡിബിലിറ്റിക്കു കളങ്കം വരുത്തുന്ന മോശം വിൽപ്പന രീതികളെ ആശ്രയിക്കുന്നതിൽ നിന്ന് നിങ്ങളെ തടയുന്നു. നിങ്ങളുടെ ഉൽപ്പന്നത്തി ന് അർഹമായ വില ആത്മവിശ്വാസത്തോടെ സജ്ജീകരിക്കാൻ ഒരു പൂർ ണ്ണ വിൽപ്പന പൈപ്പ്ലൈൻ നിങ്ങളെ സഹായിക്കുന്നു , നിങ്ങൾക്ക് പി ന്നോട്ട് പോകാൻ കഴിയുന്ന മറ്റ് നിരവധി അവസരങ്ങളുണ്ടെന്ന് അറി ഞ്ഞുകൊണ്ട്. ഇത് വലിയ ശരാശരി ഡീൽ വലുപ്പം, കൂടുതൽ റഫറലു കൾ, പോസിറ്റീവ് ഫീഡ്ബാക്ക് എന്നിവയ്ക്ക് കാരണമാകുന്നു.

1. എപ്പോഴും പ്രതീക്ഷിക്കുക

സോഷ്യൽ മീഡിയയയിൽ പുതിയ ലീഡുകൾക്കായി എല്ലാ ദിവസ
വും സമയം ചെലവഴിക്കുക, വാട്സ് ആപ്പ് വഴിയും ഫോണിലൂടെയും
പുതിയ സാധ്യതകളിലേക്ക് എത്തിച്ചേരുക.

നിങ്ങളുടെ ശ്രമങ്ങൾ സ്ഥിരതയുള്ളതായിരിക്കണം. നിങ്ങൾ സങ്കൽ
പ്പിക്കുന്നു, ഒരു ദിവസം അവധിയെടുക്കാൻ നിങ്ങൾക്കു തോന്നുന്നെ
ങ്കിൽ , ഒരാഴ്ചയ്ക്ക് ശേഷം വീണ്ടും അത് ചെയ്യാൻ നിങ്ങളെ പ്രലോഭി
പ്പിക്കപ്പെടും, അതിന് ശേഷമുള്ള ആഴ്ച.

നിങ്ങൾക്കറിയുന്നതിനുമുമ്പ്, നിങ്ങളുടെ പൈപ്പ്ലൈനിൽ ഇനി
പുതിയ ലീഡുകൾ ഉണ്ടാകില്ല.

നിങ്ങളുടെ കലണ്ടറിൽ കുറച്ച് ദിവസം ബ്ലോക്ക് ചെയ്ത്, ഫോ
ണിൽ ഒരു അലാറം സജ്ജീകരിക്കുക, നിങ്ങളുടെ ടീമിലെ മറ്റൊരു സെ
യിൽസ് എക്സിക്യൂട്ടീവിനോട് നിങ്ങളുടെ ഉത്തരവാദിത്തം നിലനിർ
ത്താൻ ആവശ്യപ്പെടുക, അല്ലെങ്കിൽ നിങ്ങളുടെ ദൈനംദിന ചെയ്യേണ്ട
കാര്യങ്ങളുടെ ലിസ്റ്റിൽ 'പ്രോസ്പെക്ടിംഗ്' എഴുതുക. ദിവസേന അത്
മനസ്സിലേക്ക് കൊണ്ട് വരിക എന്തുതന്നെയായാലും അത് ഒരു ശീല
മാക്കുക.

2. ഉയർന്ന വിൽപ്പനയും ക്രോസ്സെല്ലും

തീർച്ചയായും, പുതിയ ഉപഭോക്താക്കളെ ആകർഷിക്കാൻ നിർത്താ
തെ പ്രവർത്തിക്കുന്നത് ആവേശകരമാണ്. എന്നിരുന്നാലും, നിങ്ങളുടെ
ലീഡ് ജനറേഷൻ ശ്രമങ്ങൾ വർദ്ധിപ്പിക്കാതെ വരുമാനം വർദ്ധിപ്പിക്കാൻ
നിങ്ങൾ ആഗ്രഹിക്കുന്നുവെങ്കിൽ, നിലവിലുള്ള ഉപഭോക്താക്കൾക്ക് വീ
ണ്ടും വില്പന ചെയ്യാൻ ശ്രമിക്കുക.

പുതിയ ഉപഭോക്താക്കൾ നിങ്ങൾ പറയുന്നത് കേൾക്കുന്നതിന് മു
മ്പ് നിങ്ങൾ വിശ്വാസം സ്ഥാപിക്കേണ്ടതുണ്ട്, നിങ്ങളുടെ ഉൽപ്പന്നം വാ
ങ്ങാൻ അവരെ ക്ഷണിക്കുന്നതിനു മുൻപ് പൂർണമായും അവർ നിങ്ങ
ളിലേക്ക് അടുത്തു എന്നുള്ളത് ഉറപ്പു വരുത്തുക.

താരതമ്യപ്പെടുത്തുമ്പോൾ, നിങ്ങളുടെ നിലവിലുള്ള ഉപഭോക്താക്കൾ
നിങ്ങളെ ഇതിനകം വിശ്വസിക്കുന്നു. അവർ നിങ്ങളിൽ നിന്ന് മുമ്പ് വാ
ങ്ങിയതിനാൽ, അവർ നിങ്ങളിൽ നിന്ന് വീണ്ടും വാങ്ങാനുള്ള സാധ്യത
വളരെ കൂടുതലാണ്നിങ്ങളുടെ സേവനത്തിൽ അവർ സന്തുഷ്ടരാണെ
ങ്കിൽ.

നിങ്ങളുടെ നിലവിലുള്ള ഉപഭോക്താക്കളുമായി പതിവായി ചെക്ക്

ഇൻ ചെയ്യാൻ സമയമെടുക്കുക. അവർക്ക് പ്രാധാന്യം നൽകുന്നത് തു ടരുക, അവ നിങ്ങളുടെ വില്പന കാര്യക്ഷമമായി നടക്കാനും വിൽ ക്കാനുള്ള വിജയ അവസരങ്ങൾ നിങ്ങൾക്ക് നേടിത്തരാനും ഉപകരി ക്കും.

3. സോഷ്യൽ സെല്ലിംഗ് ഉൾപ്പെടുത്തുക

ഇന്നത്തെ ആധുനിക, ഡിജിറ്റൽ വിൽപ്പന പരിതസ്ഥിതിയിൽ അതി ജീവിക്കാനും അഭിവൃദ്ധി പ്രാപിക്കാനും സോഷ്യൽ സെല്ലിംഗ് ആവശ്യ മാണ്. എത്രയും വേഗം നിങ്ങൾ ഇത് സ്വീകരിക്കുന്നുവോ അത്രയും വേഗത്തിൽ നിങ്ങൾക്ക് ക്വാട്ടകൾ ലഭിക്കും, നിങ്ങളുടെ പൈപ്പ്ലൈൻ വർദ്ധിപ്പിക്കും, നിങ്ങളുടെ ലാഭക്ഷമത വർദ്ധിപ്പിക്കുകയും നിങ്ങളുടെ ടീമിന്റെ കഴിവുകൾ ഉയർത്തുകയും ചെയ്യും.

നിങ്ങളുടെ സെയിൽസ് പൈപ്പ്ലൈനും പ്രോസ്പെക്റ്റും കൂടുതൽ കാര്യക്ഷമമായി ചെയ്യാനുള്ള ഫലപ്രദമായ മാർഗമാണ് 'സ്പിയർ സെ ല്ലിംഗ് സ്ട്രാറ്റജി'. ആദ്യം, ഒരു വിൽപ്പനക്കാരൻ അവരുടെ മൊത്തം അ ഡ്രസ് ചെയ്യാവുന്ന മാർക്കറ്റ് ദൃശ്യവൽക്കരിച്ചുകൊണ്ട് അവരുടെ സ്വ ന്തം പ്രദേശത്തിന് ഉത്തരവാദിത്തമുള്ളവരായിരിക്കണം. വിടവുകളും അ വസരങ്ങളും എവിടെയാണെന്ന് വ്യക്തമായി കാണാൻ ഇത് അവരെ സഹായിക്കുന്നു , കൂടാതെ അവർക്ക് അവരുടെ പ്രദേശത്തെ പ്രധാന മാർക്കറ്റുകൾ മനസിലാക്കി ഉൾക്കൊള്ളാൻ കഴിയും, അങ്ങനെ അ വർക്ക് ഡാറ്റാ ഉപയോഗിച്ച് ഏറ്റവും മികച്ച രീതിയിൽ സാധ്യതകൾ വ സ്തുനിഷ്ഠമായി തിരഞ്ഞെടുക്കാനും മുൻഗണന നൽകാനും കഴിയും. അവിടെ നിന്ന്, സെയിൽസ് സ്പെഷ്യലിസ്റ്റ് പ്ലാനിംഗിലേക്ക് നീങ്ങുന്നു ബിസിനസ് മീറ്റിംഗുകൾ നടത്തുന്നു പ്ലാനുകൾ വികസിപ്പിക്കുന്നു. കൃത്യവും വ്യക്തവുമായ മാർക്കറ്റിംഗ് സ്ട്രാറ്റജി ഉപയോഗിച്ചാണ് ഇ ത്തരം മീറ്റിംഗുകൾ നടത്തുന്നത്.

അടുത്തതായി, അവരുടെ ഡാറ്റാബേസ് ഉപയോഗിച്ച് സെയിൽസ് സ്പെഷ്യലിസ്റ്റ് ഉപഭോക്താക്കളെ സജീവമാക്കുന്നു. പിന്നീട് കസ്റ്റമേ ഴ്സിനെ സെഗ്മെന്റ് ചെയ്യുന്ന ഘട്ടത്തിലേക്ക് മാറുന്നതിന് മുമ്പ് വിൽ പ്പനക്കാരൻ ഉപഭോക്താക്കളുടെ ഫീഡ്ബാക്ക് അളക്കണം വാങ്ങൽ ഉ ദ്ദേശ്യം എന്നും അറിയപ്പെടുന്നു. ഈ അവസാന ഘട്ടത്തിൽ, വിൽപ്പന ക്കാരൻ അവർ ശേഖരിച്ച എല്ലാ ഡാറ്റയും അടിസ്ഥാനമാക്കി അവരുടെ റീച്ച് വീണ്ടും വികസിപ്പിക്കും.

4. റഫറലുകൾക്കായി ആവശ്യപ്പെടുക

നിങ്ങളുടെ നിലവിലെ ഉപഭോക്താക്കളാണ് നിങ്ങളുടെ അടുത്ത ഉപഭോക്താക്കളുടെ ഏറ്റവും മികച്ച ഉറവിടം. നിങ്ങളുടെ മൂല്യനിർണ്ണയത്തിൽ അവർ വിശ്വസിക്കുന്നു; അവരില്ലെങ്കിൽ, അവർ നിങ്ങളുടെ പ്രൊഡക്റ്റ് വാങ്ങില്ലായിരുന്നു.

അതിനാൽ ഒരു ഉപഭോക്താവ് നിങ്ങളോടൊപ്പം ഒരു നിശ്ചിത സമയം മറികടന്നുകഴിഞ്ഞാൽ, നിങ്ങളുടെ പ്രൊഡക്റ്റ് ഉപയോഗിക്കാൻ കഴിയുന്ന അവരുടെ സ്വാധീനമേഖലയിലുള്ള ആരെങ്കിലുമായി നിങ്ങളെ റഫർ ചെയ്യാൻ അവരോട് ആവശ്യപ്പെടുക.

'പരമ്പരാഗതമായി, B2B സെയിൽസ് പ്രതിനിധികൾ റഫറലുകൾക്കായി ആവശ്യപ്പെടുമ്പോൾ, ആരെയാണ് പരിചയപ്പെടുത്തേണ്ടതെന്ന് നിർണ്ണയിക്കാൻ അവർ ഉപഭോക്താവിനോട് ആവശ്യപ്പെടും.

'സോഷ്യൽ മീഡിയയുടെ ശക്തി ഉപയോഗിച്ച് അവർ ആരുമായി ബന്ധപ്പെട്ടിരിക്കുന്നുവെന്ന് നിങ്ങൾക്ക് കണ്ടെത്താൻ കഴിയുമെങ്കിൽ, നിങ്ങൾക്ക് തന്ത്രപരമായ റഫറലുകൾ ആവശ്യപ്പെടാം,'ഫേസ്ബുക് പോലുള്ള ടൂളുകൾ ഉപയോഗിച്ച്, അവർ ആരുമായി ബന്ധപ്പെട്ടിരിക്കുന്നുവെന്ന് നിങ്ങൾക്ക് നിർണ്ണയിക്കാനും തന്ത്രപരവും കൃത്യവുമായ റഫറൽ ആവശ്യപ്പെടാനും കഴിയും. ഇതുവഴി, ഉപഭോക്താവിന്റെ ഇഷടാനിഷ്ടങ്ങൾ വേഗത്തിൽ മനസ്സിലാക്കുവാനും സാധിക്കും.

5. നിങ്ങളുടെ പ്രധാനപ്പെട്ട ഉപഭോക്താക്കളെ അറിയുകയും അവരിൽ ശ്രദ്ധ കേന്ദ്രീകരിക്കുകയും ചെയ്യുക

എ. നിലവിലുള്ള ഡാറ്റ ബേസിലേക്ക് കൂടുതൽ ആഴത്തിൽ മനസ്സിലാക്കുക.

കാലക്രമേണ, ഒരു പ്രത്യേക ബിസിനസ്സിൽ നിന്നുള്ള കമ്പനികളുമായോ, അല്ലെങ്കിൽ ജോഗ്രഫിക്കലി നിങ്ങളുടെ ടീം കൂടുതൽ ഇടപാടുകൾ നടത്തുന്നത് നിങ്ങൾ നിരീക്ഷിക്കുക. ഉദാഹരണത്തിന്, നിങ്ങൾ ചെറുകിട കച്ചവടക്കാരേക്കാൾ നാലിരട്ടി കൂടുതൽ ഡീലുകൾ കാർഷിക മേഖലയിൽ ജോലി ചെയ്യുന്ന റൂറൽ മാർക്കറ്റിലാണെങ്കിൽ റൂറൽ ഏരിയ കൂടുതൽ ശ്രദ്ധ കേന്ദ്രീകരിക്കുന്നത് നല്ലതായിരിക്കും .ഒരു കമ്പനിക്കുള്ളിലെ റോളുകൾക്കും ഇതേ യുക്തി ബാധകമാണ്.

ബി. കസ്റ്റമറെ നിലനിർത്തുന്നതിൽ ശ്രദ്ധ കേന്ദ്രീകരിക്കുക.

കസ്റ്റമറെ നിലനിർത്തൽ എന്നത് നിങ്ങളുടെ ഉപഭോക്താക്കളുമായി

ബന്ധം സ്ഥാപിക്കുകയും അവരിൽ നിന്ന് പരമാവധി ബിസിനസ്സ് നേടുകയും ചെയ്യുന്നു. എന്നാൽ ഇത് ഒരു വൺവേ സ്ട്രീറ്റ് അല്ല: നിങ്ങളുടെ നിലവിലുള്ള ഉപഭോക്തൃ അടിത്തറയ്ക്കും നിങ്ങൾ കൂടുതൽ മൂല്യം നൽകേണ്ടതുണ്ട്.

നിങ്ങളുടെ സെയിൽസ് എക്സിക്യൂട്ടീവ് അവരുടെ ഉപഭോക്താ ക്കൾക്ക് നിങ്ങളുടെ കമ്പനിയിൽ മികച്ച അനുഭവം ഉണ്ടായിരിക്കണമെ ന്നും നിങ്ങളുടെ ഉൽപ്പന്നങ്ങളിലും സേവനങ്ങളിലും സംതൃപ്തരായിരി ക്കുമെന്നും ഉറപ്പാക്കണം. ഉപഭോക്തൃ പിന്തുണ മെച്ചപ്പെടുത്തൽ, ഡി സ്കൗണ്ട് പുതുക്കൽ നിരക്കുകൾ വാഗ്ദാനം ചെയ്യൽ, നിലവിലുള്ള ക്ല യന്റുകൾക്കായി മൾട്ടിചാനൽ ഇടപഴകൽ കാമ്പെയ്നുകൾ അവതരി പ്പിക്കൽ എന്നിവ ചില തന്ത്രങ്ങളിൽ ഉൾപ്പെടുന്നു.

6. കഴിയുന്നത്ര പ്രക്രിയകൾ ഓട്ടോമേറ്റ് ചെയ്യുക

ലളിതവും എളുപ്പമുള്ളതുമായ കാര്യങ്ങൾ പ്രാവർത്തികമാക്കുക, അത് നിങ്ങളുടെ പ്രവർത്തനം കൂടുതൽ എളുപ്പമുള്ളതും കൂടാതെ നി ങ്ങൾ കൂടുതൽ കാര്യക്ഷമതയുള്ളവരായിമാറുകയും ചെയ്യും.

സെയിൽസ് പൈപ്പ്ലൈൻ മാനേജ്മെന്റ് എളുപ്പമാക്കാൻ നിങ്ങൾ ക്ക് ഉപയോഗിക്കാവുന്ന നിരവധി CRM ടൂളുകൾ ഉണ്ട്. സാധ്യതയുള്ള വരിലേക്ക് എത്താൻ നിങ്ങൾ ഓർമ്മപ്പെടുത്തലുകൾ സജ്ജീകരിക്കുക യും സ്വയമേവയുള്ള ഇമെയിലുകൾ സൃഷ്ടിക്കുകയും വേണം. ഒരു ഡീൽ ആദ്യത്തെ പ്രോസസിലാണെങ്കിലും പൈപ്പ് ലൈനിലൂടെ അവയെ കൂടുതൽ കാര്യക്ഷമമമാക്കാൻ എപ്പോഴും ശ്രമിക്കുക. കോൾഡ് കോ ളിൽ നിന്നും ശ്രദ്ധ ചെലുത്തിക്കൊണ്ട് മികച്ച ലീഡുകളാക്കി മാറ്റാൻ ഓട്ടോമേഷൻ നിങ്ങളെ സഹായിക്കുന്നു, അതുപോലെ ദൈർഘ്യമേറി യ ഡീലുകൾ ക്രമീകരിക്കുവാനും.

ഉപസംഹാരം

നിങ്ങളുടെ വിൽപ്പന പൈപ്പ്ലൈൻ സൃഷ്ടിക്കുന്നതും പരിപാലിക്കു ന്നതും ഒറ്റരാത്രികൊണ്ട് നടക്കുന്ന കാര്യമല്ല. ഉപഭോക്തൃ കേന്ദ്രീകൃത രീതിയിൽ നിങ്ങളുടെ പൈപ്പ്ലൈൻ ശരിയായി പ്ലോട്ട് ചെയ്യുന്നതിന് നി ങ്ങൾ നന്നായി ശ്രദ്ധിക്കേണ്ടതുണ്ട്, ഇത് വളരെയധികം ട്രയലും പരിശ്ര മവും ആവശ്യമായി വരുന്ന ഒരു പ്രക്രിയയാണ്. എന്നാൽ ഫലം എല്ലാ യ്പ്പോഴും വിലമതിക്കും.

എല്ലാറ്റിനുമുപരിയായി, നിങ്ങൾ ഒരിക്കലും പ്രതീക്ഷിക്കുന്നത് നിർ

ത്തരുത്.

നിങ്ങൾ ഓട്ടോ ഓടിക്കുന്ന ആൾക്കാരെ ശ്രദ്ധിച്ചിട്ടുണ്ടോ ? അവർ ഓട്ടോയിൽ ആളുകൾ ഇല്ലെങ്കിൽ വേഗത കുറച്ചു അങ്ങോട്ടും ഇങ്ങോ ട്ടുമൊക്കെ നോക്കിയാണ് ഡ്രൈവ് ചെയ്തു പോകാറ്.

ഇനി ആരെങ്കിലും ഓട്ടോയിൽ കയറിയാലോ ? വളരെ പെട്ടെന്ന് തന്നെ ലക്ഷ്യ സ്ഥാനംതേടി പോകും . അപ്പോൾ സെയിൽസ് മേഖല യിലേക്ക് എടുക്കാൻ പറ്റുന്ന ഒരു കാര്യമായാണ് ഇതിനെ സൂചിപ്പിക്കു ന്നത്.

ധാരാളം ആളുകൾ വിൽപ്പന ചക്രത്തിന്റെ തുടക്കത്തിൽ മാത്രമേ പ്രതീക്ഷിക്കുന്നുള്ളൂ, അതൊരു നല്ല തന്ത്രമല്ല. ഒരു വിൽപ്പനക്കാരൻ എന്ന നിലയിൽ, ഉപഭോക്തൃ ജീവിത ചക്രത്തിൽ നിങ്ങൾ എവിടെയാ യിരുന്നാലും പുതിയ ബിസിനസ്സ് നയിക്കാനുള്ള വഴികൾ നിങ്ങൾ എ പ്പോഴും കണ്ടെത്തണം. നിങ്ങൾ അതിനെക്കുറിച്ച് മനഃപൂർവ്വം ചിന്തിച്ചു കൊണ്ടേയിരിക്കണം, നിങ്ങളുടെ എല്ലാ പ്രവർത്തനങ്ങളും പുതിയ അ വസരങ്ങൾ സൃഷ്ടിക്കുന്നതിൽ കേന്ദ്രീകരിക്കണം.

ഓർമ്മിക്കുക: നിങ്ങളുടെ ലക്ഷ്യത്തിലെത്താൻ നാഴികക്കല്ലുകളായി ഏത് തീയതിയിൽ നിങ്ങൾ എന്താണ് നേടേണ്ടതെന്ന് നിങ്ങൾ മനസ്സി ലാക്കുന്നില്ലെങ്കിൽ വിൽപ്പന പൈപ്പ്ലൈൻ നിർമ്മിക്കുന്നത് അർത്ഥശൂ ന്യമാണ്. ആ ലക്ഷ്യം നേടുന്നതിന് നിങ്ങൾ ചെയ്യേണ്ടുന്ന കാര്യങ്ങളെ ക്കുറിച്ചും പ്രവർത്തനങ്ങളെ കുറിച്ചും നിങ്ങൾ വ്യക്തമായി മനസ്സിലാ ക്കിയിരിക്കണം.

29. ഓട്ടോ സെയിൽസ് ഒബ്ജക്ഷനുകൾ മറികടക്കുക

ഒരു കാർ വാങ്ങുക എന്നത് വളരെ വലിയതും ചെലവേറിയതുമായ ഒരു കാര്യമാണ്, അത് കുറച്ച് ആളുകൾ നിസ്സാരമായി ഏറ്റെടുക്കുന്നു. അതിനാൽ, തീർച്ചയായും നിങ്ങൾ ധാരാളം കാർ വിൽപ്പന എതിർപ്പു കൾ കേൾക്കാൻ പോകുകയാണ്. 'എനിക്ക് അതിനെക്കുറിച്ച് ചിന്തിക്ക ണം' എന്ന് വ്യക്തിപരമായി എടുക്കരുത്. നിങ്ങളുടെ ജോലി ഒരു കൺ സൾട്ടന്റാകുക എന്നതാണ് എല്ലാ ചോദ്യങ്ങൾക്കും ഉത്തരം നൽക ണം, അനുയോജ്യമായ വാഹനം കണ്ടെത്തി ഒരു ബന്ധം ആരംഭിക്കു ക എന്ന ലക്ഷ്യത്തോടെ.

ഭൂരിഭാഗം ആളുകളും വാങ്ങുന്നതിന് മുമ്പ് രണ്ടിൽ കൂടുതൽ ഡീ ലർഷിപ്പുകൾ സന്ദർശിക്കുന്നു. നിങ്ങൾക്ക് വിൽപ്പന എതിർപ്പുകൾ മറി കടക്കാൻ കഴിയുമെങ്കിൽ, നിങ്ങൾ ആ പ്രോസ്പെക്റ്റിനെ ഒരു വാങ്ങു

ന്നയാളാക്കി മാറ്റാനുള്ള സാധ്യതയുണ്ട്. സഹായിക്കുന്നതിനുള്ള 5 വ
ഴികൾ ഇതാ:

1. സമഗ്രമായ ആവശ്യങ്ങൾ വിലയിരുത്തുക. ഒരു ഉപഭോക്താവ്
ഒരു വിൽപ്പനയെ എതിർക്കുന്നത് 'എന്തുകൊണ്ടാണ്' എന്ന് നിങ്ങൾ
മനസ്സിലാക്കേണ്ടതുണ്ട്, അതിന് ചില മുൻകൂർ ചോദ്യം ചെയ്യൽ ആവ
ശ്യമാണ്. നിങ്ങളുടെ വിൽപ്പന പിച്ചിന് മുമ്പ് സമഗ്രമായ ആവശ്യകത
കൾ വിലയിരുത്തുക. ഇത് ബന്ധവും വിശ്വാസവും ഉണ്ടാക്കുന്നു. ഞാൻ
മുമ്പ് പറഞ്ഞതുപോലെ, ആളുകൾ അവർ വിശ്വസിക്കുന്ന ആളുകളിൽ
നിന്ന് സാധനങ്ങൾ വാങ്ങുന്നു. ഒരു ബന്ധവുമില്ലെങ്കിൽ, നിങ്ങൾക്ക് ചി
ല വാഹനങ്ങൾ വിൽക്കാം, എന്നാൽ എല്ലാം വിൽക്കാനാവില്ല.

2. സഹാനുഭൂതി കാണിക്കുന്ന ഒരു കഥ പറയുക. നിങ്ങളുടെ സ്വ
ന്തം സ്റ്റോറി ഉപയോഗിച്ച് ഒരു ഉപഭോക്താവിന്റെ എതിർപ്പുമായി ബന്ധ
പ്പെടുക. നിങ്ങൾ മുമ്പ് ഒരു കാർ വാങ്ങുന്നതിനെക്കുറിച്ച് വിഷമിച്ചിട്ടു
ണ്ടോ? എന്തുകൊണ്ട്? എന്തായിരുന്നു ഫലം? സാധ്യതയുള്ള ഏതെങ്കി
ലും ഒരു കാർ വാങ്ങിയ അനുഭവം വിവരിക്കുക വാങ്ങുന്നയാൾക്ക്
ഈ ഉദാഹരണം നൽകുക : 'നിങ്ങളുടെ കുട്ടികളെയും അവരുടെ എ
ല്ലാ സാധനങ്ങളെയും കാറിൽ കൊണ്ടുപോകുന്നതിനുള്ള നിങ്ങളുടെ
ആശങ്കകൾ ഞാൻ മനസ്സിലാക്കുന്നു, പക്ഷേ എനിക്ക് മൂന്ന് കുട്ടികളു
ണ്ട്, അവരെയും അവരുടെ എല്ലാ സാധനങ്ങളെയും കൊണ്ട് പോകാൻ
ഒരു പ്രശ്നവുമില്ല. കൂടാതെ എനിക്ക് ക്രിക്കറ്റ് കളിക്കുന്ന ഒരു മകനു
ണ്ട് , അവന്റെ എത്ര ലഗേജ് ആയാലും അത് പ്രശ്നമല്ല. ഞങ്ങൾക്ക്
വലിയ മൈലേജ് ലഭിക്കുന്നതിനാൽ എന്റെ ഭാര്യക്കും ഈ വാഹനം
ശരിക്കും ഇഷ്ടമാണ്. നിങ്ങൾക്കത് പരിശോധിക്കണോ? നമുക്ക് ഇപ്പോൾ
ഒരു ടെസ്റ്റ് ഡ്രൈവ് നടത്താം. ഒരു കഥ ഉണ്ടാക്കരുത്. നിങ്ങൾക്ക് വ്യ
ക്തിപരമായി ഒരെണ്ണം ഇല്ലെങ്കിൽ, ഒരു സഹപ്രവർത്തകൻ, സുഹൃത്ത്,
അയൽക്കാരൻ തുടങ്ങിയവരുടെ അനുഭവം വിവരിക്കുക.

3. ഒരു കച്ചവടം കാരണം ബന്ധം നഷ്ടപ്പെടരുത്. ഓരോ ഉപഭോ
ക്താവും അവരുടെ വ്യാപാരത്തിന്റെ മൂല്യം എന്താണെന്ന് കാണാൻ
ഓൺലൈനിൽ പോകും, കൂടാതെ അവർ മികച്ചത് തിരഞ്ഞു കൊ
ണ്ടേ ഇരിധും. നിങ്ങളുടെ ജോലി യാഥാർത്ഥ്യത്തെ ഉൾക്കൊണ്ടു കസ്റ്റ
മർക്കു പൂർണമായും മനസിലാക്കി കൊടുക്കുക എന്നതാണ്. കഷ
ണ്ടിയായേക്കാവുന്ന ടയറുകളിൽ തൊടുക, വാഹനത്തിന്റെ ഡോറിൽ

തൊടുക, എന്തെങ്കിലും പോരായ്മകൾ ഉണ്ടെങ്കിൽ പറയുക. അവ യാഥാർത്ഥ്യമാക്കാൻ നിങ്ങൾ കുറവുകളെ സ്പർശിക്കണം. ഇനിപ്പറ യുന്ന രീതിയിൽ അഭിപ്രായമിടുക: 'നിങ്ങളുടെ കാറിന് സാധാരണയാ യി 2 ലക്ഷം വിലവരും, എന്നാൽ നിങ്ങൾക്ക് കാണാനാകുന്നതുപോ ലെ, ഞങ്ങൾക്കു ഈ വണ്ടിയിൽ പരിഹരിക്കേണ്ട ചില കാര്യങ്ങളു ണ്ട്. അറ്റകുറ്റപ്പണികൾ ചെയ്യേണ്ടതിനാൽ ഞങ്ങൾക്ക് കുറച്ചു വില കിഴിച്ചിട്ടെ എടുക്കാൻ സാധിക്കുകയുള്ളൂ. സാമാന്യബുദ്ധിയും യുക്തി യും ഉപഭോക്താക്കളിൽ പ്രതിധ്വനിക്കും.

4. സഹായിക്കാൻ നിങ്ങളുടെ സെയിൽസ് മാനേജരെ ക്ഷണി ക്കുക. നിങ്ങൾക്ക് ഒരു ഉപഭോക്താവിനെ നഷ്ടപ്പെടുമ്പോൾ നിങ്ങൾക്ക റിയാം. നിങ്ങളുടെ സെയിൽസ് മാനേജരെ അഡ്രസ് ചെയ്യേണ്ട ഒരു വ ഴിത്തിരിവാണിത്. ഒരു ഇടപാട് നടത്താൻ സഹായിക്കുന്നതിന് നിങ്ങളു ടെ മാനേജരെ ലഭിക്കുമെന്ന് കസ്റ്റമറോട് പറയുക, തുടർന്ന് ഇരുവരെ യും സ്വകാര്യമായി സംസാരിക്കാൻ വിടുക. നിങ്ങൾക്ക് ഉപഭോക്താവി നെ നഷ്ടപ്പെട്ടാൽ, ഒരു കാരണവശാലും, ആ ഉപഭോക്താവ് നിങ്ങളുടെ മുന്നിൽ എല്ലാം തുറന്നുപറയണമെന്നില്ല.

5. ഉപഭോക്താവ് നിങ്ങളിൽ നിന്ന് വാങ്ങിയില്ലെങ്കിലും ബന്ധം നിലനിർത്തുക. ആ ഉപഭോക്താവ് വീണ്ടും ഒരു കാർ വാങ്ങും. അതി നിടയിൽ, അവരുടെ താൽപ്പര്യങ്ങൾക്കനുസൃതമായി വേഗത്തിൽ ആശ യവിനിമയം നടത്തുന്ന അവരുടെ കാർ ഗൈ ആകുക. അവരുടെ പ്രിയ പ്പെട്ട കായിക ടീമിനെക്കുറിച്ച് നിങ്ങൾ സംസാരിച്ചോ? ആ ടീം ഒരു വ ലിയ ഗെയിമിൽ വിജയിക്കുമ്പോൾ പെട്ടെന്നുള്ള അഭിനന്ദന വാചകം ഷൂട്ട് ചെയ്യുക. അവർ ആഗ്രഹിച്ച കാർ മോഡലുമായി ബ്ലൂടൂത്ത് എങ്ങ നെ ജോടിയാക്കാം എന്ന് കാണിക്കുന്ന ഒരു വീഡിയോ ഉണ്ടോ? ഒരു ചെറിയ വാട്സ് ആപ്പ് സന്ദേശമായി അത് ഉൾപ്പെടുത്തുക. ഉപഭോ ക്താവിനെ നിങ്ങളുടെ ഡീലർഷിപ്പിലേക്ക് തിരികെ കൊണ്ടുവരുന്നതി നുള്ള ഒരു വിലപ്പെട്ട മാർഗം കൂടിയാണ് സേവന സ്പെഷ്യലുകൾ. നി ങ്ങളുടെ ഡീലർഷിപ്പിലേക്കു വരുത്തുന്നതിന് ഉപഭോക്താവിന് സൗജ ന്യ ഓയിൽ മാറ്റം വാഗ്ദാനം ചെയ്യുക. ഇതൊരു വലിയ വിഐപി ഇ വന്റ് ആക്കുക. ഉപഭോക്താവിനെ അഭിനന്ദിക്കുക, ഉപഭോക്താവിനോ ട് അവർ അത് പരിപാലിക്കുന്നതിൽ ഒരു മികച്ച ജോലി ചെയ്തുവെന്ന് പറയുക, തുടർന്ന് ശ്രദ്ധിക്കേണ്ട രണ്ട് കാര്യങ്ങൾ കൊണ്ടുവരിക.

വിൽപ്പന എതിർപ്പുകൾ ജോലിയുടെ ഭാഗമാണ്. അവരെ വ്യക്തിപ

രമായി എടുക്കുന്നത് നിർത്തുക, പകരം അവയെ മറികടക്കാനുള്ള ക
ഴിവുകൾ വളർത്തിയെടുക്കുക. നിങ്ങൾ കൂടുതൽ വിൽപ്പന നടത്തുക
യും വരും വർഷങ്ങളിൽ ചെയ്യാൻ പോകുന്ന കാര്യങ്ങളെ കുറിച്ച് ആ
ത്മവിശ്വാസത്തോടെ ദീർഘകാല ഉപഭോക്തൃ ബന്ധങ്ങളിലേക്കുള്ള
പാതയിൽ ചെയ്യാൻ ശ്രമിക്കുക.

30. മികച്ച രീതികൾ ഡീലർഷിപ്പ് പ്രവർത്തനങ്ങളും പ്രക്രിയകളും

A. അനുമാന വിൽപ്പന (അസ്സംപ്റ്റീവ് സെല്ലിംഗ്)

ഇന്നത്തെ സാധാരണ കാർ വാങ്ങുന്നയാൾ നിങ്ങളുടെ സ്ഥലത്ത്
വരികയോ നിങ്ങളെ വിളിക്കാൻ ഫോൺ എടുക്കുകയോ ചെയ്യുന്നതി
നുമുമ്പ് എല്ലാ വിവരങ്ങളും ഇതിനകം ശേഖരിച്ചിട്ടുണ്ട്. അവർക്ക് എ
ന്താണ് വേണ്ടതെന്ന് അവർക്കറിയാം, അവർ ഇന്ന് വാങ്ങാൻ തയ്യാറാ
ണ്. വാസ്തവത്തിൽ, അവർ നിങ്ങളിൽ നിന്ന് വാങ്ങാൻ ആഗ്രഹിക്കുന്നു
അത് നിങ്ങളോട് പറയാൻ അവർ തയ്യാറാവണമെന്നില്ല.

അനുമാനങ്ങൾ ഉണ്ടാക്കുന്നതിനെക്കുറിച്ച് നിങ്ങൾ മുമ്പ് വിശ്വസി
ച്ചിരുന്നത് പരിഗണിക്കാതെ തന്നെ, ഇന്ന് നിങ്ങളുടെ ചിന്താഗതി മാറ്റേ
ണ്ടത് പ്രധാനമാണ്. ഇന്ന്, മികച്ച വിൽപ്പനക്കാർ കൂടുതൽ വാഹനങ്ങൾ
വിൽക്കാൻ അസ്സംപ്റ്റീവ് സെല്ലിംഗ് പ്രോസസ്സ് ഉപയോഗിക്കുന്നു. ഇത്
മനസിലാക്കി, ഒരു പുതിയ ചൊല്ല് ഉപയോഗിക്കാൻ തുടങ്ങേണ്ട സമയ
മാണിത്: നിങ്ങൾ എല്ലായ്പ്പോഴും വിൽപ്പന ഏറ്റെടുക്കുന്നതിൽ പരാജ
യപ്പെടുമ്പോൾ, നിങ്ങൾ എല്ലായ്പ്പോഴും പരാജയപ്പെടുമെന്ന് നിങ്ങൾ
അനുമാനിക്കണം.

(ഈ വാക്ക് ശരിയായിരിക്കണം, ശരിയല്ലേ? അതായത്, വാക്യത്തി
ന്റെ ആദ്യ ഭാഗത്തിൽ നിന്ന് വാക്കുകൾ എടുത്ത് രണ്ടാം ഭാഗത്തിൽ പു
നഃക്രമീകരിക്കുന്നു.)

കാറുകൾ വിൽക്കുന്നത് ബുദ്ധിമുട്ടുള്ള കാര്യമല്ല

വ്യക്തമായി പറഞ്ഞാൽ, കാറുകൾ വിൽക്കുന്നത് ബുദ്ധിമുട്ടുള്ള കാ
ര്യമല്ല ഇതിന് പരിശ്രമം ആവശ്യമാണ്. അറിവില്ലാത്തവർക്ക്, കാർ
വിൽപ്പനയിലെ വിജയം ഒരു ഭാഗ്യ പരീക്ഷണമാണ് . അതായത്, നി
ങ്ങൾക്ക് ഭാഗ്യം ലഭിക്കുന്നതുവരെ നിങ്ങളുടെ പൊസിഷനിൽ തന്നെ
ഇരിക്കുക എന്ന്.

ഓട്ടോമോട്ടീവ് റീട്ടെയിലിലെ വിജയം പ്രവചനാതീതമാണ്. നിങ്ങളു
ടെ റിവാർഡ് സൃഷ്ടിക്കുന്നതിന് ശരിയായ ഘട്ടങ്ങൾ ശരിയായ ക്രമ

ത്തിൽ പൂർത്തിയാക്കുന്നതിനെക്കുറിച്ചാണ് ചിന്തിക്കേണ്ടത് . അനുമാന വിൽപന, ഭാഗ്യം, തന്ത്രങ്ങൾ അല്ലെങ്കിൽ ഒരു മാന്ത്രിക മരുന്ന് അല്ല;

അനുമാന വിൽപ്പന പുതിയതല്ല. സെയിൽസ് പ്രതിനിധികൾ ഉള്ളി ടത്തോളം കാലം അനുമാനപരമായ വിൽപ്പന നിലനിൽക്കും; കൂടാതെ, അനുമാനിക്കുന്ന ആളുകളെക്കുറിച്ച് നിങ്ങൾ കേട്ടിട്ടുണ്ടെങ്കിലും, അനു മാനിക്കുന്ന വിൽപ്പനക്കാർ എല്ലായ്പ്പോഴും അവരുടെ കൂടെയുള്ള ജീവ നക്കാരെക്കാളും കൂടുതൽ വിജയിച്ചു. അസ്സംപ്റ്റീവ് സെല്ലിംഗ് ഉപയോ ഗിച്ച് കൃത്യമായി വിശകലനം ചെയ്യാൻ പഠിക്കുക യോഗ്യതയില്ലാത്ത, വാങ്ങുന്നവരില്ല. എല്ലാവരും വാങ്ങുന്നവരാണ്, എല്ലാവരും എല്ലായ്പ്പോ ഴും വാങ്ങുന്നു.

അസ്സംപ്റ്റീവ് സെല്ലിംഗ് എന്നത് എല്ലാവരും വാങ്ങുന്നവരാണെന്ന് വിശ്വസിക്കുന്നതിനാണ് കൂടുതൽ മുൻതൂക്കം കൊടുക്കുന്നത്

ഇന്നത്തെ ഉപഭോക്താക്കൾ പരസ്പരം ബന്ധപെട്ടു കിടക്കുന്നവ രാണ്. പരസ്പരം കണക്റ്റു ചെയ്ത ഈ ഉപഭോക്താക്കൾ കൂടുതലും വാങ്ങാൻ ആഗ്രഹിക്കുന്നവരാണ്; അവർ എല്ലാ വിവരങ്ങളോടും കൂടി വ്യക്തമായ ധാരണയോടു കൂടി പ്രവർത്തിക്കുന്നവരാണ്, ചോദ്യം ചെ യ്യുന്നത് അവർ ഇഷ്ടപ്പെടുന്നില്ല. ഇന്ന് വിജയിക്കുന്ന വിൽപ്പനക്കാർ ഇ ത് തിരിച്ചറിയുകയും തങ്ങളുടെ ഉപഭോക്താക്കളോടു വളരെ മികച്ച രീ തിയിൽ സാംസാരിക്കുകയും ഉപഭോക്താവിന് അർത്ഥമാക്കുന്ന കാര്യ ക്ഷമമമായ രീതിയിൽ ഒരു വാങ്ങൽ പ്രക്രിയയിലൂടെ അവരെ ആകർഷി ക്കുകയും ചെയ്യുന്നു.

നിങ്ങൾ ഇത് ഉത്സാഹ ത്തോടും ഊർജത്തോടും അഭിനിവേശത്തോടും കൂ ടി ചെയ്യുമ്പോൾ, ആളു കൾ നിങ്ങളുടെ ഉത്സാഹ ത്തിലും ഊർജ്ജത്തിലും അഭിനിവേശത്തിലും പ ങ്കുചേരാൻ ആഗ്രഹിക്കു ന്നു. അടിപൊളി കുട്ടി കൾ ചെയ്യുന്നത് പോലെ

തോന്നുന്നത് കൊണ്ട് തന്നെ അവർ ടെസ്റ്റ് ഡ്രൈവിന് കൂടെ വരും. ഈ ഉത്സാഹവും ഊർജവും അഭിനിവേശവും ഇല്ലാത്ത അനുമാന വിൽ പ്പന അനുമാന വിൽപ്പനയല്ല.

അനുമാന വിൽപ്പനയ്ക്കുള്ള അടിസ്ഥാന തത്വം ലളിതമാണ്:

നിങ്ങൾ എല്ലായ്പ്പോഴും വിൽപ്പന ഏറ്റെടുക്കണം. എപ്പോഴും. ഊഹി
ക്കുക. ഉന്മേഷത്തോടെയിരിക്കുക.

വിൽപ്പന എങ്ങനെയെന്ന് നോക്കാം.

നിങ്ങളുടെ ഷോറൂമിലേക്ക് വന്നതോ അതോ ഫോണിലൂടെ കാര്യ
ങ്ങൾ മനസ്സിലാക്കാൻ വേണ്ടിവിളിച്ചവരോ ഒരു വാങ്ങുന്നയാളെ പ്രതി
നിധീകരിക്കുന്നു. ഇന്ന് വാങ്ങാൻ ആഗ്രഹിക്കുന്ന ഒരു വാങ്ങുന്നയാൾ
അയച്ചതാണ് നിങ്ങളുടെ CRMലേക്ക് ഇപ്പോഴുള്ള സെയിൽസ് ലീഡ്.
എല്ലാവരും വാങ്ങുന്നവരാണ് കൂടാതെ, എല്ലാവരും ഇന്ന് വാങ്ങാൻ
ആഗ്രഹിക്കുന്നു.

അനുമാനിക്കുന്ന വിൽപ്പനക്കാർ എല്ലായ്പ്പോഴും വിൽപ്പന ഏറ്റെടു
ക്കുന്നു. നിങ്ങളുടെ ഉപഭോക്താവിന് മനസ്സിലാക്കി കൊടുക്കാൻ കഴി
യുമെന്ന ആത്മവിശ്വാസം നിങ്ങൾക്ക് വിൽപ്പന നൽകുന്നു. നിങ്ങളുടെ
ഉപഭോക്താക്കൾ ഫീഡ് ഓഫ് ചെയ്യുന്ന ഊർജം തിരിച്ചു വിൽപ്പന പ്ര
ക്രിയയെ നിങ്ങളെ സഹായിക്കുന്നെന്നു കരുതുക. എതിർപ്പുകൾക്കി
ടയിലും വിൽപ്പന നിങ്ങളുടെ ചിന്തകളെ പോസിറ്റീവായി നിലനിർത്തു
ന്നുവെന്ന് കരുതുക. വിൽപ്പന നിങ്ങളെ കൂടുതൽ ഇഷ്ടപ്പെട്ട വ്യക്തിയാ
ക്കുന്നുവെന്ന് കരുതുക. നിങ്ങൾ സ്വപ്നം കണ്ടതിനേക്കാൾ കൂടുതൽ
മികച്ച രീതിയിൽ കൂടുതൽ കാറുകൾ വിൽക്കാൻ വിൽപന നിങ്ങളെ
സഹായിക്കുന്നുവെന്ന് എല്ലായ്പ്പോഴും ഊഹിക്കുക... തീർച്ചയായും, ഒ
രു സെയിൽസ് എക്സിക്യൂട്ടീവ് എന്ന നിലയിൽ നിങ്ങളുടെ ആദ്യത്തെ
മുഴുവൻ മാസത്തിൽ ഒഴികെ. ഓരോ പുതിയ സെയിൽസ് എക്സിക്യു
ട്ടീവും കാർ ബിസിനസ്സിൽ ശക്തമായി ഇടപഴകുന്നത് കാണാൻ പറ്റും.
അവരുടെ ഡീലർഷിപ്പിലെ ശരാശരി വിൽപ്പന വർധിച്ചു വരുന്നതായി
കാണാൻ പറ്റും.

അവർ ഇത് എങ്ങനെ ചെയ്തു? ലളിതം: അന്ന് വാങ്ങാൻ എത്തിയ
എല്ലാവരും വാങ്ങുന്നവരാണെന്ന് അവർ അനുമാനിച്ചു.

അവരുടെ ഡീലർഷിപ്പിലെ നിഷേധാത്മക ശക്തികൾ പുകവലി
സർക്കിളിൽ ഇരിക്കുന്ന ആൺകുട്ടികൾ ഇവരെ നോക്കി ചിരിച്ചു, കാ
രണം ഈ പുതുമുഖങ്ങൾ 'ഒന്നും നന്നായി അറിയാൻ കഴിയാത്തത്ര മ
ണ്ടന്മാരായിരുന്നു.'

ഇതിനെ കുറിച്ച് അവർക്ക് ഒന്നും അറിയില്ല, നിങ്ങൾ പഠിച്ച ഘട്ട
ങ്ങൾ അവർ പിന്തുടരുന്നില്ല, സെയിൽസ് എക്സിക്യൂട്ടീവ്, അവർ ഒരു
കൂട്ടം കാറുകൾ വിൽക്കുന്നു. സ്മോക്കിംഗ് സർക്കിളിലേക്ക് വലിച്ചെറി

യപ്പെടാൻ എത്ര മാസമെടുക്കും ? പക്ഷെ അവർ അതിലേക്കു എത്താ തിരിക്കാൻ ആവുന്നതെല്ലാം ചെയ്യും.

ഒരു കാർ വാങ്ങുന്നത് ആവേശകരമാണ്...

ഉപഭോക്താവ് ഇവിടെ വന്നിരിക്കുന്നത് ഒരു ബ്രാൻഡ്ന്യൂ കാറാണോ അതോ പത്ത് വർഷം പഴക്കമുള്ള ഒരു വാഹനമാണോ എന്നത് പ്രസ ക്തമല്ല പുതിയതെന്തും വാങ്ങുന്നത് ആവേശകരമാണ്, നിങ്ങൾ ഉപ യോഗിച്ച കാർ അവർക്ക് പുതിയതായിരിക്കും. തീർച്ചയായും, ഒരു കാർ വാങ്ങുന്നത് ആവേശകരമാണ്, ആരും വിൽക്കാൻ ആഗ്രഹിക്കുന്നില്ല; അതുകൊണ്ടാണ് അസ്സംപ്റ്റീവ് സെല്ലിംഗ് നന്നായി പ്രവർത്തിക്കുന്ന ത്: നിങ്ങൾ വിൽക്കുന്നില്ല, നിങ്ങളെ നയിക്കുകയും സഹായിക്കുകയും ചെയ്യുന്നു.

ഉപഭോക്താവിന് തങ്ങൾ വിൽക്കപ്പെടുന്നതായി തോന്നുമ്പോൾ, അ വർ പ്രതിരോധത്തിലാകും. അവർ ഒരിക്കലും ഇല്ലാത്ത എതിർപ്പുകൾ സൃഷ്ടിക്കാൻ തുടങ്ങുന്നു; അവർ കൂടുതൽ അകന്നുപോകുന്നു; നിങ്ങൾ അവരോട് പറയുന്നതെന്തും അവർ അവിശ്വസിക്കുകയും ചെയ്യും. ഇ തെല്ലാം കാരണം അവർക്ക് വിൽപ്പന സമ്മർദ്ദം അനുഭവപ്പെടാൻ തുട ങ്ങിയിരിക്കുന്നു.

അതേസമയം, അനുമാന വിൽപന ഏതാണ്ട് സമ്മർദമില്ലാത്തതാണ്, കാരണം ഇന്ന് നിങ്ങളുടെ കാർ സ്വന്തമാക്കാനുള്ള അവരുടെ ആഗ്രഹ ത്തോട് നിങ്ങൾ യോജിക്കുകയാണ്. അവരുടെ മനസ്സിൽ, നിങ്ങൾ അവ രെ മനസ്സിലാക്കുന്നു കൂടാതെ, അവരെ മനസ്സിലാക്കുന്ന ആദ്യത്തെ കാർ സെയിൽസ് എക്സിക്യൂട്ടീവ് നിങ്ങളായിരിക്കാം! നിങ്ങളുടെ വിൽ പ്പനയിലേക്ക് അവരെ നയിക്കാൻ ഇത് നിങ്ങളെ അനുവദിക്കുന്നു അ വർ സന്തോഷത്തോടെ വരും.

ഒരു വ്യക്തി വാങ്ങാൻ ആഗ്രഹിക്കാത്ത വിധത്തിൽ ഒരിക്കലും കാ ര്യങ്ങൾ അവതരിപ്പിക്കരുത്.

ഒരു കാർ വാങ്ങുന്നത് ഉപഭോക്താവിന് ആവേശകരമാണ്. കൂടാ തെ എല്ലാ അപ്ഡേറ്റുകളും ഇന്ന് വാങ്ങാൻ ഇവിടെയുണ്ട് അസ്സംപ്റ്റീ വ് സെല്ലിംഗ് എന്നത് നിങ്ങൾക്ക് കൂടുതൽ ഡീലുകൾ ചെയ്യാനുള്ള ഒ രു മാർഗം മാത്രമല്ല, ഇത് ഒരു മികച്ച ഉപഭോക്തൃ അനുഭവം കൂടിയാ ണ്. അനുമാനപരമായ വിൽപ്പന നിങ്ങളുടെ ഉപഭോക്താക്കൾക്ക് ഒരു ര സകരമായ അനുഭവമാണ് ;

അനുമാന വിൽപന കൂടുതൽ മികച്ച ഡീലുകൾക്ക് കാരണമാകു

ന്നു, അത് മറ്റേതൊരു ബദലുകളേക്കാളും വേഗത്തിലും മികച്ച രീതിയി ലും അവസാനിക്കുന്നു. അതുകൊണ്ടാണ് വാങ്ങുന്നവർ ഇത് ഇഷ്ടപ്പെ ടുന്നത്. നിങ്ങൾ വിൽപ്പന അനുമാനിക്കാൻ തുടങ്ങേണ്ട സമയമാണിത്

B കൺസൾട്ടേറ്റീവ് സെല്ലിങ് (വിദഗ്ധോപദേശം)

കൺസൾട്ടേറ്റീവ് സെല്ലിംഗ് എന്നത് ഒരു സാധ്യതയുള്ള മൂല്യവും വിശ്വാസവും സൃഷ്ടിക്കുന്നതിലും ഒരു പരിഹാരം വാഗ്ദാനം ചെയ്യുന്ന തിനുംമുമ്പ് അവരുടെ ആവശ്യങ്ങളിലേക്കു ശ്രദ്ധ കേന്ദ്രീകരിക്കുന്ന ഒ രു സമീപനമാണ്. സെയിൽസ് പ്രതിനിധിയുടെ ആദ്യ ലക്ഷ്യം ഒരു ബ ന്ധം കെട്ടിപ്പടുക്കുക എന്നതാണ്; അവരുടെ രണ്ടാമത്തേത് ശരിയായ പ്രൊഡക്റ്റ് നൽകുക എന്നതാണ്.

ഇത് ചിത്രീകരിക്കുക: നിങ്ങൾ ഒരു പുതിയ ജോഡി ഷൂസ് വാങ്ങാൻ ഒരു കടയിലേക്ക് നടക്കുന്നു. നിങ്ങൾ പ്രവേശിച്ചയുടൻ, ഒരു സെയിൽസ്മാൻ നിങ്ങളെ സമീപിക്കുകയും നിങ്ങൾ എന്താണ് തിരയു ന്നതെന്ന് പോലും ചോദിക്കാതെ ഏറ്റവും പുതിയ ഷൂ ശേഖരം ശേഖരി ക്കാൻ തുടങ്ങുകയും ചെയ്യുന്നു. അമിതഭാരവും നിരാശയും കാരണം, നിങ്ങൾ ഒരു വാങ്ങലും നടത്താതെ സ്റ്റോർ വിടുന്നു.

ഇപ്പോൾ, വിപരീതം സങ്കൽപ്പിക്കുക. നിങ്ങൾ ഒരു കടയിൽ കയറി, ഒരു സെയിൽസ്മാൻ നിങ്ങളെ ഊഷ്മളമായി അഭിവാദ്യം ചെയ്യുകയും നിങ്ങളുടെ മുൻഗണനകളെക്കുറിച്ചും ഏത് തരത്തിലുള്ള ഷൂസാണ് നി ങ്ങൾക്ക് ആവശ്യമുള്ളതെന്നും നിങ്ങൾക്ക് എന്തെങ്കിലും പ്രത്യേക ആ വശ്യകതകളുണ്ടോയെന്നും ചോദിക്കുന്നു. അവർ നിങ്ങളെ ശ്രദ്ധാപൂർ വം വീക്ഷിക്കുന്നു. തുടർന്ന് നിങ്ങളുടെ മാനദണ്ഡങ്ങൾ പാലിക്കുന്ന കുറച്ച് ഓപ്ഷനുകൾ നൽകുന്നു. ശരിയായ വാങ്ങൽ നടത്തുകയാണെ ന്ന് നിങ്ങൾക്ക് ആത്മവിശ്വാസം നൽകുന്ന തരത്തിലുള്ള ഇടപഴകൽ . ഇതാണ് കൺസൾട്ടേറ്റീവ് വിൽപ്പനയുടെ ശക്തി.

ഒരു ഉൽപ്പന്നമോ സേവനമോ കേവലം പിച്ച് ചെയ്യുന്നതിനുപകരം, കൺസൾട്ടേറ്റീവ് സെല്ലിംഗ് അവരുടെ ആവശ്യങ്ങൾ നിറവേറ്റുന്ന ഒരു പരിഹാരം നൽകുന്നതിന് പ്രോസ്പെക്ടിന്റെ സാഹചര്യം, ലക്ഷ്യങ്ങൾ, വെല്ലുവിളികൾ എന്നിവ മനസ്സിലാക്കാൻ ശ്രമിക്കുന്നു.

കൺസൾട്ടേറ്റീവ് വിൽപ്പനയുടെ പ്രധാന നേട്ടങ്ങളിലൊന്ന്, പ്രതീ ക്ഷയ്ക്കൊപ്പം വിശ്വാസവും വിശ്വാസ്യതയും വളർത്തിയെടുക്കാൻ ഇ ത് സഹായിക്കുന്നു എന്നതാണ്. ഉപഭോക്താവിന്റെ ആവശ്യങ്ങൾ മന സിലാക്കാനും , അവയ്ക്കു പരിഹാരങ്ങൾ നൽകാനും സമയമെടുക്കു

ന്നതിലൂടെ, സെയിൽസ്മാനെ മറ്റൊരു സെയിൽസ്മാനേക്കാൾ വിശ്വ സനീയമായ ഉപദേശകനായി കാണുവാനും പരിഗണിക്കാനുമുള്ള സാ ധ്യത കൂടുതലാണ്.

ഈ തന്ത്രം നടപ്പിലാക്കുന്നതിന് ഏഴ് പ്രധാന തത്ത്വങ്ങൾ ആവശ്യ മാണ്:

ഉൾക്കാഴ്ചകൾ ഉപയോഗിച്ച് ചോദ്യങ്ങൾ ബാലൻസ് ചെയ്യുക.

അറിവിൽ അധിഷ്ഠിതമായ വിശ്വാസം വളർത്തിയെടുക്കുക.

ഇത് സംഭാഷണപരവും യഥാർത്ഥവുമായി നിലനിർത്തുക.

സംഭാഷണത്തിന്റെ ഉടമസ്ഥാവകാശം ഏറ്റെടുക്കുക.

ഫീഡ്ബാക്ക് പ്രക്രിയ .

ഉപഭോക്തൃ ആവശ്യങ്ങൾ അന്വേഷിച്ച് പ്രസക്തമായ കണ്ടെത്തലു കൾ വാഗ്ദാനം ചെയ്യുക.

ശ്രദ്ധയോടെ കേൾക്കുക.

1. ഉൾക്കാഴ്ചകൾ ഉപയോഗിച്ച് ചോദ്യങ്ങൾ ബാലൻസ് ചെയ്യുക.

നിങ്ങളുടെ ഉപഭോക്താവിന്റെ ആവശ്യങ്ങൾ മനസ്സിലാക്കിയാണ് വിൽപ്പനയിലേക്കുള്ള പാത ആരംഭിക്കുന്നത്. ഈ വിശദമായ ചിത്രം വികസിപ്പിച്ചെടുക്കുന്നത് സെയിൽസ് പ്രതിനിധി എന്ന നിലയിൽ നി ങ്ങൾക്ക് പ്രയോജനകരമാണ്, കാരണം ഇത് നിങ്ങളുടെ പ്രതീക്ഷയ്ക്ക് പ്രയോജനകരമാണ്. എന്നാൽ മിക്കപ്പോഴും, സെയിൽസ് എക്സിക്യൂ ട്ടീവ് ഉപഭോക്താവിന് അനുയോജ്യമല്ലാത്ത പരിഹാരങ്ങൾ ആവർത്തി ക്കുന്നു.

സെയിൽസ് എക്സിക്യൂട്ടീവ്സ് ചോദ്യങ്ങൾ ചോദിക്കേണ്ടതുണ്ട്. എന്നിരുന്നാലും, ആ പ്രക്രിയയ്ക്ക് സമയമെടുക്കും, കൂടുതൽ ചോദി ക്കുന്നത് ഒരു ഉപഭോക്താവിന് തങ്ങളെ ചോദ്യം ചെയ്യുന്നതായി തോന്നും.

അങ്ങനെ സംഭവിക്കുകയാണെങ്കിൽ, നിങ്ങൾ അതിനു പകരം, മു ന്നോട്ട് പോകുന്നതിന് മുമ്പ് നിങ്ങളുടെ ഉപഭോക്താവിന് വേണ്ട പരി ഹാരം എത്രത്തോളം യോജിച്ചുവെന്നത് സംക്ഷിപ്തമായി ചർച്ചചെയ്യാൻ നിങ്ങൾ ആഗ്രഹിക്കുന്നുണ്ടെന്നുള്ളത് ഉറപ്പ് വരുത്തുക.

ഇത് നിങ്ങൾക്ക് ചോദ്യങ്ങൾ ചോദിക്കാനുള്ള അവകാശം നേടിത്ത രുന്നു. സ്ഥിതിവിവരക്കണക്കുകൾ നിങ്ങളുടെ ചോദ്യങ്ങൾക്ക് യുക്തി യും വിശ്വാസ്യതയും നൽകുന്നു.

2 . അറിവിൽ അധിഷ്ഠിതമായ വിശ്വാസം വളർത്തിയെടുക്കുക.

ഇന്ന് കൂടുതൽ ഉപഭോക്താക്കൾ വിദുരമായി വിൽപ്പനക്കാരുമായി

ഇടപഴകാൻ തയ്യാറാണെന്നത് ശരിയാണെങ്കിലും, ആ വിശ്വാസം സ മ്പാദിക്കുന്നത് കൂടുതൽ വെല്ലുവിളിയാണെന്നതും സത്യമാണ്. അറിവ് അടിസ്ഥാനമാക്കിയുള്ള വിശ്വാസം വളർത്തിയെടുക്കുന്നതിലൂ ടെസെയിൽസ് എക്സിക്യൂട്ടീവിന് ഈ തടസ്സം മറികടക്കാൻ കഴിയും: വാക്കുകളുമായി പൊരുത്തപ്പെടുന്ന പ്രവർത്തനങ്ങളിൽ നിന്ന് വിശ്വാ സം വളർത്തുന്ന പ്രക്രിയ.

സെയിൽസ് എക്സിക്യൂട്ടീവസ് കോളിന് ശേഷം ഒരു ഫോളോഅ പ്പെങ്കിലും നൽകാൻ ശ്രമിക്കണം. നിങ്ങൾക്ക് നിങ്ങളുടെ ഉപഭോക്താ വിനെ വിളിക്കാം, അവരുമായി സംസാരിക്കുന്നത് സന്തോഷകരമാണെ ന്ന് അവരെ അറിയിക്കുക, നിങ്ങളുടെ സംഭാഷണത്തിൽ ഉയർന്നുവന്ന നിർദ്ദിഷ്ട വിഷയങ്ങൾ പരാമർശിക്കുക, അവർക്ക് എന്തെങ്കിലും ചോദ്യ ങ്ങളുണ്ടെങ്കിൽ ബന്ധപ്പെടാൻ അവരെ ഓർമ്മിപ്പിക്കുക.

ഫോളോഅപ്പിന്റെ വിഷയം അതിന്റെ പോയിന്റ് ആയിരിക്കണമെ ന്നില്ല. നിങ്ങൾ എത്രത്തോളം വിശ്വസ്തരും ചിന്തയുള്ളവരുമാണെന്ന് നിങ്ങളുടെ ഉപഭോക്താക്കളെ കൃത്യമായി കാണിക്കാനുള്ള അവസര മാണിത്. നിങ്ങൾ നിങ്ങളുടെ വാക്ക് പാലിക്കുന്ന ഒരു വ്യക്തിയാണെ ന്ന് ഇത് കാണിക്കുന്നു.

ഇത് നിങ്ങളുടെ പരിഹാരത്തിന്റെ മൂല്യം നിയമാനുസൃതമാക്കുക യും നിങ്ങൾക്കും സാധ്യതയുള്ള ഒരു ഉപഭോക്താവിനും ഇടയിൽ ഉറ ച്ചതും വിശ്വസനീയവുമായ ബന്ധം കെട്ടിപ്പടുക്കാൻ സഹായിക്കുകയും ചെയ്യുന്നു.

3. ഇത് സംഭാഷണപരവും യഥാർത്ഥവുമായി നിലനിർത്തുക.

ഒരു ഉപഭോക്താവുമായി വിശ്വാസം വളർത്തിയെടുക്കുന്ന പ്രക്രിയ അറിവുമായി ബന്ധം സ്ഥാപിക്കുന്നതിനുമപ്പുറമാണ്. നിങ്ങളെ എപ്പോൾ വേണമെങ്കിലും സമീപിക്കാവുന്നതായി തോന്നുകയും നിങ്ങൾ വിൽ ക്കുന്നതും ആർക്കാണ് വിൽക്കുന്നതെന്നതും ആത്മാർത്ഥമായി ശ്രദ്ധി ക്കുന്നുണ്ടെന്ന് കാണിക്കുകയും വേണം.

അതിനർത്ഥം യഥാർത്ഥ ആവേശത്തോടെ സംസാരിക്കുകയും നി ങ്ങൾ പറയുന്നത് അർത്ഥമാക്കുകയും ചെയ്യുക. കൂടാതെ നിങ്ങളുടെ പ്രതീക്ഷ നിലനിർത്താൻ നിങ്ങൾക്ക് കഴിയുന്നത് ചെയ്യുക.

നിങ്ങളുടെ കൺസൾട്ടേറ്റീവ് സെയിൽസ് സമീപനത്തിലേക്ക് കൊ ണ്ടുവരാൻ നിങ്ങൾ ആഗ്രഹിക്കുന്ന ഊർജ്ജം അതല്ല. നിങ്ങൾ അതി നേക്കാൾ മികച്ചതായി നിൽക്കേണ്ട സന്ദർഭമാണ് . നിങ്ങളുടെ പ്രൊഡ ക്ടിൽ വിശ്വസിക്കുകയും യഥാർത്ഥ ബോധ്യത്തോടെയും സത്യസന്ധ

തയോടെയും അത് ചർച്ച ചെയ്യുകയും ചെയ്യുക.

നിങ്ങളുടെ പ്രൊഡക്ടിന്റെ മൂല്യം മനസ്സിലാക്കി അത് പ്രകാരം സം സാരിക്കുക. നിങ്ങളുടെ പ്രതീക്ഷയ്ക്ക് വ്യക്തിപരമായി അർത്ഥവത്താ യ എന്തെങ്കിലും തിരിച്ചറിയാനും അതിനെക്കുറിച്ച് സംസാരിക്കാനും കുറച്ച് സമയം ചെലവഴിക്കാനും നിങ്ങൾ ശ്രമിക്കണം.

ചുരുക്കത്തിൽ, ആകസ്മികമായി നിർബന്ധിതരായിരിക്കുക, നിങ്ങ ളുടെ ഉദ്ദേശ്യങ്ങൾ തുറന്നുപറയുക, നിങ്ങളുടെ പിച്ചിൽ ആധികാരിക ത പുലർത്തുക.

4. സംഭാഷണത്തിന്റെ ഉടമസ്ഥാവകാശം ഏറ്റെടുക്കുക.

കൺസൾട്ടേറ്റീവ് ശൈലിയുടെ താക്കോലാണ് സംഭാഷണം. എന്നി രുന്നാലും, സെയിൽസ് എക്സിക്യൂട്ടീവുകൾ ഇപ്പോഴും സംഭാഷണം നയിക്കേണ്ടതുണ്ട്. ബിസിനസ്സ് വെല്ലുവിളികളുടെ സങ്കീർണ്ണതകളിലൂ ടെ അവരെ നയിക്കാൻ കഴിയുന്ന ഒരാളുമായി അവർ പങ്കാളികളാണെ ന്ന് ഉപഭോക്താവ് മനസ്സിലാക്കേണ്ടതുണ്ട്.

സംക്ഷിപ്തമായ സന്ദേശമയയ്ക്കലിലൂടെ ഉപഭോക്താവിന്റെ അടു ത്തേക്ക് പ്രസക്തമായ ജോലിയുടെ ഉദാഹരണങ്ങൾ പരാമർശിക്കാൻ സെയിൽസ് എക്സിക്യൂട്ടീവുകൾ തയ്യാറാകണം ഉറപ്പ് കഴിവിനെ അ ടിവരയിടുന്നു.

ഉടമസ്ഥാവകാശം ഏറ്റെടുക്കുന്നത് വിശ്വാസ്യതയെ പ്രകടമാക്കുന്നു. സംഭാഷണത്തിൽ സെയിൽസ് എക്സിക്യൂട്ടീവിന്റെ നിയന്ത്രണം, ധാ രണകൾ രൂപപ്പെടുത്തുന്നതിനുള്ള ഒരു മാർഗമാണ്. എന്നാൽ നിയന്ത്ര ണം ആധിപത്യം എന്നല്ല; പ്രധാന പോയിന്റുകൾക്ക് ഊന്നൽ നൽകാ നും അവരുടെ ഉപഭോക്താക്കൾക്ക് ഒരു വഴിത്തിരിവ് നൽകാനും നിശ്ശ ബ്ദത ഉപയോഗിക്കുന്നതിൽ സെയിൽസ് പ്രതിനിധികൾ മികവ് കാട്ട ണം.

ഉദാഹരണത്തിന്, ഒരു ഓഫർ നൽകിയ ശേഷം നിശബ്ദത പാലി ക്കുന്നത് സഹായകമാകും. മേശപ്പുറത്തുള്ള കാര്യങ്ങളെക്കുറിച്ച് അവർ ക്ക് ഒരു തോന്നൽ ലഭിക്കുമ്പോൾ ഇത് സാധ്യതകളിൽ കുറച്ച് സമ്മർ ദ്ദം ചെലുത്തും. നിശ്ശബ്ദത നിറയ്ക്കാൻ ധാരാളം ആളുകൾ സ്വന്തമായി ചർച്ച നടത്തും, മാത്രമല്ല ഒരു സെയിൽസ് പ്രതിനിധിക്ക് അനുയോജ്യ മായ ഡീലുകളിലേക്ക് സ്വയം നയിക്കാനും കഴിയും.

5 .ഫീഡ്ബാക്ക് പ്രക്രിയ

മോശം പ്രതികരണം എന്നൊന്നില്ല. ശക്തമായ ഉപഭോക്തൃ എതിർ

പ്പുകൾ പോലും സെയിൽസ് എക്സിക്യൂട്ടീവുകൾക്ക് അമൂല്യമായ നേ
ട്ടം നൽകുന്നു. ഒരു ഉപഭോക്താവ് ഒരു ഉത്കണ്ഠയോ വിയോജിപ്പോ
പ്രകടിപ്പിക്കുമ്പോൾ, അവർ അവരുടെ ആവശ്യങ്ങൾ വ്യക്തമാക്കുക
യും മുന്നോട്ട് പോകുന്നത് എന്താണ് എന്ന് കാണാൻ ആഗ്രഹിക്കുന്ന
തെന്ന് സൂചിപ്പിക്കുകയും ചെയ്യുന്നു.

അതിനാൽ, സെയിൽസ് എക്സിക്യൂട്ടീവിന്റെ എല്ലാ ഫീഡ്ബാക്കും
ശ്രദ്ധാപൂർവ്വം പരിഗണിക്കേണ്ടത് പ്രധാനമാണ്. കുറിപ്പുകൾ എടുക്കു
ന്നത് ഉറപ്പാക്കുക. ചർച്ച ചെയ്ത പരിഹാരങ്ങൾ അവരുടെ വെല്ലുവിളി
കൾ നേരിടുന്നുണ്ടോ എന്ന് ഉപഭോക്താവുമായി പരിശോധിക്കാൻ ഭയ
പ്പെടരുത്.

ഉപഭോക്താവിന്റെ വീക്ഷണം ചോദിക്കുന്നത്, സഹകരണപരവും കൂ
ടിയാലോചനാത്മകവുമായ വിൽപ്പന പ്രക്രിയയോടുള്ള സെയിൽസ്
എക്സിക്യൂട്ടീവിന്റെ പ്രതിബദ്ധത പ്രകടമാക്കുന്നു. ചില സന്ദർഭങ്ങളിൽ,
ഫീഡ്ബാക്ക് നേടുന്നത് പരിഹാരം വിപുലീകരിക്കാനുള്ള അവസരം
പോലും നൽകും.

നിങ്ങൾ ഒരു വലിയ ബിസിനസ് ഗ്രൂപ്പിന് ഒരുപാട് വാഹനങ്ങൾ
വിൽക്കുകയാണെങ്കിൽ, നിങ്ങളുടെ സ്ഥാപനം അവരുടെ വലുപ്പത്തി
ലുള്ള ഒരു കമ്പനിക്ക് അനുയോജ്യമാണോ എന്നതിനെക്കുറിച്ച് അവർ
ആശങ്കാകുലരാണെങ്കിൽ, നിങ്ങൾ അത് ഹൃദയത്തിൽ എടുക്കാൻ ആ
ഗ്രഹിക്കുന്നു. നിങ്ങളുടെ സെയിൽസ് പിച്ചിലെ ഒരു ദുർബലമായ പോ
യിന്റ് തിരിച്ചറിയാൻ ഇത് നിങ്ങളെ സഹായിക്കും, അത് പ്രക്രിയ തുട
രുമ്പോൾ നിങ്ങൾക്ക് കൂടുതൽ ശ്രദ്ധ നൽകാം.

6. ഉപഭോക്തൃ ആവശ്യങ്ങൾ അന്വേഷിച്ച് പ്രസക്തമായ ക
ണ്ടെത്തലുകൾ വാഗ്ദാനം ചെയ്യുക

സെയിൽസ് എക്സിക്യൂട്ടീവ് അവർ സമീപിക്കുന്ന ബിസിനസുക
ളെയും വ്യവസായങ്ങളെയും കുറിച്ച് മുൻകൂട്ടി ഗവേഷണം നടത്തേണ്ട
തുണ്ട്. അങ്ങനെ ചെയ്യുന്നത്, അവർക്ക് ആവശ്യമായ അടിസ്ഥാന അ
റിവ് കൊണ്ട് സജ്ജരാക്കുന്നു, ഇത് ആദ്യം ഏറ്റവും നിർണ്ണായകമായ
ചോദ്യങ്ങളിൽ നിന്ന് ആരംഭിക്കാൻ അവരെ അനുവദിക്കുന്നു.

സാധ്യതയുള്ള വിടവുകളും ആവശ്യങ്ങളും മുൻകൂട്ടി ഗവേഷണം
ചെയ്യുന്നതിലൂടെ, സെയിൽസ് പ്രതിനിധിക്ക് വ്യത്യസ്ത മൂല്യങ്ങൾ സൃ
ഷ്ടിക്കുന്നതിനുള്ള അവസരങ്ങൾ തിരിച്ചറിയാൻ കഴിയും.

ഉദാഹരണത്തിന്, നിങ്ങൾ നിങ്ങളുടെ ഉപഭോക്താവിന് വില കൂ
ടിയ ഒരു ഇലക്ട്രിക്ക് കാർ ആണ് വിൽക്കാൻ ഉദ്ദേശിക്കുന്നെങ്കിൽ

നിങ്ങളുടെ പ്രോസ്പെക്ടിന്റെ ബിസിനസുമായി ബന്ധപ്പെട്ട പ്രധാന പ്പെട്ട കാര്യങ്ങൾ നിങ്ങൾക്ക് പരിചിതമായിരിക്കണം. അവിടെ നിന്ന്, ആ മാനദണ്ഡങ്ങൾ പാലിക്കാൻ ഉപഭോക്താക്കളെ സഹായിക്കുന്നതിൽ നിങ്ങളുടെ ഉൽപ്പന്നത്തിന് ഉണ്ടായേക്കാവുന്ന എഡ്ജ് നിങ്ങൾക്ക് തിരി ച്ചറിയാനാകും.

ഈ വ്യക്തിഗത അനുഭവം മനസ്സിലാക്കിക്കഴിഞ്ഞാൽ, സെയിൽസ് എക്സിക്യൂട്ടീവുകൾക്ക് അവരുടെ കഴിവുകൾ ഉപഭോക്തൃ ആവശ്യ ങ്ങൾക്കായി മാപ്പ് ചെയ്യാൻ കഴിയും. ആത്യന്തികമായി, ഉപഭോക്താക്കൾ അവരുടെ വിവരങ്ങൾ ആപേക്ഷികമായതിനാൽ ആ സെയിൽസ് എക്സിക്യൂട്ടീവുകൾക്ക് പറയാനുള്ളത് സ്വീകരിക്കും.

നിങ്ങളുടെ ആശയങ്ങൾ ഏറ്റവും പ്രസക്തവും യോജിച്ചതുമായവ യിലേക്ക് പരിമിതപ്പെടുത്തുക എന്നതാണ് പ്രധാനം. ഒരാളുടെ ഗവേഷ ണത്തിന്റെ മൂല്യം പ്രകടിപ്പിക്കാനുള്ള ആഗ്രഹം പലപ്പോഴും ശക്തമാ ണ്, എന്നാൽ നിങ്ങൾ അത് പിന്നോട്ട് തള്ളേണ്ടതുണ്ട്. സംക്ഷിപ്തമാ യ ഏതാനും ഉൾക്കാഴ്ചകൾ ഉപയോഗിച്ച് ഒരു വലിയ സ്വാധീനം സൃ ഷ്ടിക്കുക.

7. ശ്രദ്ധയോടെ കേൾക്കുക

കൺസൾട്ടേറ്റീവ് സെല്ലിംഗ് ഉപഭോക്തൃ കേന്ദ്രീകൃതമാണ്, അതാ യത് മുൻഗണനാ നമ്പർ ഒന്ന് നിങ്ങളുടെ സാധ്യതകൾ പറയുന്നത് കേൾ ക്കണം. അവർക്ക് സംസാരിക്കാൻ ഇടം നൽകുക. മുമ്പ് സൂചിപ്പിച്ചതു പോലെ, സംഭാഷണത്തിന്റെ ഉടമസ്ഥാവകാശം നിങ്ങൾ ഏറ്റെടുക്കണം, എന്നാൽ ഉടമസ്ഥതയും ആധിപത്യവും തമ്മിൽ വ്യത്യാസമുണ്ട്.

മത്സരാധിഷ്ഠിതമോ പോരാട്ടമോ ആയി വന്നേക്കാവുന്ന മ്ലേച്ഛമായ തന്ത്രങ്ങൾ ഒഴിവാക്കുക. അവരുടെ പ്രശ്നങ്ങൾക്ക് നിങ്ങളുടെ സ്വന്തം പരിഹാരങ്ങൾ ഉപയോഗിച്ച് അവരുടെ ചിന്താഗതിയെ തടസ്സപ്പെടുത്ത രുത്. കൂടാതെ, അസുഖകരമായ ശരീരഭാഷ അല്ലെങ്കിൽ മുഖഭാവങ്ങൾ പോലെയുള്ള ഏതെങ്കിലും വാക്കേതര സൂചനകൾ ഉൾപ്പെടെ, സംഭാ ഷണം എത്ര നന്നായി നടക്കുന്നു എന്ന് പറയുന്ന മറ്റ് ഘടകങ്ങളെ കു റിച്ച് ശ്രദ്ധിക്കുക.

നിങ്ങളുടെ സാധ്യതകൾ അറിയിക്കുക എന്നതാണ് ഇവിടെ പ്രധാ നം. അവരുടെ പ്രശ്നങ്ങൾ നിങ്ങൾക്ക് പ്രധാനമാണെന്നും അവ പരി ഹരിക്കുന്നതിൽ നിങ്ങൾക്ക് നിക്ഷിപ്ത താൽപ്പര്യമുണ്ടെന്നും അവരെ അറിയിക്കുക.

C. കൺസൾട്ടേറ്റീവ് സെല്ലിംഗ് Vs സൊല്യൂഷൻ സെല്ലിംഗ്

സൊല്യൂഷൻ സെല്ലിംഗ് ഒരു സെയിൽസ് എക്സിക്യൂട്ടീവ് ഫീച്ചറു കൾക്ക് പകരം സൊല്യൂഷനുകളെ അടിസ്ഥാനമാക്കി ഒരു ഉൽപ്പന്നമോ സേവനമോ നൽകുന്ന വിൽപ്പനയുടെ ഒരു ബ്രാൻഡ് പലപ്പോഴും കൺ സൾട്ടേറ്റീവ് വിൽപ്പനയുമായി സംയോജിപ്പിക്കപ്പെടുന്നു. അത്തരത്തിലു ള്ള ആശയക്കുഴപ്പം ന്യായമാണ്.

ചില സന്ദർഭങ്ങളിൽ, പദങ്ങൾ പരസ്പരം മാറിമാറി ഉപയോഗിക്കാ റുണ്ട്. വിൽപ്പനയുടെ രണ്ട് ബ്രാൻഡുകളും സഹാനുഭൂതിയിൽ വേരൂ ന്നിയതും ഒരു പ്രതീക്ഷയുടെ മാനസികാവസ്ഥയും സാഹചര്യവും അ ടിസ്ഥാനപരമായി മനസ്സിലാക്കാൻ സമയമെടുക്കുന്നതുമാണ്.

1. വ്യക്തമായ പ്രതീക്ഷകൾ സജ്ജമാക്കുക : ജോലിയുടെ ഉത്തര വാദിത്തങ്ങളും പ്രകടന പ്രതീക്ഷകളും നന്നായി നിർവചിക്കപ്പെട്ടിട്ടുണ്ടെ ന്നും ആശയവിനിമയം നടത്തിയിട്ടുണ്ടെന്നും ഉറപ്പാക്കുക.

2. ഓപ്പൺ കമ്മ്യൂണിക്കേഷൻ : ജീവനക്കാരന്റെ കാഴ്ചപ്പാടും ആ ശങ്കകളും മനസ്സിലാക്കാൻ അവരോട് സംസാരിച്ചുകൊണ്ട് ആരംഭിക്കു ക. സജീവമായ ശ്രവണം നിർണായകമാണ്.

3. സൃഷ്ടിപരമായ ഫീഡ്ബാക്ക് നൽകുക : മെച്ചപ്പെടുത്തലിൽ ശ്രദ്ധ കേന്ദ്രീകരിച്ചുകൊണ്ട് അവരുടെ പെരുമാറ്റത്തെക്കുറിച്ചോ പ്രകട നത്തെക്കുറിച്ചോ നിർദ്ദിഷ്ടവും ക്രിയാത്മകവുമായ ഫീഡ്ബാക്ക് വാഗ് ദാനം ചെയ്യുക.

4. ഓഫർ പിന്തുണയും പരിശീലനവും : ഏതെങ്കിലും തരത്തിലു ള്ള വിടവുകൾ കണ്ടെത്തി ജീവനക്കാരനെ വിജയിപ്പിക്കുന്നതിന് പരി ശീലനമോ , ഉപദേശങ്ങളോ നൽകുക.

5. പെർഫോമൻസ് മെട്രിക്സ് ഉപയോഗിക്കുക : പുരോഗതി ട്രാ ക്ക് ചെയ്യുന്നതിനും വസ്തുനിഷ്ഠമായ ഫീഡ്ബാക്ക് നൽകുന്നതിനും അളക്കാവുന്ന ലക്ഷ്യങ്ങളും പ്രധാന പ്രകടന സൂചകങ്ങളും നടപ്പിലാ ക്കുക.

6. പ്രശ്നങ്ങൾ ഉടനടി പരിഹരിക്കുക : പ്രശ്നങ്ങൾ രൂക്ഷമാകാൻ അനുവദിക്കരുത്; വർദ്ധനവ് തടയുന്നതിന് അവ ഉയർന്നുവരുമ്പോൾ ഉ ടൻ അവരെ അഭിസംബോധന ചെയ്യുക.

7. എംപ്ലോയീസ് അസിസ്റ്റൻസ് പ്രോഗ്രാമുകൾ : ഉചിതമെങ്കിൽ, ജോലിയെ ബാധിക്കുന്ന വ്യക്തിപരമായ പ്രശ്നങ്ങളിൽ സഹായിക്കു ന്നതിന് കൗൺസിലിംഗിലേക്കോ പിന്തുണാ സേവനങ്ങളിലേക്കോ പ്രവേശനം വാഗ്ദാനം ചെയ്യുക.

8. എല്ലാം രേഖപ്പെടുത്തുക : ജീവനക്കാരനെയും കമ്പനിയെയും സംരക്ഷിക്കുന്നതിനായി ചർച്ചകൾ, മുന്നറിയിപ്പുകൾ, മെച്ചപ്പെടുത്തലു കൾ എന്നിവയുടെ സമഗ്രമായ രേഖകൾ സൂക്ഷിക്കുക.

D. അഗ്രസീവ് സെല്ലിംഗ്

ഈ രീതിയിൽ, ഒരു വിൽപ്പനക്കാരന്റെ ഒരേയൊരു ഉദ്ദേശ്യം ഉൽപ്പ ന്നം ഒറ്റ ഷോട്ടിൽ വിൽക്കുക എന്നതാണ്.

E. ഓറിയന്റഡ് സെല്ലിംഗ്

ഇവിടെ, ഒരു വിൽപ്പനക്കാരൻ ഒരു ഉപഭോക്താവിന്റെ ചലനങ്ങളും വാക്കുകളും നിരീക്ഷിച്ചുകൊണ്ട് ഒരു മികച്ച ജോലി നിർവഹിക്കേണ്ട തുണ്ട്. ഈ ഫോമിന് കീഴിൽ, വ്യത്യസ്ത ചോദ്യങ്ങൾ ചോദിച്ച് ഉപ ഭോക്താവിന്റെ ആവശ്യങ്ങൾ വിലയിരുത്തിക്കൊണ്ട് ഒരു സെയിൽസ് പ്രതിനിധി ഉപഭോക്താവിനെ കൃത്യമായി ശ്രദ്ധിക്കുന്നു.

F. പ്രോഡക്റ്റ് ഓറിയന്റഡ് സെല്ലിംഗ്

ഈ വിൽപ്പന രീതി ഉൽപ്പന്ന സവിശേഷതകളും ആനുകൂല്യങ്ങളും അടിസ്ഥാനമാക്കിയുള്ളതാണ്; ഉപഭോക്താവ് പൂർണ്ണമായും തൃപ്തനാ കുന്നതുവരെ ഉൽപ്പന്നത്തെക്കുറിച്ചുള്ള എല്ലാ കാര്യങ്ങളും വിൽപ്പനക്കാ രൻ വിശദീകരിക്കുന്നു. ഡെമോകൾ നൽകുന്നത് ഈ വിൽപ്പന പ്രക്രി യയുടെ ഭാഗമാണ്.

G. മത്സര ഓറിയന്റഡ് സെല്ലിംഗ്

മത്സരത്തേക്കാൾ ഒരു പടി മുന്നിൽ നിൽക്കാൻ സെയിൽസ് പ്രതി നിധി വിശ്വസിക്കുന്നു. പ്രൊഡക്റ്റ് വാങ്ങാൻ ഉപഭോക്താക്കളെ പ്രേരി പ്പിക്കുന്നതിൽ അവർ വിശ്വസിക്കുന്നു, ഒരു ഉത്തരത്തിനുള്ള നോ അംഗീ കരിക്കുകയുമില്ല.

31. EBR നുള്ള വിജയമന്ത്രം

നിങ്ങളുടെ ഡീലർഷിപ്പിന്റെ വിജയത്തിന്റെ ജീവനാഡിയാണ് സെയിൽസ്. എന്നിരുന്നാലും, ആ സാധ്യതകളെ സെയിൽസിലേക്ക് മാ റ്റുന്നത് ഒരു വെല്ലുവിളിയാണ്. നിങ്ങളുടെ ഉപഭോക്താക്കളെ പ്രോസ് പെക്റ്റ് ഘട്ടത്തിൽ നിന്ന് സെയിൽസിലേക്ക് നയിക്കുന്നതിനുള്ള ഏറ്റ വും ഫലപ്രദമായ മാർഗം ഒരു സെയിൽസ് ഫണൽ ഉപയോഗിക്കുക

എന്നതാണ്.

കൂടുതൽ വിവരങ്ങൾ നേടുന്നതിനും തടസ്സങ്ങൾ തിരിച്ചറിയുന്നതി നും കൂടുതൽ സാധ്യതകൾ പരിവർത്തനം ചെയ്യുന്നതിനും നിങ്ങളുടെ ഡീലർഷിപ്പിന്റെ പരിവർത്തന നിരക്കുകൾ വർദ്ധിപ്പിക്കുന്നതിനും മൊത്തത്തിലുള്ള വിൽപ്പന വർദ്ധിപ്പിക്കുന്നതിനും നിങ്ങളെ സഹായിക്കു ന്ന നിങ്ങളുടെ സെയിൽസ് ഫണൽ എങ്ങനെ കാര്യക്ഷമമാക്കാം എന്ന തിനെക്കുറിച്ചുള്ള കാര്യങ്ങൾ എന്താണെന്നു നോക്കാം ...

പരമ്പരാഗതമായി, അന്വേഷണം എന്നാൽ 'ചോദിക്കുക' എന്നാണ് അർത്ഥമാക്കുന്നത്, അതേസമയം ഔപചാരിക അന്വേഷണങ്ങൾക്കാ യി അന്വേഷണം ഉപയോഗിച്ചു. ഔപചാരികമോ ഔദ്യോഗികമോ ആ യ അന്വേഷണങ്ങൾക്കായി അന്വേഷണം എന്നത് ഇപ്പോഴും സാധാര ണയായി ഉപയോഗിക്കുന്ന പദമാണെങ്കിലും എല്ലാ ഉപയോഗങ്ങളിലും ശക്തമായി തിരഞ്ഞെടുക്കുന്ന അക്ഷരവിന്യാസമാണ് അന്വേഷണം.

നിങ്ങളുടെ ബിസിനസ്സിന്റെ വിജയം എങ്ങനെ ഉറപ്പാക്കാം?

ഏതെങ്കിലും തരത്തിലുള്ള വിജയകരമായ ബിസിനസ് നടത്തുന്ന തിനുള്ള പ്രധാന കാര്യം, സാധ്യതകൾ പിടിച്ചെടുക്കാനും അവരിൽ പ ലരെയും ഉപഭോക്താക്കളാക്കി മാറ്റാനും കഴിയുന്ന ഒരു സമഗ്രമായ വിൽ പ്പന ഫണൽ ഉണ്ടായിരിക്കുക എന്നതാണ്.

വാസ്തവത്തിൽ, മിക്ക വിജയകരമായ ബിസിനസുകൾക്കും നിക്ഷേ പത്തിൽ പരമാവധി വരുമാനം ലഭിക്കുന്നതിന് ഏറ്റവും പുതിയ വിൽപ്പ ന പ്രക്രിയകൾ ഉപയോഗിക്കുന്ന വിപുലമായ സെയിൽസ് ഫണലു കൾ ഉണ്ട്.

ഖേദകരമെന്നു പറയട്ടെ, പല ചെറുകിട ബിസിനസ്സുകളും സെയിൽ സ് ഫണലുകളുടെ മൂല്യം മനസ്സിലാക്കുന്നില്ല, മാത്രമല്ല അവരുടെ ബി സിനസിനെ അടുത്ത ഘട്ടത്തിലേക്ക് കൊണ്ടുപോകാനും കഴിയില്ല.

നിങ്ങൾക്ക് ഒരു ചെറിയ ഡീലർഷിപ്പോ വലിയ NETWORK ഓപ്പറേ ഷനോ ഉണ്ടെങ്കിലും, കാര്യക്ഷമമായ ഒരു സെയിൽസ് ഫണൽ സൃഷ്ടി ച്ചുകൊണ്ട് നിങ്ങൾക്ക് ചില യഥാർത്ഥ ഫലങ്ങൾ കാണാൻ കഴിയും.

32. എന്താണ് ഒരു സെയിൽസ് ഫണൽ?

ലക്ഷ്യങ്ങൾ സജ്ജീകരിക്കുന്നതിനും വിജയം അളക്കുന്നതിനും വിൽ പ്പനയുടെ സ്ഥിരമായ ഒഴുക്ക് നിലനിർത്തുന്നതിനും സഹായിക്കുന്ന സം വിധാനങ്ങൾ ഉപയോഗിക്കുന്ന ഒരു പ്രക്രിയയാണ് സെയിൽസ് ഫണൽ.

അന്തിമ വിൽപ്പനയോ ഡ്രോപ്പ്ഔട്ടോ വരെ നിങ്ങളുടെ ബ്രാൻഡു മായി ഒരു പ്രോസ്പെക്ട് ആദ്യം ബന്ധപ്പെടുമ്പോൾ സെയിൽസ് ഫ ണൽ ആരംഭിക്കുന്നു.

ഒരു സെയിൽസ് ഫണൽ ആരംഭിക്കാൻ എളുപ്പമാണ്.

വാസ്തവത്തിൽ, നിങ്ങളുടെ ഡീലർഷിപ്പിൽ നിങ്ങൾക്ക് ചില പ്രക്രി യകൾ നൽകിയിട്ടുണ്ടാകാം. നിങ്ങൾക്ക് സാധാരണയായി ഈ വിവര ങ്ങൾ ഡീലർ മാനേജ്മെന്റ് സിസ്റ്റങ്ങളിൽ (DMS) അല്ലെങ്കിൽ കസ്റ്റമർ റിലേഷൻഷിപ്പ് മാനേജ്മെന്റ് (CRM) ൽ കണ്ടെത്താനാകും.

നിങ്ങളുടെ ചെലവ് കുറയ്ക്കുമ്പോൾ തന്നെ നിങ്ങളുടെ വിൽപ്പന പ രമാവധിയാക്കാൻ സഹായിക്കുന്നതിന് നിങ്ങളുടെ DMS അല്ലെങ്കിൽ CRM ഏറ്റവും പുതിയ സെയിൽസ് ഫണൽ ടൂളുകൾ ഉപയോഗിച്ചേക്കി ല്ല എന്നതാണ് ഒരു പ്രശ്നം.

നിങ്ങളുടെ സെയിൽസ് ഫണൽ സൃഷ്ടിക്കാനും നിയന്ത്രിക്കാനും പ രമാവധി പ്രയോജനപ്പെടുത്താനും എളുപ്പമാക്കുന്ന ഒരു സെയിൽസ് സൊല്യൂഷൻ ഉണ്ടെന്നു ഉറപ്പു വരുത്തേണ്ടതുണ്ട്.

കാർ ഡീലർഷിപ്പുകൾക്കായി രൂപകൽപ്പന ചെയ്തിരിക്കുന്ന അ ഡ്വാൻസ്ഡ് സെയിൽസ് ഫണൽ സിസ്റ്റം ഇന്ന് വിവിധ കമ്പനികളും സെയിൽസ് സൊല്യൂഷൻസിനു വേണ്ടി ഉപയോഗിക്കുന്നുണ്ട്. ഇത് നിങ്ങൾക്ക് കാര്യങ്ങൾ എളുപ്പമാക്കുന്ന സെയിൽസ് ഫണൽ നൽകും. നിങ്ങൾക്കും നിങ്ങളുടെ സെയിൽസ് ടീമിനും വിൽപ്പന പ്രക്രിയ എളു പ്പത്തിൽ നിയന്ത്രിക്കാനും വിൽപ്പന വർദ്ധിപ്പിക്കുന്നതിന് ആവശ്യമായ ഡാറ്റ നേടാനും കഴിയും. വിൽപ്പന പ്രക്രിയ മെച്ചപ്പെടുത്താൻ കാർ ഡീ

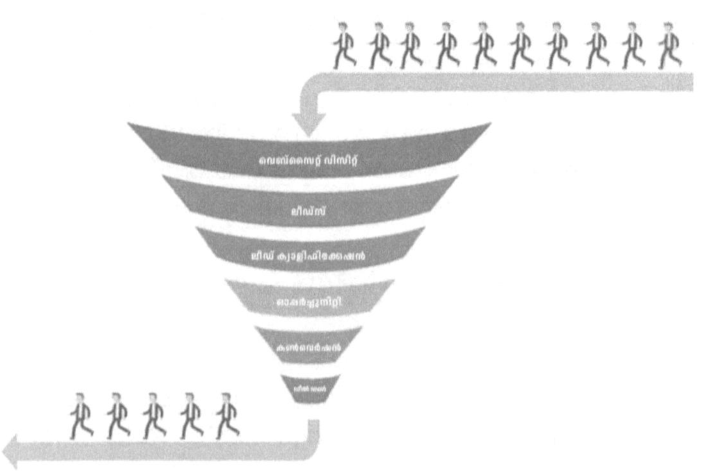

ലർഷിപ്പ് CRM എങ്ങനെ സഹായിച്ചു എന്നതിനെക്കുറിച്ചുള്ള ഒരു പഠ
നം വായിക്കുക.

നിങ്ങളുടെ ബിസിനസ്സിന്റെ ആവശ്യങ്ങളും ചരിത്രവും അടിസ്ഥാന
മാക്കി നിങ്ങളുടെ കാർ സെയിൽസ് ഫണൽ സജ്ജീകരിക്കാൻ നിങ്ങ
ളെ സഹായിക്കും. അവിടെ നിന്ന്, നിങ്ങൾ സേർച്ച് ചെയ്യുന്ന ഫല
ങ്ങൾ ലഭിക്കുന്നതിന് നിങ്ങളുടെ ഡീലർഷിപ്പിനെ സഹായിക്കുന്നതിന്
നിങ്ങൾക്ക് സെയിൽസ് ഫണൽ ഇഷ്ടാനുസൃതമാക്കാനാകും.

ഒരു സെയിൽസ് ഫണലിന്റെ പ്രാധാന്യം

നിങ്ങളുടെ കാറിന്റെയോ എസ്യൂവിയുടെയോ ഡാഷ്ബോർഡ് പോ
ലെയുള്ള സെയിൽസ് ഫണലിനെക്കുറിച്ച് ചിന്തിക്കുക. വേഗത, ഇന്ധ
നം, നാവിഗേഷൻ വിവരങ്ങൾ, ഡ്രൈവിംഗിനെ കുറിച്ചുള്ള സന്ദേശ
ങ്ങൾ എന്നിവയും അതിലേറെയും ഡാഷ്ബോർഡ് കാണിക്കുന്നു.

ഒരു സെയിൽസ് ഫണലിന് നിങ്ങൾക്ക് വേഗത്തിൽ ആവശ്യമായ
എല്ലാ വിൽപ്പന വിവരങ്ങളും നൽകാൻ കഴിയും. വിൽപ്പന എവിടെ നി
ന്നാണ് വരുന്നതെന്നും നിങ്ങളുടെ തടസ്സങ്ങൾ എവിടെയാണെന്നും മ
നസ്സിലാക്കാൻ ഇത് നിങ്ങളെ സഹായിക്കും.

ഉദാഹരണത്തിന്, നിങ്ങളുടെ ഡീലർഷിപ്പ് സൈറ്റിൽ പ്രതിമാസം
10,000 സന്ദർശകരെ ലഭിക്കുന്നുണ്ടെന്ന് കരുതുക. ആ 10,000 സന്ദർശക
രിൽ, നിങ്ങൾക്ക് 200 ഇമെയിൽ അന്വേഷണങ്ങൾ ലഭിക്കുന്നു, അത് 20
ടെസ്റ്റ് ഡ്രൈവുകളും 7 വിൽപ്പനയുമായി മാറുന്നു.

ഇനിപ്പറയുന്നവ തിരിച്ചറിയാൻ ഒരു സെയിൽസ് ഫണൽ നിങ്ങളെ
സഹായിക്കും:

നിങ്ങളുടെ സൈറ്റിലേക്ക് ഏറ്റവും മികച്ച ട്രാഫിക് കൊണ്ടുവന്ന കീ
വേഡ് ഏതാണ്?

ഏത് ലാൻഡിംഗ് പേജാണ് ഏറ്റവും കൂടുതൽ ഇമെയിൽ അന്വേഷ
ണങ്ങളിലേക്ക് നയിച്ചത്?

ഏത് തരത്തിലുള്ള ഓഫറുകളാണ്, ഏറ്റവും കൂടുതൽ വിൽപ്പനയി
ലേക്ക് നയിച്ചത്?

ഏത് സെയിൽസ് കൺസൾട്ടന്റാണ് വിൽപ്പനയിലേക്കുള്ള ടെസ്റ്റ്
ഡ്രൈവുകളുടെ മികച്ച ശതമാനം?

നിയന്ത്രിക്കാനുള്ള അളവ്

വിൽപ്പനയുടെ കാര്യത്തിൽ ഡാറ്റ നിങ്ങളുടെ ഉറ്റ പങ്കാതിയാകാം.
മിക്ക സെയിൽസ് മാനേജർമാരും അവരുടെ ടീമിന് പ്രതിമാസ വിൽ
പ്പന ലക്ഷ്യങ്ങൾ നൽകുന്നു, ക്ലയന്റുകളുമായുള്ള കൂടിക്കാഴ്ചകൾ

ഷെഡ്യൂൾ ചെയ്യുക, മികച്ചത് പ്രതീക്ഷിക്കുക. ഒരു മികച്ച സെയിൽസ് മാനേജർക്ക് ഡാറ്റ വിശകലനം ചെയ്യാനും വിൽപ്പന പരമാവധിയാക്കാൻ സ്മാർട്ടായ രീതിയിൽ മറ്റുള്ളവർക്ക് മനസ്സിലാക്കി കൊടുക്കുവാനും ക ഴിയും.

ഒരു സെയിൽസ് ഫണൽ ഉപയോഗിച്ച്, നിങ്ങൾക്ക് എവിടെയാണ് മികച്ച ഫലങ്ങൾ ലഭിക്കുന്നതെന്നും നിങ്ങൾക്ക് എന്തൊക്കെ മെച്ചപ്പെ ടുത്താമെന്നും കാണാൻ കഴിയും. വിൽപ്പന എങ്ങനെ മെച്ചപ്പെടുത്താം എന്നറിയുന്നതിൽ ഇത് ഒരു ഏകദേശ ധാരണ നമുക്ക് നൽകും.

ഒരു ഉദാഹരണം ഇതാ:

നിങ്ങളുടെ ടെസ്റ്റ് ഡ്രൈവുകളുടെ 50% വിൽപ്പനയായി മാറുമെന്ന് നിങ്ങൾക്കറിയാമെന്ന് പറയാം. ഏത് വാഹനത്തിനാണ് മികച്ച പരിവർ ത്തന നിരക്ക് ഉള്ളതെന്ന് നിങ്ങൾക്കറിയാമോ? ഏത് തരത്തിലുള്ള പ്രോ ത്സാഹനമാണ് വിൽപ്പന സൃഷ്ടിക്കാൻ ഏറ്റവും സാധ്യതയെന്ന് നിങ്ങൾ ക്കറിയാമോ?

ഈ വിവരങ്ങൾ ഉപയോഗിച്ച്, നിങ്ങൾക്ക് നിങ്ങളുടെ വിൽപ്പന പ്ര ക്രിയ പരിഷ്കരിക്കാനും കൂടുതൽ വിൽപ്പനയിലേക്ക് നയിച്ചേക്കാവുന്ന ശരിയായ പ്രോത്സാഹനങ്ങൾ നൽകാനും കഴിയും.

ഒരു ഡ്രീം ടീം കെട്ടിപ്പടുക്കുക.

ഒരു സെയിൽസ് ഫണലിന് മാർക്കറ്റ് ഡാറ്റ വിശകലനം ചെയ്യുന്നതി നേക്കാൾ കൂടുതൽ ചെയ്യാൻ കഴിയും, നിങ്ങളുടെ സെയിൽസ് ടീമുമാ യി എന്താണ് പ്രവർത്തിക്കുന്നതെന്ന് കണ്ടെത്താൻ ഇത് നിങ്ങളെ സ ഹായിക്കും.

ഏത് സെയിൽസ് കൺസൾട്ടന്റിന് ഏറ്റവും കൂടുതൽ ടെസ്റ്റ് ഡ്രൈ വുകൾ ലഭിക്കുമെന്ന് നിമിഷങ്ങൾക്കുള്ളിൽ നിങ്ങൾക്ക് കണ്ടെത്താനാ കും. ഏറ്റവും കൂടുതൽ ടെസ്റ്റ് ഡ്രൈവുകൾ വിൽപ്പനയിലേക്ക് പരിവർ ത്തനം ചെയ്യാൻ ആർക്കൊക്കെ കഴിയുമെന്നും നിങ്ങൾക്ക് കണ്ടെത്താ നാകും. നിങ്ങളുടെ ഡീലർഷിപ്പിനായി ഏറ്റവുമധികം വരുമാനം ഉണ്ടാ ക്കാൻ കഴിയുന്ന വിൽപ്പനക്കാരനെ പോലും നിങ്ങൾക്ക് കണ്ടെത്താ നാകും.

ഉദാഹരണത്തിന്:

രണ്ട് സെയിൽസ് കൺസൾട്ടന്റുമാർ സെയിൽസ് കൺസൾട്ടന്റ് എ, സെയിൽസ് കൺസൾട്ടന്റ് ബി പ്രതിമാസം ഒരേ വിൽപ്പനയാണ്.

വിശദമായ സെയിൽസ് ഫണൽ ഡാറ്റ ഉപയോഗിച്ച്, സെയിൽസ് കൺസൾട്ടന്റ് എ യ്ക്ക് കുറഞ്ഞ വിലയുള്ള വാഹനങ്ങളുമായി ഉയർ

ന്ന പരിവർത്തന നിരക്ക് ഉണ്ടെന്ന് നിങ്ങൾ കണ്ടെത്തിയേക്കാം, എന്നാൽ ഉയർന്ന വിലയുള്ള മോഡലുകൾ വിൽക്കാൻ കഴിയില്ല.

മറുവശത്ത്, സെയിൽസ് കൺസൾട്ടന്റ് ബി ക്ക് ടെസ്റ്റ് ഡ്രൈവിന്റെ കുറഞ്ഞ പരിവർത്തന നിരക്ക് ഉണ്ട്, എന്നാൽ അദ്ദേഹം നിങ്ങളുടെ ഉയർന്ന വാഹനങ്ങൾ വിൽക്കാൻ കഴിയും.

വിൽപ്പന വർദ്ധിപ്പിക്കുന്നതിന് ആവശ്യമായ ക്രമീകരണങ്ങൾ വരു ത്തുന്നതിന് ശക്തിയും ബലഹീനതയും തിരിച്ചറിയാൻ നിങ്ങളെയും നിങ്ങളുടെ സെയിൽസ് കൺസൾട്ടന്റുമാരെയും ഈ മൂല്യവത്തായ ഡാ റ്റ സഹായിക്കും.

നിങ്ങളുടെ സെയിൽസ് ടീമിനെ പരമാവധി പ്രയോജനപ്പെടുത്താൻ ഒരു സെയിൽസ് ഫണൽ ഉപയോഗിക്കുന്നു.

നിങ്ങളുടെ ഓരോ സെയിൽസ് കൺസൾട്ടന്റുകളിലെയും ശക്തിയും ബലഹീനതയും കണ്ടെത്തുന്നത് നിങ്ങളുടെ സെയിൽസ് ഫണൽ എ ളുപ്പമാക്കും. ടീമിലെ ഓരോ അംഗത്തിൽ നിന്നും പരമാവധി പ്രയോജ നപ്പെടുത്താൻ ഇത് നിങ്ങളെ അനുവദിക്കും.

ദീർഘകാലാടിസ്ഥാനത്തിൽ, സമയ ലാഭവും വിൽപ്പന വർദ്ധിപ്പിക്കു ന്നതിനും നിങ്ങളെ സഹായിക്കും.

ഖേദകരമെന്നു പറയട്ടെ, മിക്ക ഡീലർഷിപ്പുകളിലും വിൽപ്പന പ്ര ക്രിയ പോലും നടക്കുന്നില്ല. ഡീലർഷിപ്പുകൾക്ക് അവരുടെ സെയിൽ സ് ടീമിന്റെ മുഴുവൻ സാധ്യതകളും തിരിച്ചറിയാൻ ഇത് ബുദ്ധിമുട്ടാ കും.

ഉപഭോകതാക്കളിലേക്ക് നയിക്കുന്നത്

80% ലീഡുകളും വിൽപ്പനയായി മാറുന്നില്ല. അതിനർത്ഥം ധാരാളം വരുമാനം ചോർന്നൊലിക്കുന്നു എന്നാണ്.

നിങ്ങളുടെ സെയിൽസ് ഫണലിൽ എന്താണ് പ്രവർത്തിക്കുന്നത് എന്താണ് പ്രവർത്തിക്കാത്തത് എന്നിവയെ കുറിച്ചുള്ള കൃത്യമായ ഡാ റ്റ നിങ്ങളുടെ പക്കലുണ്ടെങ്കിൽ, മുമ്പ് നഷ്ടപ്പെട്ട വിൽപ്പനകളിൽ ചിലത് നിങ്ങൾക്ക് പിടിച്ചെടുക്കാൻ കഴിയും.

ശരിയായി പ്രവർത്തിക്കുന്ന ഒരു സെയിൽസ് ഫണലിന്റെ മഹത്താ യ കാര്യം അത് കാലക്രമേണ മെച്ചപ്പെടുകയും ചെയ്യുന്നു എന്നതാണ്. നിങ്ങൾക്ക് കൂടുതൽ ഡാറ്റ ലഭിക്കുന്നു, നിങ്ങൾക്ക് കൂടുതൽ വിൽപ്പന ലഭിക്കും. വിൽപ്പനയിൽ നിന്ന് നിങ്ങൾക്ക് ലഭിക്കുന്ന ഡാറ്റ കൂടുതൽ മെച്ചപ്പെടുത്താൻ നിങ്ങളെ സഹായിക്കുന്നു.

ഒരു ഉദാഹരണം ഇതാ:

നിങ്ങളുടെ വിൽപ്പനകളിൽ പലതും ഹ്രസ്വകാല ഓഫറുകളിൽ നി
ന്നാണ് വരുന്നതെന്ന് നിങ്ങൾ കണ്ടെത്തിയെന്ന് കരുതുക, തുടർന്ന്
നിങ്ങൾക്ക് ഹ്രസ്വകാല ഓഫറുകളിൽ കൂടുതൽ പരസ്യങ്ങൾ നൽകി
യാൽ ഇത് നിങ്ങളുടെ ഡീലർഷിപ്പിന് കൂടുതൽ നേട്ടങ്ങൾ കൊണ്ടുവ
രും, ഇത് കുറഞ്ഞ ചെലവിൽ കൂടുതൽ വിൽപ്പനയിലേക്ക് നയിക്കും.

ഒരു വലിയ വിൽപ്പന ഫണൽ ഉണ്ടാക്കുന്നു

ചില സെയിൽസ് മാനേജർമാരും ഡീലർഷിപ്പ് ഉടമകളും ഒരു സെ
യിൽസ് ഫണൽ എന്ന ആശയത്തിൽ നിന്ന് പിന്മാറുന്നു, കാരണം ഈ
പ്രക്രിയ വളരെ കഠിനവും സമയമെടുക്കുന്നതുമാണെന്ന് അവർ കരു
തുന്നു.

എന്നിരുന്നാലും, ഈ കാലത്തു കൂടുതൽ കമ്പനികൾ ഇതിനു പ്രാ
ധാന്യം നൽകി വരുന്നതായി കാണുന്നു.

അവിടെ നിന്ന്, ലീഡ് ജനറേഷൻ മുതൽ കൺവേർഷൻ വരെയുള്ള
സെയിൽസ് ഫണലിന്റെ എല്ലാ ഭാഗങ്ങളുടെയും ഒരു ലളിതമായ സ്നാ
പ്പ്ഷോട്ട് നിങ്ങൾക്കുണ്ട്. തിരക്കുള്ള സെയിൽസ് മാനേജർ അല്ലെങ്കിൽ
ഡീലർഷിപ്പ് ഉടമയ്ക്ക്, കാര്യക്ഷമമായ സെയിൽസ് ഫണൽ ആത്യന്തി
ക സമയ ലാഭവും ലാഭം വർദ്ധിപ്പിക്കുന്നതുമാണ്.

ഒരു സെയിൽസ് ഫണലിലെ ആദ്യ ഘട്ടങ്ങൾ

ഓരോ ബിസിനസിനും അതിന്റേതായ സവിശേഷമായ വിൽപ്പന വെ
ല്ലുവിളികൾ ഉണ്ടാകും. അതായത് ഓരോ സെയിൽസ് ഫണലും പുതു
മയുള്ളതായിരിക്കും , എന്നിരുന്നാലും, എല്ലാ വിൽപ്പന ഫണലുകളി
ലും സമാനമായ ഘട്ടങ്ങളുണ്ട്. വിൽപ്പന പ്രക്രിയയുടെ വിവിധ ഘട്ട
ങ്ങൾ ഇവിടെ കാണാം.

പൈപ്പ്ലൈനിലെ ആദ്യ ഘട്ടം ലീഡുകളാണ്. പുതിയ ഉപഭോക്താ
ക്കളെ തിരിച്ചറിയുന്നത് മുതൽ ടെസ്റ്റ് ഡ്രൈവുകൾക്കായി അന്വേഷണ
ങ്ങൾ ലഭിക്കുന്നത് വരെ ഇതിൽ ഉൾപ്പെടുന്നു. ലീഡ് ജനറേഷൻ ആശ
യങ്ങളെക്കുറിച്ച് വായിക്കുക.

മാർക്കറ്റിംഗ് പ്രവർത്തനങ്ങൾ, നിലവിലുള്ള ഉപഭോക്താക്കളെ വീ
ണ്ടും സജീവമാക്കൽ, ഷോറും വാക്ക്ഇന്നുകൾ മുതലായവ വഴിയാണ്
ലീഡ് സൃഷ്ടിക്കുന്നത്.

സാധ്യതകൾ ട്രാക്കുചെയ്യുക എന്നതാണ് അടുത്ത ഘട്ടം. ഒരു ഉപ
ഭോക്താവ് നിങ്ങളുടെ പ്രൊഡക്ടിൽ ഉള്ള താൽപ്പര്യം കാണിച്ചു കഴി

ഞ്ഞാൽ, അവരെ ഒരു ഉപഭോക്താവായി യോഗ്യനാക്കാനുള്ള സമയമാ ണിത്. ഒരു യോഗ്യതയുള്ള ഉപഭോക്താവിന് സ്ഥിരീകരിച്ച ബജറ്റ് അ ല്ലെങ്കിൽ വാങ്ങൽ താത്പര്യങ്ങളുണ്ട് .

ഈ ഘട്ടത്തിൽ, നിങ്ങളുടെ ടീം ധാരാളം വിശകലനങ്ങൾ, അവതര ണം, ടെസ്റ്റ് ഡ്രൈവിംഗ്, ചർച്ചകൾ എന്നിവയും മറ്റും ചെയ്യുന്നു. നിങ്ങ ളുടെ സാധ്യതകൾ പരമാവധി പ്രയോജനപ്പെടുത്തുന്നതിന്, ഫോളോ അപ്പ് ചെയ്ത് അവരുമായി വിശ്വാസം വളർത്തിയെടുക്കുക. നിങ്ങളുടെ ഉപഭോക്താക്കളെ നീണ്ട ഫോളോഅപ്പ് ലേക്ക് കൊണ്ട് പോയി നല്ല ലീഡ് കളയാതെ നോക്കുക .

ഈ ഘട്ടത്തിൽ, പ്രകടനങ്ങളും ഉദ്ധരണികളും നിർദ്ദേശങ്ങളും നി രീക്ഷിക്കുക. അവസരങ്ങളൊന്നും കൈവിട്ടുപോകാൻ അനുവദിക്കരുത്!

മികച്ചവയ്ക്കായി പോകുക!

സെയിൽസ് ടീമുകൾ അവരുടെ പ്രതിമാസ പ്രകടന ലക്ഷ്യങ്ങളിൽ ശ്രദ്ധ കേന്ദ്രീകരിക്കുന്നു. അതിനർത്ഥം മാസത്തിന്റെ അവസാന ആഴ് ചയിലാണ് നിങ്ങൾ ഏറ്റവും കൂടുതൽ പരിശ്രമവും പരിഭ്രാന്തിയും കാ ണുന്നത്.

നന്നായി രൂപകൽപ്പന ചെയ്ത ഒരു സെയിൽസ് ചാനൽ ഉപയോഗി ച്ച്, നിങ്ങളുടെ സെയിൽസ് ടീമിന് ലളിതമായ പ്രതിമാസ ലക്ഷ്യത്തേ ക്കാൾ കൂടുതൽ നൽകാൻ കഴിയും. കാലികമായ വിവരങ്ങൾ ഉപയോ ഗിച്ച്, ലീഡുകൾ സൃഷ്ടിക്കുന്നതിനും വിൽപ്പന അവസാനിപ്പിക്കുന്നതി നും നിങ്ങളുടെ ടീമിന് പ്രതിവാര ലക്ഷ്യങ്ങൾ നൽകാം. ഇത് നിങ്ങളു ടെ സെയിൽസ് ടീമിന് മാസത്തിലെ ഓരോ ആഴ്ചയും ലക്ഷ്യം നേ ടാൻ സഹായിക്കും .

സെയിൽസ് ടീമിന്റെ പ്രകടനം മെച്ചപ്പെടുത്തലിനുള്ള ചില മേഖ ലകൾ ഇതാ:

വിൽപനയിലേക്ക് നയിക്കുന്ന പുതിയ ലീഡുകൾ സാധാരണ എൻക്വ യറിയുടെ മുകളിൽ നിൽക്കുന്നു.

പുതിയ കാർ ഓഫറുകൾ, എക്സ്ചേഞ്ച് ഓഫറുകൾ ,കോർപ്പറേറ്റ് ഓഫറുകൾ , ലിമിറ്റഡ് ഓഫറുകൾ എന്നിവ നിലവിലുള്ള ഉപഭോക്താ ക്കളെ വീണ്ടും സജീവമാക്കുന്നു.

നിങ്ങൾക്ക് കാണാനാകുന്നതുപോലെ, ഒരു വിശദമായ സെയിൽസ് ഫണൽ ഉപയോഗിച്ച്, നിങ്ങളുടെ സെയിൽസ് ടീമിലെ ഓരോ അംഗ ത്തിനും കൂടുതൽ വിൽപ്പനയിലേക്ക് നയിച്ചേക്കാവുന്ന ദൈനംദിന

പ്രവർത്തനങ്ങൾ നൽകാം.

അവസാനമായി, ഒരു സെയിൽസ് ഫണൽ ഡാഷ്ബോർഡ് സെ
യിൽസ് മാനേജരെ മാസാവസാനം വിൽപ്പന എവിടെയാണെന്ന് ശരി
യായി പ്രവചിക്കാൻ അനുവദിക്കും.

കോൾഡ്, വാം, ഹോട്ട് എന്നിങ്ങനെ ലീഡുകളെ തരംതിരിക്കാം.

ഒരു തണുത്ത ഉപഭോക്താവ് ആറ് മാസത്തിനുള്ളിൽ തീരുമാനമെ
ടുക്കാൻ കഴിയുന്ന ഒരാളാണ്. നിങ്ങളുടെ വെബ്സൈറ്റിലേക്ക് ഇമെ
യിൽ വഴി അന്വേഷണം നടത്തുന്ന ഉപഭോക്താക്കളും ഇതിൽ ഉൾപ്പെ
ടുന്നു.

ഒന്ന് മുതൽ മൂന്നു മാസത്തിനുള്ളിൽ തീരുമാനമെടുക്കാൻ കഴിയു
ന്ന ഒരാളാണ് വാം ഉപഭോക്താവ്. ഈ പ്രതീക്ഷയ്ക്ക് നിങ്ങളുടെ ഡീ
ലർഷിപ്പിൽ ഒരു കാർ കണ്ടെത്താനാകും. എന്നിരുന്നാലും, ഈ വ്യക്തി
ഇപ്പോൾ വാങ്ങാൻ തയ്യാറല്ല അല്ലെങ്കിൽ ഒരു ട്രേഡ്ഇൻ പരിഹാരം ആ
വശ്യമായി വന്നേക്കാം.

ഒരു ഹോട്ട് ഉപഭോക്താവ് ഒരു മാസത്തിനുള്ളിൽ തീരുമാനമെടു
ക്കാൻ തയ്യാറാണ്. ഈ സാധ്യത ട്രിഗർ വലിക്കുകയും ശരിയായ ഓ
ഫർ (പുതിയ കാർ, ട്രേഡ്ഇൻ, പേയ്മെന്റ് വിശദാംശങ്ങൾ മുതലായ
വ) ഉപയോഗിച്ച് ഒരു പർചെസ് നടത്തുകയും ചെയ്യും.

ഏറ്റവും ബാലൻസ് ചെയ്തു പോകേണ്ട ഗ്രൂപ്പ് വാം ആണ് . നി
ങ്ങൾ നിരന്തരം പ്രയത്നിച്ചു ചേർക്കേണ്ടതുണ്ട്. ആ ഊഷ്മള ഉപഭോ
ക്താക്കളെ തിരിച്ചറിയാൻ ഒരു നല്ല സെയിൽസ് ഫണൽ നിങ്ങളെ സ
ഹായിക്കും.

യോഗ്യതാ ലീഡുകൾ

ഓരോ ഉപഭോക്താവിന്റെയും വ്യക്തിഗത ആവശ്യങ്ങൾ സമീപി

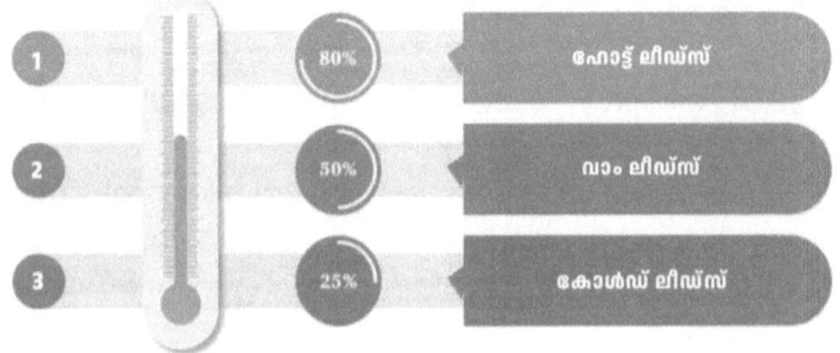

ക്കാൻ, ഒരു ഉപഭോക്തൃ യോഗ്യതാ ഫോം ഉപയോഗപ്രദമാകും. ഓരോ ഉപഭോക്താവിനെയും വിശകലനം ചെയ്യാനും മനസ്സിലാക്കാനും സെ യിൽസ് കൺസൾട്ടന്റുമാരെ ഫോം സഹായിക്കും. സാധ്യതയുള്ള ഇട പാടിന് ആവശ്യമായ എല്ലാ വിവരങ്ങളും ഈ ഫോമിൽ ഉണ്ടായിരി ക്കണം.

യോഗ്യതാ രേഖകൾക്കായി നിങ്ങൾക്ക് പ്രിന്റ് ചെയ്ത സ്പ്രെഡ് ഷീറ്റ് ഉപയോഗിക്കാം. എന്നിരുന്നാലും, ഡിജിറ്റൽ രൂപത്തിലായിരിക്കും മികച്ച ബദൽ. നിങ്ങൾക്ക് വിവരങ്ങൾ പൂരിപ്പിക്കാൻ കഴിയും, അതി നാൽ സെയിൽസ് പ്രതിനിധിക്ക് അത് എളുപ്പത്തിൽ സംരക്ഷിക്കാനും ആക്സസ് ചെയ്യാനും കഴിയും.

ഒരു സെയിൽസ് മാനേജരുടെ പങ്ക്

ടീമിലെ ഓരോ അംഗത്തെയും സെയിൽസ് ടാർഗെറ്റുകൾ മറികട ക്കുന്നതിനോ ആവശ്യമുള്ള ഫലങ്ങൾ നേടുന്നതിന് സഹായിക്കുന്ന പിന്തുണ നൽകാൻ സെയിൽസ് മാനേജർ ഉണ്ട്.

സെയിൽസ് മാനേജർക്ക്, ഒരു സെയിൽസ് ഫണൽ ഏറ്റവും പ്രധാ നപ്പെട്ട ഉപകരണമായിരിക്കും. സെയിൽസ് ഫണൽ വിജയകരമായ പ രിവർത്തനങ്ങൾ, ഡീലുകൾ, ക്രോസ്സെല്ലിംഗ്, വിൽപ്പന പ്രക്രിയയി ലെ കാലതാമസം എന്നിവ ട്രാക്ക് ചെയ്യും. ഈ ഡാറ്റ വിശകലനം ചെ യ്യുന്നത് വിൽപ്പന പ്രക്രിയയുടെ ദിശ മനസ്സിലാക്കാനും നിയന്ത്രിക്കാ നും നയിക്കാനും സെയിൽസ് മാനേജരെ സഹായിക്കുന്നു.

ഓട്ടോമോട്ടീവ് റീട്ടെ യിൽ CRM സോഫ്റ്റ്വെ യർ നിങ്ങളെ എങ്ങനെ സഹായിക്കും?

വിൽപ്പന പ്രക്രിയകൾ ദൈർഘ്യമേറിയതും പി ന്തുടരാൻ ബുദ്ധിമുട്ടുള്ള തുമാണ്. നിങ്ങളുടെ തല ച്ചോറിന് വിശ്രമം നൽകു ക, എല്ലാം കൈകാര്യം ചെയ്യുന്നതിനുള്ള പിന്തു ണ നേടുക.

പല ഓട്ടോമോട്ടീവ് സെയിൽസ് സോഫ്റ്റ് വെയർ നിങ്ങളുടെ വിൽ
പ്പനയെ കൂടുതൽ ചടുലവും മനോഹരവുമാക്കുന്നു . ഉപഭോക്തൃ അ
നുഭവം മെച്ചപ്പെടുത്താനും ഇത് സഹായിക്കുന്നു. ആവശ്യമായ എല്ലാ
ഡാറ്റയും ഒരിടത്ത് ലഭിക്കുന്നതിനാൽ നിങ്ങളുടെ സെയിൽസ് കൺ
സൾട്ടൻറുകൾ സന്തുഷ്ടരായിരിക്കും.

നിലവിലുള്ള പല ഓട്ടോമോട്ടീവ് സെയിൽസ് സോഫ്റ്റ് വെയറിൽ
വിൽപ്പനയും നിങ്ങളുടെ സെയിൽസ് ഫണലും നിയന്ത്രിക്കുന്നതിനു
ള്ള പ്രധാനപ്പെട്ട ഘടകങ്ങൾ താഴെ കൊടുക്കുന്നു :

CRM ഡാഷ്ബോർഡ്

ലീഡ് മാനേജ്മെന്റ്

ഓഫറുകൾ

ബുക്കിംഗ്

ടെസ്റ്റ് ഡ്രൈവുകൾ

യൂസ്ഡ് കാർ വിൽപ്പന

ഡേ വൈസ് റിപ്പോർട്ടുകൾ

മാസ വിൽപ്പന റിപ്പോർട്ട്

വിൽപ്പന പൈപ്പ്ലൈൻ അളക്കുന്നു

ഒരു സെയിൽസ് ഫണൽ സൃഷ്ടിക്കുന്നതിന്, പൈപ്പ്ലൈനിനുള്ള
മാനദണ്ഡം സജ്ജമാക്കുക. പൈപ്പ്ലൈനിലൂടെ എത്ര ഉപഭോക്താക്കൾ
നീങ്ങുന്നുവെന്നും അവരുടെ പരിവർത്തന നിരക്കും അളക്കാൻ നിങ്ങൾ
ക്ക് കഴിയണം.

ഇവയാണ് കെപിഐകൾ (കീ പ്രകടന സൂചകങ്ങൾ).

ഗുണപരമായ സെയിൽസ് ഫണലിനുള്ളിലെ വ്യത്യസ്ത തലങ്ങൾ
ക്കിടയിലുള്ള പരിവർത്തനം

യഥാർത്ഥ വിൽപ്പന ഫലങ്ങൾ ടാർഗെറ്റുമായി) താരതമ്യം ചെയ്യു
ന്നു (സെയിൽസ് ക്വാണ്ടിറ്റി)

പുതിയ കാർ വിൽപ്പനയിൽ പിന്തുടരേണ്ട ചില സെയിൽസ് KPI
കൾ:

പ്രതിമാസ പുതിയ ഓഫറുകൾ vs ബുക്കിംഗ്

പുതിയ ലീഡുകൾ vs റീട്ടെയിൽ സെയിൽസ്

പുതിയ ലീഡുകൾ vs ബുക്കിംഗ്

ലക്ഷ്യ നേട്ടം: ടാർഗറ്റ് vs അച്ചീവ്മെന്റ്

പുതിയ ബുക്കിങ്സ് vs റീട്ടെയിൽ സെയിൽസ്

ലീഡുകൾ vs ടെസ്റ്റ് ഡ്രൈവ്

വിൽപ്പനയുടെ പങ്ക്: റീട്ടെയിൽ വിൽപ്പനയും സാമ്പത്തിക വിൽപ്പ
നയും വർധിച്ച പരസ്യമോ വിൽപ്പനയോ പ്രവർത്തനങ്ങൾ പിന്തുടരാൻ
പൈപ്പ്ലൈൻ ഡീലർഷിപ്പിനെ സഹായിക്കും. വിജയത്തിലേക്കുള്ള
വഴി നിങ്ങൾക്കറിയാമെങ്കിൽ, നിങ്ങളുടെ ലക്ഷ്യസ്ഥാനത്ത് എത്തിച്ചേ
രുന്നത് എളുപ്പമായിരിക്കും.

വിജയത്തിലേക്കുള്ള ഒരു സെയിൽസ് ഫണൽ...

കാർ ബിസിനസ് മോഡൽ മാറുകയാണ്. നിങ്ങളുടെ ബിസിനസ്സി
നായി ഒരു ഡിജിറ്റൽ സെയിൽസ് ഫണലിന് എന്തുചെയ്യാനാകുമെന്ന്
വ്യക്തമായിരിക്കണം. ആരംഭിക്കുക മാത്രമാണ് അവശേഷിക്കുന്നത്!

അവസാനമായി, സെയിൽസ് ഫണൽ സംവിധാനം ഉപയോഗിച്ച് നി
ങ്ങളുടെ സെയിൽസ് ടീമിനെ ഉൾപ്പെടുത്തുക.

മന്ദഗതിയിലുള്ള പ്രതികരണങ്ങൾ നിങ്ങളുടെ വിൽപ്പന നഷ്ടപ്പെടു
ത്തുന്നുണ്ടോ?

ഒരു ഓൺലൈൻ അന്വേഷണത്തിന് അരമണിക്കൂറിനുള്ളിൽ പ്രതി
കരണം ലഭിച്ചാൽ 40% ഉപഭോക്താക്കളും കാർ വാങ്ങാൻ കൂടുതൽ
സാധ്യതയുണ്ടെന്ന് സമീപകാല ഗവേഷണങ്ങൾ സൂചിപ്പിക്കുന്നു, അ
തേസമയം 30% വാങ്ങുന്നവർ ഡീലർ 15 മിനിറ്റിനുള്ളിൽ പ്രതികരിക്കു
മെന്ന് പ്രതീക്ഷിക്കുന്നു.

വിജയകരമായ വിൽപ്പന പരിവർത്തനത്തിൽ പ്രതികരണ സമയം
എന്നത്തേക്കാളും നിർണായകമായതിനാൽ, ഡീലർവെബ് റിയാക്റ്റ് 100%
വെബ്ലീഡ് ക്യാപ്ചർ ഉറപ്പാക്കാൻ രൂപകൽപ്പന ചെയ്തിരിക്കുന്നു, തു
ടർന്ന് 100% വെബ്ലീഡ് പ്രതികരണം, 0% ഗ്യാപ് .

ഫലത്തിൽ എല്ലാ ഉറവിടങ്ങളിൽ നിന്നുമുള്ള വെബ്ലീഡുകളുടെ
ശേഖരണം ഓട്ടോമേറ്റ് ചെയ്യുന്നു, മികച്ച ഒരു സോഫ്റ്റ് വെയർ സെ
യിൽസ് സ്റ്റാഫിനെ പ്രൊഫഷണൽ, സ്ഥിരതയുള്ളതും വ്യക്തിഗതമാ
ക്കിയതുമായ വെബ്ലീഡ് പ്രതികരണ പ്രക്രിയയിലൂടെ നയിക്കുന്നു.

ഡീലർവെബ് റിയാക്റ്റിന്റെ പ്രത്യേകത, പൂർണ്ണമായി ഫോർമാറ്റ് ചെ
യ്ത HTML ഇമെയിൽ ടെംപ്ലേറ്റ് വഴിയോ നൂതനമായ ക്ലിക്ക് ടു കോൾ
സോഫ്റ്റ്വെയർ ഉപയോഗിച്ച് ഉപഭോക്താവിനെ നേരിട്ട് വിളിച്ചോ പ്രതി
കരിക്കാനുള്ള ഓപ്ഷനുള്ള ഒരു ബിസിനസ്സിന് നൽകുന്ന ഒരേയൊരു
സംവിധാനമാണിത്.

വേഗത്തിലുള്ള പരിവർത്തനങ്ങൾക്ക്: വിളിക്കാൻ ക്ലിക്ക് ചെയ്യുക
പരമ്പരാഗത പ്രവൃത്തി സമയങ്ങളിൽ ഡീലറിൽ നിന്ന് ഒരു കോൾ
സ്വീകരിക്കാൻ താൽപ്പര്യപ്പെടുന്നുവെന്ന് 30% ഉപഭോക്താക്കൾ പറയു

ന്നതിനാൽ, സെയിൽസ് ടീമുകൾക്ക് അവരുടെ ഡെസ്ക്ടോപ്പിൽ നിന്നോ മൊബൈലിൽ നിന്നോ ഒരു ബട്ടണിൽ ക്ലിക്കുചെയ്ത് എല്ലാ അന്വേഷ ണങ്ങൾക്കും ഉടൻ പ്രതികരിക്കാനാകും.

നിങ്ങളുടെ സെയിൽസ് ടീമിന്റെ പ്രകടനം മെച്ചപ്പെടുത്താൻ നിങ്ങൾ ആഗ്രഹിക്കുന്നുവെങ്കിൽ, കോളിന്റെ സംയോജിത കോൾ റെക്കോർഡിം ഗും തൽക്ഷണ പ്ലേബാക്കും ക്ലിക്കുചെയ്യുന്നത് ഉപഭോക്ത്യ പ്രതികര ണ വിശകലനത്തിന് നിർണായകമാണ്. എന്തിനധികം, നിങ്ങളുടെ ടീ മുകൾ എല്ലാ വിൽപ്പന അവസരങ്ങളും പരമാവധി പ്രയോജനപ്പെടുത്തു ന്നുണ്ടെന്ന് ഉറപ്പാക്കാൻ ലീഡ് റെസ്പോൺസ് ആക്റ്റിവിറ്റി വിശകല നം ചെയ്യാൻ Reactന്റെ ഓട്ടോമേറ്റഡ് ട്രാക്കിംഗ്, റിപ്പോർട്ടിംഗ് ഫീച്ചറു കൾ ഇപ്പോൾ ലഭ്യമാണ് .

കോൾ ചെയ്യാൻ ക്ലിക്ക് ചെയ്യുക ലീഡ് മാനേജുമെന്റ് സിസ്റ്റത്തിലേ ക്ക് സുഗമമായി സംയോജിപ്പിക്കുന്നു, ഇത് വേഗത്തിലുള്ള നടപടിക്രമ ങ്ങൾ പിന്തുണയ്ക്കുന്നുവെന്ന് ഉറപ്പാക്കാൻ സഹായിക്കുന്നു, വേഗത്തി ലുള്ള പരിവർത്തനങ്ങൾക്കായി വിൽപ്പന പ്രക്രിയ ഒപ്റ്റിമൈസ് ചെയ്യുന്നു.

കീപ് ഇറ്റ് സിമ്പിൾ, കീപ് ഇറ്റ് ഫാസ്റ്റ്

ഒരു പുതിയ ലീഡ് ലഭിക്കുമ്പോൾ, എല്ലാ സെയിൽസ് സ്റ്റാഫുകളും തത്സമയം ഒരു ഇമെയിൽ കൂടാതെ/അല്ലെങ്കിൽ IOS/Android മൊ ബൈൽ ആപ്പിലേക്കുള്ള പുഷ് അറിയിപ്പ് വഴി മുന്നറിയിപ്പ് നൽകുന്നു.

ആദ്യം വരുന്നവർക്ക് ആദ്യം സേവനം എന്ന അടിസ്ഥാനത്തിൽ, സെ യിൽസ് സ്റ്റാഫ് ലീഡ് 'ഗ്രാബ്' ചെയ്യുകയും ഒരു ലളിതമായ പ്രതികര ണ പ്രക്രിയയിലൂടെ നയിക്കപ്പെടുകയും ചെയ്യുന്നു. ഉപഭോക്താവിന് അറ്റാച്ച്മെന്റുകളും ലിങ്കുകളും അടങ്ങുന്ന ഒരു വ്യക്തിഗതമാക്കിയ HTML ഇമെയിൽ പ്രതികരണം ലഭിക്കുന്നു, അവരെ നിങ്ങളുടെ ബ്രാൻഡിലോ ഡീലർഷിപ്പിലോ കൂടുതൽ ഇടപഴകുകയും നിങ്ങളുടെ വെബ്സൈറ്റിൽ നിന്ന് പുറത്തുകടന്ന് മിനിറ്റുകൾക്കുള്ളിൽ അവർക്ക് മികച്ച ഒരു ഫോ ളോ അപ്പ് അനുഭവം ലഭിക്കുകയും ചെയ്യുന്നു.

എന്താണ് എൻക്വയറി മാനേജ്മെന്റ് സിസ്റ്റം?

ആദ്യകാലങ്ങളിൽ, ധാരാളം കമ്പനികൾ അവരുടെ ഇൻകമിംഗ് ഉപ ഭോക്താക്കളെക്കുറിച്ചുള്ള വിവരങ്ങൾ ഫയലുകളിൽ സൂക്ഷിക്കും. അ വർ ആരൊക്കെയാണ്, അവർ എവിടെ നിന്നാണ് വന്നത്, അവർ നിങ്ങ ളുടെ ഓർഗനൈസേഷനുമായി എങ്ങനെ ഇടപഴകി എല്ലാം വ്യത്യസ് ത രേഖകളായി അല്ലെങ്കിൽ ട്രാക്കിംഗ് ഷീറ്റുകളായി സൂക്ഷിച്ചു.

സെയിൽസ് ട്രാക്കിംഗ് ടീമിന്റെ രേഖകൾ, സെയിൽസ് ഇൻവോയ്സു കൾ തുടങ്ങിയവ.

എന്നാൽ ബിസിനസ്സ് വളരുന്നതിനനുസരിച്ച്, ഈ വിവരങ്ങൾ ഒരു പ്രത്യേക സംവിധാനത്തിൽ സംഭരിച്ചില്ലെങ്കിൽ അത് കൂടുതൽ ബുദ്ധി മുട്ടാണ്. നിങ്ങളുടെ ഉപഭോക്താക്കൾ എവിടെ നിന്നാണ് വരുന്നതെന്നും അവരുമായി നിങ്ങൾ എങ്ങനെ ബന്ധപ്പെടണം എന്നും നിങ്ങളെ ബന്ധ പ്പെടാൻ അവരെ പ്രോത്സാഹിപ്പിക്കുന്ന ഉള്ളടക്കം എന്താണെന്നും ക ണ്ടെത്തുന്നത് നിങ്ങളുടെ ടീമുകൾക്ക് ബുദ്ധിമുട്ടായിരിക്കും. നിങ്ങളുടെ ടീമിലെ എല്ലാവരും അവരുമായി നടക്കുന്ന സംഭാഷണവുമായി പൊരു ത്തപ്പെടുന്നതിന് ആവശ്യങ്ങളും ആഗ്രഹങ്ങളും നിലവിലെ അവസ്ഥ യും മനസ്സിലാക്കേണ്ടതുണ്ട്. ഒരു അന്വേഷണ മാനേജ്മെന്റ് സിസ്റ്റം പരിഹരിക്കാൻ രൂപകൽപ്പന ചെയ്തിരിക്കുന്ന പ്രശ്നങ്ങളാണ് ഇവ.

ലളിതമായി പറഞ്ഞാൽ, നിങ്ങളുടെ മുൻനിരയിൽ പ്രവർത്തിക്കുന്ന ഒരു ഓട്ടോമേറ്റഡ് സോഫ്റ്റ് വെയർ ആണ് അന്വേഷണ മാനേജ്മെന്റ് സിസ്റ്റം, അതിനാൽ ഓരോ പുതിയ അന്വേഷണവും അത് അർഹിക്കു ന്ന ശ്രദ്ധയോടെ കൈകാര്യംചെയ്യാൻ ഉപകരിക്കുന്നു. അന്വേഷണങ്ങൾ ലോഗിൻ ചെയ്യുകയും ട്രാക്ക് ചെയ്യുകയും വ്യവസ്ഥാപിതമായി നിയ ന്ത്രിക്കുകയും ചെയ്യുന്നു, അതുവഴി സെയിൽസ് ടീമുകൾക്ക് നടപടി യെടുക്കാനാകും. അന്വേഷണങ്ങൾ എങ്ങനെ കൈകാര്യം ചെയ്യപ്പെടു ന്നു എന്നതിനെക്കുറിച്ചുള്ള ഒരു വിദഗ്ധ വീക്ഷണവും ഇത് മാനേജ് മെന്റിന് നൽകുന്നു, അതിനാൽ അവർക്ക് വിൽപ്പന പ്രകടനം നന്നായി പ്രവചിക്കാൻ കഴിയും.

തൽഫലമായി, ഓരോ തവണയും നിങ്ങളുടെ കാൽ മുന്നോട്ട് വെ ക്കുന്നത് ഉറപ്പാക്കുക മാത്രമല്ല, അന്വേഷണങ്ങൾ വിള്ളലുകളിലൂടെ വീ ഴാനുള്ള സാധ്യത ഇല്ലാതാക്കുകയും ചെയ്യുന്നു. ഇതുവഴി, കൂടുതൽ വിവരങ്ങൾ അഭ്യർത്ഥിക്കുന്ന എല്ലാവരേയും നിങ്ങൾക്ക് ശരിയായി കൈ കാര്യം ചെയ്യാനും പിന്തുടരാനും കഴിയും, നിങ്ങളുടെ സെയിൽസ് കാ ര്യക്ഷമമമാക്കാൻ നിങ്ങൾക്ക് കൂടുതൽ അവസരങ്ങൾ നൽകുന്നു.

1. ഒരിക്കലും ഒരു ലീഡ് നഷ്ടപ്പെടുത്തരുത്.

നിങ്ങൾക്ക് അന്വേഷണങ്ങൾ ലഭിക്കുമ്പോൾ, നിങ്ങളുടെ അന്വേഷ ണ മാനേജ്മെന്റ് സോഫ്റ്റ് വെയർ നിങ്ങൾക്ക് ആവശ്യമായ വിവര ങ്ങൾ ശേഖരിക്കുന്നതിനും ഉപയോഗയോഗ്യമായ ഒരു ഫോർമാറ്റിലേ ക്ക് മാറ്റുന്നതിനും സഹായിക്കുന്നു. ഓരോ ലീഡും ഒരേ ചിട്ടയായ

പ്രക്രിയ പിന്തുടരുകയും സ്ഥിരമായ അനുഭവം നേടുകയും ചെയ്യുന്നു, അതിനാൽ മോശമായ അനുഭവം ഉണ്ടാകുന്നതിനെക്കുറിച്ച് നിങ്ങൾ വിഷമിക്കേണ്ടതില്ല.

എല്ലാറ്റിനും ഉപരിയായി, ഇൻബോക്സുകളിലും സ്പാം ഫോൾഡ റുകളിലും ഇടകലർത്തുന്നതിനുപകരം എളുപ്പത്തിൽ ആക്സസ് ചെ യ്യാവുന്ന സ്ഥലത്ത് ലീഡുകൾ ട്രാക്ക് ചെയ്യുകയും സംഭരിക്കുകയും ചെയ്യുന്നു, അതിനാൽ സാധ്യതയുള്ള ഒരു ഉപഭോക്താവുമായി ബന്ധ പ്പെടാനുള്ള അവസരം നിങ്ങൾക്ക് ഒരിക്കലും നഷ്ടമാകില്ല.

2. ശരിയായ വിൽപ്പനക്കാരനുമായി സംവദിക്കുന്നത്

ഒരു പഠനമനുസരിച്ച്, 70% ഉപഭോക്താക്കളും അവരുടെ അന്വേഷ ണത്തോട് ആദ്യം പ്രതികരിക്കുന്ന കമ്പനിയിൽ നിന്ന് വാങ്ങുന്നു. അ തിനാൽ, നിങ്ങൾ വേഗത്തിൽ ഒരു സെയിൽസ് പ്രതിനിധിയെ കണ്ടെ ത്തി നിയമിക്കേണ്ടതുണ്ട്. അവിടെയാണ് സെയിൽസ് ഓട്ടോമേഷൻ ഒരു പ്രധാന പങ്ക് വഹിക്കുന്നത്.

സെയിൽസ് ലീഡ് ഓട്ടോമേഷൻ സോഫ്റ്റ് വെയറിന്റെ ഒരു പ്രധാ ന നേട്ടം, ലീഡ് പരിവർത്തനം ചെയ്യാനുള്ള മികച്ച സ്ഥാനത്തുള്ള വിൽ പ്പനക്കാരനുമായി ലീഡുകൾ ജോടിയാക്കാനുള്ള കഴിവാണ്. അന്വേഷ ണ മാനേജ്മെന്റ് സോഫ്റ്റ് വെയ്റിന് ഓരോ ലീഡിനെയും തിരിച്ചറി യാനും തരംതിരിക്കാനും അടുത്ത ഘട്ടത്തിനായി അവരെ ശരിയായ വ്യക്തിയിലേക്ക് നയിക്കാനും കഴിയും.

ഒപ്റ്റിമൽ അനുഭവം നൽകാൻ ആഗ്രഹിക്കുന്ന സെയിൽസ് ടീമു കൾക്ക് ലീഡ് വിതരണം അത്യാവശ്യമാണ്. സാധ്യതയുള്ള ഉപഭോ ക്താവിന് ഇത് എളുപ്പമാണ്, കാരണം അവർക്ക് തുടക്കം മുതൽ അവ രുടെ ആവശ്യങ്ങൾ മനസ്സിലാക്കുന്ന ഒരു സെയിൽസ് എക്സിക്യൂട്ടീവുമാ യി പ്രവർത്തിക്കാൻ കഴിയും. കൂടാതെ, സാധ്യത കുറഞ്ഞ ലീഡുകൾ ക്കു വേണ്ടി സമയം പാഴാക്കുന്നതിനുപകരം , കൈകാര്യം ചെയ്യാൻ യോഗ്യതയുള്ള ലീഡുകളുമായി പ്രവർത്തിക്കാൻ വിൽപ്പനക്കാർക്ക് കൂ ടുതൽ സമയം ചെലവഴിക്കാനാകും.

3. മികച്ച ഉപഭോക്തൃ സേവനം നൽകുക.

ഉപഭോക്തൃ അനുഭവം വിൽപ്പന യാത്രയുടെ ഏറ്റവും നിർണായക മായ ഭാഗമാണ്. ഒരു മികച്ച പ്രോഡക്റ്റ് ഉപയോഗിച്ച് പോലും, ഉപഭോ ക്താക്കൾക്ക് അസംഘടിതമെന്ന് തോന്നുന്ന അല്ലെങ്കിൽ ഉപഭോക്താ വിന്റെ ആവശ്യങ്ങൾക്ക് അനുയോജ്യമല്ലാത്ത ഒരു കമ്പനിയിൽ വിശ്വാ

സം നഷ്ടപ്പെട്ടേക്കാം.

ഒരു നല്ല ഉപഭോക്തൃ അനുഭവം കൂടുതൽ വിശ്വാസത്തിലേക്ക് ന യിക്കുമെന്നും ഉപഭോക്താവ് നിങ്ങളെ ഒരു സുഹൃത്തിനോ കുടുംബാം ഗത്തിനോ ശുപാർശ ചെയ്യാനുള്ള സാധ്യത വർദ്ധിപ്പിക്കുമെന്നും പറയ പ്പെടുന്നു.

അന്വേഷണങ്ങൾ കൈകാര്യം ചെയ്യുന്നതിന്റെ ഒരു വലിയ നേട്ടം, അത് നിങ്ങളുടെ ഉപഭോക്താക്കളെ സംബന്ധിച്ച വിലപ്പെട്ട വിവരങ്ങളി ലേക്ക് ആക്സസ് നൽകുന്നു എന്നതാണ്. 40% ബിസിനസ്സുകളും പറ യുന്നത്, തങ്ങളുടെ മിക്ക ലീഡുകൾക്കും നിരവധി സ്വാധീനമുള്ളവരു മായി 'ലോംഗ് സൈക്കിൾ' പരിപോഷിപ്പിക്കേണ്ടതുണ്ട്. നിങ്ങളുടെ ലീ ഡുകളെ പരിപോഷിപ്പിക്കുന്നതിന് നിങ്ങൾ എത്രമാത്രം ജോലി ചെയ്യ ണമെന്ന് ഇത് കാണിക്കുന്നു. അവരുടെ മുൻഗണനകൾ, അവരുടെ ശ്രീ ലങ്ങൾ മുതലായവ. അവരുമായി ബന്ധപ്പെടാൻ നിങ്ങൾ ഏത് തരത്തി ലുള്ള ആശയവിനിമയമാണ് ഉപയോഗിക്കേണ്ടത്, അവർക്ക് എന്ത് ലി ങ്കുകൾ പിന്തുടരാം, അവർക്ക് താൽപ്പര്യമുള്ള ഉൽപ്പന്നം എന്നിവ നി ങ്ങൾക്ക് നിർണ്ണയിക്കാനാകും. ഇത് അവരെ നന്നായി മനസ്സിലാക്കാൻ നിങ്ങളെ സഹായിക്കും കൂടാതെ നിങ്ങൾക്ക് മികച്ച ടാർഗെറ്റുചെയ്യൽ കാമ്പെയ്നുകൾ സൃഷ്ടിക്കുക, മാർക്കറ്റിംഗ് തന്ത്രങ്ങൾ, എല്ലാം, ഒരു മി കച്ച ഉപഭോക്തൃ അനുഭവം ആയി മാറ്റിയെടുക്കാൻ സാധിക്കും.

കൂടാതെ, അന്വേഷണങ്ങൾ ശരിയായി കൈകാര്യം ചെയ്യുന്നത്, സ മയബന്ധിതമായ പ്രതികരണങ്ങൾ നൽകിക്കൊണ്ട് മോശം ഉപഭോക്തൃ അനുഭവം ഒഴിവാക്കാൻ സഹായിക്കും, ഒരു പ്രധാന ലീഡ് ഒരിക്കലും അവഗണിക്കരുത്. നിങ്ങൾക്ക് നിങ്ങളുടെ ലീഡ് ഇടപെടലുകൾ ട്രാക്ക് ചെയ്യാനും നിങ്ങളുടെ സെയിൽസ് ഫണലിലേക്ക് കൂടുതൽ വ്യക്തമാ യ വിൽപ്പന പ്രക്രിയയിൽ ഒരു ലീഡ് എവിടെയാണെന്ന് കൃത്യമായി അറിയാനും കഴിയും.

നിങ്ങളുടെ ഉപഭോക്താക്കൾക്കായി ഒരു വ്യക്തിഗത സേവനം സൃ ഷ്ടിക്കുന്നത് അവരുമായുള്ള ദീർഘകാല ബന്ധത്തിന്റെ താക്കോലാണ്. ഉപഭോക്തൃ ഡാറ്റ നിങ്ങളുടെ ക്ലയന്റുകളെ കുറിച്ച് മികച്ച ധാരണ നൽ കുന്നതിനാൽ അവരുടെ ആവശ്യങ്ങളും നന്നായി മനസിലാക്കാനും നി റവേറ്റാനും നിങ്ങൾക്ക് കഴിയും.

4. മെച്ചപ്പെട്ട വിൽപ്പന പ്രൊജക്ഷനുള്ള ലീഡുകൾ ട്രാക്ക് ചെ യ്യുക

സെയിൽസ് ലീഡർമാർ ക്ലോസ് ചെയ്യുന്ന ഡീലുകളിൽ മാത്രമല്ല,

വിൽപ്പന പൈപ്പ്ലൈനിൽ മറ്റെന്താണ് ഉള്ളതെന്ന് അറിയാനും അവർ ആഗ്രഹിക്കുന്നു. ബിസിനസ്സ് തീരുമാനങ്ങൾ എടുക്കുമ്പോൾ, പ്രത്യേ കിച്ച് ബജറ്റ് ആവശ്യങ്ങൾ കണക്കിലെടുക്കുമ്പോൾ പ്രവചനം അത്യാ വശ്യമാണ്. ഓരോ ദിവസവും എത്ര അന്വേഷണങ്ങൾ വരുന്നു, ഫണ ലിലെ അവരുടെ സ്റ്റാറ്റസ്, ഓരോന്നിനും എത്രമാത്രം മൂല്യമുണ്ടെന്ന് അറിയുന്നതിനും തുടർന്നങ്ങോട്ട് സജ്ജീകരിക്കാനും വാങ്ങുന്ന തീരു മാനങ്ങൾ എടുക്കാനും ക്ലൈന്റുമായി മികച്ച രീതിയിൽ ആശയവിനിമ യം നടത്താനും സഹായിക്കും.

അതിലും നിർണായകമായ കാര്യം, ഈ ലീഡുകൾ എവിടെ നിന്നാ ണ് വരുന്നതെന്ന് കണ്ടെത്തുക എന്നതാണ്. ഏതൊക്കെ കാമ്പെയ്നു കൾ അല്ലെങ്കിൽ പരസ്യങ്ങൾക്കാണ് ഏറ്റവും കൂടുതൽ ഇടപെടലുകൾ ലഭിക്കുന്നത്, ഏത് കീവേഡുകളെ ചുറ്റിപ്പറ്റിയുള്ള പരസ്യങ്ങൾ, ഏതു തരം ഇമേജുകൾ, ഏത് പ്ലാറ്റ്ഫോമിലാണ് കൂടുതൽ ഇടപഴകുന്നത് എ ന്നിവ തിരിച്ചറിയാൻ നിങ്ങൾക്ക് സമഗ്രമായ റിപ്പോർട്ടിംഗ് ടൂളുകൾ ആ വശ്യമാണ്. നിങ്ങൾ കൂടുതൽ പണം നിക്ഷേപിക്കേണ്ട സ്ഥലങ്ങളും നിക്ഷേപം നിർത്തേണ്ട സ്ഥലങ്ങളും തിരിച്ചറിയാൻ ഇത് നിങ്ങളെ സ ഹായിക്കും.

5. വിൽപ്പനയിലെ കാര്യക്ഷമത വർദ്ധിപ്പിക്കുക.

ഒരു സെയിൽസ് ഹെഡ് എന്ന നിലയിൽ, നിങ്ങൾ ഒരു കമ്പനി യിൽ ഇടപെടുന്നതിന് ഒരു പൊതു സമീപനം സ്ഥാപിക്കാൻ നിങ്ങൾ ആഗ്രഹിക്കുന്നു എങ്കിൽ, ഈ പൊതു പ്രക്രിയ ഒരു ഏകപക്ഷീയമായ രീതി ആയിരിക്കരുത്, എന്നാൽ നിങ്ങളുടെ കമ്പനിക്ക് വേണ്ടി ഇതിന കം തന്നെ മികച്ച രീതിയിൽ പ്രവർത്തിക്കുന്ന ഒന്നാണ് നിങ്ങൾ തേടേ ണ്ടത് . നിങ്ങളുടെ മികച്ച സെയിൽസ് പ്രതിനിധികൾ എന്താണ് ചെയ്യു ന്നതെന്ന് പരിശോധിക്കുകയും അതിനനുസരിച്ച് നിങ്ങളുടെ സിസ്റ്റത്തി ലെ എല്ലാ പ്രതിനിധികൾക്കും ഒരു ഓട്ടോമേറ്റഡ് തന്ത്രം സൃഷ്ടിക്കുക യും ചെയ്യുക. ഇത് ഒരു സാധ്യതയുള്ള ഉപഭോക്താവിനെ പരിവർത്ത നം ചെയ്യാനുള്ള സാധ്യത വർദ്ധിപ്പിക്കും, അതാകട്ടെ, നിങ്ങളുടെ ബി സിനസിനെ സഹായിക്കുകയും ചെയ്യും. നിങ്ങളുടെ സെയിൽസ് ടീമി ന്റെ പ്രകടനം പരിശോധിക്കാനും ഇത് നിങ്ങളെ സഹായിക്കും.

എൻക്വയറി മാനേജുമെന്റ് സിസ്റ്റങ്ങൾ പൂർണ്ണമായും ഓട്ടോമേറ്റഡ് ആണ്, നിങ്ങളുടെ സെയിൽസ് ടീമുകൾക്ക് കുറച്ച് ഹാൻഡ്ഓൺ ടാ സ്ക്കുകൾ നൽകുന്നു, അതിനാൽ അവർക്ക് വിൽപ്പനയിൽ മാത്രം

ശ്രദ്ധ കേന്ദ്രീകരിക്കാൻ കഴിയും. ഉൽപ്പാദനക്ഷമത അതിന്റെ ഉന്നതി
യിൽ നിലനിർത്തുന്നതിന് ഇന്റർഫേസുകൾ സാധാരണയായി ഉപയോ
ക്തൃസൗഹൃദമാണ്. കൂടാതെ, ഊഹക്കച്ചവടമില്ലാതെ അവർക്ക് അവ
രുടെ ഏറ്റവും പ്രധാനപ്പെട്ട ലീഡുകളും അന്വേഷണങ്ങളും തിരിച്ചറി
യാൻ കഴിയും, അതിനാൽ അവരുടെ മികച്ച അവസരങ്ങൾ എവിടെയാ
ണെന്ന് മനസ്സിലാക്കി പ്രവർത്തിക്കാൻ സാധിക്കും.

33. കാർ വിൽപ്പനയിൽ വിജയിക്കാൻ 70 കാര്യങ്ങൾ

1. സുഹൃത്തുക്കളെ ഉണ്ടാക്കാൻ അല്ല ; നിങ്ങൾ കാറുകൾ വിൽ
ക്കാൻ ആണ് വന്നിട്ടുള്ളത് . നിങ്ങളുടെപ്രോഡക്റ്റ് മുഴുവനായും പഠി
ക്കുക. മിക്ക ഉപഭോക്താക്കൾക്കും നിങ്ങളേക്കാൾ കൂടുതൽ അറിയാം,
പഠിക്കാൻ തയ്യാറാകൂ.

2. നിങ്ങളുടെ ഗ്രൗണ്ട് മത്സരം എന്നിവയെക്കുറിച്ച് ബോധവാന്മാരാ
യിരിക്കുക. വസ്തുനിഷ്ഠമായിരിക്കുക. നിങ്ങൾ ബിസിനസ്സ് ആവശ്യ
പ്പെടുന്നില്ലെങ്കിൽ, ഉപഭോക്താവ് അത് നിങ്ങൾക്ക് നൽകില്ല. ചോദിക്കു
ക.

3. നിങ്ങൾ ഒരു കാർ ടെസ്റ്റ് ഡ്രൈവ് ചെയ്യുമ്പോൾ; താക്കോലും കാ
റും ശരിയായ സ്ഥലത്ത് തിരികെ വയ്ക്കുക. നിങ്ങളുടെ സഹപ്രവർ
ത്തകർ നിങ്ങളെ ബഹുമാനിക്കും . കൂടുതൽ കേൾക്കുക, കുറച്ച് സം
സാരിക്കുക.

4. നിങ്ങൾ എത്രത്തോളം വിൽക്കാൻ ശ്രമിക്കുന്നുവോ അത്രയും
കുറവ് നിങ്ങൾ വിൽക്കും. മനസ്സിലാക്കാൻ ശ്രമിക്കുന്തോറും വിൽപ്പന
നടക്കും. നന്നായി ചെയ്ത ജോലിയുടെ പാർശ്വഫലമാണ് വിൽപ്പന.നി
ങ്ങളുടെ ഉപഭോക്താക്കളെ എത്രത്തോളം മനസ്സിലാക്കാൻ നിങ്ങൾ ശ്ര
മിക്കുന്നുവോ അത്രയധികം അവർ നിങ്ങളുമായി ഇടപെടാൻ ആഗ്രഹി
ക്കുന്നു.

5. നിങ്ങളുടെ ഉപഭോക്താക്കളെ ശ്രദ്ധിക്കുക, അവർക്കു കാർ എ
ങ്ങനെ വിൽക്കാമെന്ന് അവർ നിങ്ങളോട് പറയാതെ പറയും. നിങ്ങൾ
സമയം ചെലവഴിച്ചില്ലെങ്കിൽ, നിങ്ങൾക്ക് റിസൾട്ട് ലഭിക്കില്ല.

6. ആ ഫോൺ കോളുകൾ ചെയ്യുക. അത് വളരെ പ്രധാനപെട്ടതാ
ണ്. കോൾ ലിസ്റ്റുകൾ വളരെ പ്രധാനമാണ്, നിങ്ങളുടെ കഴിവുകൾ വി
കസിപ്പിക്കുന്നതിന് അവ ഉപയോഗിക്കുക.

7. ഇന്റർനെറ്റ് ലീഡുകൾ 5 മിനിറ്റിനുള്ളിൽ പ്രതികരിക്കണം, നിങ്ങൾ

ക്ക് കഴിയുന്നില്ലെങ്കിൽ, വിഷമിക്കേണ്ട. മറ്റാരെങ്കിലും അവരെ കൈകാ
ര്യം ചെയ്യട്ടെ. മികച്ച വില ലഭിക്കേണ്ടത് ഉപഭോക്താവിൽ നിന്നാണ്, നി
ങ്ങളിൽ നിന്നല്ല . നിങ്ങൾ എന്ത് വില നൽകിയാലും പ്രശ്നമില്ല, ഉപ
ഭോക്താവ് കേൾക്കാൻ ആഗ്രഹിക്കുന്നത് ഇതല്ലെങ്കിൽ, നിങ്ങൾക്ക് ഒരി
ക്കലും അവർക്ക് ഒരു കാർ വിൽക്കാൻ കഴിയില്ല.

8. നിങ്ങൾ ജോലിയിലായിരിക്കുമ്പോൾ, ജോലി ചെയ്യുക. പുകവലി
ഉപേക്ഷിക്കുക, കാരണം അത് നിങ്ങളെ കൊല്ലും എന്നതിനാൽ മാത്രമ
ല്ല, ഉപഭോക്താക്കൾക്ക് അത് നിങ്ങളുടെ മണമുള്ളതിനാൽ കൂടിയാ
ണ്. ഇത് നല്ലതല്ല.

9. ഒരു ഡെപ്പോസിറ്റ് ഇല്ലാതെ, നിങ്ങൾക്ക് ഒരു വിൽപ്പനയും ഇല്ല.
ശരിക്കും.ഉപഭോക്താവ് ഇഷ്ടപ്പെടാതെ, നിങ്ങൾക്ക് ഒരു വിൽപ്പനയും ഉ
ണ്ടാകില്ല. ശരിക്കും.

10. ഫോണിലൂടെ കാറുകൾ വിൽക്കുന്നത് നിങ്ങളെയോ ഉപഭോക്താ
വിനെയോ സഹായിക്കില്ല. ഓർക്കുക. നിങ്ങളുടെ ഓഫീസിനെ പിന്തു
ണയ്ക്കുക; അവർ നിങ്ങളുടെ കരാറുകൾ അംഗീകരിച്ചു. അവർ നിങ്ങ
ളുടെ ഏറ്റവും വലിയ സഖ്യകക്ഷികളാണ്.

11. നിങ്ങൾ വളരെ അടുപ്പമുള്ള ഒരാൾക്ക് ആണ് ഒരു കാർ വിൽക്കു
ന്നതെങ്കിൽ , എക്സ്റ്റെൻഡഡ് വാറന്റി ഇല്ലാതെ അവരെ പോകാൻ
അനുവദിക്കരുത്. ദീർഘകാലാടിസ്ഥാനത്തിൽ അവർ നിങ്ങളോട് നന്ദി
പറയും. നിങ്ങൾ ഒരു സുഹൃത്തിനോ കുടുംബാംഗത്തിനോ ഒരു കാർ
വിൽക്കുകയാണെങ്കിൽ, അവരെ ശരിയായ രീതിയിൽ മനസ്സിലാക്കി കൊ
ടുത്തുകൊണ്ട്, അവർ തന്നെ ഡിമാൻഡ് ചെയ്യുന്നതിലേക്കു കാര്യങ്ങൾ
എത്തിക്കുക.

12. നിങ്ങളുടെ സെയിൽസ് മീറ്റിംഗുകൾക്കായി വൈകരുത്, ഇത് അ
നാദരവാണ്, മാനേജർമാർ ഇത് ഗൗരവമായി എടുക്കുന്നു. നിങ്ങളൊരു
സെയിൽസ് മാനേജർ ആണെങ്കിൽ, നിങ്ങളുടെ സ്വന്തം മീറ്റിംഗിൽ ഒരി
ക്കലും വൈകി വരരുത്. ഇത് ലജ്ജാകരമാണ്.

13. നിങ്ങളുടെ ക്ലോസിംഗ് റേഷ്യോ അറിയുക. ഇത് ബിസിനസിനെ
കുറിച്ചുള്ള നിങ്ങളുടെ കാഴ്ചപ്പാട് മാറ്റും. നിങ്ങൾ ചർച്ചകൾ ആരംഭി
ക്കുന്നതിന് മുമ്പ് നിങ്ങളുടെ ഉപഭോക്താവിന്റെ പേര് അറിയുക. നിങ്ങൾ
ക്ക് പഠിക്കാൻ കഴിയുന്ന ഏറ്റവും മൂല്യവത്തായ കാര്യങ്ങളിൽ ഒന്നാ
ണിത്.

14. ഉപഭോക്താവ് ഒരു കാർ വാങ്ങുന്നതിന്റെ കാരണം ചോദിക്കുക, അത് എന്ത് വിൽക്കണം എന്ന് മാത്രമല്ല, അവരെ എങ്ങനെ പരിപാലി ക്കണം എന്നുള്ളതും കൊണ്ട് കൂടിയാണ് ...

15. നിങ്ങളുടെ ഉപഭോക്താക്കളോട് സത്യം പറയുക. ഇത് എളുപ്പമാ ണ്, അവർ അത് വിലമതിക്കും.

16. നിങ്ങളുടെ സഹപ്രവർത്തകരെ ബഹുമാനിക്കുക, അവരുടെ വ്യ ക്തിഗത ചിന്തകളെ ബഹുമാനിക്കുക, ഇത് നിങ്ങളെ വളരെയധികം പ്രശ്നങ്ങളിൽ നിന്ന് രക്ഷിക്കും. ഏത് സാഹചര്യത്തിലും, അവരോട് സംസാരിക്കാൻ തയ്യാറാവുക . നിങ്ങളുടെ അകലം പാലിക്കുക.

17. റിസപ്ഷൻ ഡെസ്കിൽ നിന്ന് മാറി നിൽക്കുക, നിങ്ങൾക്ക് ഒരു കാർ വിൽക്കാൻ കഴിയാത്ത ഷോറൂമിലെ ഏറ്റവും സാധ്യതയുള്ള ര ണ്ടാമത്തെ വ്യക്തിയാണ് റിസപ്ഷനിസ്റ്റ്.

18. നിങ്ങൾക്ക് ഒരിക്കലും ഒരു കാർ വിൽക്കാൻ കഴിയാത്ത ഡീലർ ഷിപ്പിലെ ഒന്നാം നമ്പർ വ്യക്തി മറ്റൊരു വിൽപ്പനക്കാരനാണ്, അതി നാൽ, നിങ്ങളുടെ മുഴുവൻ സമയവും നിങ്ങളുടെ സഹ വിൽപ്പനക്കാ രോട് സംസാരിക്കരുത്!

19. നിങ്ങൾ എത്ര നിരുത്തരവാദപരമായിരുന്നുവെന്ന് കാണിക്കാന ല്ല, നിങ്ങളുടെ ബിസിനസ്സ് വളർത്താൻ നിങ്ങളുടെ സോഷ്യൽ മീഡിയ ഉപയോഗിക്കുക.

20. നിങ്ങൾ യഥാർത്ഥത്തിൽ അസുഖമുള്ളവരായിരിക്കുമ്പോൾ നി ങ്ങളുടെ അസുഖ ദിനങ്ങൾ സംരക്ഷിക്കുക. നിങ്ങൾ അത് എപ്പോഴാ ണ് ഉണ്ടാക്കുന്നതെന്ന് ചിന്തിക്കുക .

21. ഹാംഗ് ഓവർ ആകുന്നത് വൈകുന്നതിനോ രോഗികളെ വിളി ക്കുന്നതിനോ ഒരു കാരണമല്ല. നിങ്ങളുടെ സഹപ്രവർത്തകരെ ചൂഷ ണം ചെയ്യരുത്; നിങ്ങൾ വിചാരിക്കുന്നതിലും വളരെ വേഗത്തിൽ അത് നിങ്ങളിലേക്ക് മടങ്ങിവരും.

22. ഒരു പ്ലാൻ ഉണ്ടാക്കുക. അടുത്ത ആൾ വരുന്നതും കാത്ത് വാതി ലിനോട് ചേർന്ന് നിൽക്കരുത്. ഷോറൂമിലെ ഏറ്റവും വിശ്വസനീയമല്ലാ ത്ത വരുമാന മാർഗ്ഗമാണ് വാതിൽ.

23. കാറുകൾ വിൽക്കുന്നതിനുള്ള ഏറ്റവും വിശ്വസനീയമായ സ്ഥല മാണ് നിങ്ങളുടെ കസ്റ്റമർ വെയ്റ്റിംഗ് ഏരിയ . അവർ ഇതിനകം നിങ്ങ ളുടെ ഉപഭോക്താക്കളാണ്, അവർ നിങ്ങളുടെ ഡീലർഷിപ്പിനെ വിശ്വ സിക്കുന്നു. കസ്റ്റമർ ഫ്രണ്ട്ലി മാർഗം ഉപയോഗിക്കുക .

24. നിങ്ങളുടെ ഉപഭോക്താവിൽ നിന്ന് നിങ്ങൾക്ക് കഴിയുന്നത്ര വിവ

രങ്ങൾ നേടുക, അത് നിങ്ങളുടെ ഡിഎംഎസിലേക്ക് നൽകുക, നിങ്ങൾ കൂടുതൽ എഴുതുകയും അവർ മടങ്ങിവരുമ്പോൾ നിങ്ങൾ കുറച്ച് ഓർമ്മിക്കുകയും ചെയ്യും. കൂടാതെ, മറ്റൊരാൾ നിങ്ങളെ പിന്തിരിപ്പിക്കുന്നതിൽ നിന്ന് ഇത് നിങ്ങളെ സംരക്ഷിക്കുന്നു.

25. നിങ്ങളുടെ ഉപഭോക്തൃ വിവരങ്ങൾ സിസ്റ്റത്തിൽ ഇല്ലെങ്കിൽ, ഉപഭോക്താവ് നിങ്ങളുടേതല്ല. ക്ഷമിക്കണം. ഉപഭോക്താക്കൾ നിങ്ങളുടേതല്ല, അവർ ഡീലർഷിപ്പിന് അവകാശപ്പെട്ടതാണ്. ഒരു ഉപഭോക്താവിനോട് സംസാരിക്കുന്നത് ഒരു പ്രത്യേകാവകാശമാണ്, അവകാശമല്ല. നിങ്ങളുടെ അവകാശത്തെ മാനിക്കുക.

26. നിങ്ങളുടെ മാനേജർ നിങ്ങളെ ഉൾക്കൊള്ളുന്നില്ലെങ്കിൽ , ഒരു മികച്ച സ്റ്റോർ കണ്ടെത്തുക. നിങ്ങളെ പിന്തുണയ്ക്കാനും നിങ്ങളെ പരിശീലിപ്പിക്കാനും നിങ്ങളെ സഹായിക്കാനും കഴിയുന്ന ആൾക്കാർ ഉള്ള സ്ഥലം കണ്ടെത്തുക .

27. നിങ്ങളുടെ കഴിവുകൾ വികസിപ്പിക്കുന്നതിൽ തുടരാൻ നിങ്ങൾ വളരെ നല്ലവനാണെന്ന് ഒരിക്കലും കരുതരുത്. യാത്രയിൽ എപ്പോഴും ഒരു നല്ല പുസ്തകം സൂക്ഷിക്കുക. സ്വയം വികസന പുസ്തകങ്ങൾ നിങ്ങളുടെ സുഹൃത്തുക്കളാണ്; അവർ നിങ്ങളെ സംസാരിക്കാൻ കൂടുതൽ രസകരമാക്കുകയും ചെയ്യും.

28. നിങ്ങളുടെ സഹ വിൽപ്പനക്കാരിൽ നിന്ന് പഠിക്കുക. എല്ലാവരും നിങ്ങളെക്കാൾ മികച്ചവരാണ്, അതിൽ നിന്ന് നിങ്ങൾ പഠിക്കണം. നിങ്ങൾ വിജയിച്ചുതുടങ്ങിയാൽ, വിനയാന്വിതരായി തുടരുക. നിങ്ങൾ എവിടെ നിന്നാണ് വന്നതെന്ന് മറക്കരുത്.

29. നിങ്ങളുടെ സഹപ്രവർത്തകന് ഒരു മാതൃകയായിരിക്കുക.നിങ്ങൾ ഒരു അത്ഭുതകരമായ ജോലി ചെയ്താൽ, പ്രമോഷനുകൾ വരും. നിങ്ങൾ ഒരെണ്ണം ചോദിക്കേണ്ടതില്ല. സത്യത്തിൽ നിങ്ങൾ ചോദിച്ചാൽ, ഒരുപക്ഷേ നിങ്ങൾക്ക് ഒരെണ്ണം ലഭിക്കണമെന്നില്ല.

30. നിങ്ങളുടെ ലീഡർ നിങ്ങളുടെ ഡീലർഷിപ്പിലെ ഏറ്റവും മികച്ച വിൽപ്പനക്കാരനല്ലെങ്കിൽ, നിങ്ങൾ നിങ്ങളുടെ സ്കിൽ നന്നായി കൂട്ടേണ്ടതായി വരും. നിങ്ങളുടെ സേവന ഉപദേഷ്ടാക്കളുമായി ചങ്ങാത്തം കൂടുക, അവർക്ക് ഓഫീസിൽ നിങ്ങൾക്ക് മികച്ച ലീഡുകൾ നൽകാൻ കഴിയും.

31. നിങ്ങളുടെ കുടുംബത്തെയും സുഹൃത്തുക്കളെയും കുറിച്ച് മറക്കരുത്. കാർ ബിസിനസ്സിലെ വിജയം സന്തുലിതാവസ്ഥയാണ്. നിങ്ങൾ ആഗ്രഹിക്കുന്ന പോലെ സമയം പോകാത്തപ്പോൾ നിങ്ങളെ പിന്തുണ

യ്ക്കാൻ നിങ്ങൾക്ക് ചുറ്റും ആരോഗ്യകരമായ ഒരു നെറ്റ്വർക്ക് സൂക്ഷി ക്കേണ്ടതുണ്ട്.

32. വ്യായാമം നമ്മുടെ വ്യവസായത്തിൽ പലപ്പോഴും മറന്നുപോകു ന്ന ഭാഗമാണ്. ആരോഗ്യവാനായിരിക്കുക, മനോഹരമായി കാണുക, നി ങ്ങളുടെ ആത്മവിശ്വാസം ഉയർന്ന നിലയിൽ നിലനിർത്തുക. ഇത് നി ങ്ങളുടെ വിൽപ്പനയെ സഹായിക്കും.

33. നന്നായി കഴിക്കുക. നിങ്ങളുടെ ഊർജ്ജ നില പകർച്ചവ്യാധിയാ ണ്. നിങ്ങളുടെ ഉപഭോക്താവ് അത് എടുക്കും. നല്ല സമയങ്ങളിൽ നി ങ്ങളുടെ പണം ലാഭിക്കൂ, നിങ്ങൾക്ക് എല്ലായ്പ്പോഴും ഉത്സവകാല മാ സങ്ങളിൽ മികച്ച വിൽപന ഉറപ്പിക്കാം . മറ്റു മാസങ്ങളിൽ മികച്ച രീതി യിൽ തയ്യാറെടുക്കുക.

34. നിങ്ങളുടെ പേ ചെക്ക് പരിശോധിക്കുക. എല്ലാവരും തെറ്റുകൾ വരുത്തുന്നു, അക്കൗണ്ടന്റുമാർ പോലും. നിങ്ങൾക്ക് പണം ലഭിക്കുമെ ന്ന് നിങ്ങൾ കരുതുന്ന കാര്യങ്ങൾ എപ്പോഴും ട്രാക്ക് ചെയ്യുക, തുടർന്ന് നിങ്ങളുടെ കമ്മീഷൻ ഷീറ്റിനൊപ്പം ആ കണക്കുകൾ ക്രോസ് റഫറൻ സ് ചെയ്യുക.

35. നിങ്ങളുടെ എല്ലാ വിൽപ്പനകളും നിങ്ങളുടെ സ്റ്റോറുകളേക്കാൾ പ്രത്യേക ലോഗിൽ സൂക്ഷിക്കുക. സ്റ്റോറും നിങ്ങളെയും സത്യസന്ധ മായി നിലനിർത്താനുള്ള നിങ്ങളുടെ മാർഗമാണിത്.

36. എല്ലാ ദിവസവും വിജയിക്കുന്ന ദിവസമല്ല. ചിലപ്പോൾ നിങ്ങൾ ആയിരിക്കും ഏറ്റവും മികച്ചവൻ ; ചിലപ്പോൾ നിങ്ങളാണ് ഏറ്റവും മോ ശം ; വീക്ഷണകോണിൽ വയ്ക്കുക.

37. എല്ലാവർക്കും കാപ്പി കുടിക്കാൻ പോകുന്ന ആളാകരുത്. ആളു കൾ നിങ്ങളെ ഉപയോഗിക്കുന്നു, ഇല്ല എന്ന് പറയുക. ഒരു വാഹനം വി ലയിരുത്തുമ്പോൾ, ഉപഭോക്താവിനെ നിങ്ങളോടൊപ്പം കൊണ്ടുപോകു ക. നിങ്ങളുടെ ഉപഭോക്താവിനൊപ്പം കാറിന് ചുറ്റും നടക്കുക. അവർ പലപ്പോഴും വിമർശനാത്മകമായ കണ്ണുകളോടെ കാറിനു ചുറ്റും നട ക്കാറില്ല.

38. നിങ്ങളുടെ വിൽപ്പന ബിൽ നന്നായി പരിശോധിക്കുക. നിങ്ങൾ അതിൽ നിങ്ങളുടെ പേര് ഒപ്പിടുന്നു, അതിൽ എഴുതിയിരിക്കുന്ന എല്ലാ കാര്യങ്ങളും നിങ്ങൾ അംഗീകരിക്കുന്നു. നിങ്ങൾ എന്താണ് ഒപ്പിടുന്ന തെന്ന് നിങ്ങൾക്കറിയാമെന്ന് ഉറപ്പാക്കുക.

39. നിങ്ങൾക്ക് ഏതെങ്കിലും ഡോക്യുമെന്റേഷൻ നഷ്ടപ്പെട്ടാൽ ഒരു ഡെലിവറി ഒരിക്കലും പുറത്തുപോകരുത്. അത് അസാധുവായ

ചെക്കോ ഇൻഷുറൻസ് സ്ഥിരീകരണമോ വരുമാനത്തിന്റെ തെളിവോ ആകട്ടെ. വണ്ടി പോകാൻ അനുവദിക്കരുത്. ഉപഭോക്താവിനെയും രേ ഖകളെയും പിന്തുടരാൻ നിങ്ങൾ ആഴ്ചകൾ ചെലവഴിക്കും.

40. നിങ്ങളുടെ ഒരു ദിവസം പ്ലാൻ ചെയ്യാൻ, ക്ലോസ് ചെയ്യാൻ പഠി ക്കുക. കുറഞ്ഞത് ഒരു സ്ഥിരീകരിച്ച അപ്പോയിന്റ്മെന്റ് ഇല്ലാതെ ഒരു ശനിയാഴ്ച കാണിക്കാതിരിക്കാൻ എന്തുവിലകൊടുത്തും ശ്രമിക്കുക. ശനിയാഴ്ച ശൂന്യമാക്കുന്നതിനേക്കാൾ മോശമായ ഒന്നും തന്നെയില്ല.

41. നിങ്ങളുടെ ഉപഭോക്താക്കൾ നിങ്ങളോട് എന്താണ് പറയുന്നതെ ന്ന് നിങ്ങൾക്ക് ഒരിക്കലും പ്രവചിക്കാൻ കഴിയില്ല, അതിനോട് നിങ്ങൾ എങ്ങനെ പ്രതികരിക്കുന്നുവെന്ന് മാത്രമേ നിങ്ങൾക്ക് നിയന്ത്രിക്കാനാ കൂ. അതിനാൽ ആരെയും നിങ്ങളുടെ അടുത്തേക്ക് അനാവശ്യമായി കടന്നു വരാൻ അനുവദിക്കരുത്.

42. നാടകത്തിൽ നിന്നും ഗോസിപ്പിൽ നിന്നും അകന്നു നിൽക്കുക, അവ ക്യാൻസറാണ്. അവർ നിങ്ങളോട് മറ്റൊരാളെക്കുറിച്ച് പറയുക യാണെങ്കിൽ, അവർ നിങ്ങളെ കുറിച്ചും സംസാരിക്കും.

43. ന്യൂറോലിംഗ്വിസ്റ്റിക്സിനെ കുറിച്ച് പഠിക്കുക; ന്യൂറോഭാഷാപര മായ പ്രോഗ്രാമിംഗ് എന്നത് ഒരാളുടെ ചിന്തകളും പെരുമാറ്റങ്ങളും മാ റ്റുന്നതിനുള്ള ഒരു മാർഗമാണ്, അവർക്ക് ആവശ്യമുള്ള ഫലങ്ങൾ നേ ടാൻ സഹായിക്കുന്നു. ഇത് ഉത്കണ്ഠ കുറയ്ക്കുകയും മൊത്തത്തിലു ള്ള പെർഫോമൻസ് മെച്ചപ്പെടുത്തുകയും ചെയ്തേക്കാം.

44. നിങ്ങൾ മോശം മാനസികാവസ്ഥയിലാണെങ്കിൽ, വീട്ടിൽ തന്നെ തുടരുക. അവധി ദിവസം ആവശ്യപ്പെടുകയും വീണ്ടും ഗ്രൂപ്പു ചെയ്യുക യും ചെയ്യുക.

45. നിഷേധാത്മകതയുടെ വൃത്തത്തിൽ നിന്ന് അകന്നു നിൽക്കുക. എല്ലാ ഓർഗനൈസേഷനുകളിലും ജീവിതത്തിൽ നിന്ന് സന്തോഷം എ ടുത്തുകളയുന്ന ഒരു വ്യക്തിയുണ്ട്, അകന്നു നിൽക്കുക. എന്നാൽ ഏറ്റ വും പ്രധാനമായി, ആ വ്യക്തിയാകരുത്.

46. നിങ്ങൾ ഉപയോഗിച്ച വാഹന ഉപഭോക്താക്കളെ പുതിയ കാർ ഉ പഭോക്താക്കളായി പരിഗണിക്കുക. നിങ്ങൾ അവരെ ജീവിതകാലം മു ഴുവൻ സൂക്ഷിക്കും.

47. ഉപഭോക്താവ് നിങ്ങൾക്ക് പണമായി ഒരു ഡെപ്പോസിറ്റ് നൽകു കയോ ക്രെഡിറ്റ് കാർഡ് ഇല്ലെങ്കിലോ, നിങ്ങളുടെ സെയിൽസ് മാനേജ രോട് സംസാരിക്കുക, കഥയിൽ കൂടുതൽ കാര്യങ്ങൾ ഉണ്ടായേക്കാം.

48. ഒരു എക്സിക്യൂട്ടീവ് ഒരു വിൽപ്പനയിൽ പ്രവർത്തിക്കുമ്പോൾ,

ഒരിക്കലും, അവരുടെ ഉപഭോക്താവിനോട് സംസാരിക്കരുത്. നിങ്ങൾ തെറ്റായ കാര്യം പറഞ്ഞു ബന്ധം തകർക്കും. നല്ലതല്ല, അത് ചെയ്യരുത്.

49 .നിങ്ങളുടെ സെയിൽസ് മാനേജർ നിങ്ങളുടെ ഉപഭോക്താവിൽ ഒരാളോട് സംസാരിക്കുമ്പോൾ, ആവശ്യപ്പെടാതെ ഒന്നും പറയരുത്, അവർ അവരുടെ കാര്യം ചെയ്യട്ടെ.

50. നിങ്ങളുടെ ജീവിതം, നിങ്ങളുടെ ജോലി, നിങ്ങളുടെ വരുമാനം, നിങ്ങളുടെ ഉത്തരവാദിത്തം. മറ്റാരുടെയും അല്ല.നിങ്ങൾ എത്ര നന്നായി ചെയ്യുന്നു എന്നതിന്റെ യഥാർത്ഥ പ്രതിഫലനമാണ് നിങ്ങളുടെ പേ ചെ ക്ക്. മറ്റൊന്നുമല്ല. നിങ്ങളുടെ വരുമാനത്തിന്റെ പൂർണ്ണ നിയന്ത്രണം നി ങ്ങൾക്കുണ്ട്. നിങ്ങളുടെ വരുമാനത്തിന്റെ നിയന്ത്രണം ഏറ്റെടുക്കുക.

51. നിങ്ങളുടെ കഴിവിന്റെ ഏക തെളിവാണ് ഫലങ്ങൾ. ഒരു മാസം പത്ത് കാറുകൾ വിൽക്കാൻ എളുപ്പമാണ്; ഓരോ മാസവും തുടർച്ചയാ യി പത്ത് കാറുകൾ വിൽക്കുന്നത് വളരെ ബുദ്ധിമുട്ടാണ്. സ്ഥിരതയാ ണ് പ്രധാനം.

മോശമായ സാഹചര്യത്തെക്കുറിച്ച് വിഷമിക്കേണ്ട. പകരം, നിങ്ങൾ ക്ക് പരിധിയില്ല എന്ന വസ്തുതയിൽ ശ്രദ്ധ കേന്ദ്രീകരിക്കുക. നിങ്ങൾ ക്ക് സ്വയം വർദ്ധനവ് നൽകണമെങ്കിൽ, അക്ഷരാർത്ഥത്തിൽ നിങ്ങൾ ക്കത് സ്വയം ചെയ്യാൻ കഴിയും. നിങ്ങളുടെ പരിധികൾ ഉയർത്തുക.

52. നിങ്ങളുടെ ബോസിനെയോ സഹപ്രവർത്തകനെയോ കുറിച്ച് പ രാതി പറഞ്ഞുകൊണ്ട് നിങ്ങൾ അവിടെ ഇരിക്കുമ്പോൾ, നിങ്ങളുടെ ഓഫീസിൽ ഒരാൾ ഫോൺ വിളിക്കുന്നു, ഇമെയിലുകൾക്ക് മറുപടി നൽ കുന്നു, അപ്പോയിന്റ് മെന്റുകൾ നടത്തുന്നു, സ്വന്തം ജീവിതത്തിന്റെ നി യന്ത്രണം ഏറ്റെടുക്കുന്നു. നിങ്ങൾ ഏതാണ്?

53. വെറുതെ ഇരിക്കരുത്, പോയി അത് എടുക്കൂ!! നിങ്ങൾ ഇല്ലെ ങ്കിൽ, മറ്റൊരാൾ ചെയ്യും, നിങ്ങൾ അതിനെക്കുറിച്ച് പരാതിപ്പെടുകയും ചെയ്യും. നിങ്ങളോട് ദയ കാണിക്കൂ, 100% ഉപഭോക്താക്കളെ വിറ്റ ആരെ യും ഞാൻ കണ്ടിട്ടില്ല. ഒന്നുകിൽ നിങ്ങൾ വിൽക്കുകയോ പഠിക്കുക യോ ചെയ്യുക, ഏതാണെങ്കിലും നിങ്ങൾ വിജയിക്കും.

54 .നിങ്ങളുടെ വൈദഗ്ധ്യം, പരിശീലനം, എന്നിവയിൽ മാസ്റ്റർ ആ കുക, തുടർന്ന് കുറച്ച് കൂടി പരിശീലിക്കുക. 'നിങ്ങൾ പരിശീലിപ്പിക്കു ന്ന രീതിയിൽ മാത്രമേ നിങ്ങൾക്ക് യുദ്ധം ചെയ്യാൻ കഴിയൂ' എന്ന് പഴ യ പഴഞ്ചൊല്ല് പറയുന്നു 'നിങ്ങൾ പരിശീലിക്കുന്ന രീതിയിൽ മാത്രമേ നിങ്ങൾക്ക് വിൽക്കാൻ കഴിയൂ.'

55. എല്ലായ്പ്പോഴും ഒരു കൂട്ടം ബിസിനസ് കാർഡുകൾ നിങ്ങളോ

ടൊപ്പം കൊണ്ടുപോകുക. നിങ്ങൾ ആരെയാണ് കണ്ടുമുട്ടാൻ പോകു ന്നതെന്ന് നിങ്ങൾക്കറിയില്ല. കാർ ബിസിനസ്സിൽ ആരാണ് മികച്ചത് എ ന്നതിനല്ല, അത് അവശേഷിക്കുന്നവർക്കുള്ളതാണ്.

56. ഒരു ഉപദേഷ്ടാവിനെ കണ്ടെത്തുക. അവർ ഔപചാരിക വിദ്യാ ഭ്യാസത്തേക്കാൾ വളരെ വിലയുള്ളവരാണ്. മുന്നോട്ടുള്ള വഴിയിൽ എ ന്താണ് സംഭവിക്കുന്നതെന്ന് അറിയണമെങ്കിൽ, അവൻ/അവളുടെ തി രിച്ചുവരവില്ലുള്ള ഒരാളോട് സംസാരിക്കുക.

57. ശരിയായ കാര്യം ചെയ്യുക. കാർ ബിസിനസ് ആളുകൾക്ക് വേ ണ്ടി ചെയ്യുന്ന ഒന്നാണ്, കസ്റ്റമറെ നോക്കി ബിസിനസ് ചെയ്യുക. കുറ ച്ച് സംസാരിക്കുക. ഒരു കാരണത്താൽ നിങ്ങൾക്ക് രണ്ട് ചെവികളും ഒ രു വായും ഉണ്ട്.

58. ഫോളോ അപ്പ്, ഫോളോ അപ്പ്, തുടർന്ന് കുറച്ച് കൂടി ഫോളോ അപ്പ് ചെയ്യുക. വിൽപ്പനാനന്തര ഇടപാടുകളെക്കുറിച്ച് ഉപഭോക്താക്കൾ ക്കുള്ള ഒന്നാം നമ്പർ പരാതി തുടർനടപടികളുടെ അഭാവമാണ്.

59. ബാർ ഉയരത്തിൽ സജ്ജമാക്കുക. ഉപഭോക്താവ് സന്ദർശിക്കു ന്ന ആദ്യത്തെ ഡീലർഷിപ്പ് നിങ്ങളാണെങ്കിൽ, ആർക്കും എത്തിച്ചേരാ നാകാത്തവിധം ബാർ ഉയരത്തിൽ സജ്ജമാക്കുക. നിങ്ങളാണ് അവ സാന ഡീലർഷിപ്പെങ്കിൽ, അത് തന്നെ ചെയ്യുക.

നിങ്ങളുടെ ഉപഭോക്താവ് കണ്ടുമുട്ടുന്ന ഏറ്റവും മികച്ച വിൽപ്പന ക്കാരനാകുക, ഓർക്കുക, തെരുവിന് കുറുകെ ആരെങ്കിലും അത് ചെ യ്യാൻ ശ്രമിക്കുന്നുണ്ടെന്ന് ഓർക്കുക. അവർ നിങ്ങളെക്കാൾ മികച്ചവരാ ണോ?

60. പുതിയതും ഉപയോഗിച്ചതുമായ ഇൻവെന്ററിയിൽ നിങ്ങൾക്കു ള്ളത് എന്താണെന്ന് അറിയുക. നിങ്ങളുടെ സ്വന്തം ഇൻവെന്ററിയിൽ നിന്ന് വാഹനങ്ങൾ വിൽക്കുന്നത് നിങ്ങൾക്ക് ഒരുപാട് തലവേദന ഒഴി വാക്കും.

കാറുകളുടെ ഫീച്ചേഴ്സ്, വില തുടങ്ങിയവ പരിഗണിച്ചു പരിരക്ഷ യോടെ നിങ്ങളുടെ ഉപഭോക്താക്കൾക്ക് പറ്റാവുന്ന കാർ വിൽക്കുക. അ വർ അതിന് നന്ദി പറയും.

61. നിങ്ങളുടെ ഉപഭോക്താക്കളുടെ ഒരു വാഹനം എക്സ്ചേഞ്ച് എ ടുക്കുകയും ഡോക്യുമെന്റ് ചേഞ്ച് ആക്കാതിരിക്കുകയും ചെയ്യുന്നത് മൂലമുള്ള, അപകടസാധ്യതകൾ വളരെ വലുതാണ്.

62. നിങ്ങൾ ചെയ്യുന്നത് ലോകത്തോട് പറയുക. ഒരു പ്രൊഫഷണൽ കാർ വിൽപ്പനക്കാരനായതിൽ ലജ്ജിക്കരുത്. നിങ്ങൾ ജീവിതം മാറ്റു ന്നു, പ്രശ്നം പരിഹരിക്കുന്നു, ആളുകളുടെ മുഖത്ത് പുഞ്ചിരി വിടർ

ത്തുന്നു. അഭിമാനിക്കുക.

63. ഡീലർഷിപ്പിന് ചുറ്റും ഒരു മാലിന്യം നിലത്ത് കണ്ടാൽ, അത് എ ടുക്കുക. ഡീലർഷിപ്പ് നിങ്ങളുടെ പ്രതിഫലനമാണ്. വൃത്തിയായി സൂ ക്ഷിക്കുക.

64. നിങ്ങളുടെ ശമ്പള പദ്ധതി ഉള്ളിൽ അറിയുക. നിങ്ങളുടെ ഉപജീ വനം അതിനെ ആശ്രയിച്ചിരിക്കുന്നു. അത് മനഃപാഠമാക്കുക.

65. ഇത് വ്യക്തിപരമല്ല. ഒരു ഉപഭോക്താവ് നിങ്ങളോട് എങ്ങനെ പെരുമാറുന്നു, അല്ലെങ്കിൽ അവർ നിങ്ങളോട് എന്ത് പറയുന്നു എന്നത് പ്രശ്നമല്ല. നിങ്ങൾ ഇത് വ്യക്തിപരമായി എടുക്കരുത് . അവർ എങ്ങ നെയാണ് കടന്നുപോകുന്നതെന്ന് നിങ്ങൾക്ക് ശരിക്കും അറിയില്ല, അ ത് നിങ്ങളുടെ പ്രതിഫലനവുമല്ല.

66. വായിക്കുക, വായിക്കുക, വായിക്കുക, തുടർന്ന് കുറച്ച് കൂടി വാ യിക്കുക. സ്വയം, കാർ ബിസിനസ്സ്, വ്യവസായം, ആളുകളെ കുറിച്ച്, ലോകം തുടങ്ങിയവയെക്കുറിച്ച് സ്വയം ബോധവൽക്കരിക്കുന്നത് ഒരി ക്കലും നിർത്തരുത്.

67. ആസ്വദിക്കാൻ മറക്കരുത്. നല്ലതും ദൈനംദിനവുമായ കാര്യങ്ങൾ ക്കായി നോക്കുക, എല്ലാ ദിവസവും ചിരിക്കാൻ ഒരു കാരണം കണ്ടെ ത്തുക.

68. ഒരു ദിവസം നിങ്ങൾക്ക് പ്രത്യേകിച്ച് ബുദ്ധിമുട്ടുള്ള ദിവസമു ണ്ടെങ്കിൽ കരയാൻ ഭയപ്പെടരുത്. വീട്ടിൽ പോകൂ, കുറച്ച് കരയൂ. റീ സെറ്റ് ചെയ്യുക, റീലോഡ് ചെയ്യുക, അടുത്ത ദിവസം തന്നെ വീണ്ടും ഇടപെടുക.

69. ചെറിയ ആളുകളെ കുറിച്ച് മറക്കരുത്. നിങ്ങൾ അത് ചെയ്യു മ്പോൾ, (നിങ്ങൾ ഈ നിയമങ്ങൾ പാലിക്കുകയാണെങ്കിൽ) അത് മു ന്നോട്ട് തന്നെ കൊണ്ട് പോകുക . ആരെയെങ്കിലും നിങ്ങളുടെ ചിറകി ന് കീഴിലാക്കി അവരെ വഴി പഠിപ്പിക്കുക.

കൂടാതെ എല്ലാറ്റിലും ഏറ്റവും പ്രധാനപ്പെട്ട നിയമം.

70. നിങ്ങളുടെ എല്ലാ രഹസ്യങ്ങളും ഒരിക്കലും പങ്കിടരുത്.

34. എങ്ങനെ ഒരു നല്ല സെയിൽസ് കൺസൾട്ടന്റ് ആകാം

പേരുകൾ ഓർക്കുക.

ശരിയായ ചോദ്യങ്ങൾ ചോദിക്കുക.

ബന്ധം കെട്ടിപ്പടുക്കുക.

നിങ്ങൾ സംസാരിക്കുന്നതിന്റെ ഇരട്ടി കേൾക്കുക.

എല്ലാ ഉപഭോക്താവിനെയും തുല്യമായി പരിഗണിക്കുക.

മറ്റ് ഡീലർമാരെ ഇകഴ്ത്തരുത്.

നിർബന്ധിക്കരുത്.

നേത്ര സമ്പർക്കം പുലർത്തുക.

വിശ്വാസയോഗ്യമല്ലാത്ത ഭാഷ ഒഴിവാക്കുക.

വില അവസാനമായി ചർച്ച ചെയ്യുക.

ഒരിക്കലും സ്വയം ബോറടിക്കരുത്.

എപ്പോഴും പിന്തുടരുക.

അവർ അവസാനമായി കാണുന്ന മുഖമാകൂ.

മോശം പരിശീലനം ഉപേക്ഷിക്കുക.

1. പേരുകൾ ഓർക്കുക.

'നല്ലതും ചീത്തയുമായ ഓർമ്മകൾ ഒന്നുമില്ല, ട്രെയിൻഡ് മെമ്മറി യും അൺട്രെയിൻഡ് മെമ്മറിയും മാത്രമേയുള്ളൂ. 'ഒരു പുതിയ പേര് ഓർമ്മിക്കുന്നതിനുള്ള നിങ്ങളുടെ കഴിവ് അത് എന്തിനാണ് പ്രധാനമെ ന്നതിനെക്കുറിച്ചുള്ള നിങ്ങളുടെ ആന്തരിക ധാരണയുമായി ബന്ധപ്പെ ട്ടിരിക്കുന്നു.'

ഓരോ പുതിയ പ്രോസ്പെക്റ്റിന്റെയും പേര് ഓർമ്മിക്കുന്നതിലൂടെ നിങ്ങൾ എത്രത്തോളം സമ്പാദിക്കുമെന്ന് പരിഗണിക്കുക. തിരിച്ചുവിളി ക്കാൻ സഹായിക്കുന്നതിന്, നിങ്ങൾ ഒരു വാങ്ങുന്നയാളുടെ പേര് പഠി ച്ചുകഴിഞ്ഞാൽ, അത് ഉടനടി ഉപയോഗിക്കുക. ഉദാഹരണത്തിന്:

സെയിൽസ് കൺസൾട്ടന്റ് : 'ഹലോ, RD&RD മോട്ടോഴ്സിലേക്ക് സ്വാഗതം, ഞാൻ രോഹിത് ആണ്, സാറിന്റെ ഗുഡ് നെയിം ?'

ഉപഭോക്താവ് : 'എന്റെ പേര് ബാലചന്ദ്രൻ.'

സെയിൽസ് കൺസൾട്ടന്റ് : 'കൊള്ളാം! നിങ്ങളെ കണ്ടതിൽ സ ന്തോഷം, ബാലചന്ദ്രൻ സാർ. ഞാൻ താങ്കളെ എങ്ങനെ സഹായിക്ക ണം ?'

ഒരിക്കൽ നിങ്ങൾ പേര് ഉപയോഗിച്ചുകഴിഞ്ഞാൽ, അത് നിശ്ശബ്ദമാ യി പലതവണ സ്വയം ആവർത്തിക്കുക. സംഭാഷണത്തിൽ ഇടയ്ക്കി ടെ ഇത് ഉപയോഗിക്കുക, അവർ പോയിക്കഴിഞ്ഞാൽ അത് എഴുതുന്ന ത് ഉറപ്പാക്കുക.

ഒരു വ്യക്തിയുടെ മുഖത്തിന്റെ ഒരു പ്രത്യേക സവിശേഷതയിൽ ശ്രദ്ധ കേന്ദ്രീകരിക്കുക. അത് നീലക്കണ്ണുകളോ, അവരുടെ ഹെയർകട്ട്,

അല്ലെങ്കിൽ സൗഹൃദപരമായ പുഞ്ചിരിയോ ആകാം. അവരുടെ പേര് ഒരു വിഷ്വൽ ആങ്കറുമായി ബന്ധിപ്പിക്കുന്നതിലൂടെ നിങ്ങൾ അത് എളു പ്പത്തിൽ ഓർക്കും.

2. ശരിയായ ചോദ്യങ്ങൾ ചോദിക്കുക.

നിങ്ങൾ അവരുടെ പേര് ചോദിച്ചതിന് ശേഷം, നിങ്ങളുടെ ആദ്യ ചോ ദ്യം, 'ഞാൻ നിങ്ങളെ എങ്ങനെയാണ് ഹെൽപ് ചെയ്യേണ്ടത് ?' ശരിയാ യ ഫോളോഅപ്പ് ചോദ്യങ്ങൾ ചോദിച്ച് അവരുടെ ഉത്തരം യോഗ്യമാ ക്കേണ്ടത് പ്രധാനമാണ്. ചോദിക്കുക, 'ഏത് കാറാണ് നിങ്ങൾക്ക് താൽ പ്പര്യമുള്ളതെന്ന് അറിയാമോ?' 'ഒരു കാറിൽ നിങ്ങളുടെ പ്രതീക്ഷകൾ എന്തൊക്കെയാണ് ? കൂടാതെ, ഒരു ദിവസം നിങ്ങൾ ശരാശരി എത്ര കിലോമീറ്റർ ഡ്രൈവ് ചെയ്യും ? വീട്ടിലെ എത്ര പേര് ഈ വാഹനം ഉപ യോഗിക്കും ?'

ഈ ചോദ്യങ്ങൾ നിങ്ങളുടെ വാങ്ങുന്നയാൾ എന്താണ് തിരയുന്നത്, അവരുടെ ബജറ്റ്, നിങ്ങൾ ആർക്കാണ് വിൽക്കുന്നത് എന്നിവയെക്കുറി ച്ചുള്ള ആധികാരിക വിവരങ്ങൾ നൽകുന്നു. അവരുടെ ഉത്തരങ്ങൾ നി ങ്ങളെ ക്രോസ്സെൽ അല്ലെങ്കിൽ അപ്സെൽ ചെയ്യാൻ അനുവദിക്കു ന്നു. ഉപഭോക്താവ് സുരക്ഷിതത്വം നിർബന്ധമായും ഉണ്ടായിരിക്കണ മെന്ന് ലിസ്റ്റുചെയ്യുകയാണെങ്കിൽ, ഒരു ഫോർവീൽ ഡ്രൈവ് പാക്കേജി ലോ കാൽനട അലേർട്ട് ആഡ്ഓണിലോ അവ വിൽക്കുന്നത് പരിഗണി ക്കുക.

3. ബന്ധം സ്ഥാപിക്കുക.

നിങ്ങളുടെ പ്രതീക്ഷകൾ അവരുടെ ലിമിറ്റ് മുറിച്ചുകടക്കുകയോ നി ശബ്ദരാകുകയോ അസ്വസ്ഥതയോടെ മാറുകയോ ചെയ്യുന്നത് നിങ്ങളു ടെ ശ്രദ്ധയിൽപ്പെട്ടാൽ, വിൽപ്പന നിർത്തി സൗഹൃദത്തിൽ ശ്രദ്ധ കേ ന്ദ്രീകരിക്കുക. ചോദ്യങ്ങളോ വിൽപ്പന പോയിന്റുകളോ ഉപയോഗിച്ച് നി ങ്ങൾ അമിതമായ പ്രതീക്ഷകൾ മുന്നോട്ട് കൊണ്ടുപോകുന്നത് തുടരു കയാണെങ്കിൽ, അവർ നിങ്ങളെ അകറ്റാനും സെയിൽ നഷ്ടപ്പെടാനും സാധ്യതയുണ്ട്.

പകരം, വാരാന്ത്യങ്ങളിൽ അവർ എന്താണ് ചെയ്യാൻ ഇഷ്ടപ്പെടുന്നത്, എവിടെ നിന്നാണ് വരുന്നതെന്ന് അവരോട് ചോദിക്കുക. അവർക്കിഷ്ട പെട്ട തരത്തിൽ സംസാരിക്കാൻ തയ്യാറാവുക.

നിങ്ങളുടെ പ്രതീക്ഷയുടെ ശരീരഭാഷ അയഞ്ഞാൽ, 'ബാലചന്ദ്രൻ സാർ, വാരാന്ത്യങ്ങളിൽ ഫാമിലിയുമായി ടൂർ പോകാൻ നിങ്ങൾ ആഗ്ര ഹിക്കുന്നുവെന്ന് നിങ്ങൾ സൂചിപ്പിച്ചു, നിങ്ങൾ ഈ വാഹനം ഉപയോ ഗിക്കുമോ?' എന്ന് ചോദിച്ചുകൊണ്ട് വിൽപ്പന പ്രക്രിയയിലേക്ക് മടങ്ങു ക. ഇത് സംഭാഷണത്തെ വിൽപ്പനയിലേക്ക് തിരിച്ചുവിടുകയും പതി യെ പ്രതിസന്ധി ഒഴിവാക്കുകയും ചെയ്യുന്നു.

4. നിങ്ങൾ സംസാരിക്കുന്നതിന്റെ ഇരട്ടി കേൾക്കുക.

നിങ്ങൾ അഭിപ്രായങ്ങൾ പങ്കിടുന്നതിനേക്കാൾ കൂടുതൽ സാധ്യത കൾ ശ്രദ്ധിക്കുക. അവരെക്കുറിച്ച് സംസാരിക്കുന്ന ഒരു വിൽപ്പനക്കാര നും ശ്രദ്ധിക്കുന്ന ഒരാളും തമ്മിൽ തിരഞ്ഞെടുക്കുമ്പോൾ അവർ ഓ രോ തവണയും രണ്ടാമത്തേത് തിരഞ്ഞെടുക്കും.

ഏതെങ്കിലും തരത്തിൽ സംഭാഷണം മുറിയാൻ ചിലപ്പോൾ ഇത് കാരണമാകുന്നതാണ് എന്നാൽ ചെയ്യരുത്. മറ്റൊരു ചോദ്യം ഉപയോഗി ച്ച് അവരുടെ ഉത്തരങ്ങൾ ഉടനടി പിന്തുടരുന്നതിലൂടെ, അവർ അവരു ടെ പ്രതികരണം പൂർത്തിയാക്കുന്നതിന് മുമ്പ് നിങ്ങൾ അവരെ ബോ ധ്യപ്പെടുത്താൻ സാധ്യതയുണ്ട്.

അതുപോലെ, ടെസ്റ്റ് ഡ്രൈവിനിടെ നിങ്ങൾ ശാന്തതയോടെ സം സാരിക്കുകയാണെങ്കിൽ, വാഹനത്തെക്കുറിച്ച് അവർക്കുള്ള വിലയേറി യ ചിന്തകളോ ആശങ്കകളോ രൂപപ്പെടുത്തുന്നതിൽ നിന്ന് വ്യതിചലിച്ച് സെയിൽസ് സാധ്യത വർധിപ്പിക്കും.

പകരം, നിങ്ങളുടെ പ്രോസ്പെക്റ്റ് സംസാരിച്ചുകഴിഞ്ഞാൽ ഒന്നോ രണ്ടോ സെക്കൻഡ് താൽക്കാലികമായി നിർത്തുക, അവർക്ക് ഇനിയെ ന്തെങ്കിലും അറിയേണ്ടതുണ്ടോ എന്ന് ഉറപ്പാക്കുക.

5. എല്ലാ ഉപഭോക്താവിനെയും തുല്യമായി പരിഗണിക്കുക.

ഒരു ഭാര്യയും ഭർത്താവും അടുത്തിടെ ഒരു കാർ വാങ്ങാൻ നിരവ ധി ഡീലർഷിപ്പുകൾ സന്ദർശിച്ചു. അവർ തുല്യമായി പങ്കിടുന്ന ഒരു കാർ തേടുന്നവരായിരുന്നു. എല്ലാ ഡീലർഷിപ്പുകളിലും, വിൽപ്പനക്കാർ ഭർത്താവിനെ നോക്കി, എന്താണ് ജോലി ചെയ്യുന്നതെന്ന് ചോദിച്ചു. ഓ രോ തവണയും, അവർ ഭാര്യയോട് കൂടി ചോദ്യം ചോദിക്കുന്നതിനാ യി അവർ കാത്തിരുന്നു

ഇത് ചെറിയതോ അപ്രധാനമോ ആയ ഒരു അവഗണനയായി തോ ന്നിയേക്കാം, പക്ഷേ അത് അവർക്കു ഒരു പ്രത്യേക അനുഭവമായിരുന്നു. പങ്കാളികൾ ഒരുമിച്ച് ഒരു കാർ വാങ്ങുമ്പോൾ, ഒരാൾ മറ്റൊരാളേക്കാൾ കൂടുതൽ നിക്ഷേപിക്കുന്നു എന്ന് കരുതരുത്. അവരിൽ ഓരോരുത്ത രോടും ചോദ്യങ്ങൾ മാറി മാറി ചോദിക്കുക, അവരെ പ്രചോദിപ്പിക്കുക അങ്ങനെ എല്ലാവർക്കും വിൽപ്പന പ്രക്രിയയുടെ മൂല്യവത്തായ ഭാഗമാ യി തോന്നുന്നു.

6. മറ്റ് ഡീലർമാരെ ഇകഴ്ത്തരുത്.

മറ്റ് ഡീലർഷിപ്പുകളെ ഇകഴ്ത്തരുത്. സാധ്യതയുള്ളവർ എതിരാളി കളെ പരാമർശിക്കുമ്പോൾ,ഇകഴ്ത്തി സംസാരത്തിനുള്ള പ്രലോഭനം ഒഴിവാക്കുക. 'ഞാൻ കാണുന്നു' അല്ലെങ്കിൽ 'ശരി' എന്ന് മറുപടി നൽ കുകയും നിങ്ങളുടെ ഡീലർഷിപ്പിനെ വ്യത്യസ്തമാക്കുന്നത് എന്താണെ ന്ന് വിശദീകരിക്കുകയും ചെയ്യുക.

നിങ്ങളുടെ ഡീലർഷിപ്പ് വാഗ്ദാനം ചെയ്യുന്ന ആനുകൂല്യങ്ങളിൽ ശ്ര ദ്ധ കേന്ദ്രീകരിക്കുന്നതിലൂടെ, നിങ്ങളുടെ പ്രതീക്ഷയിൽ നിഷേധാത്മ കമായ മതിപ്പ് സൃഷ്ടിക്കുന്നത് നിങ്ങൾ ഒഴിവാക്കുകയും നിങ്ങളുടെ ബി സിനസിനെ മികച്ച തിരഞ്ഞെടുപ്പായി മാറ്റുന്നത് എന്താണെന്ന് നിങ്ങൾ കൂടുതൽ ചിത്രീകരിക്കുകയും ചെയ്യുക.

ഉദാഹരണത്തിന്, 'RD&RD ഡീലർഷിപ്പ് ഭയങ്കര വാറന്റികൾ വാഗ് ദാനം ചെയ്യുന്നു. നിങ്ങൾ ആഗ്രഹിക്കുന്നത് അവിടെ കണ്ടെത്തുമെന്ന് ഞാൻ കരുതുന്നില്ല.' എന്ന് പറയുന്നതിന് പകരം, 'എല്ലാ പുതിയ കാറു കൾക്കും ഞങ്ങൾ അഞ്ച് വർഷത്തെ വാറന്റി വാഗ്ദാനം ചെയ്യുന്നു. ഈ ഓഫർ ഞങ്ങളുടെ ഡീലർഷിപ്പിന് മാത്രമുള്ളതാണ്.'

7. നിർബന്ധിക്കരുത്.

ഒരു പ്രോസ്പെക്റ്റ് അവരുടെ ഇഷ്ടാനിഷ്ടത്തിനു അനുസരിച്ചു ടെസ്റ്റ്

ഡ്രൈവിൽ ഏർപ്പെടുമ്പോൾ നിങ്ങൾ ഉദ്ദേശിക്കുന്ന കാറിലേക്ക് അവ രെ പരിവർത്തനം ചെയ്യാൻ ഒരിക്കലും ശ്രമിക്കരുത്. ഓവർ സെല്ലിങ് ചെയ്യുന്നത് ഒഴിവാക്കുക.

8. കണ്ണുമായി ബന്ധപ്പെടുക.

നിങ്ങൾ സംസാരിക്കുമ്പോൾ, അവരുടെ ഇഷ്ടം സമ്പാദിക്കുന്നത് ഉ റപ്പാക്കുക. പുഞ്ചിരിക്കുന്നതിനും നിങ്ങളുടെ മുഖഭാവം മാറ്റുന്നതിനും അല്ലെങ്കിൽ നിങ്ങളുടെ നോട്ടം മാറ്റുന്നതിനും മുമ്പ് അഞ്ച് സെക്കൻഡ് വരെ അവരുടെ കണ്ണുകളിലേക്ക് നേരിട്ട് നോക്കുക. ഇനി എപ്പോൾ വേ ണമെങ്കിലും അവർ നിങ്ങളോടു കാര്യങ്ങൾ ചോദിച്ചു തുടങ്ങാൻ ഉള്ള സാധ്യതയുണ്ട്.

ഓർക്കുക, ഓട്ടിസമോ സാമൂഹിക ഉത്കണ്ഠയോ ഉള്ള ചില ആളു കൾക്ക് നേത്ര സമ്പർക്കം ഉണ്ടാക്കുന്നതിനോ സൂക്ഷിക്കുന്നതിനോ ബു ദ്ധിമുട്ടാണ്. ആരെങ്കിലും നിങ്ങളുടെ നോട്ടം ഒഴിവാക്കുകയാണെങ്കിൽ, അവരുടെ ആവശ്യങ്ങളോട് സംവേദനക്ഷമത പുലർത്തുകയും അവർ ക്ക് അസ്വസ്ഥതയുണ്ടാക്കാത്ത മൃദുവായ സമീപനം നിലനിർത്തുക യും ചെയ്യുക.

9. വിശ്വാസയോഗ്യമല്ലാത്ത ഭാഷ ഉപയോഗിക്കുന്നത് ഒഴിവാക്കുക.

'എല്ലാ ബഹുമാനത്തോടും കൂടി', 'നിങ്ങളുടെ സമയം പാഴാക്കാൻ ഞാൻ ആഗ്രഹിക്കുന്നില്ല.'

10. വില അവസാനമായി ചർച്ച ചെയ്യുക.

നിങ്ങൾ ഇന്ന് വാങ്ങാൻ തയ്യാറുള്ള കാറാണോ ഇത് എന്ന് നിങ്ങൾ ചോദിക്കുമ്പോൾ. ഉത്തരം 'തീർച്ചയായും', വില ചർച്ച ചെയ്യേണ്ട സമ യമാണിത്. ഫിനാൻസ് പേയ്മെന്റ്, ഡൗൺ പേയ്മെന്റ്, എന്നിവയെ ല്ലാം ഈ പ്രക്രിയയുടെ ഭാഗമാണ്.

വാങ്ങുന്നയാൾ കാറുമായി പ്രണയത്തിലാവുകയും വാങ്ങാൻ തയ്യാ റാകുകയും ചെയ്യുന്നത് വരെ കാത്തിരിക്കുക. തുടർന്ന്, നിങ്ങളുടെ വാ ങ്ങുന്നയാൾക്ക് ന്യായമായ ഡീൽ നൽകുകയും നിങ്ങളുടെ ഡീലർഷി പ്പിന്റെ പോക്കറ്റിൽ എമൗണ്ട് പരമാവധിയാക്കുകയും ചെയ്യുന്ന ഒരു വി ല ചർച്ച ചെയ്യാൻ നിങ്ങളുടെ സെയിൽസ് മാനേജരെ സ്വാധീനിക്കുക.

നേരിട്ടുള്ളതോ അമിതമായതോ ആയ ചോദ്യങ്ങൾ ചോദിക്കുന്നതി നുപകരം, 'അപ്പോൾ ബാലചന്ദ്രൻ സാർ, എങ്ങനെയുണ്ട് കാർ, ഇഷ്ടമാ

യോ ? നിങ്ങൾക്ക് പൂർണമായും സംതൃപ്തി തോന്നുന്നുണ്ടോ ?' എന്ന്
ചോദിക്കുക.

11. ഒരിക്കലും ബോറടിക്കരുത്.

നിങ്ങളുടെ ഡീലർഷിപ്പിൽ മന്ദഗതിയിലുള്ള ദിവസങ്ങളും ആഴ്ചക
ളും ഉണ്ടാകും. പ്രവർത്തനരഹിതമായ സമയം നിങ്ങളുടെ നേട്ടത്തിനാ
യി ഉപയോഗിക്കുക, ഒരിക്കലും ബോറടിക്കാതിരിക്കാൻ സ്വയം വെല്ലു
വിളിക്കുക. നിങ്ങളുടെ കാറുകളെക്കുറിച്ച് അറിയാനും അടുത്ത വർഷ
ത്തെ മോഡലുകളെക്കുറിച്ച് വായിക്കാനും നിങ്ങളുടെ കഴിവുകൾ മെച്ച
പ്പെടുത്തുന്ന വീഡിയോകൾ കാണുന്നതിനും വേണ്ടി സ്ലോ ദിവസങ്ങൾ
ഉപയോഗിക്കുക.

നിങ്ങളുടെ കൂടെയുള്ള മറ്റ് വിൽപ്പനക്കാരെക്കാൾ മുന്നിലെത്താനു
ള്ള മികച്ച മാർഗം? വിൽപ്പനയിൽ കൂടുതൽ ശക്തരാകാൻ സെയിൽസ്
ടിപ്സ് ഉപയോഗിക്കുക.

12. എപ്പോഴും പിന്തുടരുക.

ഉപഭോക്താക്കൾ പോകുന്നതിന് മുമ്പ് അവരുടെ ഫോൺ നമ്പർ നി
ങ്ങൾക്ക് നൽകുന്നതിൽ പ്രശ്നമുണ്ടോ? നിങ്ങൾ അവരെ ഒരു ടെസ്റ്റ്
ഡ്രൈവിൽ കൊണ്ടുപോകുന്നതിന് മുമ്പ് അവരുടെ ഫോൺ നമ്പർ സേ
വ് ചെയ്യുക.

നിങ്ങൾ ഫോളോ അപ് ചെയ്യുമ്പോൾ, അവർ എങ്ങനെയെന്ന് ചോ
ദിച്ച് ആരംഭിക്കുക. എന്നിട്ട്, 'ശരി, നിങ്ങൾ കാറിനെക്കുറിച്ച് കൂടുതൽ
ചിന്തിച്ചിട്ടുണ്ടോ?' എന്ന് ചോദിക്കുക, 'ഈ വാരാന്ത്യത്തിൽ നിങ്ങൾ ക
ണ്ട കാറിനെക്കുറിച്ചുള്ള എന്തെങ്കിലും സംശയങ്ങൾ നിങ്ങൾക്കുണ്ടോ?'
ഞാൻ നിങ്ങളെ എങ്ങനെയാണ് സഹായിക്കേണ്ടത് ? ചോദ്യം പ്രേര
ണ കുറവുള്ളതും ഫോണിൽ നിങ്ങളെ സജീവമായി നിലനിർത്താൻ
കൂടുതൽ സാധ്യതയുള്ളതുമാണ്.

നിങ്ങളുടെ സാധ്യതയുള്ളവർ നിങ്ങളിൽ നിന്ന് ഒരു കാർ വാങ്ങു
മ്പോൾ നിങ്ങളുടെ ഫോളോഅപ് ബാധ്യതകൾ അവസാനിക്കുന്നില്ല.
അവർ തങ്ങളുടെ പുതിയ കാർ എങ്ങനെ ഇഷ്ടപ്പെടുന്നുവെന്നറിയാൻ,
വാങ്ങിയതിന് ശേഷം ഒരാഴ്ചയോ 10 ദിവസമോ കഴിഞ്ഞു അവരെ വി
ളിക്കുക. അവർക്ക് ഒരു നന്ദി കുറിപ്പ് എഴുതുക, അടുത്ത തവണ അ
വർ ഒരു പുതിയ വാഹനത്തിനായി ഷോപ്പിംഗ് നടത്തുമ്പോൾ നിങ്ങളെ
ഓർമ്മിക്കാൻ അവരോട് അഭ്യർത്ഥിക്കുക.

13. അവർ കാണുന്ന അവസാന മുഖം ആകുക.

നിങ്ങളുടെ ഉപഭോക്താവ് നിങ്ങളിൽ നിന്ന് ഒരു കാർ വാങ്ങുകയാ ണെങ്കിൽ, സാങ്കേതികമായ കാര്യങ്ങൾക്കും വ്യക്തിഗത പരിശോധന യ്ക്കും അവിടെ ഉണ്ടായിരിക്കുക. നിങ്ങളുടെ വാങ്ങുന്നയാളുടെ ചിത്ര മെടുക്കാനും അവർക്ക് ആവേശം പകരാനും ഓഫർ ചെയ്യുക. ഇതൊ രു വലിയ വാങ്ങലാണ്, മിക്ക ആളുകളും ആഘോഷിക്കാൻ ആഗ്രഹി ക്കുന്ന കാര്യമാണിത്.

ഒരു തീരുമാനമെടുക്കാൻ അവർക്ക് കുറച്ച് ദിവസങ്ങൾ ആവശ്യമാ ണെന്ന് പറയുകയാണെങ്കിൽ, മനസ്സിലാക്കുക, നിങ്ങൾ അവരെ ഫോ ളോ അപ്പ് ചെയ്യുമെന്ന് അവരോട് പറയുക, അഥവാ അവർ വാങ്ങാ ത്തതിൽ നിങ്ങൾ നിരാശരാണെന്ന് അവർക്ക് തോന്നാത്ത രീതിയിൽ കാര്യങ്ങൾ അവതരിപ്പിക്കുക.

14. മോശം പരിശീലനം ഉപേക്ഷിക്കുക.

നിങ്ങളുടെ വിൽപ്പന പരിശീലന സമയത്ത് നിങ്ങൾക്ക് ചില മോശം ഉപദേശങ്ങൾ നേരിടേണ്ടി വന്നേക്കാം. എങ്കിലും എപ്പോൾ അത് ഉപേ ക്ഷിച്ച് നിങ്ങളുടെ ധൈര്യത്തോടെ പോകണമെന്ന് അറിയുക.

നല്ല കാർ വിൽപ്പനക്കാർ ചെയ്യുന്ന കാര്യങ്ങൾ എന്തൊക്കെയാണ് , അവരുടെ കഴിവുകൾ ഇവിടെ ചർച്ച ചെയ്യാം.

35. ഒരു കാർ സെയിൽസ് എക്സിക്യൂട്ടീവിന്റെ പ്രധാന കഴിവുകൾ.

1. നല്ല ആശയവിനിമയം

വിൽപ്പനയിൽ പ്രവർത്തിക്കുമ്പോൾ ശക്തമായ വാക്കാലുള്ള കഴി വുകൾ ആവശ്യമാണ്. കാർ ഷോപ്പർമാർ തങ്ങൾക്ക് ആവശ്യമായ വിവ രങ്ങൾ വ്യക്തമായും സൗകര്യപ്രദമായും അവതരിപ്പിക്കാൻ വിൽപ്പന ക്കാരെ തേടുന്നു.

2. സജീവമായി കേൾക്കാനുള്ള കഴിവുകൾ.

ഒരു ക്ലയന്റ് അവർ എന്താണ് തിരയുന്നതെന്ന് നിങ്ങളോട് പറയു മ്പോൾ, നിങ്ങൾ അവർക്ക് നിങ്ങളുടെ മുഴുവൻ ശ്രദ്ധയും നൽകേണ്ട തുണ്ട്. സജീവമായ ശ്രവണത്തിൽ ഏർപ്പെടുന്നത് നിങ്ങൾ ശ്രദ്ധിക്കു ന്നുണ്ടെന്ന് അവരെ അറിയിക്കുകയും അവർ യഥാർത്ഥത്തിൽ തിരയു ന്ന കാർ കണ്ടെത്താൻ അവരെ സഹായിക്കുകയും ചെയ്യും.

3. ഉപഭോക്തൃ ആവശ്യങ്ങൾക്ക് അനുയോജ്യത

രണ്ട് ഉപഭോക്താക്കളും ഒരുപോലെയല്ല. എല്ലാത്തരം വ്യക്തിത്വങ്ങ ളുമായും ബന്ധം സ്ഥാപിക്കാനും എല്ലാത്തരം ബജറ്റുകൾ, ആവശ്യ ങ്ങൾ, അഭിരുചികൾ എന്നിവ നിറവേറ്റാനും നിങ്ങൾക്ക് കഴിയണം.

4. പ്രോഡക്റ്റ് നോളഡ്ജ്

നിങ്ങൾ എന്തെങ്കിലും വിൽക്കുകയാണെങ്കിൽ, അതിന്റെ സവിശേ ഷതകൾ നിങ്ങൾ അറിഞ്ഞിരിക്കണം. നിങ്ങളുടെ ഉപഭോക്താക്കൾക്ക് അവർക്കാവശ്യമുള്ള മാതൃകയെക്കുറിച്ച് അവരുടെ സ്വന്തം ഗവേഷണം നടത്താമായിരുന്നു, നിങ്ങളുടെ ജോലി അവർക്കായി ആ അറിവ് വളർ ത്തിയെടുക്കുക എന്നതാണ്.

5. സംഘടനാ കഴിവുകൾ

വിൽപ്പനയിൽ സംഘടനാ കഴിവുകൾ പ്രധാനമാണ്. നിങ്ങൾ ഓ രോ ദിവസവും വ്യത്യസ്ത ക്ലയന്റുകളെയും ടാസ്ക്കുകളും കൈകാ ര്യം ചെയ്യുമ്പോൾ, ഒരു ഡീൽ ക്ലോസ് ചെയ്യാൻ ആവശ്യമുള്ളപ്പോൾ നിങ്ങൾക്ക് ശരിയായ വിവരങ്ങൾ ലഭ്യമായിരിക്കണം.

6. പോസിറ്റീവ് മനോഭാവം

ഒരു കൂട്ടത്തിൽ നിന്ന് ഒരു കാർ വാങ്ങാൻ ആരും ആഗ്രഹിക്കുന്നില്ല, വിൽപ്പനയിലെ വിജയങ്ങളിലും നഷ്ടങ്ങളിലും പോസിറ്റീവ് മനോഭാവം നിലനിർത്താൻ വൈദഗ്ദ്ധ്യം ആവശ്യമാണ്. വിജയകരമായ വിൽപന ക്കാർ സൗഹൃദപരവും ഭയപ്പെടുത്താത്തതുമായ സന്തോഷകരമായ മ നോഭാവത്തോടെ വാങ്ങുന്നവരെ ആകർഷിക്കുന്നു.

7. ആത്മവിശ്വാസം

അതെ, ആത്മവിശ്വാസം ഒരു വ്യക്തിത്വ സ്വഭാവമാണ് എന്നാൽ ചി ലർക്ക് അത് ഒരു പഠിച്ച വൈദഗ്ധ്യമാണ്. കാർ ഷോപ്പർമാർ അവരുടെ ജോലി ചെയ്യാനുള്ള കഴിവിൽ ആത്മവിശ്വാസമുള്ള ഒരു വിൽപ്പനക്കാര നിൽ നിന്ന് വാങ്ങാൻ നോക്കുന്നു, നല്ല വിൽപ്പനക്കാർ അത് നിലനിർ ത്തുന്നു .

ഓരോ സാഹചര്യവും അദ്വിതീയമാണെന്ന് ഓർമ്മിക്കുക, നിർദ്ദിഷ്ട സാഹചര്യങ്ങൾക്കും വ്യക്തിഗത ജീവനക്കാരുടെ ആവശ്യങ്ങൾക്കും നി ങ്ങളുടെ സമീപനം ക്രമീകരിക്കേണ്ടത് അത്യാവശ്യമാണ്.

ഒരു നല്ല കാർ വിൽപ്പനക്കാരന്റെ പെരുമാറ്റങ്ങളും കഴിവുകളും ഇപ്പോൾ നമുക്കറിയാം, കുറച്ചു കൂടി കാര്യങ്ങൾ ഇതാ

1.വ്യക്തമായ പ്രതീക്ഷകൾ സജ്ജമാക്കുക : ജോലിയുടെ ഉത്തര വാദിത്തങ്ങളും പ്രകടന പ്രതീക്ഷകളും നന്നായി നിർവചിക്കപ്പെട്ടിട്ടു ണ്ടെന്നും ആശയവിനിമയം നടത്തിയിട്ടുണ്ടെന്നും ഉറപ്പാക്കുക.

2. ഓപ്പൺ കമ്മ്യൂണിക്കേഷൻ : ജീവനക്കാരന്റെ കാഴ്ചപ്പാടും ആ ശങ്കകളും മനസ്സിലാക്കാൻ അവരോട് സംസാരിച്ചുകൊണ്ട് ആരംഭിക്കു ക. സജീവമായ ശ്രവണം നിർണായകമാണ്.

3. സൃഷ്ടിപരമായ ഫീഡ്ബാക്ക് നൽകുക : മെച്ചപ്പെടുത്തലിൽ ശ്രദ്ധ കേന്ദ്രീകരിച്ചുകൊണ്ട് അവരുടെ പെരുമാറ്റത്തെക്കുറിച്ചോ പ്രകട നത്തെക്കുറിച്ചോ നിർദ്ദിഷ്ടവും ക്രിയാത്മകവുമായ ഫീഡ്ബാക്ക് വാഗ് ദാനം ചെയ്യുക.

4. ഓഫർ പിന്തുണയും പരിശീലനവും : ഏതെങ്കിലും തരത്തിലു ള്ള വിടവുകൾ കണ്ടെത്തി ജീവനക്കാരനെ വിജയിപ്പിക്കുന്നതിന് പരി ശീലനമോ , ഉപദേശങ്ങളോ നൽകുക.

5 .പെർഫോമൻസ് മെട്രിക്സ് ഉപയോഗിക്കുക : പുരോഗതി ട്രാ ക്ക് ചെയ്യുന്നതിനും വസ്തുനിഷ്ഠമായ ഫീഡ്ബാക്ക് നൽകുന്നതിനും അളക്കാവുന്ന ലക്ഷ്യങ്ങളും പ്രധാന പ്രകടന സൂചകങ്ങളും നടപ്പിലാ ക്കുക.

6. പ്രശ്നങ്ങൾ ഉടനടി പരിഹരിക്കുക : പ്രശ്നങ്ങൾ രൂക്ഷമാകാൻ അനുവദിക്കരുത്; വർദ്ധനവ് തടയുന്നതിന് അവ ഉയർന്നുവരുമ്പോൾ ഉ ടൻ അവരെ അഭിസംബോധന ചെയ്യുക.

7. എംപ്ലോയീസ് അസിസ്റ്റൻസ് പ്രോഗ്രാമുകൾ : ഉചിതമെങ്കിൽ, ജോലിയെ ബാധിക്കുന്ന വ്യക്തിപരമായ പ്രശ്നങ്ങളിൽ സഹായിക്കു ന്നതിന് കൗൺസിലിംഗിലേക്കോ പിന്തുണാ സേവനങ്ങളിലേക്കോ പ്ര വേശനം വാഗ്ദാനം ചെയ്യുക.

8. എല്ലാം രേഖപ്പെടുത്തുക : ജീവനക്കാരനെയും കമ്പനിയെയും സംരക്ഷിക്കുന്നതിനായി ചർച്ചകൾ, മുന്നറിയിപ്പുകൾ, മെച്ചപ്പെടുത്തലു കൾ എന്നിവയുടെ സമഗ്രമായ രേഖകൾ സൂക്ഷിക്കുക.

നിങ്ങളുടെ മുൻകൂർ വിദ്യാഭ്യാസം, അനുഭവപരിചയം എന്നിവ ഉപ യോഗിച്ച് നിങ്ങൾ വിൽപ്പന ആരംഭിക്കാൻ തയ്യാറായിക്കഴിഞ്ഞു. ഓർ ക്കുക, ഇന്നത്തെ ഉപഭോക്താക്കൾക്ക് നിരവധി ഓപ്ഷനുകൾ ഉണ്ട്. നിങ്ങളുടെ അടുത്ത ക്ലയന്റിനെ സന്തോഷിപ്പിക്കുക.

ഇരുപത് വർഷം മുമ്പ് പ്രവർത്തിച്ച പഴയ തന്ത്രങ്ങൾ നിങ്ങൾക്ക് ഇ ന്ന് വിൽപ്പന സമ്പാദിച്ചേക്കില്ല. ക്ഷമയോടെ ശ്രദ്ധിക്കുക, നിങ്ങളുടെ അടുത്ത് നിന്നും വാങ്ങുന്നയയാളെ പിന്തുണയ്ക്കുക. ഒരു പുഷറിന് പ കരം ഒരു പങ്കാളിയാകുക ഫലങ്ങൾ നിങ്ങൾക്ക് വിലമതിക്കാനാവാ ത്തതായിരിക്കും

36. വിൽപ്പന പദ്ധതി

മികച്ച പ്രകടനം കാഴ്ചവെയ്ക്കുന്ന വിൽപ്പനക്കാർക്ക് എന്തുകൊ ണ്ടും ഒരു സെയിൽസ് റിക്രൂട്ട്മെന്റ് തന്ത്രം പ്രധാനമാണ്.

നിങ്ങളുടെ സെയിൽസ് ഫണലിന്റെ ഏതെങ്കിലും ഭാഗത്തെക്കുറിച്ച് നിങ്ങൾക്ക് ആശങ്കയുണ്ടെങ്കിൽ, പ്രൊഫഷണൽ സെയിൽസ് ടീമിനെ നിയമിക്കാനുള്ള സമയമാണിത്.

ഇവിടെ ഒരു വസ്തുതയുണ്ട് മികച്ച സെയിൽസ് ടീം ഇല്ലാത്തത് നിങ്ങളുടെ ബിസിനസ്സ് വളർച്ചയ്ക്കും നിലനിൽപ്പിനും തടസ്സമാകും.

സെയിൽസ് ഒരു ബിസിനസ്സ് സ്ഥാപനത്തിന് വളരെ അത്യാവശ്യ മാണ്, വെള്ളം ഒരു മത്സ്യത്തിന് എന്നപോലെ വിൽപ്പന ഇല്ലെങ്കിൽ, ആളുകൾ വരുന്നില്ലെങ്കിൽ സ്ഥാപനം തകരുകയും ചെയ്യും. ഓൺലൈ നിൽ മാത്രമേ വിൽപ്പന നടക്കൂ എന്ന് ആളുകൾ കരുതുന്ന ഒരു സമീപ ഡിജിറ്റൽ ലോകത്താണ് ജീവിക്കുന്നതെങ്കിലും, ബി2ബിക്കും പങ്കാളി ത്ത ബിസിനസ്സ് വികസനത്തിനും, നമുക്ക് ഇപ്പോഴും ലീഡ് ജനറേഷൻ, സെയിൽസിന് മുമ്പും ശേഷവും, ബിസിനസ്സ് വികസനം, സെയിൽസ്, അക്കൗണ്ട് മാനേജ്മെന്റ് സ്പെഷ്യലിസ്റ്റുകൾ എന്നിവ ആവശ്യമാണ്. നിലവിലുള്ള ഉപഭോക്താക്കൾ (വ്യക്തിപരമായി അല്ലെങ്കിൽ വിദൂരമാ യി), അവരുടെ ആഗ്രഹങ്ങൾ മനസ്സിലാക്കുക, ഉൽപ്പന്നങ്ങളും സേവ നങ്ങളും പ്രദർശിപ്പിക്കുക, ചർച്ചകൾ നടത്തി വിൽപ്പന അവസാനിപ്പി ക്കുക.

കഴിഞ്ഞ കുറച്ച് വർഷങ്ങളായി ബിസിനസ്സ് വികസനം, വിൽപ്പന, അക്കൗണ്ട് മാനേജ്മെന്റ് എന്നിവയുടെ പങ്ക് ഗണ്യമായി മാറിയിട്ടുണ്ട്, ഇപ്പോൾ ഫീച്ചറുകൾക്കും ആനുകൂല്യങ്ങൾക്കും പകരം മൂല്യം വിൽ ക്കുന്നതിനെക്കുറിച്ചാണ് (വാല്യൂ ഫോർ മണി).

ഇതിന് കൂടുതൽ ചലനാത്മകമായ വൈദഗ്ധ്യവും വാണിജ്യ മിടുക്ക്, പ്രത്യേക കഴിവുകൾ, വൈകാരിക ബുദ്ധി എന്നിവയെ ചുറ്റിപ്പറ്റിയുള്ള സവിശേഷതകളും ആവശ്യമാണ്. വ്യവസായമോ കരിയർ ലെവലോ

പരിഗണിക്കാതെ തന്നെ, വിൽപ്പന പ്രക്രിയ മനസ്സിലാക്കുന്നതും ദീർ ഘകാല ഉപഭോക്ത്യ ബന്ധങ്ങൾ കെട്ടിപ്പടുക്കുന്നതും വിൽപ്പനയിലും ബിസിനസ്സ് വികസനത്തിലും അവിശ്വസനീയമാംവിധം പ്രധാനപ്പെട്ട രണ്ട് കഴിവുകളാണ്.

വിൽപ്പന വിജയം കൈവരിക്കുന്നത് ഒരു ഘടകത്തിന് അപ്പുറത്താ ണ് അതിന് ദീർഘവീക്ഷണമുള്ള നേതൃത്വം, പ്രസക്തമായ ഒരു ഉൽ പ്പന്നം അല്ലെങ്കിൽ സേവനം എന്നിവ ആവശ്യമാണ്.

ഏത് തരത്തിലുള്ള പരിചയസമ്പന്നരായ സെയിൽസ് ടീമിനെയാ ണ് നിങ്ങൾ നിയമിക്കേണ്ടതെന്ന് വിലയിരുത്താൻ 4 ചോദ്യങ്ങൾ:

1. നിങ്ങളുടെ സാധ്യതയുള്ള ഉപഭോക്താക്കളുമായി സംസാരി ക്കുന്നത് നിങ്ങളുടെ സെയിൽസ് ടീമിന് എളുപ്പമാണെന്ന് തോന്നു ന്നുണ്ടോ?

വിൽപ്പന പൂർണ്ണമായും ഭാഗ്യത്തിൽ നിന്നല്ല. ഇതിന് ശരിയായ സമ യത്ത് ശരിയായ വ്യക്തിയുടെ മുന്നിൽ ഉണ്ടായിരിക്കുകയും നിങ്ങളുടെ ടാർഗെറ്റ് മാർക്കറ്റിന് നിങ്ങളുടെ ഉൽപ്പന്നങ്ങളും സേവനങ്ങളും ആവ ശ്യമാണെന്ന് അറിയുകയും വേണം. ടെലിഫോണിലൂടെ സംസാരിക്കാ നോ നേരിട്ടു കാണാനോ സാധ്യതയുള്ള ക്ലയന്റുകളുടെ വർദ്ധിച്ചുവരു ന്ന വിമുഖത കാരണം സെയിൽസ് എക്സിക്യൂട്ടീവ്സ് ഇന്ന് അപ്പോ യിന്റ്മെന്റ് ലഭിക്കാൻ ബുദ്ധിമുട്ടുകയാണ്.

2. അപ്പ് സെല്ലിംഗ്, ക്രോസ് സെല്ലിംഗ് എന്നിവയിൽ നിന്ന് നി ങ്ങൾക്ക് എത്ര മടങ്ങ് സെയിൽസ് വർദ്ധിക്കുന്നു?

നിലവിലുള്ള ക്ലയിന്റുകളുമായുള്ള പതിവ് സമ്പർക്കത്തിലൂടെ വിൽ പ്പന വർദ്ധിപ്പിക്കുന്നതിനുള്ള തന്ത്രങ്ങൾ ഉപയോഗിക്കുന്നത് ശക്തമായ മാർക്കറ്റിംഗ് മാനേജ്മെന്റിൽ ഉൾപ്പെടുന്നു. അതുപോലെ, നിങ്ങളുടെ ടാർഗെറ്റ് മാർക്കറ്റിന് അവരുടെ ബിസിനസിനെ സഹായിക്കുന്നതിന് നി ങ്ങളുടെ പ്രോഡക്റ്റും, സേവനങ്ങളും വാങ്ങുന്നതിനുള്ള അവസരം സൃ ഷ്ടിക്കാൻ നിങ്ങൾക്ക് കഴിയും.

3. എത്ര കിഴിവ് അവർ പ്രതീക്ഷിക്കുന്നു?

ഫലപ്രദമായ ചർച്ചാ വൈദഗ്ദ്ധ്യം സെയിൽസ് എക്സിക്യൂട്ടീവിന്റെ വാല്യു ഉയർത്തിപ്പിടിക്കുന്നതിനും മൂല്യത്തെ അടിസ്ഥാനമാക്കി ഒരു ഉ പഭോക്താവിന് വിൽക്കുന്നതിനും പ്രാപ്തമാക്കുന്നു. ആത്യന്തികമായി,

ക്ലയിന്റുകൾ അവർക്ക് പ്രധാനപ്പെട്ട എന്തെങ്കിലും വാങ്ങാനുള്ള വിപ
ണിയിലാണ്.

**4. അവരുടെ കൺസൾട്ടേറ്റീവ് വിൽപ്പന എത്രത്തോളം ഫല
പ്രദമാണ്?**

ഇന്നത്തെ വിൽപ്പന, ആവശ്യങ്ങളെ അടിസ്ഥാനമാക്കിയുള്ള പരി
ഹാരങ്ങൾ നൽകുന്ന ഒന്നാണ്. ഇത് ഫീച്ചറുകളും ആനുകൂല്യങ്ങളും
വിൽക്കുന്നതിനെ കുറിച്ചല്ല. ഇതിന് മികച്ച ശ്രവണവും സഹാനുഭൂതി
യും ആവശ്യമാണ്.

**ശരിയായ സെയിൽസ് ടീമിനെ റിക്രൂട്ട് ചെയ്യാൻ ഇനിപ്പറയുന്ന
9 ടിപ്പുകൾ നിങ്ങളെ സഹായിക്കും.**

നിങ്ങളുടെ റിക്രൂട്ട്മെന്റ്, ഇന്റർവ്യൂ പ്രക്രിയകൾ രൂപപ്പെടുത്തുന്ന
തിലൂടെയും ശരിയായ ചോദ്യങ്ങൾ ചോദിക്കുന്നതിലൂടെയും ഒരു വ്യ
ക്തിയുടെ അനുഭവം, കഴിവുകൾ, വിജയം, പരാജയം എന്നിവയുടെ
ട്രാക്ക് റെക്കോർഡ്, വ്യക്തിത്വം എന്നിവയെക്കുറിച്ച് നിങ്ങൾക്ക് വളരെ
യധികം മനസ്സിലാക്കാനാകും. ഇത് തെറ്റായ ഉദ്യോഗാർത്ഥികളെ നിയ
മിക്കാനുള്ള സാധ്യത കുറയ്ക്കും.

1. ഒരു സെയിൽസ് റിക്രൂട്ട്മെന്റ് തന്ത്രം നടപ്പിലാക്കുക നിങ്ങളുടെ
ബിസിനസ്സ് ആവശ്യങ്ങൾ വിശകലനം ചെയ്യുക, ഉദ്യോഗാർത്ഥികൾക്ക്
ഏറ്റവും മികച്ച റിക്രൂട്ട്മെന്റ് രീതികൾ നിർണ്ണയിക്കുക, ഉയർന്ന നില
വാരമുള്ള ഉദ്യോഗാർത്ഥികളെ ആകർഷിക്കുന്നതിനും നിലനിർത്തുന്ന
തിനും ഏറ്റവും മത്സരാധിഷ്ഠിതമായ ശമ്പളം നൽകുക.

2. ശക്തമായ ഒരു ബ്രാൻഡ് സൃഷ്ടിക്കുക ഉയർന്ന കാലിബർ ഉള്ള
ലീഡേഴ്സ്, ഗുണനിലവാരമുള്ള പ്രോഡക്ട്, സേവനങ്ങൾ, ബ്രാൻഡ് എ
ന്നിവയുമായിമുന്നോട്ട് വളരുക. ഒരു സാധ്യതയുള്ള തൊഴിൽദാതാവെ
ന്ന നിലയിൽ ഉദ്യോഗാർത്ഥികൾ അവരുടെ സ്വന്തം സെയിൽസ് കഴി
വുകൾ സ്ഥാപനങ്ങൾക്ക് നൽകേണ്ടുന്നതിനാൽ ആ സ്ഥാപനം സ്വ
യം കരുത്താർജ്ജിക്കേണ്ടതുണ്ട്.

3. നിങ്ങളുടെ ടീമിലേക്ക് വൈവിധ്യം ചേർക്കുക ജീവനക്കാരുടെ
ഉൽപ്പാദനക്ഷമതയും ഇടപഴകലും മെച്ചപ്പെടുത്തുന്നതിന് വൈവിധ്യമാർ

ന്ന കഴിവുകൾ, അറിവുകൾ, അനുഭവങ്ങൾ, സംസ്കാരങ്ങൾ എന്നിവ പ്രധാനമാണ്. ഇത് ഒരു വലിയ കൂട്ടത്തെ ആകർഷിക്കുകയും ഓർഗ നൈസേഷന് മികച്ച എംപ്ലോയീസിനെ നൽകുകയും ചെയ്യുന്നു.

4. നിങ്ങൾക്ക് വേട്ടക്കാരനെയോ കർഷകനെയോ സെയിൽസ് മാനേജരെയോ ആവശ്യമുണ്ടോ എന്ന് തിരിച്ചറിയുക ഇത് നിങ്ങളു ടെ വിൽപ്പന പദ്ധതിയുമായി ബന്ധപ്പെട്ടതാണ്. നന്നായി നിർവചിക്ക പ്പെട്ട സെയിൽസ് പ്ലാനും ടാർഗെറ്റ് മാർക്കറ്റും ഉള്ളത് അർത്ഥമാക്കുന്ന ത്, വരുമാനം നിലനിർത്തുന്നതിനും വർദ്ധിപ്പിക്കുന്നതിനും നിങ്ങൾ റി ക്രൂട്ട് ചെയ്യുന്ന കഴിവുകളും, സവിശേഷതകളും നിങ്ങൾക്ക് കൃത്യമാ യി അറിയാം എന്നാണ്.

5. ശരിയായ പാക്കേജ് ഓഫർ ചെയ്യുക ഉയർന്ന മത്സരാധിഷ്ഠിത വിൽപ്പനയിൽ, ഉയർന്ന പ്രകടനം കാഴ്ചവെക്കുന്ന വിൽപ്പനക്കാരെ ആ കർഷിക്കാൻ ശരിയായ ശമ്പളവും പ്രോത്സാഹനങ്ങളും നൽകുന്നത് നിർണായകമാണ്. എല്ലാത്തിനുമുപരി, നിങ്ങൾ നൽകുന്ന പണം സ്ഥാ പനത്തിന് തിരികെ ലഭിക്കും.

6. പെരുമാറ്റത്തെ അടിസ്ഥാനമാക്കിയുള്ള ചോദ്യങ്ങൾ ചോദിക്കുക, കാരണം ഇത് വിൽപ്പന ആസൂത്രണത്തിലും പ്രക്രിയകളിലും അവരു ടെ അനുഭവം പ്രകടിപ്പിക്കാൻ ഒരു ഉദ്യാഗാർഥിയെ പ്രോത്സാഹിപ്പിക്കു ന്നു. കൂടാതെ, അവർക്ക് എന്താണ് വിജയം എന്ന് നിർവചിക്കാൻ അവ രോട് ആവശ്യപ്പെടുക. ഒരു അഭിമുഖം ആരെങ്കിലും സ്വയം വിൽക്കുന്ന തിനെകുറിച്ചാണ് പറയുകയെങ്കിൽ അതിനെ സാധൂകരിക്കുക!

7. എന്തുകൊണ്ടാണ് ഇക്കൂട്ടർ ഉടനടി ലഭ്യമാകുന്നത് എന്ന് സമഗ്ര മായി അന്വേഷിക്കുക. ഒരു ഉദ്യോഗാർത്ഥിയെ നിയമിക്കുന്നതിനുള്ള കെണിയിൽ വീഴരുത്, കാരണം അവർക്ക് ഉടൻ തന്നെ നിങ്ങളോടൊ പ്പം ചേരാൻ കഴിയും, അല്ലെങ്കിൽ ഇതിനകം അവരുടെ അറിയിപ്പ് കാല യളവിലാണ്. ഒരുപക്ഷെ മോശം പ്രകടനത്തിന്റെ പേരിൽ അവർ അവ സാനിപ്പിച്ചത് കൊണ്ടാകാം അവരെ ലഭ്യമാകാനുള്ള ഒരു കാരണം. പ ലപ്പോഴും അവരുടെ നോട്ടീസ് പിരീഡിലുള്ള സെയിൽസ് കാൻഡിഡേ റ്റുകൾ സാധാരണയായി 'ഗാർഡൻ ലീവിലാണ്'.

8. അവർ പ്രവർത്തിക്കാത്തതിന്റെ യഥാർത്ഥ കാരണം കണ്ടെത്താൻ

നിങ്ങൾ ശ്രദ്ധാപൂർവം ശ്രമിക്കുക എന്തെങ്കിലും ശരിയല്ലെന്ന് തോന്നി യാൽ നിങ്ങളുടെ യുക്തിക്കനുസരിച്ചുള്ള മാറ്റം ഉടൻ കൊണ്ട് വരിക . സാമ്പത്തിക കാര്യങ്ങളിൽ മാത്രമല്ല, നിങ്ങളുടെ കമ്പനിയുടെ പ്രശസ് തി സംരക്ഷിക്കാനും നിങ്ങൾ ബാധ്യസ്ഥനാണ്.

9. 60 ദിവസത്തെ ഓൺബോർഡിംഗ് പ്രക്രിയ നടപ്പിലാക്കുക എ ന്താണ് പ്ലാൻ എന്ന് നിർവചിക്കുക. അവരുടെ സംഭാവനകൾ നിങ്ങൾ എങ്ങനെ അളക്കും, അവർ മികച്ച പെർഫോമൻസ് കാഴ്ച വെയ്ക്കു ന്നുണ്ടോ എന്ന് വിലയിരുത്തുകയും ആവശ്യമുള്ളപ്പോൾ അവർക്കു ആവശ്യമായ സപ്പോർട്ട് നൽകാനും ശ്രദ്ധിക്കുക.

ശക്തമായ ഒരു സെയിൽസ് ഓർഗനൈസേഷൻ കെട്ടിപ്പടുക്കുന്നതി നും, ലക്ഷ്യങ്ങൾ കൈവരിക്കാനും മറികടക്കാനും, എതിർപ്പുകളും തി രസ്കരണങ്ങളും കൈകാര്യം ചെയ്യാനും, വിദഗ്ധമായ ചർച്ചകൾ നട ത്താനും, സ്ഥിരത പുലർത്താനും കഴിയുന്ന സെയിൽസ് പ്രൊഫഷ ണലുകൾ ഉണ്ടായിരിക്കേണ്ടത് അത്യന്താപേക്ഷിതമാണ്.
'വിൽക്കാൻ ആഗ്രഹിക്കുന്ന വിൽപ്പനക്കാരെ റിക്രൂട്ട് ചെയ്യുക അ വർ ജയിക്കാനുള്ള മാനസികാവസ്ഥയോടെ ഏതു പ്രതിസന്ധി ഘട്ട ത്തിലും വിജയിക്കാൻ ആവശ്യമായതെല്ലാം ചെയ്യും.'

വിൽപന കൂടുതൽ ബുദ്ധിമുട്ടാണെന്ന് നിങ്ങൾക്ക് തോന്നുന്നുണ്ടോ? നിങ്ങളുടെ സെയിൽസ് ടീമിന്റെ പ്രകടനം മന്ദഗതിയിലാണോ?
കൂടുതൽ വിൽപ്പനക്കാരും വിൽക്കുന്നത് കൂടുതൽ ബുദ്ധിമുട്ടാണെ ന്ന് റിപ്പോർട്ട് ചെയ്യുന്നു.
കുറെ പേർ പറയുന്നത്, തങ്ങൾക്ക് പുതിയ വിൽപ്പന രീതികളുമാ യി പെട്ടെന്ന് പൊരുത്തപ്പെടേണ്ടി വന്നിട്ടുണ്ടെന്ന്
തങ്ങളുടെ സെയിൽസ് ടീമുകൾ വാർഷിക ബജറ്റിന്റെ 100% നേടു മെന്ന് ചെറിയ ശതമാനം പേർ മാത്രമേ വിശ്വസിക്കുന്നുള്ളൂ
കുറച്ചു പേർ പകുതി പോലും എത്തില്ലെന്ന് വിശ്വസിക്കുന്നു.
സെയിൽസ് ടീമുകൾ സാമ്പത്തിക മാന്ദ്യം, മാറുന്ന ഉപഭോക്താക്കളു ടെ പ്രതീക്ഷകൾ, വലിയ ഗ്രൂപ് പർച്ചെസ്, ദൈർഘ്യമേറിയ വിൽപ്പന പ്രോസസ്സ് എന്നിവയെ അഭിമുഖീകരിക്കുന്നു. ഇതൊക്കെ മറികടക്കാൻ പുതിയ രീതികൾ അവലംബിക്കേണ്ടിയിരിക്കുന്നു.
വ്യക്തിഗത പ്രതിനിധികളും സെയിൽസ് ടീമുകളും മൊത്തത്തിൽ വിൽപ്പന ലക്ഷ്യങ്ങൾ കൈവരിക്കുന്നു എന്നതാണ് മൊത്തത്തിലുള്ള

'സെയിൽസ് പെർഫോമൻസ്'. നിങ്ങളുടെ ടീമിലേക്കു ഒന്ന് കണ്ണോടി ക്കൂ... ഈ പുതിയ കാലഘട്ടത്തിൽ നിങ്ങളുടെ നിലവിലെ സമീപന ങ്ങൾ വിജയത്തിലേക്ക് നയിക്കുമെന്ന് കരുതരുത് സെയിൽസ് പ്രകട നം മെച്ചപ്പെടുത്തുന്നതിന് ഈ ആറ് തന്ത്രങ്ങൾ സ്വീകരിക്കുക.

1. നിങ്ങളുടെ സെയിൽസ് ടീമിനെ വിലയിരുത്തുക

നിങ്ങളുടെ ഓർഗനൈസേഷനിൽ ഒരു പുതിയ സെയിൽസ് സ്റ്റാഫി ന്റെ വിജയ സാധ്യത പ്രവചിക്കാനും നിലവിലെ ടീം അംഗങ്ങളുടെ ശ ക്തിയും വൈദഗ്ധ്യവും വിലയിരുത്താനും സെയിൽസ് സ്കിൽസ് വി ലയിരുത്തലുകൾ നിങ്ങളെ സഹായിക്കും. ഈ വ്യക്തിഗത വിലയിരു ത്തലുകൾ ഒരു വിൽപ്പനക്കാരൻ എത്ര നന്നായി പ്രവർത്തിക്കും എന്ന തിനെ സ്വാധീനിക്കുന്ന പ്രേരണകളും പെരുമാറ്റ ശൈലികളും വെളി പ്പെടുത്തുന്നു. നിങ്ങളുടെ മുഴുവൻ സെയിൽസ് ടീമിനെയും വിലയിരു ത്തുന്നത് ടീമിന്റെ മൊത്തത്തിലുള്ള പരിശീലന ആവശ്യങ്ങളും വെല്ലു വിളികളും മനസ്സിലാക്കാൻ നിങ്ങളെ സഹായിക്കും. നിങ്ങളുടെ സെ യിൽസ് ടീമിനെ രൂപപ്പെടുത്തുന്നതിനുള്ള ശരിയായ മാർഗം തിരിച്ചറി യുന്നതിനും വിൽപ്പന പ്രകടനം മെച്ചപ്പെടുത്തുന്നതിന് ഒരു പ്ലാൻ നിർ മ്മിക്കുന്നതിനും നിങ്ങൾക്ക് സെയിൽസ് ടീം സ്ഥിതിവിവരക്കണക്കുകൾ ഉപയോഗിക്കാം.

2. ഫലപ്രദമായ സെയിൽസ് ഓൺബോർഡിംഗ് പ്രോഗ്രാം സൃ ഷ്ടിക്കുക.

ഒരു സമഗ്രമായ ഓൺബോർഡിംഗ് പ്രോഗ്രാം ഭാവിയിലെ വിൽപ്പന വിജയത്തിന് കളമൊരുക്കുന്നു. നിങ്ങളുടെ കമ്പനി സംസ്കാരം, ഉൽപ്പ ന്നങ്ങൾ, നടപടിക്രമങ്ങൾ, അനുയോജ്യമായ ഉപഭോക്തൃ പ്രൊഫൈൽ എന്നിവ മനസിലാക്കാൻ ആവശ്യമായ അടിസ്ഥാന പരിശീലനത്തിലൂ ടെ ഓരോ സെയിൽസ് എക്സിക്യൂട്ടീവിനേയും   സ്വാഗതം ചെയ്യുക.

3. വിൽപ്പന പരിശീലനം നൽകുക.

നന്നായി രൂപകൽപ്പന ചെയ്തതും ആവർത്തിക്കാവുന്നതുമായ ഒരു വിൽപ്പന പരിശീലന പരിപാടി നിങ്ങളുടെ വിൽപ്പനക്കാരെ അവർ വാ ങ്ങൽ പ്രക്രിയയിലിരിക്കുന്ന സാധ്യതകളെയും ഉപഭോക്താക്കളെയും കണ്ടുമുട്ടുന്നതിനും വിശ്വാസ്യത വളർത്തുന്നതിനും വിൽപ്പന പുരോഗ മിക്കുന്ന അർത്ഥവത്തായ സംഭാഷണത്തിൽ ഏർപ്പെടുന്നതിനും നിങ്ങ ളുടെ സെയിൽസ് ഫണലിന്റെ പ്രവചനശേഷി മെച്ചപ്പെടുത്തുന്നതിനും

കൂടുതൽ സെയിൽസ് ക്ലോസ് ചെയ്യുന്നതിനും പ്രാപ്തമാക്കുന്നു.

4. നിങ്ങളുടെ ടീമിനെ പ്രചോദിപ്പിക്കുന്നതിന് ശരിയായ വിൽപ്പന പ്രോത്സാഹനങ്ങൾ കണ്ടെത്തുക.

ശരിയായ സെയിൽസ് ഇൻസെന്റീവുകൾക്ക് നിങ്ങളുടെ സെയിൽസ് ടീമിന്റെ പ്രകടനം മാറ്റാനോ തകർക്കാനോ കഴിയും. വ്യക്തമായ വിൽപ്പന ലക്ഷ്യങ്ങൾ സജ്ജീകരിക്കുക, വിൽപ്പന ലക്ഷ്യങ്ങളെക്കുറിച്ചും പ്രകടനത്തെക്കുറിച്ചും സുതാര്യത പുലർത്തുക, നിങ്ങളുടെ ടീമിന് മികച്ച പ്രോത്സാഹനങ്ങളോടെ ക്വാട്ട നേടുന്നതിന് പ്രതിഫലം നൽകുക. പണവും ഗിഫ്റ്റ് വൗച്ചറുകളും എല്ലായ്പ്പോഴും മികച്ച പ്രോത്സാഹനങ്ങളല്ലെന്ന് ഓർക്കുക. ചിലപ്പോൾ കുടുംബ സമയമോ രസകരമായ അനുഭവമോ കൂടുതൽ പ്രതിഫലദായകവും പ്രചോദനകരവുമാണ്.

5. മികച്ച സെയിൽസ് കോച്ചിംഗ് ഉപയോഗിച്ച് വിൽപ്പനക്കാരെ ശക്തരാക്കുക.

നടന്നുകൊണ്ടിരിക്കുന്ന, വ്യക്തിഗതമാക്കിയ സെയിൽസ് കോച്ചിംഗ് വിൽപ്പന പ്രകടനം മെച്ചപ്പെടുത്തുന്നതിനുള്ള ഒരു തെളിയിക്കപ്പെട്ട ഘടകമാണ്. വിൽപ്പന തന്ത്രങ്ങളും അവർ എത്ര നന്നായി നടപ്പിലാക്കുന്നു എന്നതിനെക്കുറിച്ചുള്ള നിങ്ങളുടെ ഉപദേശം, സ്ഥിതിവിവരക്കണക്കുകൾ, നിരീക്ഷണങ്ങൾ എന്നിവയിൽ നിന്ന് പുതിയതും പരിചയസമ്പന്നരായ സെയിൽസ് എക്സിക്യൂട്ടീവുകൾക്ക് പ്രയോജനം നേടാനാകും. നിങ്ങളുടെ പരിശീലകരെ പരിശീലിപ്പിക്കുന്നതിന്റെ ശക്തി അവഗണിക്കരുത്. കൂടുതൽ ഫലപ്രദമാകാൻ സെയിൽസ് മാനേജർമാരെ ശാക്തീകരിക്കുന്നത് ദീർഘകാല പോസിറ്റീവ് സ്വാധീനം ചെലുത്തുന്നു.

6. സെയിൽസ് ടെക്നോളജി തന്ത്രപരമായി ഉപയോഗിക്കുക

വിജയിക്കുന്ന മിക്ക കമ്പനികൾ അഡ്വാൻസ്ഡ് സെയിൽസ് ടെക്നോളജി ശരിയായ രീതിയിൽ ഉപയോഗിക്കുന്നതായി കാണാം. നിങ്ങളുടെ ടീമിന് ശരിയായ വിൽപ്പന വൈദഗ്ധ്യം ഉണ്ടായിരിക്കാം, എന്നാൽ മികച്ച സാങ്കേതികവിദ്യയില്ലാതെ മികച്ച പ്രകടനം കാഴ്ചവെക്കാൻ കഴിയില്ല. നിങ്ങളുടെ ടീമിന് വിജയിക്കാൻ ആവശ്യമായ എല്ലാ കാര്യങ്ങളുടെയും പിന്തുണ നിങ്ങൾ നൽകുന്നുണ്ടെന്ന് ഉറപ്പാക്കുക.

7. വിജയത്തിനായി പരിശ്രമിക്കുക.

നിങ്ങൾ ശരിയായ ആളുകളെ നിയമിക്കുകയും നിങ്ങളുടെ ടീം

നന്നായി പരിശീലിപ്പിക്കുകയും പ്രചോദിപ്പിക്കുകയും ചെയ്യുമ്പോൾ, അ വർ സ്വാഭാവികമായും മികച്ച പ്രകടനം കാഴ്ചവയ്ക്കും. വിൽപ്പന പ്രക ടനം മെച്ചപ്പെടുത്തുന്നതിന് ഈ ആറ് തന്ത്രങ്ങൾ രൂപകൽപ്പന ചെയ്യു കയും നടപ്പിലാക്കുകയും ചെയ്യുന്നത് നിങ്ങൾ ചെയ്യുന്ന കൂടുതൽ വെ ല്ലുവിളി നിറഞ്ഞ കാര്യങ്ങളിൽ ഒന്നായിരിക്കാം, എന്നാൽ നിങ്ങളുടെ സമയം, പരിശ്രമം എന്നിവയുടെ ആകെത്തുക മികച്ച പൈപ്പ്ലൈനി ലേക്കും ഉയർന്ന ക്ലോസ് റേറ്റിലേക്കും തുടർച്ചയായ വിജയങ്ങൾ സൃ ഷ്ടിക്കുന്നതിലേക്കും നയിക്കും.

എല്ലാ ബിസിനസ്സിന്റെയും പ്രധാനപെട്ട ഘടകം ആണ് സെയിൽ സ് വിഭാഗം. നിങ്ങളുടെ സെയിൽസ് പെർഫോമൻസ് സ്തംഭിക്കു മ്പോൾ കമ്പനിക്ക് വളരെ വേഗത്തിലുള്ള പ്രതിഫലനം ഉണ്ടാകും . അതുകൊണ്ടാണ് മാർക്കറ്റ് ലാൻഡ്സ്കേപ്പ് മാറുകയും നിങ്ങളുടെ ഉപ ഭോക്താക്കളുടെ പ്രതീക്ഷകൾ വികസിക്കുകയും ചെയ്യുമ്പോൾ നിങ്ങ ളുടെ സെയിൽസ് പ്രകടനം മെച്ചപ്പെടുത്തുന്നതിന് പ്രതിജ്ഞാബദ്ധരാ യിരിക്കേണ്ടത് വളരെ പ്രധാനമായത്.

നിങ്ങളുടെ സെയിൽസ് പ്രകടനം മെച്ചപ്പെടുത്താൻ സഹായിക്കു ന്ന ഏഴ് കാര്യങ്ങൾ ഇതാ.

1. നിങ്ങളുടെ ദൗത്യം അറിയുക

നിങ്ങളുടെ സെയിൽസ് പ്രകടനം മെച്ചപ്പെടുത്താൻ ശ്രമിക്കുന്നതി ന് മുമ്പ്, അകത്തും പുറത്തും നിങ്ങളുടെ പ്രൊഡക്റ്റിന്റെയോ, സേവന ങ്ങളെകുറിച്ചോ നിങ്ങൾ അറിഞ്ഞിരിക്കണം. പ്രൊഡക്റ്റിന്റെ സവിശേ ഷതകളുടെ ഒരു ലിസ്റ്റ് മനഃപാഠമാക്കുന്നതിനുമപ്പുറം അത് ഉൾക്കൊ ള്ളുക. നിങ്ങളുടെപ്രൊഡക്ക്ടോ, സേവനമോ നിങ്ങളുടെ ബിസിനസ്സ് സ്ഥ ലത്തെ സാധ്യതകളുടെ ആവശ്യങ്ങൾ എങ്ങനെ നിറവേറ്റുന്നു, നിങ്ങ ളുടെ ഉപഭോക്താക്കളെ അവരുടെ എതിരാളികളിൽ നിന്ന് എങ്ങനെ വേർതിരിക്കാൻ ഇത് സഹായിക്കും, അത് അവരുടെ നിലവിലുള്ള ബി സിനസ്സ് വളർച്ചയെ എങ്ങനെ നയിക്കും എന്ന് നിങ്ങൾ മനസ്സിലാക്കണം.

2. ഉയർന്ന മൂല്യമുള്ള ടാസ്കുകൾക്ക് മുൻഗണന നൽകുക

ഒരു പ്ലാനും ഇല്ലാതെ നേരെ കോൾ ഷീറ്റിലേക്ക് ചാടരുത്. ഒരു ദിവ സം നിങ്ങൾ പൂർത്തിയാക്കുന്ന സെയിൽസ് കോളുകളുടെ എണ്ണം പ്രധാനമാണെങ്കിലും, ഉയർന്ന മൂല്യമുള്ള ടാസ്കുകളിൽ നിങ്ങളുടെ ദൈനംദിന പ്രവർത്തനങ്ങൾക്ക് മുൻഗണന നൽകുന്നതിലൂടെ നിങ്ങൾ

ക്ക് മികച്ച ഫലം ലഭിക്കും , നിങ്ങളുടെ കോളുകൾടുസെയിൽസ് അനു പാതത്തിൽ പ്രകടമായ പുരോഗതി നിങ്ങൾ കാണാനിടയുണ്ട്.

ശരിയായ ആളുകളുമായി സംസാരിക്കുക. ഒരു സെയിൽസ് കൺസൾട്ടന്റിന്റെ ഏറ്റവും വലിയ സമയനഷ്ടം തെറ്റായ ആളുകളുമായി നീണ്ട കോളുകളിൽ കുടുങ്ങുന്നതാണ്. പുതിയ സേവന ദാതാക്കളെ സൈൻ അപ്പ് ചെയ്യാൻ അധികാരമുള്ള പ്രധാന തീരുമാനമെടുക്കുന്നവരെ തിരിച്ചറിയാൻ പ്രോസ്പെക്റ്റ് കമ്പനിയുടെ ഓർഗനൈസേഷണൽ ഘടനയെക്കുറിച്ച് ഗവേഷണം നടത്താൻ കുറച്ച് സമയം നിക്ഷേപിക്കുക.

3. തന്ത്രപരമായ ചോദ്യങ്ങൾ ചോദിക്കുക

ഒരു സെയിൽസ് പിച്ചിലേക്ക് ആരംഭിക്കുന്നതിന് മുമ്പ്, ഓരോ പ്രോസ്പെക്റ്റിന്റെയും നിർദ്ദിഷ്ട കാര്യങ്ങളും ബിസിനസ്സ് ലക്ഷ്യങ്ങളും തിരിച്ചറിയാനും മനസ്സിലാക്കാനും സമയമെടുക്കുക. തുറന്ന ചോദ്യങ്ങൾ ചോദിക്കുക.

4. വ്യക്തിഗതമായ പരിഹാരങ്ങൾ വാഗ്ദാനം ചെയ്യുക

ഏറ്റവും വിജയകരമായ വിൽപ്പനക്കാർ പ്രശ്നം പരിഹരിക്കുന്നവരാണ്. ഇപ്പോൾ നിങ്ങളുടെ പ്രോസ്പെക്റ്റിന്റെ നിർദിഷ്ട കാര്യങ്ങളും ബിസിനസ്സ് ലക്ഷ്യങ്ങളും നിങ്ങൾ അറിഞ്ഞു കഴിഞ്ഞു , ഒരു സ്റ്റാൻഡേർഡ് സെയിൽസ് പിച്ച് അവലംബിക്കുന്നത് ഒഴിവാക്കുക. പകരം, നിങ്ങളുടെ ഓഫർ അവരുടെ നിർദ്ദിഷ്ട ആവശ്യങ്ങൾ എങ്ങനെ അഭിസംബോധന ചെയ്യുന്നുവെന്നും നിങ്ങളുടെ പ്രോഡക്ട് അല്ലെങ്കിൽ സേവനമോ അവർ സ്വയം നിശ്ചയിച്ചിട്ടുള്ള ബിസിനസ്സ് ലക്ഷ്യങ്ങൾ നേടാൻ അവരെ എങ്ങനെ നേരിട്ട് സഹായിക്കുമെന്നും കൃത്യമായി വ്യക്തമാക്കുക.

5. നിങ്ങളുടെ പ്രതിരോധശേഷി കെട്ടിപ്പടുക്കുക.

സ്റ്റെല്ലാർ സെയിൽസ് അഥവാ അത്യ്യസാഹികളായ സെയിൽസ് പെർഫോർമേഴ്സ് മികച്ച പ്രകടനത്തിനു ശേഷം ഉത്സാഹം കുറയുന്നത് ചിലപ്പോൾ കാണാൻ സാധിക്കും   അതുകൊണ്ടാണ് നിങ്ങളുടെ പ്രതിരോധശേഷി വളർത്തിയെടുക്കുന്നത് വളരെ പ്രധാനമാണെന്ന് പറയുന്നത് . ഓരോ 'വേണ്ട 'യും ഒരു പഠനാനുഭവമായും വളരാനുള്ള അവസരമായും കരുതുക. നിങ്ങളുടെ ദീർഘകാല ലക്ഷ്യങ്ങളിൽ ശ്രദ്ധ കേന്ദ്രീകരിക്കുക, അങ്ങനെ ഒരു കഠിനമായ ദിവസം നിങ്ങളുടെ പോസി

റ്റീവ് വീക്ഷണത്തെ നശിപ്പിക്കില്ല എന്ന രീതിയിൽ.

6.നിങ്ങളുടെ ഫലങ്ങൾ ട്രാക്ക് ചെയ്യുക

നിങ്ങളുടെ വിൽപ്പന പ്രകടനത്തെക്കുറിച്ച് കൂടുതൽ ഉൾക്കാഴ്ച വി കസിപ്പിക്കാൻ കഴിയും, നിങ്ങളുടെ ഫലങ്ങൾ മികച്ചതായിരിക്കും. നി ങ്ങളുടെ ഫലങ്ങൾ ട്രാക്കുചെയ്യുന്നതിന് ഓരോ ആഴ്ചയുടെയും അവ സാനം കുറച്ച് മിനിറ്റ് നീക്കിവെക്കുക. ഉൽപ്പന്നം അല്ലെങ്കിൽ സേവനം വഴിയുള്ള വിൽപ്പന, ലീഡ് സ്രോതസ്സ് വഴിയുള്ള വിൽപ്പന, ഓരോ വിൽ പ്പനയിലും നിന്നുള്ള വരുമാനം എന്നിങ്ങനെയുള്ള അളവുകൾ നോക്കു ന്നത് മികച്ച ഫലങ്ങൾ നൽകുന്ന സെയിൽസ് ടെക്നിക്കുകൾ തിരിച്ച റിയാൻ നിങ്ങളെ സഹായിക്കും.

ഒരു സെയിൽസ് പേഴ്സൺ എന്ന നിലയിൽ, നിങ്ങൾ പ്രശ്നപരി ഹാര ബിസിനസ്സിലാണ്. നിങ്ങളുടെ സെയിൽസ് പ്രകടനം മെച്ചപ്പെടു ത്തുന്നതിന്, ഒരു പ്രത്യേക ആവശ്യങ്ങളും ലക്ഷ്യങ്ങളും ഉള്ള ഒരു വ്യ ക്തിയായി നിങ്ങൾ എല്ലാ സാധ്യതകളെയും പരിഗണിക്കണം. നിങ്ങളു ടെ ഉപഭോക്താക്കൾക്ക് യഥാർത്ഥ മൂല്യം നൽകുന്ന ദീർഘകാല പങ്കാ ളിത്തം നിങ്ങൾ സൃഷ്ടിക്കും.

ആദ്യം, സെയിൽസ് പ്രകടനത്തെ ബാധിക്കുന്ന അഞ്ച് പ്രധാന ഘ ടകങ്ങൾ നോക്കാം. ഓരോ കമ്പനിയുടെയും പ്രോഡക്ട്സ്, ഉപഭോക്താ ക്കൾ, വിപണികൾ എന്നിവ വ്യത്യസ്തമാണെങ്കിലും, നിങ്ങളുടെ സെയിൽസ് പ്രകടനവും അത് എങ്ങനെ മെച്ചപ്പെടുത്താമെന്നും വില യിരുത്തുമ്പോൾ നിങ്ങൾ പരിഗണിക്കേണ്ട ഘടകങ്ങൾ ഇവയാണ്.

പ്രധാന സെയിൽസ് പ്രകടന ഘടകങ്ങൾ

1. ഗോ ടു മാർക്കറ്റ് സ്ട്രാറ്റജി

നിങ്ങളുടെ ഗോ ടു മാർക്കറ്റിംഗ് (ജിടിഎം) പ്ലാനിലെ ഘടകങ്ങളും അവ എത്ര നന്നായി നടപ്പിലാക്കുന്നു എന്നതും നിങ്ങളുടെ സെയിൽ സ് ടീമിന് മികച്ച പ്രകടനം നടത്താൻ കഴിയുമോ എന്നതിന്റെ പ്രാഥമി ക ഘടകങ്ങളാണ്. ഒരു സാധാരണ GTM തന്ത്രത്തിൽ ഉൽപ്പന്ന വില നിർണ്ണയം, സ്ഥാനനിർണ്ണയം, സന്ദേശമയയ്ക്കൽ എന്നിവ ഉൾപ്പെടുന്നു. ഇവ ഓരോന്നും നിങ്ങളുടെ മാർക്കറ്റ്, എതിരാളികൾ, ടാർഗെറ്റ് ഉപഭോ ക്താവ് എന്നിവയുമായി പൊരുത്തപ്പെടണം. ഉദാഹരണത്തിന്, മനസ്സി ലാക്കിയ മൂല്യവുമായി താരതമ്യപ്പെടുത്തുമ്പോൾ നിങ്ങളുടെ പ്രോഡ

ക്ലാസിന്റെ വില വളരെ ഉയർന്നതാണെങ്കിൽ, നിങ്ങളുടെ വിൽപ്പനക്കാർ
ക്ക് സെയിൽസ് കുറച്ചു ബുദ്ധിമുട്ടായിരിക്കും .

2. സെയിൽസ് ആൻഡ് മാർക്കറ്റിംഗ് അലൈൻമെന്റ്

സെയിൽസ് പ്രകടനം മെച്ചപ്പെടുത്തുന്നതിന് സെയിൽസ്, മാർക്ക
റ്റിംഗ് ടീമുകൾ തമ്മിലുള്ള സഹകരണം അത്യാവശ്യമാണ്. അവബോ
ധവും ലീഡുകളും സൃഷ്ടിക്കുന്നതിനായി മാർക്കറ്റിംഗ് ഫണലിന്റെ മുക
ളിൽ പ്രവർത്തിക്കുമ്പോൾ, സെയിൽസ് പ്രതിനിധികൾക്ക് ലീഡ് ഗുണ
നിലവാരത്തെക്കുറിച്ചും ഉപഭോക്താക്കളുമായി എത്രത്തോളം പ്രതിധ
നിക്കുന്നു എന്നതിനെക്കുറിച്ചും മുൻനിര ഫീഡ്ബാക്ക് നൽകാൻ കഴി
യും. വിന്യാസത്തിന്റെ അഭാവം നിരാശ, തെറ്റായ ആശയവിനിമയം, ന
ഷ്ടമായ അവസരങ്ങൾ, കുറഞ്ഞ പ്രകടനം എന്നിവയിലേക്ക് നയിക്കുന്നു.

3. സെയിൽസ് പ്രോത്സാഹനങ്ങൾ

നിങ്ങളുടെ സെയിൽസ് ടീമിന്റെ പ്രകടനത്തിന് പിന്നിലെ പ്രധാന
ശക്തിയാണ് സെയിൽസ് ഇൻസെന്റീവുകൾ. ക്വാട്ടകൾ, പ്രദേശങ്ങൾ,
നഷ്ടപരിഹാരം എന്നിവ എത്ര നന്നായി ചിട്ടപ്പെടുത്തിയിരിക്കുന്നു അ
വ നേടാനാവുന്നതും നീതിയുക്തവും ആണെന്ന് മനസ്സിലാക്കിയാലും
നല്ലതോ മോശമോ ആയ രീതിയിൽ സെയിൽസ് ടീമിന്റെ മനോവീര്യ
ത്തെയും ഔട്ട്പുട്ടിനെയും സാരമായി സ്വാധീനിക്കും.

4. സെയിൽസ് മികവുകൾ

നിങ്ങളുടെ സെയിൽസ് പ്രതിനിധികളുടെ അനുഭവവും കഴിവുക
ളും സെയിൽസ് പ്രകടനത്തിനുള്ള മറ്റ് പ്രധാന ഘടകങ്ങളാണ്. ഓരോ
സെയിൽസ് കൺസൾട്ടന്റും വ്യവസായ വൈദഗ്ധ്യം, ഉൽപ്പന്ന പരിജ്ഞാ
നം, സാധ്യതകൾ എന്നിവയിൽ ഇടപഴകുന്നതിനും വിശ്വാസം വളർ
ത്തുന്നതിനും വാങ്ങുന്നവരെ പ്രക്രിയയിലൂടെ നീക്കുന്നതിനുമുള്ള സോ
ഫ്റ്റ് വൈദഗ്ധ്യം എന്നിവ ഉണ്ടായിരിക്കണം. ഓൺബോർഡിംഗും തുട
രുന്ന പരിശീലനവും ടീമിലെ ഓരോ വ്യക്തിയുടെയും അതുല്യമായ
നൈപുണ്യ വിടവുകളുമായി പൊരുത്തപ്പെടണം.

5. സെയിൽസ് സ്റ്റാഫിംഗ്

നിങ്ങളുടെ സെയിൽസ് ടീമിന്റെ ഘടനയും സെയിൽസ് പ്രകടന
ത്തെ ബാധിച്ചേക്കാം. അക്കൗണ്ട് എക്സിക്യൂട്ടീവുകൾക്കുള്ള ഇൻ
സൈഡ് സെയിൽസ് / ബിസിനസ് ഡെവലപ്മെന്റ് പ്രതിനിധികളുടെ

ശരിയായ അനുപാതം നിങ്ങൾക്ക് ആവശ്യമാണ്. നിങ്ങൾക്ക് സ്റ്റാഫ് കുറവാണെങ്കിൽ, നിങ്ങളുടെ സെയിൽസ് പ്രതിനിധികൾ കൂടുതൽ സമയം കോൾഡ് കോളുകൾ ചെയ്യാനും മീറ്റിംഗുകൾ ഷെഡ്യൂൾ ചെയ്യാനും ഉപഭോക്താക്കളെ കാണാനും ഡീൽ അവസാനിപ്പിക്കാനും കുറച്ച് സമയം ചെലവഴിക്കേണ്ടി വരും.

നല്ല സെയിൽസ് പ്രകടനത്തിന്റെ പ്രധാനപ്പെട്ട ഒരു കാര്യം സ്ഥിരതയാണ്. ആവർത്തിച്ചുള്ള വിജയത്തിനായി നിങ്ങളുടെ ടീമിനെ സജ്ജീകരിച്ചിട്ടില്ലെങ്കിൽ, സാഹചര്യങ്ങൾ മാറുമ്പോൾ ടീമിന് ലക്ഷ്യങ്ങൾ കൈവരിക്കാനോ അതിൽ കൂടുതലാകാനോ കഴിയില്ല. നിലവിലെ കാലാവസ്ഥയ്ക്ക് അനുയോജ്യമായ തന്ത്രങ്ങൾ നിങ്ങൾ നടപ്പിലാക്കേണ്ട തുണ്ട്. സാമ്പത്തിക പ്രതിസന്ധികളോ മത്സര സാഹചര്യങ്ങളോ പരിഗണിക്കാതെ നിങ്ങളുടെ ടീമിനെ വിജയിക്കാൻ. നിങ്ങൾ പ്രാപ്തരാക്കുക.

37. ഗ്രാമീണ മാർക്കറ്റിംഗ് അഥവാ റൂറൽ മാർക്കറ്റിംഗ്

രാജ്യത്തിന്റെ വിദൂര പ്രദേശങ്ങളിൽ താമസിക്കുന്നവരുടെ ആവശ്യ ങ്ങൾ നിറവേറ്റുന്നതിനും സാധ്യതയുള്ള വിപണി പിടിച്ചെടുക്കുന്നതി നുമായി കമ്പനികൾ വിപണന മിശ്രിതത്തോടൊപ്പം വിവിധ മാർക്കറ്റിം ഗ് തത്വങ്ങളുടെയും തന്ത്രങ്ങളുടെയും രൂപീകരണവും പ്രയോഗവും ഗ്രാ മീണ മാർക്കറ്റിംഗിനെ സൂചിപ്പിക്കുന്നു.

ഉദാഹരണം: അവലംബിച്ച പ്രമുഖ മാർക്കറ്റിംഗ് തന്ത്രങ്ങളിലൊന്നാ ണ് നോക്കിയയുടെ താങ്ങാനാവുന്ന വിലയുള്ള മൊബൈൽ ഫോണു കൾ 'നോക്കിയ 1100' പുറത്തിറക്കിയത്, അതിൽ മികച്ച ഒരു ടോർച്ചും അലാറം ക്ലോക്കും ഉണ്ട്. വൈദ്യുതിയില്ലാത്ത പ്രദേശങ്ങളിൽ താമസി ക്കുന്ന ഗ്രാമീണർക്ക് സൗകര്യമൊരുക്കുന്നതിനാണ് ഇത് ചെയ്തത്.

ഗ്രാമീണ മാർക്കറ്റിംഗിന്റെ സാധ്യതകൾ

ഗ്രാമീണ വിപണനത്തിൽ രണ്ട് പ്രാഥമിക ഘടകങ്ങൾ ഉൾപ്പെടു ന്നു; ഒന്ന് ഗ്രാമവും രണ്ടാമത്തേത് നഗരവുമാണ്. ഈ രണ്ട് വിപണി കൾ തമ്മിലുള്ള വിപണി കൈമാറ്റംഎങ്ങനെയെന്ന് മനസ്സിലാക്കാം:

നഗരം മുതൽ ഗ്രാമം വരെ: എഫ്എംസിജി ഉൽപന്നങ്ങൾ, വളങ്ങൾ, ഉപഭോക്തൃവസ്തുക്കൾ തുടങ്ങിയ നഗരങ്ങളിൽ നിർമ്മിക്കുന്ന ഉൽപ്പ ന്നങ്ങൾ വിദൂര പ്രദേശങ്ങളിൽ ലഭ്യമാക്കുന്നു. നഗരം മുതൽ ഗ്രാമീണ വിപണനം എന്നാണ് ഇതിനെ വിളിക്കുന്നത്.

ഗ്രാമം മുതൽ നഗരം വരെ: വിളകളും മറ്റ് കാർഷിക ഉൽപന്നങ്ങളും

കരകൗശല വസ്തുക്കളും മൺപാത്ര ഉൽപന്നങ്ങളും ഉൾപ്പെടെ ഗ്രാമ പ്രദേശങ്ങളിലോ ഗ്രാമങ്ങളിലോ നിർമ്മിക്കുന്നതോ വളർത്തുന്നതോ ആയ സാധനങ്ങൾ നഗരപ്രദേശങ്ങളിലെ ഉപഭോക്താക്കൾക്ക് വിൽക്കുന്നു. റൂറൽ മുതൽ അർബൻ മാർക്കറ്റിംഗ് എന്നാണ് ഇത് അറിയപ്പെടുന്നത്.

റൂറൽ ടു റൂറൽ: ഒരു ഗ്രാമീണ നിർമ്മാതാവ് കന്നുകാലികൾ, മൺ പാത്രങ്ങൾ, വണ്ടികൾ മുതലായ ഉൽപ്പന്നങ്ങൾ മറ്റ് ഗ്രാമങ്ങളിലേക്ക് വിൽക്കുമ്പോൾ, അതിനെ ഗ്രാമീണ മുതൽ ഗ്രാമീണ വിപണനം എന്ന് വിളിക്കുന്നു.

ഗ്രാമീണ വിപണിയുടെ സവിശേഷതകൾ

ഒരു ഗ്രാമീണ വിപണി കൊണ്ട് നമ്മൾ എന്താണ് മനസ്സിലാക്കുന്നത്? നഗര വിപണിയിൽ നിന്ന് ഇതിനെ വ്യത്യസ്തമാക്കുന്നത് എന്താണ്?

ഗ്രാമങ്ങളിലോ വിദൂര പ്രദേശങ്ങളിലോ സാധനങ്ങൾ വിൽക്കുന്നതും വിതരണം ചെയ്യുന്നതും വിനിമയം ചെയ്യുന്നതും ഗ്രാമീണ വിപണിയാ യി മനസ്സിലാക്കാം. ഗ്രാമീണ വിപണിയെ നന്നായി മനസ്സിലാക്കാൻ ഇ നിപ്പറയുന്ന സവിശേഷതകൾ നിങ്ങളെ സഹായിക്കും:

സാധാരണ ജീവിത നിലവാരം: ഗ്രാമീണ ജീവിതശൈലി തികച്ചും യാഥാസ്ഥിതികവും നേരായതുമാണ്. ഇവിടെയുള്ള ആളുകൾ ആഡം ബര വസ്തുക്കൾക്ക് പകരം അവശ്യവസ്തുക്കൾക്കായി കൂടുതൽ ചെ ലവഴിക്കുന്നു, ഇത് നഗരജീവിതത്തിൽ നിന്ന് വളരെ വ്യത്യസ്തമാണ്.

വലുതും ചിതറിക്കിടക്കുന്നതുമായ മാർക്കറ്റ്: ജനസംഖ്യയുടെ ഗണ്യ മായ ശതമാനം ഗ്രാമങ്ങളിലാണ് താമസിക്കുന്നത്. രാജ്യത്തുടനീളം

നിരവധി ഗ്രാമങ്ങളുണ്ട്, അവയിൽ ഓരോന്നിലും ഒരു ചെറിയ കൂട്ടം ആളുകൾ താമസിക്കുന്നു. അങ്ങനെ, ഗ്രാമീണ വിപണി വിശാലമായ പ്രദേശമായി വ്യാപിച്ചുകിടക്കുന്നു.

പരമ്പരാഗത വീക്ഷണം: ഗ്രാമീണ ജനത അവരുടെ പാരമ്പര്യങ്ങളിൽ ഉറച്ചുനിൽക്കുകയും കുറഞ്ഞ സാക്ഷരതാ നിലവാരം കാരണം മാറ്റങ്ങളെ പ്രതിരോധിക്കുകയും ചെയ്യുന്നു. എന്നിരുന്നാലും, ഗ്രാമീണ വികസനം മന്ദഗതിയിലാണെങ്കിലും നന്നായി വരുന്നുണ്ട് ,

കൃഷിയാണ് പ്രധാന വരുമാന സ്രോതസ്സ്: ഗ്രാമത്തിലെ ജനസംഖ്യ അവരുടെ ജീവിതത്തിനായി കാർഷിക വരുമാനത്തെ വളരെയധികം ആശ്രയിക്കുന്നു. വിളനാശത്തിന്റെ കാര്യത്തിൽ, ഗ്രാമീണർക്ക് ഡിസ് പോസിബിൾ വരുമാനം കുറവാണ്.

അടിസ്ഥാന സൗകര്യ വികസനം: ഗ്രാമീണ മേഖലകളിൽ ഉചിതമായ ഗതാഗതം, സിമൻറ് റോഡുകൾ, ആശയവിനിമയ ശൃംഖല, ബാങ്കുകൾ, വെയർഹൗസുകൾ തുടങ്ങിയ ശരിയായ അടിസ്ഥാന സൗകര്യങ്ങൾ കുറവാണ്.

വൈവിധ്യമാർന്ന സാമൂഹികസാമ്പത്തിക പശ്ചാത്തലം: ഭൂമിയുടെ ഫലഭൂയിഷ്ഠത അനിശ്ചിതത്വത്തിലായതിനാലും ഭൂമിശാസ്ത്രപരമായ ഒരു വലിയ ഗ്രാമപ്രദേശത്തെ ഉൾക്കൊള്ളുന്നതിനാലും ഈ പ്രദേശങ്ങളിലെ ജനങ്ങളിൽ സാമൂഹികസാമ്പത്തിക വൈവിധ്യമുണ്ട്.

സീസണൽ ഡിമാൻഡ്: കൃഷിയുടെ സീസണുകളും ഘട്ടങ്ങളും, ഗ്രാമീണ വിപണികളിലെ ചരക്കുകളുടെയും സേവനങ്ങളുടെയും ആവശ്യകതയെ സ്വാധീനിക്കുന്നു.

വ്യാജ ബ്രാൻഡുകളുടെ വ്യാപനം: ഗ്രാമപ്രദേശങ്ങളിൽ ആളുകൾ കൂടുതൽ വില ബോധമുള്ളവരും നിരക്ഷരരുമാണ്. ഇക്കാരണത്താൽ, ഒറിജിനൽ ബ്രാൻഡുകൾക്ക് സമാനമായി കാണപ്പെടുന്ന വിലകുറഞ്ഞ ഉൽപ്പന്നങ്ങളുമായി നിരവധി വ്യാജ ബ്രാൻഡുകൾ ഈ വിപണികൾ കൈയടക്കുന്നു .

കുറഞ്ഞ സാക്ഷരതാ നില: വിദൂര പ്രദേശങ്ങളിൽ നിരക്ഷരതയുടെ ശതമാനം വളരെ കൂടുതലാണ്. അതിനാൽ, വിപണനക്കാർ ഗ്രാമീണ വിപണനത്തിനായി റേഡിയോ, റോഡ്ഷോ, തുടങ്ങിയ മറ്റൊരു മാധ്യമം ഉപയോഗിക്കുന്നു.

വൈവിധ്യമാർന്ന വിപണി: ഗ്രാമങ്ങളിൽ താമസിക്കുന്ന ആളുകൾ വ്യത്യസ്ത മതം, സംസ്കാരം, സാമൂഹിക, സാമ്പത്തിക പശ്ചാത്തലങ്ങൾ, ഭാഷാശാസ്ത്രം മുതലായവയിൽ പെട്ടവരാണ്, അതിനാൽ വ്യത്യസ്ത കാഴ്ചപ്പാടുകളും ആവശ്യങ്ങളും ഉണ്ട്.

ഗ്രാമീണ മാർക്കറ്റിംഗ് പരിസ്ഥിതി

ബിസിനസ്സ് ഓർഗനൈസേഷനുകൾ പ്രവർത്തിക്കുന്ന ഒരു ബാഹ്യ പരിതസ്ഥിതിയിലാണ് എല്ലാ വിപണികളും നിലനിൽക്കുന്നത്. ഗ്രാമീണ വിപണനത്തിലെ വ്യാപാര രീതികളെ സ്വാധീനിക്കുന്ന പാരിസ്ഥിതിക ഘടകങ്ങൾ ഇവയാണ്:

രാഷ്ട്രീയ മാറ്റങ്ങൾ

ചെറുകിട ഗ്രാമീണ വ്യവസായങ്ങളെ പ്രോത്സാഹിപ്പിക്കുന്ന വ്യാപാരവാണിജ്യ സമ്പ്രദായങ്ങളിൽ സർക്കാർ ഇടപെടൽ, ഈ പ്രദേശങ്ങളിൽ താമസിക്കുന്ന ആളുകളുടെ അവസ്ഥ മെച്ചപ്പെടുത്തുന്നതിന് ഗ്രാമീണ മേഖലകളിലെ മറ്റ് ബിസിനസ് യൂണിറ്റുകളുടെ കടന്നുകയറ്റം എന്നിവ ഗ്രാമീണ വിപണികളെ വലിയ തോതിൽ സ്വാധീനിക്കുന്നു.

സാമൂഹിക മാറ്റങ്ങൾ

സാമൂഹിക അന്തരീക്ഷം ഇനിപ്പറയുന്നവ ഉൾക്കൊള്ളുന്നു:

സാമൂഹിക ഘടകങ്ങൾ, അതായത് ഗ്രാമീണ ഉപഭോക്താവിന്റെ ജീവിതശൈലി, മുൻഗണന, ശീലങ്ങൾ; ഉപഭോക്താവിന്റെ സംസ്കാരവും ജീവിതരീതിയും നിർണ്ണയിക്കുന്നു.

മനഃശാസ്ത്രപരമായ ഘടകങ്ങൾ ഉപഭോക്താവിന്റെ മനോഭാവം, ധാരണ, പെരുമാറ്റം, വ്യക്തിത്വം, മാനസിക ദൃഢത എന്നിവയെ ഉൾക്കൊള്ളുന്നു.

ഈ ഘടകങ്ങളെല്ലാം ഗ്രാമീണ വിപണിയെയും സ്വാധീനിക്കുന്നു.

സാങ്കേതിക മാറ്റങ്ങൾ

സാങ്കേതിക പുരോഗതിക്കൊപ്പം, വിപണനക്കാർ ഏറ്റവും പുതിയ മാർക്കറ്റിംഗ് ഉപകരണങ്ങളും തന്ത്രങ്ങളും ഉപയോഗിക്കുന്നു. കൂടാതെ, കുറഞ്ഞ കാലയളവിൽ ഗ്രാമീണ ഉപഭോക്താക്കൾക്ക് ലഭ്യമായ പ്രൊഡക്റ്റിന്റെയോ, സേവനങ്ങളോ ഉൽപ്പാദിപ്പിക്കുന്നതിന് ആശയവിനിമയത്തിന്റെയും ഗതാഗതത്തിന്റെയും രീതികൾ മെച്ചപ്പെടുത്തിയിട്ടുണ്ട്.

സാമ്പത്തിക മാറ്റങ്ങൾ

വിപണനക്കാർ ആരോഗ്യകരമായ മത്സരം, ഉപഭോക്തൃ ക്ഷേമം, ഗ്രാമീണ വിപണി കീഴടക്കുന്നതിന് അനുയോജ്യമായ ഓഫറുകൾ, വില എന്നിവ ഉൾപ്പെടെയുള്ള സാമ്പത്തിക ഘടകങ്ങൾ പരിഗണിക്കേണ്ടതുണ്ട്.

ധാർമ്മിക മാറ്റങ്ങൾ

സ്ഥാപനത്തിന്റെ ദീർഘകാല ലക്ഷ്യങ്ങൾ കൈവരിക്കുന്നതിന് ബി സിനസ്സ് നൈപുണ്യം അനിവാര്യമാണ്. അങ്ങനെ, ഗ്രാമപ്രദേശങ്ങളിൽ ഉൽപ്പന്നങ്ങൾ വിപണനം ചെയ്യുന്നതിൽ കമ്പനിയുടെ ധാർമ്മിക മൂല്യ ങ്ങൾ ഒരു പ്രധാന പങ്ക് വഹിക്കുന്നു.

എന്തുകൊണ്ടാണ് ഒരു ഗ്രാമീണ വിപണിയിൽ കമ്പനികൾ നി ക്ഷേപിക്കുന്നത്? അത് ഓർഗനൈസേഷനുകൾക്കും കമ്പനി കൾക്കും എങ്ങനെ പ്രയോജനം ചെയ്യും?

ബിസിനസ് ഓർഗനൈസേഷനുകൾക്കും കമ്പനികൾക്കും ഒരു ഗ്രാ മീണ വിപണി കൈവശം വച്ചിരിക്കുന്ന വിവിധ അവസരങ്ങൾ നമുക്ക് ഇപ്പോൾ മനസ്സിലാക്കാം:

നഗര വിപണികളുടെ സാച്ചുറേഷൻ: വിവിധ ഉൽപ്പന്നങ്ങളും സേവ നങ്ങളും കൊണ്ട് മെട്രോപൊളിറ്റൻ പ്രദേശങ്ങൾ നന്നായി സജ്ജീകരി ച്ചിരിക്കുന്നു. അതിനാൽ, വിൽപ്പന വർദ്ധിപ്പിക്കുന്നതിനായി കമ്പനികൾ ഗ്രാമീണ വിപണികൾതേടി പോകുന്നു .

ഗ്രാമീണ വരുമാനത്തിൽ വർദ്ധനവ്: ഗ്രാമീണ മേഖലയിൽ ആധു നിക കാർഷിക രീതികൾ ഉയർന്നുവന്നതിനാൽ, കർഷകർക്ക് മികച്ച വിളവെടുപ്പ് നടത്താനും വിളനാശം കുറയ്ക്കാനും കഴിഞ്ഞു. ഇത് ആ ത്യന്തികമായി ഗ്രാമീണരുടെ ഡിസ്പോസിബിൾ വരുമാനം വർദ്ധിപ്പിച്ചു.

ഗ്രാമീണ ഉപഭോക്തൃ സ്വഭാവത്തിലെ മാറ്റം: ഗ്രാമപ്രദേശങ്ങളിലെ പ്രൊഡക്ടിന്റെയോ,സേവനങ്ങൾക്കോ ഉള്ള ആവശ്യം വളരെ സെൻസി റ്റീവായ വിലയാണ്. എന്നിരുന്നാലും, മൊബൈൽ, കമ്പ്യൂട്ടറുകൾ , വാ ഹനങ്ങൾ തുടങ്ങിയ സാങ്കേതിക ഉൽപ്പന്നങ്ങൾ വാങ്ങുന്നതിലേക്ക് ഉ പഭോക്താക്കൾ നീങ്ങുന്നു. അങ്ങനെ, കമ്പനികളുടെ വളർച്ചാ സാധ്യ ത വിപുലീകരിക്കുന്നു.

ഇൻഫ്രാസ്ട്രക്ചർ സൗകര്യങ്ങളിലെ മെച്ചപ്പെടുത്തൽ

അടിസ്ഥാന സൗകര്യങ്ങളുടെ വളർച്ച, അതായത്, വിദൂര പ്രദേശ ങ്ങളിൽ റോഡുകളുടെയും വെയർഹൗസുകളുടെയും നിർമ്മാണം, ഗ താഗത സേവനങ്ങൾ, ആശയവിനിമയ ശൃംഖല വികസിപ്പിക്കൽ തുട ങ്ങിയവ ഈ മേഖലകളിൽ നിക്ഷേപം നടത്തുന്ന കമ്പനികൾക്ക് മറ്റൊ രു നേട്ടമാണ്.

വിവരസാങ്കേതിക വിദ്യയുടെ നുഴഞ്ഞുകയറ്റം

ഗ്രാമീണ ജനത സാവധാനം സാങ്കേതികവിദ്യയിലേക്ക് നവീകരി
ക്കുകയും പുതിയ ആശയവിനിമയ രീതികളും മൊബൈൽ ഫോണു
കൾ, ടെലിവിഷൻ തുടങ്ങിയ മാധ്യമങ്ങളും ഉപയോഗിക്കുകയും ചെയ്യു
ന്നു. അങ്ങനെ, ബിസിനസ് സ്ഥാപനങ്ങൾക്ക് വലിയ അവസരങ്ങൾ സൃ
ഷ്ടിക്കുന്നു.

ധനകാര്യ സ്ഥാപനങ്ങളിൽ നിന്നുള്ള സഹായം

ബാങ്കുകളും മറ്റ് ധനകാര്യ സ്ഥാപനങ്ങളും ആകർഷകമായ പലിശ
നിരക്കിൽ വായ്പകളും അഡ്വാൻസുകളും സുഗമമാക്കുന്നതിലൂടെ കൂ
ടുതൽ സാധനങ്ങൾ വാങ്ങാൻ ഗ്രാമീണ ജനതയെ പ്രോത്സാഹിപ്പി
ക്കുന്നു.

നഗര വിപണികളിലെ ഉയർന്ന മത്സരം

നഗരപ്രദേശങ്ങളിൽ, ആളുകൾക്ക് ചരക്കുകളെക്കുറിച്ചോ സേവന
ങ്ങളെക്കുറിച്ചോ പൂർണ്ണമായ അറിവും ഉയർന്ന ബ്രാൻഡ് ബോധവുമു
ണ്ട്. എന്നിരുന്നാലും, ഗ്രാമീണ വിപണികൾക്ക് ഇപ്പോഴും മികച്ച ഉൽപ്പ
ന്നങ്ങളോ സേവനങ്ങളോ ആവശ്യമാണ്.

വലിയ ഗ്രാമീണ ജനസംഖ്യ

ഗ്രാമീണ വിപണിയിൽ പ്രവേശിക്കുന്നതിന്റെ പ്രധാന നേട്ടം, സാ
ധ്യതയുള്ള നിരവധി ഉപഭോക്താക്കളുള്ള ഒരു വലിയ ജനസംഖ്യയുമാ
യി കമ്പനിക്ക് എക്സ്പോഷർ ലഭിക്കുന്നു എന്നതാണ്.

മുഴുവനായും കവർ ചെയ്യാത്ത വലിയ വിപണി

കമ്പനികൾക്ക് തങ്ങളുടെ വിപണി കെട്ടിപ്പടുക്കുന്നതിനായി രാജ്യ
ത്തിന്റെ വിദൂര പ്രദേശങ്ങളിൽ പുതിയ ഉൽപ്പന്നങ്ങൾ അവതരിപ്പിക്കു
ന്നതിന് വിപുലമായ സാധ്യതകളുണ്ട്.

ഗ്രാമീണ മാർക്കറ്റിംഗിന്റെ വെല്ലുവിളികൾ

ഗ്രാമീണ വിപണികൾ സങ്കീർണ്ണവും സാധാരണ അല്ലെങ്കിൽ നഗര
വിപണികളിൽ നിന്നും വളരെ വ്യത്യസ്തവുമാണ്. അതിനാൽ, ഗ്രാമീ
ണ വിപണിയിൽ കടന്നുകയറുകയും ദീർഘകാലാടിസ്ഥാനത്തിൽ നി
ലനിൽക്കുകയും ചെയ്യുന്നത് ഒരു ബിസിനസ്സിന് തികച്ചും വെല്ലുവിളി
നിറഞ്ഞതാണ്.

പ്രൊമോഷനും മാർക്കറ്റിംഗ് കമ്മ്യൂണിക്കേഷനും: കമ്പനികൾ

അവരുടെ ഒന്നിലധികം സവിശേഷതകൾ കണക്കിലെടുത്ത് ഗ്രാമീണ വിപണികൾക്കായുള്ള പ്രൊഡക്ടിന്റെയോ , സേവനങ്ങളുടെയോ പ്രൊമോഷൻ, മാർക്കറ്റിംഗ് തന്ത്രങ്ങൾ പുനഃക്രമീകരിക്കേണ്ടതുണ്ട്.

ഗ്രാമീണ ഉപഭോക്താവിനെ മനസ്സിലാക്കുക: ഗ്രാമീണ ഉപഭോക്താക്കൾ തികച്ചും യാഥാസ്ഥിതികരും പരമ്പരാഗതവും സാംസ്കാരികവുമാണ്, അത് പ്രൊഡക്ടിന്റെയോ , സേവനങ്ങൾക്കോ ഉള്ള അവരുടെ ഡിമാൻഡിൽ പോലും പ്രതിഫലിക്കുന്നു. അതിനാൽ, അവരുടെ മുൻഗണനയും അഭിരുചിയും മനസ്സിലാക്കാൻ പ്രയാസമാണ്.

ഉപസംഹാരം

ഗ്രാമീണ വിപണികൾ ബിസിനസ് സ്ഥാപനത്തിന് ധാരാളം സാധ്യതകളും ലാഭമുണ്ടാക്കാനുള്ള അവസരങ്ങളും നൽകുന്നു. ഈ വിപണികളിലേക്ക് കടന്നുകയറാൻ നന്നായി വിശകലനം ചെയ്ത് ആസൂത്രണം ചെയ്ത ഗ്രാമീണ വിപണന തന്ത്രമാണ് വേണ്ടത്.

പ്രൊഡക്ട്സിന്റെയും സേവനങ്ങളുടെയും വ്യക്തിഗത വിൽപ്പനയും ചില്ലറ വിൽപ്പനയുമാണ് ഏറ്റവും വിപുലമായി സ്വീകരിച്ച തന്ത്രം. സാധാരണഗതിയിൽ യാഥാസ്ഥിതികരും പുതിയ ഉൽപ്പന്നങ്ങൾ പരീക്ഷിക്കുന്നതിൽ പ്രതിരോധശേഷിയുള്ളവരുമായ ഗ്രാമീണ ഉപഭോക്താക്കൾക്കിടയിൽ ഇത്തരം സമ്പ്രദായങ്ങൾ വിശ്വാസം വളർത്തുന്നു.

ഈ വിപണികളെ സമഗ്രമായി വിശകലനം ചെയ്യുകയും അതിനനു സരിച്ച് ആസൂത്രണം ചെയ്യുകയും ചെയ്താൽ ഗ്രാമീണ മാർക്കറ്റിംഗ് ഓർഗനൈസേഷനുകൾക്ക് ഒരു സാധ്യതയുള്ള ബിസിനസ് അവസരമാണ്.

ഒരു പാസഞ്ചർ കാർ വിപണിയിൽ ഇന്ന് ശക്തമായ സ്വാധീനം ചെലുത്താൻ പറ്റുന്ന ഒരു വിപണിയായി മാറി കഴിഞ്ഞു റൂറൽ മാർക്കറ്റ് . മിക്ക കമ്പനികളും വളരെ മത്സര ബുദ്ധിയോടെയാണ് വിവിധ റൂറൽ മാർക്കറ്റിംഗ് ക്യാമ്പയിനുകൾ അവതരിപ്പിക്കുന്നത് . വലിയ മത്സരമാണ് ഈ രംഗത്ത് ഇപ്പോൾ നടന്നു കൊണ്ടിരിക്കുന്നത് .

38. ഒരു മാസ്റ്റർ ക്ലോസറിന്റെ രഹസ്യങ്ങൾ:

ആർക്കും, എപ്പോൾ വേണമെങ്കിലും, എവിടെയും എന്തും വിൽക്കാൻ ലളിതവും എളുപ്പവും വേഗമേറിയതുമായ മാർഗം...
മികച്ച വിൽപ്പനക്കാരുടെ സവിശേഷതകൾ.

1. അവർ വിൽപ്പനയുടെ കാര്യത്തിലല്ല, മറിച്ച് ഒരു ബിസിനസ്സ് കെട്ടി പ്പടുക്കുന്നതിനെക്കുറിച്ചാണ് ചിന്തിക്കുന്നത്. മികച്ച വിൽപ്പന നടത്തു ന്ന ആളുകൾ ഒരു ബിസിനസ്സ് കെട്ടിപ്പടുക്കുകയാണ്, ഒരു വിൽപ്പന നട ത്താൻ ശ്രമിക്കുന്നില്ല. നിങ്ങൾ ഒരു വിൽപ്പനയ്ക്കപ്പുറം ചിന്തിക്കുമ്പോൾ, നിങ്ങൾ മറ്റുള്ളവരുടെ ശ്രദ്ധ വളരെ എളുപ്പത്തിൽ ആകർഷിക്കാൻ പോ കുന്നു. നിങ്ങൾ പറയുന്നതിൽ അവർക്ക് കൂടുതൽ താൽപ്പര്യമുണ്ടാ കും. ഒരു വിൽപ്പനയ്ക്കപ്പുറം നിലനിൽക്കാൻ പോകുന്ന എന്തെങ്കിലും നിങ്ങൾക്ക് വേണം.

2. അവർ തങ്ങളുടെ ബിസിനസുകൾ ഒരു സമയം ഒരു ഉപഭോക്താ വിനെ ശ്രവിക്കുകയും തുടർന്ന് എല്ലായ്പ്പോഴും അവസാനത്തെ ഉപ ഭോക്താവിനെ കൂടുതൽ ഉപഭോക്താക്കളിലേക്ക് നയിക്കുകയും ചെയ്യു ന്നു. ഒരിക്കലും ഒരു ഡീൽ നടത്തിക്കഴിഞ്ഞ് ആ ഉപഭോക്താവിനെക്കു റിച്ച് മറക്കരുത്. നിങ്ങൾ നടത്തുന്ന അവസാന വിൽപ്പന എപ്പോഴും പു തിയ ബന്ധങ്ങളിലേക്കു നയിക്കും

3. അവർ വിൽക്കുന്നതിൽ ഭ്രാന്തന്മാരാണ്. മികച്ച സെയിൽസ് പ്രതി നിധികൾ തങ്ങളുടെ കസ്റ്റമേഴ്സിനോടുള്ള അഭിനിവേശത്തിലാണ്, അ വരുടെ ബിസിനസ്സ് തീർച്ചയായും അവർ വളർത്തും .

4. അവരുടെ ഫലങ്ങൾക്കായി അവർ മാർക്കറ്റ് പ്ലേസ് സമ്പദ് വ്യവ സ്ഥയെ ആശ്രയിക്കുന്നില്ല, പകരം അവരുടെ പ്രവർത്തനങ്ങളെ ആശ്ര യിക്കുന്നു. നിങ്ങൾ മികച്ച ആളാണെങ്കിൽ, ഏത് സമ്പദ് വ്യവസ്ഥയി ലും നിങ്ങൾക്കു നന്നായി പ്രവർത്തിക്കാൻ കഴിയും , കാരണം നിങ്ങൾ നിങ്ങളുടെ സ്വന്തം സമ്പദ് വ്യവസ്ഥ സൃഷ്ടിക്കുന്നു.

5. ഓവർഅച്ചീവേഴ്സുമായി കൂട്ട് കൂടുക, അവസരങ്ങൾ എത്തിപ്പി ടിക്കാൻ സാധിക്കാത്തവർക്ക് കുറച്ച് സമയമേ ലഭിക്കൂ. ഈ ആളുക ളെ ചിലപ്പോൾ മറ്റുള്ളവർ താൽപ്പര്യമില്ലാത്തവരായി കാണുന്നു, പക്ഷേ അവർക്ക് കുറഞ്ഞ പ്രൊഡക്റ്റിവിറ്റിയിൽ താൽപ്പര്യമില്ല എന്നതാണ് സത്യം.

39. മാർക്കറ്റിംഗ് Vs സെയിൽസ്

മാർക്കറ്റിംഗും സെയിൽസും പരസ്പരബന്ധിതമാണെന്ന് തോന്നി യേക്കാം , എന്നിരുന്നാലും, മാർക്കറ്റിംഗും വിൽപ്പനയും തമ്മിൽ വലിയ വ്യത്യാസമുണ്ട്. രണ്ടും ബിസിനസിൽ കൃത്യമായ ക്രമീകരണങ്ങൾ

സൃഷ്ടിക്കുന്നു. ഒരു മാനേജർ അവരുടെ ബിസിനസ്സിന്റെ വിജയത്തിനാ യി വിവിധ തന്ത്രങ്ങൾ പിന്തുടരുന്നു.

പ്രോഡക്റ്റ് വില്പനയ്ക്ക് ഒരു ലക്ഷ്യമുണ്ട്, ഇത് മാർക്കറ്റിംഗിന്റെ ഒരു പ്രവർത്തന ഭാഗമാണ്, കൂടാതെ ഒരു നിശ്ചിത തലത്തിലുള്ള വരു മാനം, നേട്ടം അല്ലെങ്കിൽ വിപണി വിഹിതം നേടുക എന്ന ഒരു ഇടക്കാ ല ലക്ഷ്യമുണ്ട്. 'എനിക്ക് എങ്ങനെയെങ്കിലും ഒരു പ്രോഡക്റ്റ് ഉപഭോ ക്താവിന് വിൽക്കണം' എന്ന ലക്ഷ്യത്തോടെ ഒരു വിൽപ്പന അവസാ നിപ്പിക്കുന്നതിന് 'വില വ്യതിയാനത്തിന്' കൂടുതൽ മുൻഗണന നൽകു ന്നു. ഈ പരിമിതമായ ശ്രദ്ധ ചെലവ് കുറഞ്ഞ ആസൂത്രണത്തിനും ബ്രാൻഡ് സൃഷ്ടിക്കലിനും വേണ്ടത്ര സ്വാധീനം ചെലുത്താൻ പറ്റില്ല. സമഗ്രമായ മത്സര നേട്ടം സൃഷ്ടിക്കുന്നതിനുള്ള തന്ത്രങ്ങൾ കെട്ടിപ്പടു ക്കുന്നതിന് ഫലമില്ല. ഏതൊരു സെയിൽസ് ടാസ്ക്കിന്റെയും സെയിൽസ് ക്ലോസിങ്ങ് ത്വരിതപ്പെടുത്തലിലൂടെ ലാഭം വർദ്ധിപ്പിക്കുകയാണ്. വിൽ പ്പനയിൽ ശ്രദ്ധ കേന്ദ്രീകരിക്കുമ്പോൾ, പ്രൊമോഷൻ പ്രോഗ്രാം അവ സാനിച്ചതിന് ശേഷം വിൽപ്പന നേരിട്ട് ആരംഭിക്കണമെന്നും ഉൽപ്പാദന യൂണിറ്റ് ഉൽപ്പാദിപ്പിക്കുന്നതെന്തും വിൽക്കാനുള്ള സെയിൽസ് ഡിപ്പാർ ട്ട്മെന്റിന്റെ പ്രവർത്തനങ്ങളാണെന്നും കമ്പനികൾ വിശ്വസിക്കുന്നു. ഈ ലക്ഷ്യം തൃപ്തിപ്പെടുത്തുന്നതിന് ആക്രമണാത്മക വിൽപ്പന രീതികൾ യുക്തിസഹജമാക്കിയിരിക്കുന്നു. ഉപഭോക്താവിന്റെ യഥാർത്ഥ ആഗ്രഹ ങ്ങളും സംതൃപ്തിയും നിസ്സാരമാണ്. വിൽക്കുന്നത് ഉൽപ്പന്നത്തെ താൽ ക്കാലികമായി കമ്പനിക്കുള്ള പണമാക്കി മാറ്റുന്നു.

എന്നിരുന്നാലും, വിപണനത്തിന് വിൽക്കുന്നതിനേക്കാൾ വിശാലമാ യ സമീപനമുണ്ട്, അത് ഉൽപ്പാദനക്ഷമവുമാണ്. പ്രൊഡക്റ്റിനു പകരം ഉപഭോക്താവിനാണ് അതിന്റെ ഊന്നൽ. വിൽപന നിർമ്മാതാവിന്റെയോ വിപണനക്കാരന്റെയോ ആവശ്യങ്ങളെയും ജിജ്ഞാസയെയും ആശ്ര യിച്ചിരിക്കുന്നുവെങ്കിലും, വിപണനം ഉപഭോക്താവിന്റെ ആവശ്യത്തെ ആശ്രയിച്ചിരിക്കുന്നു. ഇത് ഉപഭോക്താവിന്റെ ആവശ്യങ്ങൾ അംഗീകരി ക്കുന്നതിനും നിറവേറ്റുന്നതിനുമുള്ള ഒരു നടപടിക്രമം മാത്രമാണ്. ഉൽ പ്പാദനവും വിൽപനയും ഉപഭോക്താവിന് നേട്ടമുണ്ടാക്കാൻ വേണ്ടിയു ള്ളതാണ്. പ്രൊഡക്റ്റോ സർവീസോ പ്ലാൻ ചെയ്യൽ, പ്രൈസ് ഫിക് സിങ്, പ്രമോട്ട് ചെയ്യൽ, ഡിസ്ട്രിബ്യൂഷൻ എന്നിവയുമായി ബന്ധപ്പെ ട്ട എല്ലാ പ്രവർത്തനങ്ങളും മാർക്കറ്റിംഗിൽ ഉൾപ്പെടുന്നു. മാർക്കറ്റിംഗിൽ, ഉപഭോക്താവിന്റെ സംതൃപ്തി വിലയിരുത്തുന്നതിന്, ഉപഭോക്താവിന്റെ ഫീഡ്ബാക്ക് സ്വീകരിക്കുന്നതിന് മുമ്പ് ഉപഭോക്താവിന്റെ ആഗ്രഹങ്ങൾ

തിരിച്ചറിഞ്ഞ് ആരംഭിച്ച നടപടിക്രമം അവസാനിപ്പിക്കില്ല. പ്രൊഡക്ഷൻ, ഇൻസ്പെക്ഷൻ, ഡിസ്ട്രിബ്യൂഷൻ, ട്രാൻസ്പോർട്ടേഷൻ, പ്രമോഷൻ, മാർക്കറ്റിംഗ് തുടർന്ന് സെയിൽസ് എന്നിവ ഉൾപ്പെടുന്ന പ്രവർത്തനങ്ങ ളുടെ ഒരു നീണ്ട പരമ്പരയായി ഇത് അംഗീകരിക്കപ്പെട്ടിരിക്കുന്നു. ഈ പ്രവർത്തനങ്ങൾക്കെല്ലാം ഉത്തരവാദികളായ ഡയറക്റ്റിംഗ് ഫോഴ്സാണ് ഉപഭോക്താവ് ആഗ്രഹിക്കുന്നത്. ലാഭം അവഗണിക്കപ്പെടുന്നില്ല, എന്നാൽ നടപടിക്രമത്തിൽ, ഒരു വലിയ ഉപഭോക്തൃ ഫ്രാഞ്ചൈസി വികസിപ്പി ക്കാൻ വിപണനക്കാരന് കഴിവുണ്ട്, കൂടാതെ കമ്പനിക്ക് ലാഭം സൃഷ്ടി ക്കുന്നു. മാർക്കറ്റിംഗിൽ മാർക്കറ്റ് ഷെയറിനേക്കാൾ മൈൻഡ് ഷെയർ പ്രസക്തമാണ്.

എന്താണ് മാർക്കറ്റിംഗ്?

വിനിമയ സംവിധാനം വഴി മനുഷ്യന്റെ ആഗ്രഹങ്ങൾ നിറവേറ്റാൻ ഉദ്ദേശിച്ചുള്ള ഒരു വ്യാപാരം അല്ലെങ്കിൽ ഇടപാടാണ് മാർക്കറ്റിംഗ് ത ത്വം. ഒരു തുക നൽകാൻ ഉപഭോക്താവിന് ചായ്‌വുള്ള ആഗ്രഹമാണ് ഡിമാൻഡ്. ഒരു ആഗ്രഹം അല്ലെങ്കിൽ ഉപഭോക്താവ് ആഗ്രഹിക്കുന്ന അല്ലെങ്കിൽ തിരയുന്ന ഏതെങ്കിലും ഘടകമോ സേവനമോ ആകാം. വാങ്ങാനുള്ള ആഗ്രഹം ശക്തിപ്പെടുമ്പോൾ ആഗ്രഹങ്ങൾ ആവശ്യങ്ങ ളാകുന്നു. ഒരു ആവശ്യം എന്നത് വാങ്ങുന്നയാൾക്ക് സ്വയം സജീവവും സജീവവുമായി നിലനിർത്താൻ തോന്നുന്ന കാര്യവുമായിരിക്കാം. ഒരു കൈമാറ്റത്തിൽ രണ്ട് കക്ഷികൾ തമ്മിലുള്ള തുക ഉൾപ്പെടുന്നു. നിർ മ്മാതാവിന് സാധ്യമായ ലാഭം നേടുന്നതിന് വിൽപ്പന സൃഷ്ടിക്കുക എ ന്നതാണ് മാർക്കറ്റിംഗിന്റെ ലക്ഷ്യം.

വിപണനം അതിന്റെ മുൻകൂർ വിശദീകരണത്തിലും നിയമാനുസൃ തമായ വശത്തിലും വിൽക്കുന്നവനും വാങ്ങുന്നവനും ഇടയിൽ ഉൽപ നങ്ങളിൽ കൈവശം വയ്ക്കുന്ന കൈമാറ്റം, മുൻഗണനാ ഉടമസ്ഥാവ കാശ കൈമാറ്റം നടപ്പിലാക്കുന്നതിനുള്ള ശ്രമമായി പറയപ്പെടുന്നു. ഇ ത് വിപണനത്തിന്റെ പരിധിയെ ഹോൾഡിംഗിന്റെ സമ്പൂർണ്ണ കൈമാറ്റ ത്തിലേക്ക് പരിമിതപ്പെടുത്തുന്നു‘ പ്രൊഡക്റ്റിന്റെയും സേവനങ്ങളുടെയും കൈവശം വയ്ക്കുന്നതിലും നിയന്ത്രണത്തിലും മാറ്റങ്ങൾ വരുത്തുന്ന തുമായി ബന്ധപ്പെട്ട എല്ലാ പ്രവർത്തനങ്ങളും മാർക്കറ്റിംഗിൽ ഉൾപ്പെ ടുന്നു.

40. ഒരു റോൾ മോഡലായ ലീഡർ

1. നിങ്ങളുടെ മൂല്യങ്ങൾ അനുസരിച്ച് ജീവിക്കുക: മറ്റുള്ളവരിൽ നിന്ന് നിങ്ങൾ പ്രതീക്ഷിക്കുന്ന തത്വങ്ങൾ പ്രകടിപ്പിക്കുക.

2. സത്യസന്ധത പ്രകടിപ്പിക്കുക: നിങ്ങളുടെ പ്രവർത്തനങ്ങളിൽ സത്യസന്ധതയും സ്ഥിരതയും പുലർത്തുക.

3. ധാർമ്മിക മാനദണ്ഡങ്ങൾ ഉയർത്തിപ്പിടിക്കുക: നിങ്ങളുടെ ടീ മിന് ഉയർന്ന ധാർമ്മിക മാതൃക സജ്ജമാക്കുക.

4. സുതാര്യത പ്രോത്സാഹിപ്പിക്കുക: വിവരങ്ങളും തീരുമാനങ്ങ ളും തുറന്ന് പങ്കിടുക.

5. സഹാനുഭൂതിയും ആദരവും കാണിക്കുക: മറ്റുള്ളവരോട് ദയ യോടും പരിഗണനയോടും കൂടി പെരുമാറുക.

6. ഉത്തരവാദിത്തമുള്ളവരായിരിക്കുക: തെറ്റുകൾ സമ്മതിക്കുക യും അവയുടെ ഉത്തരവാദിത്തം ഏറ്റെടുക്കുകയും ചെയ്യുക.

7. ഉത്തരവാദിത്തം പ്രോത്സാഹിപ്പിക്കുക: ടീം അംഗങ്ങളെ ഒരേ നിലവാരത്തിൽ നിർത്തുക

41. നമുക്ക് എങ്ങിനെ ബ്രാൻഡ് ആയി വളരാം...

നിങ്ങളെക്കുറിച്ചുള്ള മറ്റുള്ളവരുടെ ധാരണ രൂപപ്പെടുത്തുന്നതാണ് വ്യക്തിഗത ബ്രാൻഡിംഗ്. അതിൽ തീവ്രമായ സ്വയംപ്രൊമോഷൻ ഉൾ പ്പെടുന്നു. നിങ്ങൾ ഒരു കാർ വില്പനയിൽ ഏർപ്പെടുമ്പോൾ ആ രംഗ ത്തെ ഏറ്റവും മികച്ച റിസൾട്ട് നേടാനും, നിങ്ങളെ നിങ്ങൾ തന്നെ നോ ക്കികാണുമ്പോൾ വളരെയധികം ആത്മ വിശ്വാസം തോന്നാനുമു തകു ന്ന ഒരു പെർഫോമൻസ്, ഉണ്ടാക്കിയെടുക്കുക എന്നുള്ളതാണ് ആദ്യ കടമ്പ. കൃത്യമായ രീതിയിലുള്ള പ്ലാനിംഗ്, പെർഫോമൻസ്, വിശ്വാസം, അറിവ്, നേതൃ പാടവം, ഇച്ഛാശക്തി തുടങ്ങിയവ ഉണ്ടെങ്കിലേ നിങ്ങൾ ക്ക് ഒരു ബ്രാൻഡിലേക്കു ഉയരാൻ പറ്റു. കരിയറിൽ വളരെ സക്സ സ് ആയി പോകുന്നവർ പ്രധാനമായും മൂന്നു വ്യത്യസ്ത ബ്രാൻഡ്സ് ആണ് കൈകാര്യം ചെയ്യുന്നത്

1.) അവർ വില്പന ചെയ്യുന്ന മെയിൻ കമ്പനി (ബ്രാൻഡ്)

2.) അവർ പ്രവർത്തിക്കുന്ന കമ്പനി

3.) വില്പന ചെയ്യുന്ന ആൾ

ഇതിൽ ഏതെങ്കിലും ബ്രാൻഡ് നിലവാരം കുറഞ്ഞാൽ അതിനനു സരിച്ചു റിസൾട്ട് മാറി മാറിയും. ബ്രാൻഡ് ആയി നിൽക്കുക തുടരുക എന്നത് വലിയൊരു കാര്യമാണ്.

42. നമ്മൾ മാറുന്നതിന്റെ കാരണങ്ങൾ

1. വളർച്ചയും വ്യക്തിഗത വികസനവും: മാറ്റം നമ്മെ പഠിക്കാനും വ ളരാനും അനുവദിക്കുന്നു, നമ്മുടെ കംഫർട്ട് സോണുകളിൽ നിന്ന് ന മ്മെ പുറത്താക്കുകയും പുതിയ കഴിവുകളും കാഴ്ചപ്പാടുകളും വിക സിപ്പിക്കാൻ സഹായിക്കുകയും ചെയ്യുന്നു.

2. പുതിയ സാഹചര്യങ്ങളുമായി പൊരുത്തപ്പെടൽ: പുതിയ ജോലി യോ പുതിയ ബന്ധമോ പുതിയ അന്തരീക്ഷമോ ആകട്ടെ, പുതിയ സാ ഹചര്യങ്ങളുമായി പൊരുത്തപ്പെടാൻ മാറ്റം അനിവാര്യമാണ്.

3. മെച്ചപ്പെടാനുള്ള ആഗ്രഹം: ശാരീരികമായോ മാനസികമായോ വൈകാരികമായോ അല്ലെങ്കിൽ തൊഴിൽപരമായോ ആകട്ടെ, നമ്മളെ യോ നമ്മുടെ സാഹചര്യങ്ങളെയോ മെച്ചപ്പെടുത്താനുള്ള ആഗ്രഹമാ ണ് പലപ്പോഴും മാറ്റത്തെ നയിക്കുന്നത്.

4. ബാഹ്യ സ്വാധീനങ്ങൾ: സാമൂഹിക മാനദണ്ഡങ്ങൾ, സാംസ്കാ രിക വ്യതിയാനങ്ങൾ അല്ലെങ്കിൽ സാങ്കേതിക മുന്നേറ്റങ്ങൾ പോലുള്ള ബാഹ്യ ഘടകങ്ങളാൽ മാറ്റത്തെ സ്വാധീനിക്കാം.

5. ജീവിത പരിവർത്തനങ്ങൾ: ഒരു പുതിയ നഗരത്തിലേക്ക് മാറുക, ഒരു കുടുംബം ആരംഭിക്കുക, അല്ലെങ്കിൽ ജീവിതത്തിന്റെ ഒരു പുതിയ ഘട്ടത്തിലേക്ക് പ്രവേശിക്കുക തുടങ്ങിയ ജീവിത പരിവർത്തനങ്ങളുടെ സ്വാഭാവിക ഭാഗമാണ് പലപ്പോഴും മാറ്റം.

6. അസംതൃപ്തി: നമ്മുടെ നിലവിലെ സാഹചര്യങ്ങളോടുള്ള അ തൃപ്തി ബോധത്താൽ മാറ്റത്തിന് പ്രേരിപ്പിച്ചേക്കാം, മെച്ചപ്പെട്ടതോ വ്യ ത്യസ്തമോ ആയ എന്തെങ്കിലും തേടാൻ നമ്മെ പ്രേരിപ്പിക്കുന്നു.

7. നഷ്ടം അല്ലെങ്കിൽ ദുരന്തം: പ്രിയപ്പെട്ട ഒരാളുടെ മരണം അല്ലെ ങ്കിൽ ഒരു ബന്ധത്തിന്റെ അന്ത്യം പോലെയുള്ള നഷ്ടം അല്ലെങ്കിൽ ദുര ന്തങ്ങൾ വഴി നമ്മുടെ മേൽ മാറ്റം നിർബന്ധിതമാക്കാം, ഇത് നമ്മുടെ ജീവിതത്തെ പുനർമൂല്യ നിർണ്ണയത്തിനും ആവശ്യമായ മാറ്റങ്ങൾ വ രുത്താനും നമ്മെ പ്രേരിപ്പിക്കുന്നു.

8. പുതിയ അനുഭവങ്ങൾക്കായുള്ള ആഗ്രഹം: പുതിയ അനുഭവങ്ങൾ ക്കും സാഹസികതകൾക്കുമുള്ള ആഗ്രഹങ്ങൾ മാറ്റത്തിന് കാരണമാ

കാം, പുതിയ അവസരങ്ങളും വെല്ലുവിളികളും തേടാൻ നമ്മെ പ്രേരി
പ്പിക്കുന്നു.

9. പരിണാമവും പുരോഗതിയും: വ്യക്തിതലത്തിലും സമൂഹത്തിൽ
വലിയ തോതിലും പുരോഗതിക്കും പരിണാമത്തിനും മാറ്റം അനിവാ
ര്യമാണ്.

10. സ്വയം കണ്ടെത്തൽ: മാറ്റങ്ങൾ സ്വയം കണ്ടെത്തലിലേക്ക് നയി
ച്ചേക്കാം, നമ്മെയും നമ്മുടെ മൂല്യങ്ങളെയും ജീവിത ലക്ഷ്യങ്ങളെയും
നന്നായി മനസ്സിലാക്കാൻ സഹായിക്കുന്നു.

11. മറ്റുള്ളവരുടെ സ്വാധീനം: നമ്മുടെ ചുറ്റുമുള്ള ആളുകൾക്ക് അവ
രുടെ ഉപദേശം, പിന്തുണ, അല്ലെങ്കിൽ സ്വാധീനം എന്നിവയിലൂടെ മാറ്റ
ത്തെ സ്വാധീനിക്കാൻ കഴിയും.

12. സന്തുലിതാവസ്ഥയുടെ ആവശ്യകത: നമ്മുടെ ജീവിതത്തിൽ സ
ന്തുലിതാവസ്ഥ പുനഃസ്ഥാപിക്കുന്നതിന് മാറ്റം അനിവാര്യമാണ്, അത്
നമ്മുടെ ബന്ധങ്ങളിലോ ജോലിജീവിത സന്തുലിതാവസ്ഥയിലോ മൊ
ത്തത്തിലുള്ള ക്ഷേമത്തിലോ ആകട്ടെ.

നിങ്ങൾക്ക് മടുപ്പ് ഉളവാക്കുന്നു എന്ന് തോന്നുന്നുവെങ്കിൽ, ഇത് വാ
യിക്കുക:

1. ഇതൊരു ഘട്ടമാണ്.
ദുഷ്കരമായ സമയങ്ങൾ ഒരു ഘട്ടം മാത്രമാണ്. അവ ശാശ്വതമാ
യി നിലനിൽക്കില്ല. ഉയർച്ച താഴ്ചകളുടെ ഒരു ചക്രമാണ് ജീവിതം.
ഓർക്കുക, ഇതും കടന്നുപോകും. നിങ്ങൾ ഇപ്പോൾ കൊടുങ്കാറ്റിന്റെ ന
ടുവിലാണ്, പക്ഷേ തെളിഞ്ഞ ആകാശമാണ് മുന്നിലുള്ളത്. ഹോൾഡ്
ഓൺ ചെയ്യുക.

2. നിങ്ങൾ ചിന്തിക്കുന്നതിലും ശക്തനാണ്.
നിങ്ങളുടെ സഹിഷ്ണുതയെ ഒരിക്കലും കുറച്ചുകാണരുത്.
നിങ്ങളുടെ മോശം ദിവസങ്ങളിൽ 100% നിങ്ങൾ അതിജീവിച്ചു.
നിങ്ങളുടെ ഉള്ളിൽ, ഒരു ആന്തരിക ശക്തിയുണ്ട്.
നിങ്ങളുടെ കഴിവ് ഏതൊരു പ്രശ്നത്തേക്കാളും വലുതാണ്.
ഓർക്കുക, നിങ്ങൾ വിശ്വസിക്കുന്നതിനേക്കാൾ ശക്തനും കഴിവുള്ള
വനുമാണ്.

3. ചെറിയ ഘട്ടങ്ങളുടെ എണ്ണം.

പുരോഗതി എല്ലായ്പ്പോഴും ഒരു കുതിച്ചുചാട്ടമല്ല. ചിലപ്പോൾ ഇത് ചെറിയ, ഏതാണ്ട് അദൃശ്യമായ ഘട്ടങ്ങളാണ്. ഓരോ ചുവടും, എത്ര ചെറുതാണെങ്കിലും, നിങ്ങളുടെ ലക്ഷ്യത്തിലേക്ക് നിങ്ങളെ അടുപ്പിക്കു ന്നു. ഓരോ പുരോഗതിയും ആഘോഷിക്കൂ. സാവധാനത്തിലും സ്ഥിര തയിലും മത്സരത്തിൽ വിജയിക്കാനാകും. മുന്നോട്ട് പോകുക.

4. നിങ്ങളുടെ 'എന്തുകൊണ്ട്' ഓർക്കുക.

നിങ്ങൾ ആരംഭിച്ചതിന്റെ കാരണങ്ങൾ വീണ്ടും ചിന്തിക്കുക. നിങ്ങ ളുടെ പ്രചോദനവും ലക്ഷ്യങ്ങളുമായി വീണ്ടും ബന്ധപ്പെടുക.

5. പരാജയം ഒരു ചവിട്ടുപടിയാണ്.

വീണാലും കുഴപ്പമില്ല, വീണ്ടും ഉയരുക എന്നതാണ് പ്രധാനം. ഓ രോ തിരിച്ചടിയും പഠന അവസരങ്ങൾ നൽകുന്നു. ഓർക്കുക, ഓരോ വലിയ വിജയഗാഥയും പ്രതിബന്ധങ്ങളെ തരണം ചെയ്യുന്നതാണ്. പൊ യ്ക്കൊണ്ടേയിരിക്കുന്നു.

6. സ്വയം പരിചരണം പരിശീലിക്കുക.

സ്വയം പരിചരണം അത്യാവശ്യമാണ്, പ്രത്യേകിച്ച് പ്രയാസകരമായ സമയങ്ങളിൽ.

7. പോഷകസമൃദ്ധമായ ഭക്ഷണം കഴിക്കുക

പതിവായി വ്യായാമം ചെയ്യുക

മതിയായ ഉറക്കം നേടുക

പ്രിയപ്പെട്ടവരുമായി ബന്ധപ്പെടുക

സന്തോഷം നൽകുന്ന പ്രവർത്തനങ്ങളിൽ ഏർപ്പെടുക.

അത് സ്വാർത്ഥമല്ല, അതിജീവനമാണ്. നിങ്ങളുടെ ക്ഷേമം പ്രധാന മാണ്.

8. സഹായം ചോദിക്കുന്നതിൽ കുഴപ്പമില്ല.

ഓർക്കുക, ഈ യാത്രയിൽ നിങ്ങൾ തനിച്ചല്ല.

സുഹൃത്തുക്കളെയോ കുടുംബാംഗങ്ങളെയോ പ്രൊഫഷണലുക ളെയോ സമീപിക്കുക

നിങ്ങളുടെ പോരാട്ടങ്ങളെക്കുറിച്ച് തുറന്നുപറയുക
നിങ്ങൾക്ക് ആവശ്യമുള്ളപ്പോൾ പിന്തുണ തേടുക

43. എങ്ങനെയാണ് ജോ ജിറാർഡ് ലോകത്തിലെ ഏറ്റവും മികച്ച കാർ വിൽപ്പനക്കാരനായത്?

അദ്ദേഹം അതിനെ 'സ്പാർക്ക്' എന്നാണ് വിശേഷിപ്പിച്ചത്. അദ്ദേ ഹത്തിന്റെ തന്നെ വാക്കുകളിൽ, 'തീപ്പൊരികൾ തീ ഉണ്ടാക്കുന്നു.' അ ദ്ദേഹത്തിന്റെ ആദ്യ തീപ്പൊരി ചെറുപ്രായത്തിൽ തന്നെ വേദനാജനക മായിരുന്നു. മിഷിഗനിലെ ഡിട്രോയിറ്റിന്റെ കിഴക്ക് ഭാഗത്താണ് അദ്ദേ ഹം ജനിച്ചത്. പ്രാരംഭ പോരാട്ടം ആരംഭിച്ചത് സ്വന്തം പിതാവായ അ ന്റോണിയോ ജെറാർഡിൽ നിന്നാണ്, സിസിലിയൻ വംശജനായ ഒരു പരമ ദരിദ്രനായ മനുഷ്യൻ, ജീവിതത്തിൽ വിജയിച്ചില്ല, ശാരീരികമാ യും വൈകാരികമായും പരാജയ കാരണങ്ങൾ ജെറാഡിൽ ചൊരിഞ്ഞു. ജോയുടെ ആദ്യത്തെ തീപ്പൊരി ഇതായിരുന്നു: തന്റെ പിതാവ് തെറ്റ് ചെയ്തുവെന്ന് തെളിയിക്കാനുള്ള ദൃഢനിശ്ചയം.

അതേ സമയം, ജോയുടെ അമ്മ അദ്ദേഹത്തിന് അവരുടെ നിരന്തര മായ സ്നേഹവും വിശ്വാസവും നൽകി, തീർച്ചയായും, ജീവിതത്തിൽ വിജയിക്കാൻ ജോയ്ക്ക് കഴിയും. ജോയുടെ രണ്ടാമത്തെ സ്പാർക്ക് ഇ തായിരുന്നു: തന്റെ സ്നേഹവും ന്യായവിധിയും തെറ്റിയിട്ടില്ലെന്ന് അമ്മ യെ കാണിക്കാൻ.

ഔപചാരിക വിദ്യാഭ്യാസത്തിനായുള്ള ശ്രമങ്ങൾ പരാജയപ്പെട്ടതി നെത്തുടർന്ന് ജോയുടെ സ്കൂൾ പഠനം പതിനൊന്നാം ക്ലാസിൽ അവ സാനിച്ചു. 16ാം വയസ്സിൽ ജോ മിഷിഗൺ സ്റ്റൗ കമ്പനിയിൽ ജോലി നേടി. ആഴ്ചയിൽ 75 ഡോളർ അദ്ദേഹം സമ്പാദിച്ചു, ഇതുവരെയുള്ള അദ്ദേഹത്തിന്റെ ഏറ്റവും വലിയ സമ്പാദ്യം . 12 മണിക്കൂർ ജോലി ചെ യ്യേണ്ട സാഹചര്യം . തുടർന്ന് പഴം, പച്ചക്കറി കച്ചവടക്കാരന്റെ സഹാ യിയായി ജോലിക്ക് പോയി. പുറത്തെ ജോലികൾ ആസ്വദിച്ച അദ്ദേഹം തന്റെ വിൽപ്പന കഴിവിൽ അഭിമാനിക്കുകയും ചെയ്തു, എന്നാൽ ഈ ജോലിയിൽ ഭാവിയില്ലെന്ന് ഒരു ദിവസം അദ്ദേഹം മനസ്സിലാക്കി.

നിരാശയും ലക്ഷ്യവുമില്ലാതെ, 18ാം വയസ്സിൽ ജോ യുണൈറ്റഡ് സ്റ്റേറ്റ്സ് ആർമി ഇൻഫൻട്രിയിൽ ചേർന്നു. തൊണ്ണൂറ്റി ഏഴ് ദിവസങ്ങൾ ക്ക് ശേഷം, സ്കൂൾ നീന്തൽ ടീമിന് വേണ്ടി മുതുകിൽ ഡൈവിംഗിന് പ രിക്കേറ്റതായി സമ്മതിച്ചതിന് ശേഷം അദ്ദേഹത്തിന് മാന്യമായ ഒരു

ഡിസ്ചാർജ് ലഭിച്ചു.

ജോ വിജയിക്കാതെ ജോലി തേടിക്കൊണ്ടിരിക്കുകയായിരുന്നു , എ ന്നാൽ ഒരു ദിവസം, ഒരു സെയിൽസ്മാനായി തന്നെ നിയമിക്കണമെന്ന് അദ്ദേഹം ഷെവർലെ ഡീലർഷിപ്പിന്റെ സെയിൽസ് മാനേജരോട് അപേ ക്ഷിച്ചു. പരിചയക്കുറവും ജനുവരി മാസത്തിൽ പരമ്പരാഗതമായി വിൽ പ്പന മന്ദഗതിയിലായതും കാരണം മാനേജർ വിമുഖത കാണിച്ചു, എ ന്നാൽ ഡീലർഷിപ്പിന്റെ പിൻഭാഗത്ത് എവിടെയെങ്കിലും ഒരു ഡെസ്ക് എടുക്കുകയും , ടെലിഫോണിൽ ഫോളോ അപ്പ് ചെയ്യുമെന്ന് ജോ പറ ഞ്ഞു. അന്ന് വൈകുന്നേരം അവൻ തന്റെ ആദ്യത്തെ കാർ വിറ്റ്, തന്റെ കുടുംബത്തിന് ഒരു ബാഗ് പലചരക്ക് സാധനങ്ങൾ കൊണ്ടുവരാൻ മാ നേജരിൽ നിന്ന് 10 ഡോളർ കടം വാങ്ങി. രണ്ടാം മാസത്തിൽ അദ്ദേഹം പതിനെട്ട് കാറുകളും ട്രക്കുകളും വിറ്റു. അവനെ അതിശയിപ്പിച്ചുകൊ ണ്ട്, ഡീലർഷിപ്പിന്റെ മാനേജർ വളരെ ഇടുങ്ങിയ ചിന്താഗതിക്കാരനാ യതിനാൽ അവനെ പുറത്താക്കി. മറ്റു ചില സെയിൽസ് എക്സിക്യൂട്ടീ വ്സ് പരാതിപ്പെട്ടിരുന്നു. ഈ സമയത്ത്, തനിക്ക് കാറുകൾ വിൽക്കാൻ കഴിയുമെന്ന് ജോയ്ക്ക് അറിയാമായിരുന്നു

അവൻ അത് സ്വയം തെളിയിക്കുകയും ലോകത്തിന് മുന്നിൽ അത് തെളിയിക്കാൻ തയ്യാറാവുകയും ചെയ്തു അന്റോണിയോ ജെറാർഡ് ഉൾപ്പെടെ. മിഷിഗനിലെ ഈസ്റ്റ്പോയിന്റിലുള്ള മെറോളിസ് ഷെവർലെ യിൽ ജോയ്ക്ക് പെട്ടെന്ന് ജോലി ലഭിച്ചു!

തുടർച്ചയായി 12 വർഷത്തേക്ക്, ജോ ജെറാർഡ് മറ്റേതൊരു വിൽ പ്പനക്കാരനേക്കാളും കൂടുതൽ പുതിയ റീട്ടെയിൽ കാറുകളും ട്രക്കുക ളും വിറ്റു. മിക്ക ഡീലർമാരും മൊത്തത്തിൽ വിൽക്കുന്നതിനേക്കാൾ കൂ ടുതൽ ഒരു വ്യക്തി എന്ന നിലയിൽ അദ്ദേഹം വില്പന ചെയ്തു. മറ്റൊ രു വിൽപ്പനക്കാരനും ഒരു വർഷത്തിലേറെയായി ഈ പദവി നിലനിർ ത്തിയിട്ടില്ല, കാറുകൾക്കും ട്രക്കുകൾക്കും വേണ്ടിയല്ല.

2001ൽ, ജോയെ ഓട്ടോമോട്ടീവ് ഹാൾ ഓഫ് ഫെയിമിൽ ഉൾപ്പെടു ത്തി, ആ ബഹുമതി ലഭിച്ച ഒരേയൊരു വിൽപ്പനക്കാരൻ.

ലോകത്തെ മറ്റാരെക്കാളും കൂടുതൽ പുതിയ വാഹനങ്ങൾ വിൽ ക്കുന്നതിൽ ജോ പ്രശസ്തനാണ്.

തന്റെ പതിനഞ്ച് വർഷത്തെ വിൽപ്പന ജീവിതത്തിൽ, 13,001 പുതിയ കാറുകളും ട്രക്കുകളും ജോ വിറ്റു, എല്ലാം റീട്ടെയിലിൽ.

ചരിത്രത്തിലെ ഏതൊരു വ്യക്തിയെക്കാളും കൂടുതൽ കാറുകൾ വി റ്റതിന് ഗിന്നസ് ബുക്ക് ഓഫ് വേൾഡ് റെക്കോർഡ്സ് ജോ ജിറാർഡി

നെ ആദരിച്ചു, ലോകത്തിലെ ഏറ്റവും മികച്ച വാഹന വിൽപ്പനയിൽ 12 തവണ എത്തി. തന്റെ ഏറ്റവും മികച്ച വർഷത്തിൽ,അദ്ദേഹം 1425 യൂണിറ്റുകൾ വിറ്റു.

എന്താണ് ജോയുടെ രഹസ്യ ആയുധം?

ആശംസാ കാർഡുകൾ!

സ്വന്തം പോക്കറ്റിൽ നിന്ന് സാലറി കണ്ടെത്തി രണ്ട് അസിസ്റ്റന്റുമാരെ നിയമിച്ചുകൊണ്ട്, എല്ലാ ആഘോഷങ്ങളും , സന്തോഷങ്ങളും തന്റെ കസ്റ്റമേഴ്സുമായി പങ്കു വെയ്ക്കുന്നതിനായി ജോ തന്റെ ഉപഭോക്താക്കൾക്ക് പ്രതിമാസം 16,000 ഗ്രീറ്റിംഗ് കാർഡുകൾ അയച്ചു എന്ന് ഡിട്രോയിറ്റ് ന്യൂസ് പറയുന്നു. എല്ലാ വർഷവും 12 കാർഡുകൾ വരച്ച് പുറത്തേക്ക് അയയ്ക്കാൻ അദ്ദേഹം ഒരു കലാകാരനെ ചുമതലപ്പെടുത്തി. അദ്ദേഹം ചെയ്തത് അത്രമാത്രം. എല്ലാ മാസവും ഒരു കാർഡ് നിർബന്ധമായും അയക്കും. ഓരോ കാർഡിനും ഓരോ സന്ദേശം ഉണ്ടായിരുന്നു , പ്രധാന അവധി ദിനങ്ങൾ, വാർഷികങ്ങൾ, ജന്മദിനങ്ങൾ, ജോയുടെ ക്ലയന്റുകൾക്ക് ഒരു കാർഡ് ലഭിച്ചു.

എല്ലാ മാസവും ജോയുടെ കാർഡ് വരുമ്പോൾ, അദ്ദേഹത്തിന്റെ കസ്റ്റമേഴ്സ്   അദ്ദേഹത്തെ കുടുംബത്തിന്റെ ഭാഗമായി കണക്കാക്കിയിരുന്നതായി പറയപ്പെടുന്നു.

ഗ്രീറ്റിംഗ് കാർഡുകൾ ഉപഭോക്തൃ വിശ്വസ്തതയെ പ്രചോദിപ്പിക്കുന്നുവെന്ന് ജോ ജിറാർഡ് സംശയമില്ലാതെ തെളിയിച്ചു. ഗ്രീറ്റിംഗ് കാർഡുകൾ ഉപഭോക്താക്കളെ അവരുടെ സുഹൃത്തുക്കളെ റഫർ ചെയ്യാൻ പ്രേരിപ്പിക്കുന്നുവെന്ന് ജോ തെളിയിച്ചു. തീർച്ചയായും, കടലാസോ വർണ്ണാഭമായ മഷിയോ അല്ല തന്ത്രം ചെയ്തത്. തന്റെ ഉപഭോക്താക്കളുടെ ജന്മദിനങ്ങൾ, വാർഷികങ്ങൾ, അവധികൾ എന്നിവ തിരിച്ചറിയാനും ആദരിക്കാനും വേണ്ടത്ര ശ്രദ്ധിച്ചിരുന്ന ഒരു മനുഷ്യനായിരുന്നു അത്.

ആശംസാ കാർഡുകൾ അയയ്ക്കുന്ന ലളിതമായ പ്രവൃത്തി അദ്ദേഹത്തിന്റെ ഇടപാടുകാരിൽ വിശ്വസ്തതയുടെ ഒരു ബോധം ഉണർത്തി.

ഇക്കാലത്ത്, ഈ ശക്തവും ലളിതവുമായ ബിസിനസ്സ് ടൂളായ ഗ്രീറ്റിംഗ് കാർഡ് ഉപയോഗിച്ച്, നിങ്ങളുടെ ഉപഭോക്താക്കളെയും സാധ്യതകളെയും കുറിച്ച് മനസ്സിൽ സൂക്ഷിക്കാൻ നിങ്ങൾക്ക് ഇത് ഏറെക്കുറെ അനായാസവും ലളിതവുമാക്കുന്ന സാങ്കേതികവിദ്യയുള്ള ഓൺലൈൻ സംവിധാനങ്ങളുണ്ട്.

നിങ്ങളുടെ വിൽപ്പന വർദ്ധിപ്പിക്കുന്നതിന് വേണ്ടി എന്തുകൊണ്ടാണ്

നിങ്ങൾ പതിവായി കാർഡുകൾ അയയ്ക്കാത്തത്?

കാർഡുകൾ അയയ്ക്കുന്നതുമായി ബന്ധപ്പെട്ട പ്രശ്നങ്ങളായിരിക്കാം ഇതിന് കാരണം.

നിങ്ങൾ ഒരു കാർഡ് സ്റ്റോറിൽ പോകണം, ഒരു കാർഡ് കണ്ടെത്തി, ഒരു സന്ദേശം എഴുതി, ഒരു കവറിൽ ഇട്ടു, പോസ്റ്റോഫീസിലേക്ക് കൊണ്ടുപോകണം. എന്തൊരു ബുദ്ധിമുട്ടായിരിക്കും അല്ലെ ? എന്നാൽ ആളുകൾ കാർഡുകൾ സ്വീകരിക്കുമ്പോൾ അവയെ വിലമതിക്കുന്നത് അതുകൊണ്ടാണ്

അവർക്ക് ഒരു കാർഡ് അയക്കാൻ നിങ്ങൾ വളരെയധികം സമയവും പരിശ്രമവും എടുത്തിട്ടുണ്ടെന്ന് അവർക്കറിയാം.

എന്നാൽ നിങ്ങൾക്ക് കാർഡ് അയയ്ക്കുന്ന പ്രക്രിയ പൂർണ്ണമായും ഓട്ടോമേറ്റ് ചെയ്യാൻ കഴിയുമെങ്കിൽ?

ഉയർന്ന നിലവാരമുള്ള, ഹൃദയസ്പർശിയായ ഒരു കാർഡ് അയയ്ക്കാൻ നിങ്ങൾ എല്ലാ പരമ്പരാഗത കാര്യങ്ങളും ചെയ്യേണ്ടതില്ലെങ്കിലോ?

ഒരു കാർഡ് അയയ്ക്കാൻ നിങ്ങൾ ചെയ്യേണ്ടത് ഓൺലൈനിലോ മൊബൈൽ ഫോണിലോ സെർച്ച് ചെയ്യുക , ഒരു കാർഡ് എടുക്കുക, ഒരു സന്ദേശം എഴുതുക, ഒരു ബട്ടൺ അമർത്തുക എന്നിവ മാത്രമായിരുന്നു എങ്കിലോ.

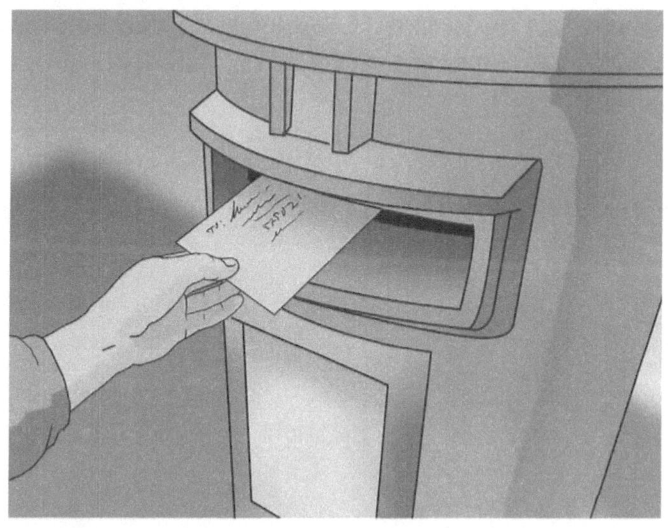

നിങ്ങൾ കൂടുതൽ കാർഡുകൾ അയയ്ക്കുമോ?

ഒരു ബട്ടണിന്റെ ലളിതമായ അമർത്തൽ ഉപയോഗിച്ച് നിങ്ങൾക്ക് ഒരു നിശ്ചിത കാലയളവിൽ വ്യക്തിഗതമാക്കിയ, ഹൃദയസ്പർശിയായ കാർഡുകളുടെ ഒരു പരമ്പര അയക്കാൻ കഴിഞ്ഞാലോ?

നിങ്ങൾക്ക് ഒരു ബട്ടൺ അമർത്തി ഒന്നിലധികം കാർഡുകൾ അയയ്ക്കാൻ കഴിയുമെങ്കിൽ, നിങ്ങൾക്ക് സമ്പർക്കം പുലർത്താൻ കഴിയുന്ന ആളുകളുടെ എണ്ണം, നിങ്ങൾക്ക് നിലനിർത്താൻ കഴിയുന്ന ബന്ധങ്ങൾ, നിങ്ങൾക്ക് സൃഷ്ടിക്കാൻ കഴിയുന്ന റഫറലുകളുടെ അളവ് എന്നിവ സങ്കൽപ്പിക്കുക.

ഓരോ വർഷവും കുറച്ച് കാർഡുകൾ അയയ്ക്കുക, ആർക്കെങ്കിലും നിങ്ങളുടെ പ്രോഡക്ട് , സർവീസ് ആവശ്യമുള്ളപ്പോൾ നിങ്ങളുടെ പേര് ആദ്യം മനസ്സിൽ വരുന്നത് എന്തായിരിക്കുമെന്ന് സങ്കൽപ്പിക്കുക.

സുസ്ഥിരതയോടുകൂടിയുള്ള അടിസ്ഥാനത്തിൽ മികച്ച ആശംസാ കാർഡുകൾ അയയ്ക്കുന്നത് അഭിനന്ദനത്തിന്റെയും വിശ്വാസത്തിന്റെയും ദീർഘകാല ബന്ധങ്ങൾ സ്ഥാപിക്കുന്നതിനുള്ള താക്കോലാണ്, മാത്രമല്ല നിങ്ങൾക്ക് കൈകാര്യം ചെയ്യാൻ കഴിയുന്ന എല്ലാ റഫറലുകളും നിങ്ങൾക്ക് ലഭിക്കും.

രണ്ട് വർഷം തുടർച്ചയായി ലോകത്തിലെ ഒന്നാമനായ വിൽപ്പനക്കാരനാകാൻ ജോയെ സഹായിച്ചത് കാർഡുകൾ അയയ്ക്കുന്നതാണ്.

റഫറലുകൾ സൃഷ്ടിക്കാൻ കാർഡുകൾ അയയ്ക്കേണ്ടതിന്റെ പ്രാധാന്യം ജോ മാത്രമല്ല പറയുന്നത്. എല്ലാ മുൻനിര റഫറൽ മാർക്കറ്റമാരും ഒരേ കാര്യം പറയുന്നു.

ഓട്ടോമൊബൈൽ സെയിൽസിലെ ഡീൽ മേക്കർ

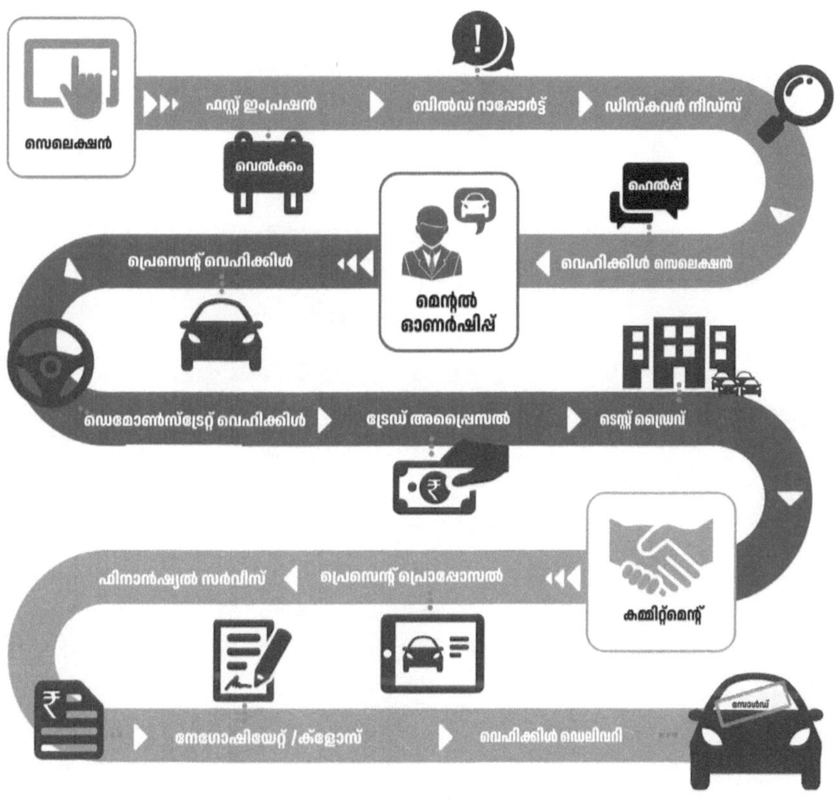

www.ingramcontent.com/pod-product-compliance
Lightning Source LLC
LaVergne TN
LVHW040016200726